ചെറുകാടിന്റെ പ്രതിഭ

(പഠനം)

cherukadinte prathibha
study
•
editor
dr. s k vasanthan
•
first chintha *edition*
october 2014
•
published
chintha publishers, thiruvananthapuram
•
typesetting
balaji
•
printed at
Repro India Ltd, Mumbai.
•
cover
vinod
•
price
rupees one hundred and sixty only

വിതരണം
ദേശാഭിമാനി ബുക്ക് ഹൗസ്
H O തിരുവനന്തപുരം–695 035
phone: 0471-2303026, 6063026
www.chinthapublishers.com
chinthapublishers@gmail.com

ബ്രാഞ്ചുകൾ
ഹെഡ്ഡാഫീസ് ബ്രാഞ്ച് കുന്നുകുഴി • സ്റ്റാച്ച്യു തിരുവനന്തപുരം • കെ എസ് ആർ ടി സി ബസ് സ്റ്റേഷൻ ആലപ്പുഴ • കെ എസ് ആർ ടി സി ബസ് സ്റ്റേഷൻ എറണാകുളം • ചിറ്റൂർ റോഡ് എറണാകുളം • മച്ചിങ്ങൽ ലെയ്ൻ തൃശൂർ • ഐ ജി റോഡ് കോഴിക്കോട് • മാവൂർ റോഡ് കോഴിക്കോട് • എൻ ജി ഒ യൂണിയൻ ബിൽഡിങ് കണ്ണൂർ • സെൻട്രൽ ബസ് ടെർമിനൽ കോംപ്ലക്സ് താവക്കര കണ്ണൂർ

CO - 2127 / 3558

ചെറുകാടിന്റെ പ്രതിഭ
(പഠനം)

എഡിറ്റർ
ഡോ. എസ് കെ വസന്തൻ

ചിന്ത പബ്ലിഷേഴ്സ്
തിരുവനന്തപുരം-695 035
വില : ₹ 160

ഡോ. എസ് കെ വസന്തൻ

1935 നവംബർ 17 ന് ഇടപ്പള്ളിയിൽ ജനിച്ചു. പിതാവ്. ഇടപ്പള്ളി കരുണാകര മേനോൻ, അമ്മ: സരസ്വതി അമ്മ. കാലടി ശ്രീശങ്കരാചാര്യ സംസ്കൃത സർവ്വകലാശാലയിൽ അദ്ധ്യാപകനായിരുന്നു. കേരള ഭാഷാ ഇൻസ്റ്റിറ്റ്യൂട്ട് അസിസ്റ്റന്റ് ഡയറക്ടർ, കേരള സാഹിത്യ അക്കാദമി അംഗം എന്നീ പദവികൾ വഹിച്ചു.

കൃതികൾ: *എന്റെ ഗ്രാമം എന്റെ ജനം, അരക്കില്ലം, മുഖങ്ങൾ നിഴലുകൾ, ആശയസംവാദം, ഉറങ്ങാത്ത മനസ്സുകൾ, അന്വേഷണം ആസ്വാദനം, കേരള ചരിത്ര നിഘണ്ടു, സാഹിത്യപഠനത്തിന് ഒരാമുഖം* (പരിഭാഷ). 1960 ൽ തുഞ്ചൻ സ്മാരക പുരസ്കാരം ലഭിച്ചു.

വിലാസം: 2/ഡി, യുണിറ്റി എൻക്ലേവ്
കുഴിയച്ചിറ
തൃശൂർ

ഉള്ളടക്കം

പ്രസാധകക്കുറിപ്പ് 7

ആമുഖം 9

ചെറുകാട് കവി

ചെറുകാടിന്റെ കവിതകൾ
വി പി വാസുദേവൻ 11

ചെറുകാട് എന്ന കവി
ദേശമംഗലം രാമകൃഷ്ണൻ 30

ചെറുകാട് - കഥാകൃത്ത്

ചെറുകഥകളുടെ പരുക്കൻ സൗന്ദര്യം
എം കുട്ടികൃഷ്ണൻ 40

ചെറുകാടിന്റെ ചെറുകഥകൾ
വത്സല 49

ചെറുകാട് നോവലിസ്റ്റ്

മുത്തശ്ശി
കെ പി ശങ്കരൻ 55

ശനിദശ
ബി രാജീവൻ 68

മണ്ണിന്റെ മാറിൽ
വി അരവിന്ദാക്ഷൻ 77

മരുമകൾ
പി അപ്പുക്കുട്ടൻ 88

പ്രമാണി
തായാട്ട് ശങ്കരൻ 93
ഭൂപ്രഭു
എരുമേലി പരമേശ്വരൻപിള്ള 97
ദേവലോകം
എൻ കെ നമ്പൂതിരി 114

ചെറുകാട് നാടകകൃത്ത്

മണ്ണിന്റെ ഗന്ധമുള്ള നാടകങ്ങൾ
എ പി പി നമ്പൂതിരി 121
ചെറുകാടിന്റെ നാടകങ്ങൾ
എൻ സുഗതൻ 133

ചെറുകാട്-ആത്മകഥ

ചെറുകാടിന്റെ ജീവിതപ്പാത
ആർ പി 147

ചെറുകാടിനെ മനസ്സിലാക്കുക

സാഹിത്യകാരനായ ചെറുകാട്
സി അച്യുതമേനോൻ 163
ചെറുകാട് ജീവചരിത്രക്കുറിപ്പ് 176
ചെറുകാടിന്റെ കൃതികൾ 178
സൂചിക 180

പ്രസാധകക്കുറിപ്പ്

മലയാള സാഹിത്യത്തിൽ പ്രതിബദ്ധതയുടെ ഉറച്ച സ്വരമായിരുന്നു ചെറുകാടിന്റേത്. കഥയും കവിതയും നോവലും നാടകവും തുള്ളൽപ്പാട്ടുകളുമൊക്കെ രചിച്ച ചെറുകാടിനെ അവഗണിക്കാൻ ബോധപൂർവ്വമായ ശ്രമങ്ങളുണ്ടായി. *മുത്തശ്ശി*യുടെയും *ശനിദശ*യുടെയും *തറവാടിത്ത*ത്തിന്റെയുമൊക്കെ രചയിതാവിനെ മലയാള സാഹിത്യ ചരിത്രത്തിൽ ശരിയായി അടയാളപ്പെടുത്താൻ ചെറുകാടിന്റെ ഒന്നാം ചരമദിനത്തിൽ (1977) *ദേശാഭിമാനി* സ്റ്റഡിസർക്കിൾ സംസ്ഥാന സമിതി സമർപ്പിച്ച സ്മരണാഞ്ജലിയാണ് *ചെറുകാടിന്റെ പ്രതിഭ* എന്ന ഈ പഠനഗ്രന്ഥം. ഡോ. എസ് കെ വസന്തൻ എഡിറ്ററായ ഈ പഠനഗ്രന്ഥത്തിൽ ചെറുകാടിന്റെ സാഹിത്യ സംഭാവനകൾ വിലയിരുത്തപ്പെടുന്നു. കേരളത്തിലെ പ്രാമാണികരായ സാഹിത്യ പ്രതിഭകളാണ് വിലയിരുത്തലുകൾ നടത്തിയിട്ടുള്ളത്. അന്നത്തെപ്പോലെ തന്നെ ഇന്നും ഈ പുസ്തകം പ്രസക്തം തന്നെ. ചെറുകാടിന്റെ പ്രതിഭയെപ്പറ്റി മനസ്സിലാക്കാൻ ശ്രമിക്കുന്ന ആർക്കും ഈ പുസ്തകം പ്രയോജനകരമായിരിക്കും. ഈ പുസ്തകത്തിന്റെ ചിന്ത പതിപ്പിറക്കാൻ സഹായിച്ച ശ്രീ. പാലക്കീഴ് നാരായണനും ചെറുകാട് സ്മാരകട്രസ്റ്റിനും *ദേശാഭിമാനി* സ്റ്റഡി സർക്കിളിന്റെ തുടർച്ചയായ പുരോഗമന കലാസാഹിത്യ സംഘത്തിനും ചിന്തയുടെ കടപ്പാട് ഇവിടെ രേഖപ്പെടുത്തുന്നു.

ചിന്ത പബ്ലിഷേഴ്സ്

സമർപ്പണം

ചെറുകാടിന് ആവേശം നല്കുകയും ചെറുകാടിൽനിന്ന് ആവേശം നേടുകയും ചെയ്ത സാധാരണക്കാരായ വായനക്കാർക്ക് ദേശാഭിമാനി സ്റ്റഡി സർക്കിൾ ഈ ഉപഹാരം സവിനയം സമർപ്പിക്കുന്നു.

ആമുഖം

ചെറുകാടിന്റെ ഒന്നാം ചരമദിനത്തിൽ (1977) ദേശാഭിമാനി സ്റ്റഡി സർക്കിളിന്റെ സംസ്ഥാന സമിതി സമർപ്പിച്ച അശ്രുപൂജയാണ് *ചെറുകാടിന്റെ പ്രതിഭ* എന്ന ഈ പഠനഗ്രന്ഥം. ഡോ. എസ് കെ വസന്തൻ എഡിറ്ററായ ഈ പഠനഗ്രന്ഥത്തിൽ ചെറുകാട് സാഹിത്യത്തിന്റെ വിവിധ ശാഖകളെക്കുറിച്ചുള്ള സാർത്ഥകമായ വിലയിരുത്തലുകളാണുള്ളത്. നിർഭാഗ്യവശാൽ ഈ കാലത്തിനിടയ്ക്ക് പുനഃപ്രകാശനങ്ങളുണ്ടായില്ല. ചെറുകാടിന്റെ സമകാലികർ ചെറുകാടിനെ കാണുന്നതെങ്ങനെ എന്നറിയാനുള്ള സൂചികയാണീ പുസ്തകം. ആ ചുമതല ചെറുകാട് സ്മാരക ട്രസ്റ്റ് ഏറ്റെടുക്കുന്നു. ചെറുകാട് ജന്മശതാബ്ദി ആഘോഷങ്ങൾക്കിടയ്ക്ക് ഈ കടമ നിർവ്വഹിക്കാനായതിൽ ചാരിതാർത്ഥ്യമുണ്ട്.

പിന്താ പബ്ലിഷേഴ്സിന് നന്ദി.

പെരിന്തൽമണ്ണ
25-12-13

ചെറുകാട് സ്മാരക ട്രസ്റ്റ്

ചെറുകാട് കവി

ചെറുകാടിന്റെ കവിതകൾ

വി പി വാസുദേവൻ

ചെറുകാടെന്ന കവിയെ പുതിയ ഇരുപതുകാരൻ സാഹിത്യ വിദ്യാർത്ഥി അറിയില്ലെങ്കിൽ പുരികം ചുളിക്കേണ്ട, നമ്മുടെ സാഹിത്യ ചരിത്രകാരന്മാരൊ നിരൂപകന്മാരൊ സൂചിപ്പിക്കുകപോലും ചെയ്യാത്തൊരു കാര്യത്തെക്കുറിച്ചയാളെങ്ങനെ മനസ്സിലാക്കാൻ? വല്ല സദസ്സിൽവെച്ചാരെങ്കിലും ചെറുകാടിലെ കവിയെ പരാമർശിച്ചപ്പോഴാകട്ടെ അവൻ ധരിച്ചുവശായിട്ടുള്ളത് കവിതകളിൽ തുടങ്ങി നോവലിലും നാടകത്തിലും നിരൂപണത്തിലും സാഹിത്യത്തിന്റെ ഇതര മേഖലകളിലും താവളമുറപ്പിച്ചുകഴിഞ്ഞ തലമുറയിലെ മിക്കവാറും എല്ലാ പ്രശസ്ത സാഹിത്യകാരന്മാരെയുംപോലെതന്നെ ചെറുകാടും ആദ്യകാലത്ത് കുറച്ചീരടികൾ കുത്തിക്കുറിച്ചിട്ടുണ്ടെന്നുമാത്രമാണ്. കേരളക്കരയിൽ രാഷ്ട്രീയബോധത്തിന്റെ കാലവർഷം പിറന്ന നാല്പതുകളിൽ മഴമേഘങ്ങളെ നയിക്കുകയും വന്മരങ്ങളെ ഉലയ്ക്കുകയും ചെയ്ത പല 'ചെറുകാറ്റു'കളുടെയും നാദം ഇന്നത്തെ തലമുറയുടെ താളബോധത്തെ സ്വാധീനിക്കുന്നില്ലെന്നത് കയ്ക്കുന്ന സത്യമാണ്. രാഷ്ട്രീയരംഗത്ത് സമൂർത്തമായ പല സിദ്ധികളും കൈവന്നപ്പോൾ അബോധപൂർവ്വമെങ്കിലും സാംസ്കാരിക രംഗത്ത് തൊഴിലാളിവർഗ്ഗപ്രസ്ഥാനങ്ങൾക്കുണ്ടായിരുന്ന സ്വാധീനം ഗണ്യമായി കുറഞ്ഞുവെന്നതിനെക്കാൾ സാഹിത്യത്തോട്, പ്രത്യേകിച്ചും കവിതയോട് ബോധപൂർവ്വമായൊരു പരാങ്മുഖത്വം ഫാഷനായി കരുതുന്ന തലമുറയായി പുതുവിപ്ലവകാരികളുടേതെന്നതാണ് നമ്മുടെ തൊഴിലാളിവർഗ്ഗഗായകന്മാരെയെല്ലാംതന്നെ 'സൗന്ദര്യാവബോധ'ത്തിന്റെ അപ്പോസ്തലന്മാരായ ആധുനികസാഹിത്യമീമാംസകരുടെ കൃപയ്ക്ക് വിധേയരാവാൻ പ്രേരിപ്പിച്ചിട്ടുള്ളത്. അല്ലെങ്കിൽ *കരുണ*യും *ദുരവസ്ഥ*യും പോലെതന്നെ പൂരപ്പറമ്പുകളിലും അങ്ങാടിക്കവലകളിലും (പാർട്ടി മീറ്റിങ്ങുകളിലും!) ചൂടോടെ വിറ്റഴിഞ്ഞ പടപ്പാട്ടുകളും തുള്ളൽപ്പാട്ടുകളും

പഞ്ചവത്സരികൾക്കുമുമ്പുതന്നെ നമ്മുടെ ക്ലാസിക്കുകൾക്കിടയിൽ സ്ഥാനംപിടിച്ചേനെ; ഒരുകാലത്ത് ഗ്രാമീണക്ഷേത്രങ്ങളിലെ കൂത്തുമാടങ്ങൾക്കു തൊട്ടുള്ള 'ദേവസ്വം പുറമ്പോക്കുകളിൽ മനയോലതേച്ച് ചാടിക്കളിച്ച ആ ചൂടൻ നമ്പ്യാ'രുടെ വായ്ത്താരികൾപോലെതന്നെ.

കുഞ്ചനുശേഷം

കാരണം കുഞ്ചൻനമ്പ്യാർക്കുശേഷം സർഗ്ഗപ്രതിഭയും നർമ്മാവബോധവും സാമൂഹ്യപരിഷ്ക്കരണത്വരയും ഇത്രയധികം ഒത്തിണങ്ങിയ മറ്റൊരു സാഹിത്യകാരൻ കേരളത്തിലുണ്ടായിട്ടില്ല. കാലാകാലങ്ങളായി നിലനിന്ന സാമൂഹ്യാചാരങ്ങളെയും പൊതുപ്രാധാന്യമുള്ള ദൈനംദിന സംഭവങ്ങളെയും വിമർശിച്ചുകൊണ്ടെഴുതിയിട്ടുള്ള ആയിരക്കണക്കിന്നീരടികൾ, മലങ്കാടന്റെ മേൽവിലാസത്തിന്റെ അറിയപ്പെടുന്ന നൂറുകണക്കിനു ഹാസ്യകവിതകൾ, യുഗങ്ങളെ മറികടന്നുകൊണ്ട് അങ്ങ് മഹാബലിയുടെ പതനംതൊട്ട് സമൂഹത്തിൽ അധീശത്വം പുലർത്തിവന്ന 'ദേവപുരോഹിതദുഷ്പ്രഭുവർഗ്ഗ'ത്തിന്റെ ഉഗ്രഫണങ്ങളിൽ മാറിമാറിച്ചവിട്ടിക്കൊണ്ടുള്ള ഒരഭിനവമർദ്ദനത്തിന്റെ 'അലാരിപ്പു'കളാണവയെല്ലാം. "അഞ്ചിക്കും പരിഹാസനിർത്ധരണിയിൽ താന്തോന്നിവർഗ്ഗത്തിനെ തഞ്ചം പോലെയൊലുമ്പിവിട്ട" ആ പഴയ കാവിസാമ്രാട്ടിനെ ആവോളം ഉൾക്കൊണ്ടുകൊണ്ട് നടത്തിയ ഒരു പരിഹാസതാണ്ഡവം ആരേയും പ്രീണിപ്പിക്കേണ്ട കടമയില്ലാത്തതുകൊണ്ട് അവയ്ക്ക് കൂടുതൽ തിളക്കവും ചൂടും അനുഭവപ്പെടും. എങ്കിലും എതിരാളികളെപ്പോലും അവരറിയാതെ പൊട്ടിച്ചിരിപ്പിക്കാനുള്ള ആ കഴിവ് ആ ആദിരാഷ്ട്രീയക്കാരനിൽനിന്നു കിട്ടിയ മഹത്തായൊരു സിദ്ധിതന്നെ.

ചില സാമ്പിളുകൾ

അച്ഛന്റെ ചാത്തദിവസം രാവിലെയെഴുന്നേറ്റയുടനെ 'പോതായൻ പട്ടേരി' വാല്യക്കാരനോട് പറഞ്ഞു:

"ചങ്കേരാ മാരാത്തോ വാര്യത്തോ പുഷ്പോത്തോ
മങ്കേടെ ഷാരത്തോ പോയിവായോ
മാർജ്ജാരനുണ്ടാകും; കൊണ്ടുവാ കിട്ടാഞ്ഞാൽ
മാറ്റിത്ത;-മച്ഛന്റെ ചാത്തമല്ലേ?"

അങ്ങനെ വീടെടുത്തു പറയാൻ പട്ടേരിക്ക് തക്കതായ കാരണമുണ്ട്.

"വാര്യേത്തു പയ്ക്കറയുണ്ടി,ല്ലേ നങ്ങേമേ,
മാരാത്തുമുണ്ടെന്നാണെന്റെയോർമ്മ."

ചാത്തത്തിനുവേണ്ട മറ്റിനങ്ങളെല്ലാം ഒതുങ്ങിയിരിക്കുന്നു. ചങ്കരനെത്തിയാലേ കുളിക്കാൻ പറ്റൂ. പക്ഷേ, ചങ്കരൻ പൂച്ചയെ കൊണ്ടുവന്നില്ല. വളരെ വൈകി വെറുംകൈയോടെ കയറിവന്നു. ദേഷ്യം വരാൻ പിന്നെന്തുവേണം? "പട്ടേരിപ്പാടിന്റെ പുരുഷാകാരം പുറത്തുചാടി" പോലും. പക്ഷേ, ആ ചങ്കരച്ചാരുടെ മറുപടി കേൾക്കണ്ടേ."

"നേരെയടിയൻ പോയ് വാര്യേത്തു ചെന്നപ്പോ
തൈരു കലക്കുകയായിരുന്നു
'പൂച്ചയെന്നൊന്നു പിടിക്കി'നടിയന്റെ
യൊച്ചകേട്ടപ്പോളതോടിപ്പോയി.
വാര്യേത്തെമേൽപ്പുരമോന്തായത്തുണ്ടതു
കേറിയിരിക്കുന്നു കൈയുംനക്കി."

ഇതു കേൾക്കേണ്ട താമസം; "ചപ്പാ" തിരുമേനി ചങ്കരച്ചാരുടെ ചെപ്പയ്ക്കു വീക്കിക്കൊണ്ടാക്രോശിച്ചു.

ഒടുവിൽ മദ്ധ്യസ്ഥതയ്ക്കു വന്ന 'ഓയ്ക്ക'നോട് പട്ടേരിപ്പാട് സംഗതിയുടെ ഗുട്ടൻസ് വിവരിച്ചു.

"പണ്ടൊക്കെചാത്തനിന്നച്ഛനെഴുന്നേറ്റാൽ
കണ്ടനെത്തേടിപ്പിടിക്കുമാദ്യം
കുന്താണിച്ചോട്ടിലോ കൊട്ടേടെ ചോട്ടിലോ
കൊണ്ടുപോയ് ഭദ്രം തടവിലാക്കും
എന്നിട്ടേ മറ്റുള്ള കാര്യങ്ങളൊക്കെയും
പിന്നെയങ്ങോട്ടു തുടങ്ങാറുള്ളൂ
ഇന്നിപ്പോൾ പൂച്ചയില്ലച്ഛന്റെ ചാത്തത്തിൽ
വന്നുചേർന്നാലോ ക്രിയാവിലോപം."

പക്ഷേ, ദേഷ്യത്തിന്റെ പരമരഹസ്യം ഇതുമല്ല:-
"വല്ലോരും കേട്ടാലോ- പോതായൻ കുടിയും
വല്ലാത്തക്കമൂണിസ്റ്റാണെന്നാവും."

(അച്ഛന്റെ ചാത്തം)

"കുലത്തൊഴിൽ" ഈ പോതായനെക്കാൾ കുറച്ചുകൂടി ആധുനികനായ ഒരു നമ്പൂതിരിപ്പാടിനെ കളിയാക്കുന്നതാണ്. പാവം രണ്ടാംക്ലാസിൽ പഠിക്കുന്ന നങ്ങേമക്കറിഞ്ഞുകൂട തന്റെ ജോലിയെന്താണെന്ന്. ടീച്ചർ ചോദിച്ചപ്പോൾ അവൾ 'ഒന്നുമില്ലെന്നു' പറഞ്ഞൊഴിഞ്ഞതാണ്. പക്ഷേ, പിന്നെയും പിന്നെയും ചോദ്യം ചെയ്തപ്പോൾ അവൾ സത്യം പറഞ്ഞു. വൈകുന്നേരം അവൾ അച്ഛനോടു പറയുകയാണ്:-

"ആ മിസ്റ്ററസ്സെന്നെ വിടാഞ്ഞപ്പോഴല്ലാതി ഞാൻ
പൂമോത്തിരിപ്പും മുറുക്കുംതുപ്പും."

ആ കൊച്ചു കവിത അവസാനിക്കുന്നതിങ്ങനെയാണ്.

"ജന്മിയാണെന്നു പറഞ്ഞേയ്ക്കൂ." നമ്പൂരി
വന്മദത്തോടു ചിരിച്ചുരച്ചു.

(കുലത്തൊഴിൽ - മെത്താപ്പ്)

സമകാലിക രാഷ്ട്രീയ സംഭവങ്ങൾ

കൂടുതൽ സമകാലികങ്ങളായ രാഷ്ട്രീയ സംഭവങ്ങളെക്കുറിച്ചാവുമ്പോൾ ഈ ചിരിക്കൊരു ചരിത്രപ്രാധാന്യംകൂടി ലഭിക്കുന്നു. അതോടെ

ഒരു പുതിയ തിളക്കവും. 'പിറന്നാൾ മറന്നാൽ' എന്ന കവിത:– പണ്ഡിറ്റ്ജി പിറന്നാൾ ഓർക്കാറില്ലെന്നു ഒരിക്കൽ ആരോടോ പറഞ്ഞതിന്റെ പ്രതികരണമാണതിലെ ഉള്ളടക്കം... അന്നുതൊട്ട് നെഹ്റുവിനെ 'മാനി'ക്കുന്ന സർവ്വരും പിറന്നാൾ മറക്കാൻ തുടങ്ങി.

"കേമന്മാരാകുവാനാദ്യം
ധീരന്മാരായസർവ്വരും
മറക്കണം പിറന്നാളെ–
ന്നുറച്ചു നേതൃകിങ്കരർ
നായർവ്വീട്ടിലെ മൂപ്പീന്നു
'പൂയം' നാളു മറക്കുവാൻ
പായസം വഴിപാടാക്കി
മായാദേവിക്കു നാൾക്കുനാൾ

മുസ്സാമ്പൂരിയൊരില്ലത്തു
മൂന്നുമണ്ഡലമന്വഹം
'മൂലം' മറക്കാൻ വിഘ്നേശ–
മൂർത്തിക്കായ് ഹോമമിട്ടുപോൽ

വക്കീൽ മാധവമേനോൻ തൻ
'തൃക്കേട്ട'യെ മറക്കുവാൻ
ഉൾക്കളത്തിൽ പ്രാതലൊന്നു
വയ്ക്കത്തപ്പനു നേർന്നുതേ

വിശ്വനാഥയ്യർ കേമത്ത–
വിശ്വാസത്തിന്റെ വായ്പിനാൽ
സ്വന്തം 'ഡയറി' മലർത്തീട്ടു
പന്ത്രണ്ടശ്വതിവെട്ടിനാൻ

സദ്യക്കുവട്ടവുംകൂട്ടി
സരസം 'ഘോസി' മേനവൻ
ശ്രാദ്ധമാണെന്നു ജന്മർക്ഷേ
ശുദ്ധമേനുണ 'കാച്ചി'നാൻ

സ്വയംവരമണ്ഡപത്തിലെ രാജാക്കന്മാരുടെ കോപ്പിരാട്ടികൾ കണ്ട് പൊട്ടിപ്പൊട്ടിച്ചിരിച്ച ആ പാരമ്പര്യംതന്നെയാണീ വരികളിൽ കതിരിട്ടു നില്ക്കുന്നത്.

വടക്കുള്ള ഹിമാലയൻ നെഹ്റു മാത്രമല്ല മലങ്കാടന്റെ തലോടലിന് പാത്രമായത്. രാജാജിയും പ്രകാശവും സർ സി പി യും പനമ്പിള്ളിയും കേളപ്പനും മാധവമേനോനും കുട്ടിമാളു അമ്മയും എന്നുവേണ്ട സമകാലിക വിരുദ്ധ രാഷ്ട്രീയക്കാരിൽ എണ്ണപ്പെട്ട മിക്കവരും അക്കാലത്തെ കവിതകളിൽ കഥാപാത്രങ്ങളായഭിനയിച്ച് അനശ്വരത നേടിയിരുന്നു.

'മാവലങ്കരു'ടെ മേശപ്പുറത്ത് മാന്യയായ ആനിമസ്ക്രിൻ ഒരു പൊതി

റൂളിങ്ങിനുവെച്ചു. അപ്പോൾ പാർലമെന്റിനുണ്ടായ ജിജ്ഞാസ വിവരിച്ചിരിക്കുന്നതു നോക്കൂ:

“ശ്രീകണ്ഠനും പുന്നൂസുമപ്പൊതിയിലേക്കുറ്റുനോക്കി
ആകാംക്ഷയോടൈക്യം വീണ്ടും പടുത്തുയർത്തി
ചവറയിൽ പത്തലെടുത്തടിപിടികൂടിയാലു-
മവരുടെ നോട്ടമൊരേവഴിക്കുതന്നെ.

എ കെ ജി യുമെഴുന്നേറ്റു പെരുവിരലൂന്നിനിന്നു-
നോക്കി; കേളപ്പേട്ടൻ വേഗം കണ്ണടവെച്ചു
സുന്ദരയ്യ 'തെലുങ്കാന'* മറന്നുപോയ് സുചേതയും
നിർന്നിമേഷയായി നിന്നൂ നിശ്ചലയായി.”

(ആനിയുടെ അമളി)

ആ പൊതിയിൽ തിരുകൊച്ചിയിലെ റേഷൻഷാപ്പിൽനിന്ന് കൊണ്ടുവന്ന സ്വല്പം റേഷനരിയാണെന്നറിഞ്ഞപ്പോൾ സ്പീക്കർ പൊതിയഴിച്ചു ജിജ്ഞാസാനിർഭരനായിനിന്നു. പാർലമെന്റ് ഉടൻതന്നെ മൂക്കുപൊത്തിപ്പോയി. ഭരണകക്ഷിയും പ്രതിപക്ഷവും വ്യത്യാസമില്ലാതെ.

“മൂക്കുപൊത്തി വോട്ടുചെയ്യും പതിവുണ്ടായിരുന്നെങ്കിൽ
നീക്കമില്ലപ്പരിമളം പാസായിപ്പോയി.”

എന്ന കവിയുടെ കമന്റടികേട്ടാൽ ആ അരിവിതരണത്തിന് ഉത്തരവാദിയായ മന്ത്രി ജോണച്ചനും ചിരിക്കാതിരിക്കുമോ?

പഴയ രാജാജി

1952 ലെ തന്റെ രൂപം എങ്ങനെയുണ്ടായിരുന്നുവെന്നറിയണമെങ്കിൽ സാക്ഷാൽ രാജാജി വയസ്സുകാലത്ത് ചെറുകാടിന്റെ ഈ വരികൾ വായിക്കട്ടെ:

“ഗീതയിൽനിന്നും കണ്ണുപറിച്ചു
മോദാലവരുടെ മെയ്യിൽ ചാർത്തി
കണ്ണട കൈയിലെടുത്തുപിടിച്ചു
തൊണ്ണുകൾകാട്ടിത്തെല്ലു ചിരിച്ചു
ഊശാൻതാടിയുഴിഞ്ഞിട്ടെന്തു വി-
ശേഷം വരുവാനന്വേഷിച്ചു.”

(വെള്ളച്ചന്ത)

മദ്രാസ് അസംബ്ലിയിൽ ഭൂരിപക്ഷമില്ലാതെ കുഴങ്ങിയ കോൺഗ്രസ് നിസ്സഹായന്മാർ അന്നങ്ങോർക്കു സമർപ്പിച്ച മെമ്മോറാണ്ടത്തിന്റെ ഉള്ളടക്കം ഓർമ്മയില്ലെങ്കിൽ അതും ഇതിലുണ്ട്.

---

* ഇപ്പോഴത്തെ തെലങ്കാനയല്ല.

"ഒക്കെക്കുഴപ്പത്തിലാണു കോൺഗ്രസിനെ
ഞെക്കുന്നു കൊല്ലുന്നു റഷ്യൻകരടികൾ
അങ്ങിങ്ങ് ഗീതയും വായിച്ചു മുക്തിക്കു
ചങ്ങാടവും തുഴഞ്ഞിങ്ങനെ കൂടിയാൽ

ഞങ്ങളാവും മുമ്പ് കാലനൂരെത്തുവോർ
അങ്ങയ്ക്കവിടത്തിൽ വെൽക്കം പറയുവാൻ
കണ്ണുമിഴിച്ചൊന്നു നോക്കണേ രാജാജി–
യണ്ണാ തകരുമിക്കോട്ടയ്ക്കു തൂണുനീ."

രസകരമായ വൈരുദ്ധ്യം

ഹോ! ഇതിലല്പം രാഷ്ട്രീയമുണ്ടെന്നായിരിക്കാം. എന്നാൽ പിന്നെ കമ്യൂണിസ്റ്റുകാർ മൂക്കുചെത്തിക്കളയുമെന്നു പേടിച്ച് സർ. സി പിക്കുവേണ്ടി ഇന്ത്യാ ഗവൺമെന്റ് ഇരുമ്പുകൊണ്ടൊരു മൂക്കുണ്ടാക്കാൻ അമേരിക്കാവിൽ ഓർഡർ കൊടുത്തതും മരുമകളുടെ സാരിപ്പിന്നിലും ചാരുമംഗല്യത്താലിപ്പരപ്പിലും (മകൻ കമ്യൂണിസ്റ്റാവാതിരിക്കുവാൻ വേണ്ടിയാണ് ആവുംമുമ്പുതന്നെ കല്യാണം നടത്തിയതെന്നു കൂടിയോർക്കണം) അരിവാളും ചുറ്റികയും കൊത്തിവച്ചിരിക്കുന്നതുകൊണ്ട് സബ്ജഡ്ജി മേനോൻ വടിപോലെ വീണതും മറ്റും വായിച്ചാലെന്തുപറയും! ആ കവിതകൾ കമ്യൂണിസ്റ്റ് വിരുദ്ധരെയും അനുകൂലികളെയും രാഷ്ട്രീയ വൈരാഗികളെയും എല്ലാം ഒരുപോലെ പൊട്ടിച്ചിരിപ്പിക്കുന്നുവെന്നതാണ് നേര്. ശുദ്ധമായ ചിരിക്കു രാഷ്ട്രീയമില്ല. '40 നടുത്തെങ്ങോ സാക്ഷാൽ സഞ്ജയന്റെ പേനത്തുമ്പിൽ നിന്നാണ് മലങ്കാടൻ ലൈസൻസെടുക്കുന്നത്. രാഷ്ട്രീയരംഗത്തും സാംസ്കാരികരംഗത്തും ഒരുപോലെ ചുവപ്പ് കണ്ടാൽ വിറളിപിടിക്കുന്ന സ്വഭാവക്കാരനായിരുന്ന ആ ഹാസ്യസാമ്രാട്ട് സ്വന്തം കൈകൊണ്ട് മാമോദീസ മുക്കിയ കുഞ്ഞ് രക്തത്തിലും മജ്ജയിലും തനി ചുവപ്പനായിത്തീർന്നതുതന്നെ രസകരമായൊരു വൈരുദ്ധ്യമല്ലേ.

പക്ഷേ, ചെറുകാടിന്റെ ഹാസ്യം സഞ്ജയസ്പർശത്തിന്നു മുമ്പും പിമ്പും സ്വയം പര്യാപ്തമായിരുന്നു. നിഷ്കളങ്കമായ 'ആദർശവാദം' കവിഹൃദയത്തിൽ നാമ്പെടുക്കുന്നകാലത്ത് 'ഗൗരവബുദ്ധി'യോടെ എഴുതിയിട്ടുള്ള 'കാര്യമാത്രപ്രസക്ത'ങ്ങളായ കവിതകളിലും തികച്ചും അപ്രതീക്ഷിതമായി ഈ ഹാസ്യത്തിന്റെ സാന്നിദ്ധ്യം അനുഭവപ്പെടുന്നുവെന്നതുതന്നെ ഈ 'സ്വയംപര്യാപ്തത'യ്ക്ക് മതിയായ തെളിവാണ്. ആദ്യസമാഹാരമായ *തിരമാല*യിലെ '*അച്ഛനെവിടെ*' എന്ന കവിത ഒരുപക്ഷേ ചെറുകാടിന്റെ ഒരേയൊരു 'മിസ്റ്റിക് കവിത' കൂടിയാണിത്.

"ഏതുപൂമച്ചിൻനിന്നമ്മയണിയുന്നു
പാതിരപ്പൂവൊളിസ്സാരികളന്തിയിൽ
ഏതു പൂമച്ചിൻനിന്നെന്നമ്മ ചാർത്തുന്നു

ചേതോഹരോദ്ദീപ്തഹാരം നിശകളിൽ

ഏതു പൂമച്ചിൻനിന്നമ്മയെടുക്കുന്നി-
താതമ്രമോഹന കുങ്കുമച്ചെപ്പുകൾ
അമ്മണിമച്ചിലുണ്ടെന്നച്ഛ,നാ,വാതി-
ലമ്മ തുറക്കണമൊന്നു കാണട്ടെ ഞാൻ"

മർമ്മബോധം

ആകർഷകമായൊരു നിഗൂഢതയുടെ നീലവെളിച്ചംപുരണ്ട് മയങ്ങുന്ന മധുരോദാത്തകൽപ്പനകൾക്കിടയിൽനിന്ന് പെട്ടെന്ന് ഒരു ജലധാരപോലെ ഉയർന്നുപൊങ്ങിച്ചിതറിവീഴുന്ന ഈ കുസൃതിച്ചിരിയാണ്, അമ്മയുടെ സ്വകാര്യമുറിയിൽ അജ്ഞാതനായ 'അച്ഛനെ'ത്തിരയുന്ന അച്ചടക്കമില്ലാത്ത കുഞ്ഞിന്റെ 'കള്ളച്ചിരി'യാണ് പില്ക്കാലത്ത് സാമൂഹ്യരംഗത്തും രാഷ്ട്രീയരംഗത്തുമുള്ള കപടനാട്യത്തെയും പൊങ്ങച്ചത്തെയും തൊലിപൊളിച്ചു കാണിക്കുന്ന പരശ്ശതം കവിതകൾക്കു ചൂടും തിളക്കവുമേകുന്ന നിശിതഹാസമായി പരിണമിച്ചത്. 'പൊതായൻ പട്ടേരിപ്പാടി'ന്റെ ശുദ്ധതയും രാഷ്ട്രീയവിരാഗിയായ രാജാജിയുടെ തന്ത്രകുടിലതയും ദൈനംദിനരാഷ്ട്രീയസംഭവങ്ങളുടെ സങ്കീർണ്ണതയും മൂന്നുനാലുവരികളിൽ ആർക്കും മനസ്സിലാക്കാവുന്ന നാടൻഭാഷയിൽ വിശദീകരിക്കുവാൻ കഴിഞ്ഞ 'വിമർശനശൈലി' ആവശ്യപ്പെടുന്ന മർമ്മബോധവും ഈ വരികളിൽക്കുള്ളിൽ ഒളിഞ്ഞുകിടപ്പുണ്ട്. 'ചെറുകാടിയൻ കവിത'യുടെ കാതലായ അംശംതന്നെ, ഒരർത്ഥത്തിൽ അതിനിപുണമായ ഈ 'മർമ്മാവബോധ'മാണ്. മുദ്രാവാക്യങ്ങളെന്നും പടപ്പാട്ടുകളെന്നും പറഞ്ഞു തള്ളപ്പെട്ട പരശ്ശതം കവിതകൾ, അവയിലാണ് ചെറുകാടിന്റെ വ്യക്തിത്വം കത്തിനില്ക്കുന്നത്. എതിരാളികളുടെ മൃദുലവശങ്ങളിൽത്തന്നെ ചെന്നു തറയ്ക്കുന്ന നിശിതപ്രയോഗങ്ങൾ, ധാർമ്മിക രോഷത്തിൽ കാച്ചി മുക്കിയ മൂർച്ചയേറിയ ഹാസം- അതൊരു 'വജ്രായുധം' തന്നെയാണ് ചെറുകാടിന്റെ കൈയിൽ.

തനിക്ക് തെറ്റെന്നു തോന്നിയ സർവ്വത്തിനുമെതിരായി ചെറുകാട് ശബ്ദമുയർത്തി. സാമൂഹ്യമായ അനാചാരങ്ങൾക്കെതിരായി, അന്ധവിശ്വാസങ്ങൾക്കെതിരായി, ദുർബ്ബലതയ്ക്കെതിരായി, വിഷാദാത്മകതയ്ക്കെതിരായി, ആത്മീയതയ്ക്കെതിരായി, പൗരോഹിത്യത്തിനെതിരായി, ജന്മിത്തത്തിനും മുതലാളിത്തത്തിനുമെതിരായി, സാമ്രാജ്യത്വത്തിനും ചൂഷണത്തിനുമെതിരായി, ബ്രിട്ടനെതിരായി, അമേരിക്കക്കെതിരായി, ജപ്പാനെതിരായി, കോൺഗ്രസിനെതിരായി, സർ. സി പിക്കെതിരായി, രാജാജിക്കെതിരായി, റേഷനിങ്ങിന്റെ പേരിലുള്ള ആക്രമണങ്ങൾക്കെതിരായി, ഉദ്യോഗസ്ഥ ദുഷ്പ്രഭുത്വത്തിനെതിരായി, ചെറുകാട് കവിതകളെഴുതി.

കൊടുങ്കാറ്റിന്റെ ശബ്ദത്തിൽ

പൊലീസുകാരനെയും അധികാരിയെയും പ്രസിഡന്റിനെയും

കോൽക്കാരനെയും തകർന്ന തറവാട്ടിലെ തിണ്ണബലം പറയുന്ന സമ്മന്തകാരനെയും ദുരഭിമാനം വിടാത്ത കാരണവരെയും ചാമിയെയും കോരനെയും പാത്തുമ്മയെയും കഥാപാത്രങ്ങളാക്കിക്കൊണ്ട് ചാക്യാരുടെ സ്വാതന്ത്ര്യബോധത്തോടെ, നമ്പ്യാരുടെ നിരങ്കുശത്വത്തോടെ, മർദ്ദിതന്റെ ധാർമ്മിക രോഷത്തോടെ, പടയാളിയുടെ പൗരുഷത്തോടെ, പുച്ഛത്തോടെ, പരിഹാസത്തോടെ, സഹതാപത്തോടെ ചെറുകാട് കവിതകൾ രചിച്ചു.

മാസ്റ്റർപീസുകൾ

യുദ്ധാനന്തരകാലഘട്ടത്തിലെ വറുതി. നാട്ടുപ്രമാണിമാരുടെയും കുട്ടിദൈവങ്ങളുടെയും മുതലാളിത്തവിശ്വാമിത്രസൃഷ്ടികളുടെയും ജനദ്രോഹം. അന്ധമായ കമ്യൂണിസ്റ്റ് വിരോധത്തിലൊളിപ്പിച്ചുവെച്ച അറവുകത്തികൾ, വയലാറിലെയും കാവുമ്പായിയിലെയും കരിവെള്ളൂരിലെയും മണ്ണിൽ തളംകെട്ടിയ രക്തത്തിന്റെ ചുവപ്പ്. പട്ടാളക്കാരുടെ കമ്യൂണിസ്റ്റ് നായാട്ട്. പൊറുതിമുട്ടിയ ജനതയുടെ അദമ്യമായ അന്തഃക്ഷോഭം. ചെറുകാടിന്റെ മാസ്റ്റർപീസുകളായ ഏഴു തുള്ളലുകൾ ഇക്കാലത്ത് പുറത്തുവന്നു. അച്ചാരംമടക്കി, മേനോന്റെ മേനി, സൊസൈറ്റിപ്രസിഡന്റ്, കണക്കുതെറ്റി, പണികഴിച്ചു, എം എസ് പി പേക്കൂത്ത്, വെള്ളച്ചന്ത. തലക്കെട്ടുകൾ സൂചിപ്പിക്കുന്നതുപോലെതന്നെ റേഷനിങ്, കരിഞ്ചന്ത, പൊലീസുകാരുടെ നരവേട്ട തുടങ്ങി സാമാന്യജനങ്ങളുടെ ജീവൽപ്രശ്നങ്ങൾ കൈകാര്യം ചെയ്യുന്നവ. മർദ്ദിതജനതയുടെ വികാരങ്ങളെ മാനിച്ചുകൊണ്ട്, സമൂഹത്തിന്റെ താഴെപ്പടിയിലുള്ള പാവപ്പെട്ടവർക്ക് ഭരണാധികാരവർഗ്ഗത്തിന്റെ ചൂഷകസ്വഭാവം വ്യക്തമാക്കിക്കൊടുക്കുവാൻവേണ്ടി തന്റെ നർമ്മബോധത്തിന്റെയും മർമ്മാവബോധത്തിന്റെയും പരമാവധി ഉപയോഗപ്പെടുത്തിക്കൊണ്ട് എഴുതിയിട്ടുള്ള ആ കൃതികളിൽ ഒരു തൊഴിലാളി വർഗ്ഗസാഹിത്യകാരന്റെ വ്യക്തിത്വം മുഴുവൻ ജ്വലിച്ചു നില്ക്കുന്നു. അവയിലെ ചിരി ഉരുൾപൊട്ടിയൊരന്തഃപ്രവാഹത്തിന്റെ ചുഴിക്കുത്തുകളിൽനിന്നുയരുന്ന നുരയും പതയുമാണ്. എങ്കിലും സാധാരണക്കാരനെ സംബന്ധിച്ചിടത്തോളം ഇവ പഞ്ചസാരയിൽ പൊതിഞ്ഞ വിരേചനൗഷധത്തിന്റെ ഫലം ചെയ്യുന്നു. അവൻ അവ വായിച്ച് വെറുതെ ചിരിച്ചാൽ മതി. അവന്റെ വീക്ഷണരീതിക്ക് അവനറിയാതെതന്നെ തെളിച്ചം കൈവരുന്നു.

"ഇല്ല നിയന്ത്രണമരിയും നെല്ലും
പുല്ലുകണക്കിനുവില്ക്കാമാർക്കും.
ഒരുനാളൊരു പുതുപുലരിയിലിങ്ങനെ-
യരുളിച്ചെയ്തു മന്ത്രിപ്രവരൻ

(മട്ടുമാറി)

തന്തക്കുറുക്കൻ തളർന്നൊരാടിന്റെമേൽ
സന്തോഷവായ്പ്പാർന്നു ചാടിവീഴുംവിധം

പൊന്തയിൽ പാളിയിരുന്ന കരിഞ്ചന്ത-
ഹന്ത ജനതതൻ നേക്കാഞ്ഞടുക്കയായ്

(മട്ടുമാറി)

തിരശ്ശീലയെടുത്തപ്പോൾ കരിഞ്ചന്ത പുറത്തെത്തി
വെളുത്ത ചന്തയായ് നിന്നൂ ലളിത പൂതനപോലെ
തിരനോട്ടം നടത്തുന്നിതരങ്ങാകെ കുലുങ്ങുന്നു
പരുക്കൻ ജൂബ്ബയിട്ടോരോ തലയാട്ടി രസിക്കുന്നു.

തിരിനീട്ടിക്കൊടുക്കുന്നു നെഹ്റു ദൽഹിയിൽനിന്നും
ഉറക്കെത്താളമേളങ്ങൾ മുഴക്കീടുന്നു ജന്മിത്തം
പെരുത്ത ചേങ്ങല വീക്കിയുറക്കെയാർത്തുപാടുന്നൂ
തലയ്ക്കുകൈകൊടുത്തൂക്കൻ മുതലാളിത്തവാഗ്ദ്ധാടി

(മട്ടുമാറി)

ആത്തേമ്മാരുടെയറകളിലെല്ലാം
പൂഴ്ത്തിയ നെല്ല് പുറത്തുവരുത്തി
പത്തായത്തിലെ മാറാലയടി-
ച്ചത്യാനന്ദമളന്നീടുമ്പോൾ

വമ്പൻ പൊന്നാനിയിലൊരാഢ്യൻ-
നമ്പൂതിരിപ്പാടിങ്ങനെ ചൊല്ലി
'എണ്ണേട നാടുമുഴങ്ങുംമട്ടോ-
ന്നെണ്ണട ചങ്കര കേൾക്കട്ടെ ഞാൻ'

അന്നെല്ലപ്പടി ഭയമില്ലാതെ
നന്നായ് പത്തായത്തിൽനിറച്ചു
താഴും പൂട്ടുമതിന്റെ പുറത്തൊരു
തോണിപ്പട്ടും കൂട്ടിപ്പൂട്ടി

പൂംനൂലിന്മേൽ താക്കോൽ തൂക്കി-
പ്പൂമുഖമേറിയിരുന്നു മുറുക്കി
'ചില്ലറവില്പന'യില്ലെന്നരുളീ
നെല്ലിനുവന്നവരോടു വിശിഷ്ടൻ

വള്ളുവനാട്ടിലെ ജന്മിപ്രവരൻ
കൊള്ളക്കാരൻ വാര്യരൊരുത്തൻ,
ബാങ്കിന്നടിയിൽ പാതാളപ്പടി-
വങ്കാളക്കുഴി കുത്തിനിറച്ചൊരു

നെല്ലുമുഴുക്കെക്കോരിയെടുക്കാൻ
'കല്യാണി'കളെ വിളിച്ചുവരുത്തി

അ'ന്നെൽക്കുഴി'യിലിറങ്ങിക്കോരും
ചിന്നയൊരിക്കൽ ബോധംകെട്ടൂ

* * * *

മധുരയിൽ വലിയൊരു ഹോട്ടൽക്കാരൻ
മധുരക്കറിയൊരു നാലുചരക്കിൽ
പാലുപകർന്നു ചമച്ചിട്ടായതു
കോലാഹലമൊടു ദാനംചെയ്തു

* * * *

മോടനളക്കാൻ ചങ്ങലനല്കി-
കൂടെക്കൂട്ടിയ കോൽക്കാരനുമായ്
കോട്ടിട്ടെത്തിയ മേനോനിക്കഥ
കേട്ടപ്പോഴേ വായ പൊളിച്ചൂ

മോടൻ മേനി കുറച്ചുകുറയ്ക്കാൻ
കാടക്കണ്ണൻ മമ്മതു നല്കിയ
ഇരുപതുറുപ്പിക തിരികെ വാങ്ങാൻ
വരവായൊറ്റപ്പന്നി കണക്കേ

* * * *

കൊട്ടയൊന്നിടംകൈയിൽ മറ്റേതിൽ റേഷൻകാർഡും
കുട്ടിയൊന്നൊക്കത്തുമായ് പാത്തുമ്മ പുറപ്പെട്ടു
കോലോത്തുചെന്നനേരം ചൊവ്വാഴ്ചക്കുറ്റമായി
മേലീട്ടിൽചെന്നനേരമാളില്ലാതായിപ്പോയ്."

(വെള്ളച്ചന്ത)

പരിഹാസത്തിൽ പൊതിഞ്ഞ വർഗ്ഗരോഷമായാണവയുടെ ഭൗതികമായ അസ്തിത്വം.

"അമ്മിതൻവക്കത്തു ചെന്നുകൈക്കൂലിയായ്
ചമ്മന്തികൂടിയും തൊട്ടുനക്കുന്നവർ
ഇമ്മന്നിലുണ്ടധികാരിവർഗ്ഗങ്ങളിൽ
എമ്മാതൃഭൂമിയിൽ പട്ടിണികൂട്ടുവോർ

പട്ടിക്കു പട്ടം കൊടുത്തിരിക്കുന്നെന്നു
കേട്ടാലുടൻതന്നെകെട്ടും ചുമടുമായ്
കെട്ടിപ്പുറപ്പെട്ടു ചെന്നുനിരക്കവെ
കെട്ടിക്കിടന്നൊരുതഞ്ചം കിടയ്ക്കുകിൽ
പൊത്തിപ്പിടിച്ചതിൻ കാലുഴിഞ്ഞാദരാൽ

'പട്ട്യൈഭവതിയാണാശ്രയ' മെന്നൊരു

പത്തുപതിനഞ്ചുവട്ടം സ്തുതിക്കുവാൻ
ഉണ്ടീയിരുപതാംനൂറ്റാണ്ടിലും മര-
മണ്ടൂസരാം ചിലരെമ്മാതൃഭൂമിയിൽ"

(മേനോന്റെ മേനി)

ആത്മാർത്ഥതയും ആദർശതീവ്രതയും അന്തശ്ചോദനയുമായുള്ള ആയിരമായിരം ഈരടികൾ പ്രസിദ്ധീകരണശാലക്കാർക്കറിയില്ലാ അവയുടെ എത്രയെത്ര കോപ്പികളാണ് വിറ്റഴിഞ്ഞതെന്ന്. അവയിൽ പലതിന്റെയും കോപ്പികൾ ഇന്ന് കിട്ടാനില്ല. നമ്മുടെ സൗന്ദര്യാവബോധക്കാരായ സാഹിത്യനിരൂപകന്മാർ അവയെക്കുറിച്ച് ഒരു വാക്കുപറഞ്ഞിട്ടില്ല. പക്ഷേ, മലബാർ പ്രദേശത്തെവിടെയെങ്കിലുമുള്ളൊരു മദ്ധ്യവയസ്കനോടു സംസാരിച്ചുനോക്കൂ ചെറുകാടിന്റെ കവിതകളെപ്പറ്റി. അവയിൽ പലതിന്റെയും ആശയപശ്ചാത്തലം അയാൾ വിവരിച്ചുതരും. ചിലപ്പോൾ വ്യാഴവട്ടത്തിന്നു മുമ്പ് ഹൃദിസ്ഥമാക്കിയ വരികൾ അയാളുടെ ഓർമ്മയിലൂറിവരികയും ചെയ്യും.

ഭാവഗാനങ്ങളുടെ പിരിമുറുക്കം ചേർന്ന നിരവധി വിപ്ലവഗാനങ്ങൾ ഇവയോടൊപ്പംതന്നെ ചെറുകാടെഴുതിപ്പോയിട്ടുണ്ട്. *നവയുഗം ദേശാഭിമാനി, ജയകേരളം* തുടങ്ങിയ നിരവധി കാലികപ്രസിദ്ധീകരണങ്ങളിലായവ ചിതറിക്കിടക്കുകയാണ്. മിക്കതിനും ആശയപരമായ സമകാലികത്വത്തെ കവിഞ്ഞു നിൽക്കുന്ന ഭാവതീക്ഷ്ണതയുണ്ട്. മാതൃകകളിതാ.

"അർദ്ധനഗ്നകളായ പെൺകിടാങ്ങളെക്കൊണ്ട്
ബദ്ധകൗതുകമാലവട്ടങ്ങൾ വീശിപ്പിച്ചും

മുന്നിലെ മേശയ്ക്കുമേൽ പതഞ്ഞുപൊങ്ങീടുന്ന
മുന്തിരിച്ചാറിൻകാര്യമപ്പടി മറന്നുമേ

റോമയിലോരോ കാലത്തന്നത്തെ രാജാക്കന്മാർ
ആ മണിമേടപ്പുറത്തിരുന്നു നോക്കിക്കണ്ടു

അങ്കണമദ്ധ്യത്തിലെത്തുറുങ്കിനുള്ളിൽത്തള്ളി-
ഷ്കങ്കാളമാക്കിത്തീർത്ത പാവമാമടിമയും

പട്ടിണിക്കിട്ടല്പം ചൊടിപ്പിച്ചതിലേക്കു
വിട്ട സിംഹവും തമ്മിൽ നടത്തും പോരാട്ടങ്ങൾ

ഉദ്ധൃതസടാജടാഭീകരംസിംഹം ഘോര-
യുദ്ധത്തിലടിമയെക്കടിച്ചു ചിന്തീടുമ്പോൾ

ആ മഹാപ്രഭുക്കൾതൻ മുഖത്തു നൃത്തംവെച്ചി-
താനന്ദക്കടലിന്റെ പൊങ്ങിയ കല്ലോലങ്ങൾ

എത്രയോ നൂറ്റാണ്ടുകൾക്കപ്പുറമാഘോഷിച്ച
മർത്ത്യമാരണ മഹാരണത്തിൽ പാരമ്പര്യം

മന്നിനെപ്പൊൻഡോളറാൽത്തളച്ചീട്ടമേരിക്ക-
യിന്നുമേ പുലർത്തിന്നിതുൾത്തിങ്ങുമൗദ്ധ്യത്യത്താൽ

സാമ്രാജ്യദുർമ്മോഹമാം സിംഹത്തെത്തീറ്റിപ്പോറ്റി
സായുധം 'കോളനി'തൻ നേർക്കയക്കുന്നുട്രുമാൻ

കണ്ടിരിക്കുകയില്ല മർത്ത്യസംസ്കാരം മേലിൽ
പണ്ടത്തെ റോമാചക്രവർത്തിതൻ പാരമ്പര്യം."

(കണ്ടിരിക്കില്ല– 1952)

('ട്രൂമാന്നു' പകരം വേറെ ഒരു പേര് ആകുന്നുവെന്നല്ലാതെ ഈ പാരമ്പര്യത്തിനെന്തു വ്യത്യാസമുണ്ട്?')

വയലാറിന്റെ വിരിമണലിൽവെച്ച്, മരണത്തെ മാലയിട്ടു ഒര്ചചരനെക്കുറിച്ചുള്ള 'താരാട്ടുപാട്ട്' ഒരുപക്ഷേ, ഇക്കൂട്ടത്തിൽവെച്ചേറ്റവും ഹൃദയസ്പർശിയാണെന്ന് തോന്നുന്നു.

"ഒരു ലോകം നവലോകമുയരുന്നുണ്ടോമനേ
കരയാതിരിക്കൂ നീയെന്റെ തങ്കം"
അരുമക്കിടാവിനെത്താളം പിടിച്ചമ്മ-
യിരവിലൊരിക്കലിപ്പാട്ടുപാടി:

'വെറുതെരസത്തിനല്ലോമനേ നിന്നച്ഛൻ
വയലാറ്റിൻ വിരിമണലിൽ വീണടിഞ്ഞു
കുരുതികൊടുത്തതല്ലാരും നിന്നച്ഛനെ
മരണത്തെയദ്ദേഹം മാലയിട്ടു

വിറകൊണ്ടിട്ടുണ്ടാവാം പട്ടാളക്കാരന്റെ
നിറതോക്കൊഴിച്ചൊരക്കൈയുമപ്പോൾ
അഴലിന്റെ മൂശയിലുരുകിയ കരളിന്റെ-
യഴകാർന്ന മിഴിനീരും വീണിരിക്കാം.

ഉലകിലസ്സാമ്രാജ്യവാഴ്ചതൻ പേക്കോല-
ക്കലികൊണ്ട സി പി തൻ കല്പനയാൽ
വയറിന്റെ, വീടിന്റെ, വീട്ടിലെക്കുഞ്ഞിന്റെ
വഴിമുട്ടും ജീവിതം മുന്നിൽക്കാൺകെ

കരൾമൂടി,ക്കൺമൂടിക്കല്പനപോലെയെ-
ന്നൊരുമട്ടുകാഞ്ചി വലിച്ചുവിട്ടു.
വെടിവെക്കാൻ കല്പിച്ചാൽ വെക്കണമാവെടി
വെറുതെയായ് പോയാലും വേണ്ടതില്ല.

അപരാധിയല്ലയാൾ, കാക്കിയുടുപ്പിന്റെ
യടിമക്കു മറ്റൊരു ഗതിയില്ലല്ലോ!

ഒരുതെങ്ങി,ലൊരുമാവി,ലൊരുചുമരിലാകാശ–
പ്പെരുവഴിതൻ ശൂന്യതയിലുണ്ടകൊണ്ടു

വെടിവെച്ചു പാവമപ്പട്ടാളക്കാരന–
പ്പടയിൽനിന്നച്ഛന്റെ വിരിമാറത്തും
മരണമെന്നൊന്നില്ലധർമ്മസമരത്തിൻ
മടിയിൽ മരിച്ചവർക്കാർക്കും മന്നിൽ

മരണത്തിൻ വെൺപട്ടുടുപ്പിട്ട നിന്നച്ഛൻ
മരുവുന്നൂ മന്നിന്റെ ഹൃത്തടത്തിൽ
അവരുടെയപദാനം പാടുന്നു വാഴ്ത്തുന്നു
കവികളും ഗായകന്മാരും മന്നിൽ

ഉലകാകെ പേരാളും കവിയാമാ'രാഗ'ന്റെ
കലകളിലദ്ദേഹം ജീവിക്കുന്നു.
ഒരു വെള്ളപ്രാവിൽനിന്നച്ഛനെ 'പിക്കാസോ'
മരണത്തിൽനിന്നും വരച്ചെടുത്തു.

കളകണ്ഠൻ 'പോൾറോബ്സൺ' പാടുന്ന പാട്ടിന്റെ–
യലകളിൽ നിന്നച്ഛൻ ജീവിക്കുന്നു.
വിജയിച്ച ചൈനയിൽ മാവോവിൻ ചുണ്ടത്തു
വിരിയുന്ന പുഞ്ചിരിനിന്നച്ഛനത്രേ.

മലയയിൽ ജനതതൻതലവെട്ടിപ്പന്താടി–
ക്കലിതുള്ളും 'സായ്പി'ന്റെ കരളിൽത്തന്നെ
ഒളിഭടനെയ്യുന്ന വെടിയുണ്ടയിൽ നിന്നച്ഛൻ
ഒളിചിന്നിജ്ജീവിപ്പൂ ധീരധീരം

കൊറിയതന്നടികൊണ്ടു പിടയു'മമേരിക്കൻ'
കരൾകാർന്നുതിന്നുന്ന ചിന്തകളിൽ
ഒരു കൊച്ചുകൂർത്ത പല്ലായിനിന്നച്ഛനെ–
ന്നരുമക്കിടാവേ പൊരുതിടുന്നു

ഒരു ലോകം നവലോകമുയരുന്നുണ്ടോമനേ
കരയാതിരിക്കുകെൻ പൊന്നുതങ്കം
വയലാറ്റിൻ വിരിമണലിലാനവലോകത്തി–
ലൊരുകാലത്തെന്നുണ്ണി നൃത്തമാടും!"

'രാഷ്ട്രീയ'ത്തോട് ഒരു 'അലർജി' ഫാഷനായിക്കരുതുന്ന ബൂർഷ്വാ സാഹിത്യമീമാംസകർക്കും ഈ വരികളിലെ ഭാവോജ്ജ്വലത നിഷേധിക്കാനാവില്ല. ശില്പഭംഗിയെക്കവിഞ്ഞ വികാരതീവ്രതയാണിവയുടെ വ്യക്തിത്വം. തീർച്ചയായും മലയാളത്തിലെ സമകാലിക കവികളുടെ പദബന്ധനസാമർത്ഥ്യത്തിന് സംഭ്രമചാരിത്വം വഹിക്കുന്ന വരികൾ

അദ്ദേഹം എഴുതിപ്പോയിട്ടുണ്ട്. പക്ഷേ, ഒരിക്കലും അതിനുവേണ്ടി ബോധപൂർവ്വമായൊരു ശ്രമം നടത്തിയിട്ടില്ല. 'അത്യന്താധുനിക'രുടെ 'പദങ്ങൾക്കു മുകളിൽ പൊരുന്നയിരിക്കലു'ണ്ടല്ലോ. ആ പ്രയോഗത്തെയും പ്രവൃത്തിയെയും ചെറുകാടിന് പുച്ഛമാണ്. അതുപോലെതന്നെ 'അതിജനകീയസംഭവ'ങ്ങളോട് കലാകാരന്മാർ നടിച്ചുവരുന്ന ആ അസ്പൃശ്യത ചെറുകാടിയൻ കവിതക്കില്ല.

സഖാക്കളെപ്പറ്റി

തനിക്കുള്ളിൽ തട്ടിയ എന്തിനെക്കുറിച്ചും കവിതയെഴുതാൻ അദ്ദേഹം മടികാണിച്ചിട്ടില്ല. തന്റെ സഖാക്കളിൽ പലരുടെയും സംഭവബഹുലമായ ജീവിതത്തിലെ ഉദാത്തനിമിഷങ്ങളെക്കുറിച്ചദ്ദേഹം ഉള്ളുതുറന്ന് പാടിയിട്ടുണ്ട്.

ജയിൽവിട്ടുവന്ന കെ പി ആർ ഗോപാലന്, അദ്ദേഹത്തെ അറസ്റ്റ് ചെയ്തു പരസ്യമായി അപമാനിച്ച അതേസ്ഥലത്തുവെച്ച് നാട്ടുകാർ ഒരു ഹൃദ്യമായ സ്വീകരണം നല്കി. പൊലീസുകാർ കുറ്റിച്ചൂലുകൊണ്ട് മാല കെട്ടിയിട്ട അതേ കഴുത്തിൽ നാട്ടുകാരുടെ സ്വീകരണമാല്യം മിന്നുന്നതുകണ്ടപ്പോൾ ചെറുകാടിലെ കവി കണ്ഠം തെളിഞ്ഞുപാടി:

"കേപ്പിയാറതാനില്പൂരംഗത്തിലക്കണ്ഠത്തി-
ലിപ്പൊഴുംമിന്നുന്നുണ്ടുനാട്ടുകാരുടെ മാല,
ബ്രിട്ടന്റെ സാമ്രാജ്യത്വവാഴ്ചയക്കഴുത്തില
ന്നിട്ട പേക്കോലമാലതട്ടി നീക്കിയകൈകൾ
കോൺഗ്രസുസമ്മാനിച്ച മാലയും പൊട്ടിച്ചതാ
കോമളമിന്നൊരുമാലയിന്നണിയിച്ചു."

(മാലകൾ)

ഒരു സാമാന്യക്കാരൻ വിപ്ലവകവി ഇവിടെ അവസാനിപ്പിക്കുമായിരുന്നു. ആ ഉജ്ജ്വലമുഹൂർത്തം. അതൊരു സ്വാഭാവികമായ അന്ത്യമാവുകയും ചെയ്യും. പക്ഷേ, ചെറുകാടങ്ങനെയല്ല, അദ്ദേഹത്തിന് കുറച്ചുകൂടി പറയണം:

"ചത്തമന്ത്രിമാരുടെ കരിഞ്ഞമുഖങ്ങളിൽ-
ക്കോർത്തമാലയും ചാർത്തി നില്ക്കുന്ന കോൺഗ്രസേ നീ
മിന്നുമാനേതാവിന്റെ വിരിഞ്ഞമുഖത്തിപ്പോൾ
ഒന്നുനോക്കുക നാട്ടാരൊന്നുകാണട്ടെ നിന്നെ."

എന്ന് വർഗ്ഗശത്രുവിനെക്കൊണ്ടൊന്ന് 'ചിരിയിളിപ്പിച്ചേ' അമ്മയുടെ സ്വകാര്യമുറിയിൽ ഒളിപ്പിച്ചുവെച്ച 'അച്ഛനെ അന്വേഷിച്ച' ആ ചിരിക്കുടുക്ക അടങ്ങൂ.

സഖാവ് എ കെ ജി ഒളിവിൽനിന്ന് പുറത്തുവന്ന് നാടകീയമാംവിധം പിടികൊടുത്ത ആ രംഗം കവിയെ വികാരനിർഭരനാക്കിത്തീർത്തു. ആ

സംഭവമപ്പടി തരിമ്പും അതിശയോക്തി കൂടാതെ ഈരടികളിലാക്കിയപ്പോൾ അതൊരു ലളിതസുന്ദരമായ ഗീതകമായിത്തീർന്നു;

"ആരെ നാലരക്കൊല്ലം സാമ്രാജ്യമേധാവിത്വ-
മാരാഞ്ഞു വലഞ്ഞിന്നും മടുത്തുമാഴ്കുന്നുവോ
അയാളാണുഞാൻ എ കെ ഗോപാലൻ പൊലീസിന്നു-
ണ്ടാവശ്യമെന്നാലെന്നെപ്പിടിക്കാം പേടിക്കേണ്ട."

"വള്ളുവനാട്ടിൽപാർട്ടിറാലിയിൽ പ്രത്യക്ഷനായ്
വന്നുനിന്നൊരുവീരപുരുഷനുൾഘോഷിച്ചു
'വേട്ടയാടിയാലെന്നെക്കിട്ടില്ലന്നാട്ടാരുടെ
കോട്ടയിൽക്കടക്കുവാനശക്തം സാമ്രാജ്യത്വം

ഇത്തിരഞ്ഞെടുപ്പിൽഞാൻ നില്ക്കണം നാട്ടാരുടെ-
യിച്ഛയാണതിന്നായി വന്നിരിക്കയാണിപ്പോൾ
വെക്കട്ടെവിലങ്ങെന്റെ കൈകളിൽമറുനാടൻ
സർക്കാരിൻ നിയമങ്ങൾ, കൂസലില്ലെനിക്കൊട്ടും

എന്റെ നാട്ടുകാരെന്നെയൊന്നിച്ചു മോചിപ്പിക്കു-
മെന്നെനിക്കുറപ്പുണ്ട്; വിപ്ലവം വെൽവുതാക!"
ആശ്ചര്യസ്തബ്ധംനിന്നൂ പാരിടംവാനോടൊപ്പ-
മാരംഗംമലയാളം മറക്കില്ലൊരിക്കലും"

(*പിടികൊടുത്തപ്പോൾ*)

കലാസാംസ്കാരികരംഗങ്ങളിലെ ഉല്പതിഷ്ണുക്കളായ സുഹൃത്തുക്കളെയും മറന്നിട്ടില്ല അദ്ദേഹം – ഈ തിരക്കിനിടയിലും എം പി പോളിന്റെ മൃതദേഹം തെമ്മാടിക്കുഴിയിലേക്ക് എടുപ്പിച്ച പുരോഹിതന്റെ നേരെയുള്ള രോഷം ചിറപൊട്ടിയൊഴുകിയപ്പോൾ അതും സുശക്തമായൊരു കവിതയായിത്തീർന്നു.

"ക്രിസ്ത്യനായി പിറന്നു വളർന്ന 'പോൾ'
മർത്ത്യനായി മരിച്ചു മതാദ്ധ്യക്ഷാ.
നിന്റെ വൈദികവിക്രിയനില്ലെങ്കിൽ
വിണ്ടലം പൊട്ടിവീഴില്ല പാർത്തട്ടിൽ

പത്തിരുപതുനൂറ്റാണ്ടിനപ്പുറം
ക്രിസ്തുദേവനരുളിയ തത്ത്വത്തിൽ
എത്ര കള്ളു പകർന്നിരിക്കുന്നു നീ
മർത്ത്യനെ മദമത്തനാക്കീടുവാൻ

അമ്മുതലാളിവർഗ്ഗത്തിൻ സ്വാർത്ഥത്താൽ
നിന്മതപ്പാൽ പുളിപ്പിച്ച കള്ളായി
ബുദ്ധനിൽ നിന്നഹിംസയുൾക്കൊണ്ടവർ

ക്രിസ്തുവിൽനിന്നും കാരുണ്യമേറ്റവർ

കുന്നുപോൽ കുലുങ്ങാത്ത മുഹമ്മദിൽ-
നിന്നുയർന്ന കരൾക്കരുത്താർന്നവർ
ഗീതയിൽനിന്നു ലോകതത്ത്വത്തിന്റെ
കാതലെന്തെന്നു കണ്ടുപഠിച്ചവർ

ശാസ്ത്രസമ്പത്തുകൊണ്ടിപ്രകൃതിതൻ
വിസ്തൃതവിഹായസ്സിൽ പറക്കുവോർ
ഞങ്ങൾ മാനവരാമൃതദേഹത്തെ
ഭംഗിയായ് സംസ്കരിച്ചു യഥാവിധി.

ചെങ്കനലൊളിക്കണ്ണും തുറിച്ചു നീ
പൊങ്കുരിശുമായ് നോക്കിനിന്നീടുക
പേടിയില്ല മനുഷ്യനു നിന്നുടെ
താടികണ്ടാലിരുപതാം നൂറ്റാണ്ടിൽ"

(സംസ്കാരം!)

വായ്ത്തല മടങ്ങാത്ത വിപ്ലവബോധം

ദാർശനികപണ്ഡിതന്മാരുടെ 'മസ്തിഷ്കചൂഷണം' കുറയ്ക്കാനുള്ള ഒരു 'ലൂബ്രിക്കന്റ്' മാത്രമായി കവിതയെക്കാണുന്നവർക്ക് ഇതൊന്നും രസിക്കില്ല. 'അനന്തശൂന്യ ബ്രഹ്മാണ്ഡവിസ്തൃതികളിലുലയുന്ന ആത്മാവിന്റെ ചിറകടിനാദവും അനാഥമായൊരു മധുരവിഷാദത്തിന്റെ അഗാധ നീലിമയും അന്വേഷിച്ചു നടക്കുന്ന 'അനശ്വരസാഹിത്യത്തിന്റെ അപ്പോസ്തലന്മാർ' ചെറുകാടിനെ കവിയായി കാണാൻ കൂട്ടാക്കിയതുമില്ല. പക്ഷേ, ചെറുകാടിലെ വിപ്ലവകാരി ഇതുകൊണ്ടൊന്നും ചൂളിയിട്ടില്ല. ചെമ്പൂഴിയിൽ മഴവെള്ളംപോലെ ഒലിച്ചുപോയ തന്റെ ശബ്ദത്തെ പ്രതി അദ്ദേഹം കേട്ടിട്ടില്ല. മോഹഭംഗത്തിന്റെ കുപ്പിവളക്കഷണങ്ങൾ കൈയിലെടുത്ത് കൊച്ചുദുഃഖത്തിൽ പച്ചത്തുരുത്തിൽ പോയിരുന്ന് ആരും കാണാതെ കരഞ്ഞിട്ടില്ല. "പടവാള് പണയംവെച്ച് മണിവീണവാങ്ങി ലഹരിപിടിച്ച്" കേമത്തം പറഞ്ഞ് നടന്നിട്ടില്ല. ഒരു കവിയെന്ന നിലയിൽ താൻ പരാജയപ്പെട്ടിരിക്കുന്നുവെന്നൊരു ബോധം അദ്ദേഹത്തിനുണ്ടായിട്ടേയില്ല. അവ ഇപ്പോൾ കമ്പോളത്തിലില്ലെന്നുള്ളതല്ലാതെ അവയെക്കുറിച്ചദ്ദേഹത്തിന്നൊരാക്ഷേപവുമില്ല. മറിച്ച് അവയെക്കുറിച്ചുള്ള ചിന്ത ഇപ്പോഴും അദ്ദേഹത്തെ അഭിമാനപുളകിതനാക്കാറുണ്ടുതാനും.

പടക്കോപ്പുകളെക്കാൾ പടപ്പാട്ടുകൾ ഉൽപ്പാദിപ്പിക്കപ്പെട്ട ചൈനാവിരുദ്ധ വത്സരങ്ങളിലൊരിക്കൽ കോഴിക്കോട്ടെങ്ങോവെച്ചു കൂടിയ കവിസദസ്സിൽ വായിച്ച കവിതകളെല്ലാം പടപ്പാട്ടുകളായിരുന്നു. ആരോ മൂപ്പിച്ചിട്ടായിരിക്കണം ചെറുകാടും ഒരു കവിതയെഴുതി വായിച്ചു:

"ചെറുകാടെവിടെപ്പോയ്?" ചോദിച്ചു പുതുതായി
ച്ചിറകും വിടർത്തി വന്നെത്തിയ പൂമ്പാറ്റകൾ
പാടാത്തതെന്താണിപ്പോൾ ജപ്പാന്റെ നേരെ പട-
പ്പാട്ടു പാടിയ ബ്രിട്ടീഷേജന്റു ചീനക്കാരൻ?"

പൂമ്പാറ്റകളുടെ ഈ ക്ഷുദ്രമായ ശകാരത്തിനു കവി പറയുന്ന മറുപടി നോക്കൂ:

"............രാഷ്ട്രത്തിന്നായ്
ജീവനും സമർപ്പിക്കാൻ ഞാനിതാ നിന്നീടുന്നു
തോക്കെടുക്കണമെങ്കിൽ തോക്കെടുക്കാനും നന്നായ്
വാക്കിനാൽ വീക്കാനുമീനാക്കിനു കെല്പുണ്ടിന്നും."

പൂമ്പാറ്റകൾക്ക് തൃപ്തിയായിരിക്കണം. പക്ഷേ, തങ്ങളുടെ ശകാരം ആ പടയാളിക്കൊരു മധുരപരിഹാസമായാണ് തോന്നിയതെന്ന് അവ അറിഞ്ഞുകാണുമോ?

വിയർപ്പിന്റെ മണം

കണ്ണീരിൽ വിയർപ്പു ചാലിച്ചുണ്ടാക്കിയ ലോകം. ജീവികൾ മുഴുവൻ അതിന്റെ ഭാഗങ്ങളാണ്.

ചിലരിൽ കണ്ണീരിന്റെ അംശം കൂടുതൽ; ചിലരിൽ വിയർപ്പിന്റെയും. കണ്ണീരിനു നൈർമ്മല്യവും തിളക്കവും ഉണ്ട്. പഴകിയാൽ മാധുര്യവും അതിനു മനോഹാരിതയുണ്ട്[1]. അത് സ്ത്രീത്വത്തിന്റെയും സമർപ്പണമനോഭാവത്തിന്റെയും ബഹിർസ്ഫുരണമാണ്. പ്രയേണകവികൾ അതിഷ്ടപ്പെടുന്നു. ഷെല്ലി പറയുന്നത് നമ്മുടെ "മധുരതരങ്ങളായ ഗാനങ്ങളെല്ലാം ദുഃഖതരങ്ങളായ ചിന്തകളെ"[2]കുറിച്ചുള്ളവയാണെന്നാണ്. അങ്ങനെയെങ്കിൽ ചെറുകാടിന്റെ കവിതയിൽ മാധുര്യമില്ല. അതിനു വിയർപ്പിന്റെ മണമാണുള്ളത്. അത് പൗരുഷത്തിന്റെയും ശക്തിയുടെയും അദ്ധ്വാനത്തിന്റെയും പ്രതീകമാണ്.

പൗരുഷത്തോടും ശക്തിയോടും അദ്ധ്വാനത്തോടുമുള്ള ഈ ആരാധനാമനോഭാവം സാമൂഹ്യവീക്ഷണമുള്ളൊരു കലാകാരനുവേണ്ട അവശ്യസിദ്ധിയാണ്.

ആദ്യകാല കവിതകൾ

ചെറുകാടിന്റെ ആദ്യകാലകവിതകളിൽത്തന്നെ ഈ പരുഷകാല്പനികത്വം ഒളിചിന്നുന്നുണ്ട്. പരിപൂർണ്ണതയുടെതായ ആ സുന്ദരലോകത്തെക്കുറിച്ചുള്ള സങ്കല്പം തന്നെ നോക്കൂ:–

---

1. "മണ്ണുമൂടിയ ശതാബ്ദങ്ങളിൽ കുഴിച്ചിട്ടാൽ
കണ്ണുനീരിനും വരും മധുരം പുളിപോയി." – ജി
2. "Our sweetest songs are those that tell of saddest thought"

"അറിവിൻ വെളിച്ചത്താലാത്തഹർഷ-
മൊരുലോകം നിർമ്മിപ്പൂമാനുഷന്മാർ
അവിടെച്ചെകുത്താന്റെ കുട്ടികളെ-
യലസതപെറ്റുകിടക്കുകയില്ല."

തന്റെ ഭാവനാലോകത്തിന്റെ ഏറ്റവും വിശിഷ്ടമായഗുണം 'അലസതയില്ലായ്മ'യാണെന്നു പ്രഖ്യാപിക്കുന്ന ഈ 'വിയർപ്പുഗന്ധ'കാരനെയല്ലാതെ മറ്റാരെയാണ് അദ്ധ്വാനത്തിന്റെ മഹത്വത്തിലധിഷ്ഠിതമായൊരു പ്രത്യയശാസ്ത്രം കൈമുതലായുള്ള ജനവിഭാഗം തങ്ങളുടെ മഹാകവിയായി കൊണ്ടാടേണ്ടത്? മദ്യം, മാനിനി, തുടങ്ങിയ ദേശകാലാതീതകവിസങ്കേതങ്ങളെപ്പോലും ഒരു പടയാളിയുടെ ഉത്തരവാദിത്വബോധത്തോടെയാണ് കൈകാര്യം ചെയ്തിരിക്കുന്നത്- ആ പരിശീലനഘട്ടത്തിലും തീർച്ചയായും ഒരു മനോഹരമായ അന്തഃപുരം കവിക്ക് തന്റെ സ്വന്തമായുണ്ട്; ഒരു സൗന്ദര്യാരാധകനു യോജിച്ചമട്ടിലുള്ളതുതന്നെ. പക്ഷേ, അവിടെ പറ്റിക്കഴിയാൻ കവിക്കു തന്നെ ഇഷ്ടമില്ല.

"ഉണ്ടെനിക്കൊരുനാകം; ക്ലേശത്തിൻ വിഷപ്പുക-
കൊണ്ടിടാതുത്ഭാസിക്കും നൂതനമൊരുലോകം
അവിടെത്തന്നെപ്പറ്റിക്കൂടിയാൽ പറ്റി,ല്ലെന്നെ-
ബ്ഭുവനം പരിണാമസുന്ദരം മറന്നാലോ?"

(അന്തഃപുരം)

'പാനശാല'യിലും ആ പടയാളിയുടെ പെരുമാറ്റം പുരുഷോചിതം.

"അനഘമാം നിന്റെയനുരാഗമെന്നി-
ലഭിനവ വീരമദംവളർത്തുന്നു

പതഞ്ഞു പൊങ്ങുമാനവമധു വീണ്ടും
പകരുക, പാത്രം നിറയട്ടെ തങ്കം
മദാലസം തലകറങ്ങിമാഴ്കിനിൻ
മടിത്തട്ടിൽക്കിടന്നുറങ്ങുവാനല്ല

അഭിമാനത്തോടെന്നസിലതയെടു-
ത്തടർക്കളത്തിലേക്കിറങ്ങുവാനത്രേ
ഒരു പാത്രം കൂടിക്കുടിക്കട്ടെ ഞാനെൻ
സിരകളിൽച്ചുടുനിണം കുതിക്കട്ടെ."

(വീരപാണം - അന്തഃപുരം)

ഒരു പടയാളിയുടെ ഏറ്റവും ഉദാത്തമായ ആനന്ദം പോരാട്ടത്തിലാണ്.

"ജീവിതപ്പോരാട്ടത്തിലേറ്റ വാൾത്തലപ്പിന്റെ
നോവിലും നുകരുമാറുണ്ടു ഞാനൊരാനന്ദം"

(ദിവ്യചൈതന്യം)

ആ പടയാളിക്ക് തന്നിൽത്തന്നെയുള്ള ഗായകനോട് പറയാനുള്ള തിതാണ്:

"പുരുഷാർത്ഥസാധകം പുണ്യഗാനം
പുരുവീര്യോത്തേജകമാലപിക്കൂ."

(മധുരഗാനം)

ഒരുവനെ ഏറ്റവും വികാരവിക്ഷുബ്ധനാക്കുന്ന മാനസികവശം ഏതുണ്ടോ അതിലാണവന്റെ കവിത്വം കുടികൊള്ളുന്നത്. ചെറുകാടിനെ സംബന്ധിച്ചിടത്തോളം അത് ഇന്നും എന്നും കമ്യൂണിസംതന്നെ (ചെറുകാടിനെ സംബന്ധിച്ചിടത്തോളം അതൊരു മാനസികവശംതന്നെ). നക്സൽബാരിത്തടവുകാരെ തടവിലിട്ട് മർദ്ദിച്ചുവെന്ന് ഊഹാപോഹങ്ങൾ പ്രചരിച്ച ഒരു സായാഹ്നത്തിൽ അതിനെക്കുറിച്ചദ്ദേഹം അത്യന്തം അന്തഃക്ഷോഭത്തോടെ സംസാരിച്ചതോർക്കുന്നു. അത് അദ്ദേഹത്തിന്റെ കവിത്വത്തെ സ്പർശിച്ച സംഭവമായിരുന്നു.

ചെറുകാടിന്റെ ആദ്യകാലകവിതകളിൽ പ്രത്യക്ഷപ്പെടുന്ന ആ പരുഷകാല്പനികന്റെ സ്വാഭാവികമായ വളർച്ചയാണ് അദ്ദേഹത്തിലെ കമ്യൂണിസ്റ്റ്. കടുത്ത ജീവിതാസക്തിയിലൊളിഞ്ഞു കിടന്ന വിപ്ലവബോധം തന്നെ രണ്ടിന്റെയും ബീജമൂലം.

കമ്യൂണിസ്റ്റ് മഹാകവി

ചെറുകാടിലെ കവിയെ അംഗീകരിക്കുകയെന്നുവെച്ചാൽ അദ്ദേഹത്തിലെ കമ്യൂണിസ്റ്റിനെ അംഗീകരിക്കുകയെന്നാണർത്ഥം; മറിച്ചും. "കമ്യൂണിസ്റ്റുകളിൽ കമ്യൂണിസ്റ്റായ ചെറുകാട്" എന്നു പറഞ്ഞപ്പോൾ മുണ്ടശ്ശേരി ചെയ്തതിതായിരുന്നു.

"എങ്കിലും ചെറുകാടിന്റെ കവിതകൾ മുദ്രാവാക്യങ്ങളല്ലേ, പടപ്പാട്ടുകളല്ലേ പ്രസംഗങ്ങളല്ലേ?"

"അതെ സൗന്ദര്യാവബോധക്കാരാ! അതെ, നല്ല കവിതകൾ എന്നും അങ്ങനെയൊക്കെയായിരുന്നു."

ചെറുകാട് എന്ന കവി

ദേശമംഗലം രാമകൃഷ്ണൻ

"ചെറുകാടെവിടെപ്പോയ്?
ചോദിച്ചൂ പുതുതായി
ചിറകും വിരുത്തി വ-
ന്നെത്തിയ പൂമ്പാറ്റകൾ"

(ചെറുകാട്)

'ഞാനിവിടെത്തന്നെയുണ്ട്.' പുരോയാനത്തിന്റെ ചലനാത്മകഗാഢയുണർത്തിക്കൊണ്ട്, തോക്കുവേണമെങ്കിൽ തോക്കെടുക്കാൻ തയ്യാറായി കവി നിലകൊള്ളുന്നു. സമസ്യയും പൂരണവും നിർവ്വഹിച്ചുകൊണ്ട് നിൽക്കുന്ന ചെറുകാടിന്റെ ഈ പ്രത്യക്ഷപത്രം തലമുറകളുടെ കർമ്മപാതയിലും മലയാളസാഹിത്യത്തിലും അപൂർവ്വമായൊരു പൗരുഷം വെളിപ്പെടുത്തുന്നു.

ചരിത്രത്തിന്റെ മുഴുവനും അനുപേക്ഷണീയതയായി ഒരു കാലഘട്ടത്തെ ശാശ്വതവല്ക്കരിച്ച കവിയാണ് ചെറുകാട്. ബൂർഷ്വാ മദ്ധ്യവർഗ്ഗത്തിൽനിന്നിറങ്ങിപ്പോന്ന്, തൊഴിലാളിവർഗ്ഗബോധത്തിലൂടെ മാറിത്തീരുവാനും അതിൽ വ്യതിചലനരാഹിത്യത്തോടെ നിലകൊള്ളാനും കവിക്കു സാധിച്ചു. അദ്ദേഹത്തിന്റെ കൃതികൾ വിലയിരുത്തുമ്പോൾ ഒരു കാര്യം ഓർക്കുക--ആ വിപ്ലവകാരിയുടെ പ്രായോഗിക പ്രവർത്തനത്തിൽനിന്ന് വേർപെടുത്തിക്കൊണ്ട് ആ കൃതികളെ കാണുന്നത് അപൂർണ്ണമായ വിലയിരുത്തലാകും. പ്രവർത്തനങ്ങളിലൂടെ നേടിയ അനുഭവവും അവയുടെ സമർത്ഥമായ, ലളിതമായ പ്രകാശനവും ആണ് ചെറുകാടിനെ ഓർമ്മ തെറ്റില്ലാതെ നമ്മുടെയുള്ളിലുണർത്തിയിരുന്നത്. നൈഷ്ഫല്യബോധം അസ്ഖിതപ്പെടുത്താത്ത ആ വാങ്മയം, സൃഷ്ട്യുന്മുഖതയുടെ അസ്വത

ന്ത്രമേഖലകളിൽനിന്ന് അനുഭവപ്രകാശംകൊണ്ട് വിമോചനം നിർവ്വഹിക്കുന്നു.

ബോധത്തിന്റെ നട്ടുച്ച

നന്മകൾ തോറ്റിയുണർത്തുന്ന ഈ കവി ഒന്നും കേട്ടില്ലെന്ന് നടിക്കുന്നില്ല: കണ്ടില്ലെന്ന് ഭാവിക്കുന്നില്ല. അകം അറിയുന്നതോടെ മാത്രം പുറം കാണുന്ന കവിയാണ് ചെറുകാട്.

"മനുഷ്യനിലുള്ള ഗുണങ്ങൾ കാണുമ്പോൾ
മലങ്കാടന്നു കൺകടിയുമില്ലൊട്ടും

* * * *

മഹിഷബിസ്മിയും മഹോക്ഷബിസ്മിയും
മലങ്കാടൻ സമാസമത്തിൽ കാണുന്നു.

* * * *

വൃഷഭഗാഥകളൊഴുകും ഹൃത്തിലാ-
വിഷം കുറച്ചുണ്ടോ പരിശോധിക്കണോ?
അതില്ല എങ്കിലെന്നിടങ്കോടാ വരൂ
പൊതിയഴിക്കാം ഞാൻ മുറുക്കിടാമൊപ്പം
ചെറുകാടും വന്നാലടുത്തിരുന്നോട്ടെ
പറക്കേണ്ട'ക്കമ്മു'കടിക്കില്ലതന്നെ."

(ഒന്നു മുറുക്കണോ)

വർഗ്ഗീയകലാപത്തെ ആസ്പദമാക്കിയുള്ള 'പയ്യോളിക്കാള' എന്ന അദ്ദേഹത്തിന്റെ കവിതയ്ക്കെതിരെ ഏറെ ആക്ഷേപങ്ങൾ ഉളവായി. മരിച്ചുപോയ മൂരിയിൽ മഹാത്മജിയുടെ മഹത്ത്വം കാണുന്ന ഇന്ത്യക്കാരനെ മാറ്റിമറിക്കാൻ, കവി മനുഷ്യനന്മയോടൊപ്പം ഏഴുചുവട് നടന്ന് കള്ളറകൾ തുറക്കുന്നു.

പൊരുതുന്ന മനുഷ്യാവസ്ഥയിൽ നിലകൊള്ളുന്ന കവി, അനുഭൂതിയുടെ ലോകത്തിൽ മനുഷ്യസ്വാതന്ത്ര്യത്തിന് പ്രകാശം നല്കുന്നു. ഇവിടെ കവിവാണികൾ ഉപബോധത്തിന്റെയും അബോധത്തിന്റെയും മൃദുത്വത്തിൽനിന്ന് ബോധത്തിന്റെ നട്ടുച്ചയിലൂടെ പോകുന്നു.

മൗനശക്തികൾ

'ബോധക്കൺമിഴി വെൺമഴുവീശുന്ന' ഈ കവി മുഴക്കുന്നു. മനുഷ്യനെ മാനിക്കുക!

ദൈവത്തിന്റെ നാമരൂപവനത്തിൽ ആത്മീയപിതാവിനെ തേടിക്കൊണ്ട് തലയ്ക്കു മുകളിൽ ഏതോ അനുഗ്രഹത്തിന്റെ ചിറകടി കാത്ത് നിലകൊള്ളുന്നവർക്ക് കവി താക്കീത് നല്കുന്നു. യോഗാത്മക കാല്പ

നിക മനോഭാവക്കാരെ ചെറുകാട് അവതരിപ്പിക്കുന്നു.

"ഇളകാതെ നില്ക്കുന്ന സഹ്യാദ്രി വീരന്റെ
തലയിലെപ്പുകയോടോ ചോദ്യവർഷം?
ഒരു വെള്ള മേഘത്തിലന്തിക്കതിരോന്റെ
അരുണാഭചായം പിടിപ്പിക്കുമ്പോൾ

തിരുവടിയറിയാതെ കരതാരിൽനിന്നൂർന്നോ
രരുമക്കൈലേസാണതെന്നുനണ്ണി
തിരയുകയോ പിന്നെയും തിരയുകയോ
തിരയുമ്പോൾ കാണാത്തൊരീശ്വരനെ?"

മതവൃക്ഷക്കാഞ്ഞിരത്തിന്റെ കടയ്ക്കൽ മഴു വീശുന്ന ഈ കവി മനുഷ്യനാണ് അന്തിമ യാഥാർത്ഥ്യമെന്ന് പ്രഖ്യാപിക്കുന്നു.

"പടവെട്ടും നേരത്തൊന്നടിതെറ്റി വീണാലും
പടയാളിയെ—മർത്ത്യനെ—വാഴ്ത്തുകെന്നും"

1930 കൾ തൊട്ട് ഈ ശതകത്തിന്റെ അർദ്ധംവരെയും മലയാള കവിതയിൽ കുറുകിയിരുന്ന ദിവ്യസങ്കീർത്തനക്കാർക്കെതിരായുള്ള കലാപമാണ് ഈ കവിതയിൽ. അറിവിന്റെ തീ താഴെ, തമോഭൂമിയിലേക്ക് എത്തിക്കേണ്ടവരാകുന്നു കവികൾ.

ആചാരങ്ങളും വിശ്വാസങ്ങളും മാനവസത്യത്തെ സൗന്ദര്യാത്മകമായി ആവിഷ്കരിക്കുന്നതിൽ സ്വാധീനത ചെലുത്തുന്നുണ്ട്. എന്നാൽ ഭൂതകാലത്തിന്റെ മാറ്റിമറിച്ചതും വർത്തമാനകാലത്തിന്റെ വ്യാഖ്യാനക്ഷമവും ആയ മൗനശക്തികൾ ആണ് വിടർത്തിയെടുക്കേണ്ടതെന്ന് കവിയുടെ 'അന്തിത്തിരി' വ്യക്തമാക്കുന്നു. ഇരുളും വെളിച്ചവും സൃഷ്ടിയും സംഹാരവും അകവും പുറവും, എല്ലാ വൈരുദ്ധ്യങ്ങളും, കാണുവാൻ തന്റെ ഓമനമകൾക്ക് കഴിയട്ടെ എന്നാണ് കവിയുടെ ആശ. ഈതിബാധകൾ ഒഴിഞ്ഞുപോകുന്നതിന് സന്ധ്യാകാലങ്ങളിൽ മഞ്ഞൾക്കിണ്ണത്തിൽ തിരിയിട്ട് കുഞ്ഞിനെ ഉഴിയുന്നത് നാടൻ വിശ്വാസത്തിന്റെ കല്പിതരൂപമാണ്. ഈ സമ്പ്രദായത്തിലടങ്ങിയിരിക്കുന്ന അന്ധവിശ്വാസം വെളിച്ചത്തെ കെടുത്താതിരിക്കട്ടെ. അതിന്റെ മന്ദസ്മിതപ്രകാശവും ദാഹകശക്തിയും കുഞ്ഞ് വളരുന്തോറും ഓർമ്മയിൽനിന്ന് പുനഃസൃഷ്ടിച്ച് അറിയേണ്ടിയിരിക്കുന്നു. ഇവിടെനിന്ന്, മാനവചരിത്രത്തിന്റെ ഗതകാലവനങ്ങളിലൂടെയും ലോകമഹായുദ്ധങ്ങളുടെ നഷ്ടവസന്തസ്ഥലികളിലൂടെയും മാതൃപ്രതിഷ്ഠയുടെ (Mother figure) മമതാമോഹങ്ങളിലുടെയും കവി സഞ്ചരിക്കുന്നു. അഗ്നിസാക്ഷാല്ക്കാരവും മനുഷ്യപ്രഭവവും അറിയുന്ന കവി, അദ്ധ്വാനിക്കുന്ന വർഗ്ഗത്തിന്റെ മുമ്പിൽ അന്തിത്തിരിയുഴിഞ്ഞു

നില്ക്കുന്ന ആൽമരം വെട്ടിമാറ്റാൻ മുന്നിട്ടു നില്ക്കുന്നതു കാണാം. അശുഭമകറ്റുന്ന ചിരഞ്ജീവിയായി കരുതി ആലിനെ വലംവയ്ക്കുന്ന വല്യോപ്പോൾ ഈ നൈഷ്ഫല്യമൂർത്തിയാണ് തന്നെ രക്ഷിക്കുന്നതെന്ന് വിശ്വസിക്കുന്നു.

അനിയൻ : "ഇങ്ങിതു നിർത്തിക്കൂടാ
വെട്ടി മാറ്റണം വേഗം
ഓപ്പോൾ : വല്ലദേവതകളും
കുഞ്ഞിനെപ്പിടിക്കുകയില്ലെങ്കിൽ..."

മതത്തിന്റെയും ദൈവികതയുടെയും കാനൽ യുവമനസ്സിലും വീഴ്ത്തുകയെന്ന പഴയ തലമുറക്കാരുടെ ഉപജാപത്തെ കവി തകർക്കുന്നു.

കുഴപ്പം വിതച്ചുണ്ട്, അരയാൽ പ്രദക്ഷിണം ചെയ്യുന്ന ഇന്ത്യക്കാരൻ തൊട്ടയലത്തേക്കൊന്ന് നോക്കട്ടെ, അവിടെ മതമെന്ന മയക്കുമരുന്നിൽനിന്ന് മനുഷ്യൻ ഉണർത്തപ്പെട്ടിരിക്കുന്നു. ഇവിടെ തലമുറകൾ തമ്മിലേറ്റുമുട്ടുമ്പോഴത്തെ കർത്തവ്യവിമൂഢത ഒരു ശാപംപോലെ കർമ്മചൈതന്യത്തെ നിശ്ചലമാക്കുന്നിടത്ത് പൊടുന്നനെ കവിത തീരുന്നു. സർപ്പക്കാവ് വെട്ടിത്തെളിക്കുന്ന കവിയുടെ യുക്തിഭദ്രമായ നിർവ്വഹണബോധമല്ല, വൈരുദ്ധ്യങ്ങൾ അതേപടി നിലകൊള്ളുന്നുവെന്ന സത്യോദ്ബോധനമാണ് ഈ കവിതയിൽ.

ചെകുത്താന്റെ മക്കൾ

ദേശീയ സ്വാതന്ത്ര്യസമരത്തിൽ 'ഭൂതകാലത്തിന്റെ പ്രഭാവതന്തുക്കളിൽ' ഊന്നിനിന്നവരിൽനിന്ന് വ്യത്യസ്തമായി, ചൂഷണരഹിതമായി സ്വതന്ത്രനാടിനെ സാക്ഷാൽക്കരിക്കാനുള്ള പ്രവർത്തനത്തിലും പ്രവർത്തനത്തിന്റെ ഫലോർജ്ജം ആവിഷ്കരിച്ച വാക്കുകളിലും ഭാവിപരമായ കാഴ്ചപ്പാട് വ്യക്തമാണ്.

"എത്തിപ്പോയ് മേക്കും കിഴക്കുമെല്ലാടത്തും അത്തൊഴിലാളികൾക്കുള്ള യുഗം" എന്ന് ഇഖ്ബാലും

"ഞാൻ ധീരബലരാമൻ വഹിക്കും കലപ്പയായ്
ചങ്ങല വലിക്കുന്ന ലോകത്തെ മറിച്ചിടും.
പുതുസൃഷ്ടിതൻ പരമാനന്ദമാണിന്നെന്നുള്ളിൽ
മർദ്ദിതരുടെ ദീനരോദനം വാനങ്ങളെ
മഗ്നമാക്കീടാത്തൊരു നല്ല നാളെയിൽ മാത്രം
ഞാനൊന്നു മയങ്ങാവൂ."

എന്ന് നസ്രുൽ ഇസ്ലാമും,

"ഒട്ടുപേർ തങ്ങടെ സ്വാർത്ഥത്തിനാലതിൽ
കെട്ടിപ്പടുത്ത കൽക്കെട്ടുകളൊക്കെയും

തട്ടിത്തകർത്തു തടംവഴിഞ്ഞീ നദി
അറ്റമില്ലാത്തതിലേക്കു കുതിക്കവേ
മുങ്ങുമസമത്വമൊക്കെയും ഭൂവിതി-
ലെങ്ങും നിറയും പുതിയ ജീവാമൃതം”

(ആസന്നവിപ്ലവം)

എന്ന് കെ പി ജി യും

“ഭാരതസ്വാതന്ത്ര്യത്തിൻ സമരചരിത്രത്തിൽ
ചോരയാൽ കുറിച്ചിട്ടു നിങ്ങളീസന്ദേശം:
സന്ധിക്കു കുതിപ്പോർതൻ മാർഗ്ഗത്തെ നിജരക്ത-
സിന്ധുവാൽ തടുത്തീടും സാമ്രാജ്യവിരോധികൾ
മായില്ലിസ്സുവർണ്ണാക്ഷരങ്ങളിങ്ങെന്നും ഞങ്ങൾ
വായിക്കും വീണ്ടും വീണ്ടും പഠിക്കും പ്രവർത്തിക്കും.”

(രക്തസന്ദേശം)

എന്ന് പ്രേംജിയും പാടിയതുപോലെ ചെറുകാടും തൊഴിലാളിവർഗ്ഗത്തിന്റെ പ്രതീക്ഷയേറ്റുപാടുന്നു.

“വേലയും കൂലിയും വിശ്രമവേളയ്ക്കു
വേണ്ടുന്ന പുത്തൻ കലകളുമായ്
മാലാണ്ട ലോകത്തിൻ കണ്ണീർ തുടയ്ക്കുവാൻ
ശ്രീലയദേവി വന്നെത്താറായി.”

അങ്ങനെയുള്ള നവലോകത്തിൽ മാനവികതാബോധം തെഴുത്തു വരുന്നു.

“അവിടെച്ചെകുത്താന്റെ കുട്ടികളെ
അലസത പെറ്റുകിടക്കുകില്ല.”

വേലയുടെയും തല്ഫലമായ ശാസ്ത്രത്തിന്റെയും കലയുടെയും പുത്തൻചേരുവയിലൂടെ, തൊഴിലാളിവർഗ്ഗ സൗന്ദര്യബോധം രൂപപ്പെടുമെന്നാശിക്കുന്ന കവി, വിപ്ലവത്തിന്റെ മൂല്യചക്രം ജ്വലിപ്പിക്കുന്നു.

മലങ്കാടൻ പാടുമ്പോൾ

സംവേദനക്ഷമതകൊണ്ട് അനുഗൃഹീതമായ ‘മെത്താപ്പ്’ മുറുക്കവും നർമ്മവും നിറഞ്ഞതാകുന്നു. ഭൂതവർത്തമാനചരിത്രസംഭവങ്ങളുടെ പരിച്ഛേദമാണ് മെത്താപ്പിന്റെ ഫലിതച്ചിരിവെട്ടത്തിൽ നാം കാണുക. തന്റെ കാലത്തെ രാഷ്ട്രീയ സാമൂഹ്യപരിതോവസ്ഥകളുടെ ദൈനംദിനകാര്യങ്ങൾ, പൊരുതുന്ന ജനതയിലുളവാക്കുന്ന പ്രതികരണങ്ങൾക്കും ചലന

ങ്ങൾക്കും കവി നാക്ക് നല്കുന്നു. സമൂഹത്തിൽനിന്ന് അന്യമായ വ്യക്തിത്വമാവശ്യപ്പെടാത്ത കവി, ആവേശിക്കാനൊരുങ്ങുന്ന വൈരാഗ്യം എന്ന കുട്ടിത്തേവാങ്കിനെ ചാരമാക്കുന്നു.

"ചിന്നയില്ലേയകത്ത്?
പുറത്തോള-
മൊന്നുവായോ പറയട്ടെ കാരിയം:
വയ്യ വീട്ടിലിരുന്നു പൊറുക്കുവാൻ
വയ്യ കാശിക്കു പോവുകയാണു ഞാൻ"

ഇങ്ങനെ സംബോധന ചെയ്തുകൊണ്ടുള്ള ഭാഷണം, സംഭാഷണ രൂപത്തിലുള്ള കഥനം, പാരഡിമട്ട് എന്നിവയിലൂടെ സാധാരണക്കാരായ വായനക്കാരുടെ അന്തരംഗത്തിൽ വിഭാവീകരണം നിർവ്വഹിക്കാൻ പര്യാപ്തമായ രൂപപ്രക്രിയ കൊള്ളുന്നു. ആക്ഷേപഹാസ്യത്തിന്റെ കുന്തമുന ഉപരിവർഗ്ഗത്തിന്റെയും വൈതാളികരുടെയും കട്ടിത്തൊലിയിൽ മലങ്കാടൻ തളച്ചുകയറ്റുന്നു.

മൈസൂർ പ്രധാനമന്ത്രിയുടെ ഭാര്യ, സന്താനനികുതി ചുമത്തണമെന്നാവശ്യപ്പെട്ടപ്പോൾ, ചിന്നയുടെ നായര് കരുതി, ഇനിയിങ്ങനെയിരുന്നാൽ തനിക്ക് സന്താനനികുതി കൊടുത്ത് തോല്ക്കേണ്ടിവരുമെന്ന്. കാശിക്കു പോവുകതന്നെ വഴി.

"നാലിടങ്ങഴിബ്ഭസ്മവും രുദ്രാക്ഷ-
മാലയുമൊരു പാളയും കൊണ്ടുവാ
കാവി വാങ്ങുവാൻ നിന്നുടെ പെട്ടിയിൽ
കാശു വല്ലതുമുണ്ടെങ്കിലായതും
കാശിയിലേക്കു പോവുകയാണു ഞാൻ
നാശമാണിനിഗ്ഗാർഹസ്ഥ്യ ജീവിതം"

ഭാവം പകർന്ന ഭാര്യയെ കാര്യം ധരിപ്പിക്കുന്നു. ശുണ്ഠികൊണ്ട് പറഞ്ഞതല്ല; പത്രവാർത്തയെപ്പറ്റിയോർത്തപ്പോൾ പറഞ്ഞുപോയതാണ്.

"ഇപ്പോഴിഗ്ഗാന്ധിശിഷ്യർ ഭരിക്കയാൽ
ഉപ്പിനും മുളകിനും നികുതിയായ്

* * * *

പോരപോലുമിനിയും നികുതികൾ
പോരപോലുമൊരമ്മച്ചി ചൊല്ലുന്നു.

* * * *

പെറ്റിനിയും പെരുകിയാലിന്ത്യയിൽ
കൊറ്റുകുന്തമായ്ത്തീർന്നുപോവില്ലയോ?

*   *   *   *

നമ്മളൊന്നിച്ചിരുന്നാലൊരുപക്ഷേ
കൺമണീ നീയിനിയും പ്രസവിക്കും
വേണ്ട മാറണം! നിന്നെപ്പിരിഞ്ഞു ഞാൻ
മണ്ടിയാലോ വടക്കോട്ടു കുത്തനെ?

*   *   *   *

"ഉണ്ടു പെണ്ണവിടത്തിലുമെങ്കിലോ
വേണ്ട പോകേണ്ട പൊന്നാരമേനോനെ!"

ഈ മറുപടിയേല്പിക്കുന്ന ഭാവപരമായ ആഘാതം 1950 കളിൽ നിന്ന് 1970 കളിലേക്കും ചരിത്രാത്മകമായി വ്യാപിച്ചിരിക്കുന്നുവല്ലോ. സന്ദർഭങ്ങളും സംഭവങ്ങളും ഭാവിപരമായി സംവിധാനം ചെയ്തുവെന്ന തിനാലാണ് മലങ്കാടന്റെ കവിത ഇന്നും ഉരുൾപൊട്ടലുണ്ടാക്കുന്നത്.

ഈ കവി പാഠകക്കാരനും തുള്ളൽക്കാരനുംകൂടിയാകുന്നു. കലാ രംഗത്തെ ഈ വള്ളുവനാടൻ വ്യക്തിത്വം പ്രവർത്തനശൈലിയുടെ സിര കളായി, ഉപാധികളായി ജനകീയകലാരൂപങ്ങൾ കൈക്കൊണ്ട് സമൂഹ വ്യക്തിത്വത്തിന് കരുത്ത് നല്കി.

"എലിവാലൊത്ത പുകല
ഇലയൊന്നുക്ക് രണ്ടണ
രണ്ടരക്കാശടക്കയ്ക്കും
ഉണ്ടാവില്ലേ മുറുക്കുവാൻ"

അങ്ങനെ പട്ടിണിയും പാടുമായിക്കഴിയുന്ന കുടുംബത്തിലെ സ്വല്പ മായ ആഹാരം തയ്യാറായപ്പോഴേക്കും 'ചാടിവീണു അതിനായിട്ടളിയൻ പട്ടിണിപ്രഭു!' രാജാജി മന്ത്രിസഭയുടെ കാലത്ത് ജനങ്ങളനുഭവിച്ചിരുന്ന പട്ടിണിയുടെ കഥയിതാണ്; ഇന്നും അവസ്ഥ അതേപടിയല്ലോ! 'പഴഞ്ചൻ ലോക'ത്തിന്റെ പിണിയാളുകൾക്കും അതിന്റെ വിഷമകരമായ സ്വാധീ നങ്ങൾക്കും എതിരായിക്കൊണ്ട്, അവയെ തുടച്ചുനീക്കാൻ ശ്രമിക്കുന്നു, സോഷ്യലിസ്റ്റ് റിയലിസം. സോഷ്യലിസ്റ്റും വിപ്ലവാത്മകവും ആയ ലോക ധാരണ, വിശ്വസംവേദനം എന്നിവ അതിന്റെ കൈമുതലാകുന്നു. ചെറു കാടിന്റെ കൃതികളുടെ കരുത്ത് അതുതന്നെയാകുന്നു.

അന്തപ്പുരത്തിൽ രൂപാന്തരം

"നിന്റെ ചുംബനമോരോന്നും

ശ്വസിച്ചേ മാഞ്ഞീടട്ടിനി
മധുരോദാരമായീടുമീ
ശൂന്യഗഹനങ്ങളിൽ"

(കാൾമാർക്സ്)

ജെന്നിയുടെ കത്ത് പന്ത്രണ്ടു പ്രാവശ്യം വായിച്ച മാർക്സ് ഓരോ പ്രാവശ്യവും അതിൽ പുതിയ നന്മ കണ്ടെത്തി, പുതിയ ചക്രവാളങ്ങൾ വിടരുന്നതു കണ്ടു. ലോകത്തെ മാറ്റിമറിക്കാൻ ശ്രമിച്ച ഓരോ വലിയ മനുഷ്യന്റേയുംകൂടെ ഒരു പൂർണ്ണസ്വാധീനമായിരുന്നു സ്വന്തം പത്നി. ശുഭമോഹങ്ങളും ബാഹ്യലോകോന്മുഖബോധവും ഉണർത്തിക്കൊണ്ട് ഈ കവിയുടെ ജീവിതത്തിൽ നിതാന്തപ്രേരണയായി സഹധർമ്മിണി നിലകൊള്ളുന്നു.

'അദ്വൈതം സുഖദുഃഖയോരനുഗതം' എന്ന ദാമ്പത്യബന്ധത്തിൽ ഈ കവിയുടെ പ്രേമം പണിത ഇതിഹാസമാണ് അന്തപ്പുരം. പൊരുതുന്ന മനുഷ്യാവസ്ഥയിലൂന്നുന്ന കവി അതികാല്പനികമോ അതിവൈകാരികമോ ആകാതെ റിയാലിറ്റി (Reality)യെ പിടിച്ചുപറ്റുന്നു. ഭാവനയുടെ അന്തപ്പുരത്തിൽ നായകനാകുന്ന കവി പകൽസ്വപ്നങ്ങളുടെ ചോര വടിച്ചെടുക്കുന്നു. "അവർ സങ്കല്പത്തിന്റെ തങ്കക്കൂട്ടിൽ സ്വയം അടിച്ചിടപ്പെട്ട് തങ്ങളെയും ലോകത്തെയും മറന്നു രാഗാകുലരായി കഴിയുന്ന വളർത്തുതത്തകൾ അല്ല. അവർ ചുറ്റുപാടിൽ നടക്കുന്ന ജീവിതസമരങ്ങളെ നോക്കിക്കാണുകയും അവയിൽ സജീവമായിറങ്ങി അധർമ്മത്തോടും അനീതിയോടും പടവെട്ടുകയും ചെയ്യുന്നു."

(പ്രേംജി)

"എപ്പോഴും രാഗാലസരായ് സ്വയം മറ-
ന്നിപ്പൊന്നുകൂട്ടിലിരുന്നു നശിക്കയോ?"

(പാടില്ലൊരിക്കലും)

* * * *

"എന്നിൽ മുഴുകി മുഴുകി മറന്നാലോ
എൻനാഥൻ മറ്റുള്ള കർത്തവ്യങ്ങൾ"

* * * *

"മാദകപ്രേമത്താൽ ജീവിതപ്പാതയിൽ
മാമകപാദമിടറിടുമ്പോൾ
വാസ്തവമെന്നെദ്ധരിപ്പിക്കുമാറുണ്ട-
ബ്ബാഷ്പാവിലാലോല ലോചനങ്ങൾ"

ഇവിടെ ദാമ്പത്യം കാമത്തിന്റെ ഉറഞ്ഞുതുള്ളലല്ല; സഞ്ജീവനിയാകുന്നു, രൂപാന്തരപ്രക്രിയയാകുന്നു. കാൾമാർക്സ് അച്ഛനെഴുതിയ കത്തിൽ പറഞ്ഞതുപോലെ,

“ഓരോ രൂപാന്തരവും പകുതി ഹംസഗീതവും പകുതി അവ്യക്തമനോഹരമായ നിറങ്ങളിൽ യോജ്യമായത് ആരായുന്ന മഹത്തായ ഒരു പുതിയ കീർത്തനത്തിന്റെ ആരംഭവുമാണ്.”

കവി കാലത്തിൽ തന്റെ സ്ഥാനം ഉറപ്പിക്കുന്നു. അനുഭവങ്ങളുടെ സ്മാരകമായ കൃതികളിൽനിന്നും തനിമയുറ്റ ശബ്ദം മുഴങ്ങിക്കേൾക്കുന്നു. നിന്ദിതരും പീഡിതരും തങ്ങളുടെ തുടികളിൽ അത് ആവാഹിക്കുന്നു.

(*തിരമാല, മെത്താപ്പ്, അന്തഃപുരം* – ഈ സമാഹാരങ്ങളിലെ ചില കവിതകളാധാരമാക്കി തയ്യാറാക്കിയ ലേഖനം)

ചെറുകാട് - കഥാകൃത്ത്

ചെറുകഥകളുടെ പരുക്കൻ സൗന്ദര്യം

എം കുട്ടികൃഷ്ണൻ

ചെറുകാടിന്റെ കൃതികളുടെയാകെ ശക്തി അദ്ദേഹം ആവിഷ്കരിച്ച സംഭവങ്ങളും വികാരങ്ങളും ജീവിതത്തിന്റെ സമരഭൂമികളിൽനിന്ന് സഞ്ചരിച്ചവയായിരുന്നു എന്നതത്രെ. നിസ്സംഗനായൊരു കാഴ്ചക്കാരനാവാതെ ആ സമരമുഖങ്ങളിലേക്കിറങ്ങിച്ചെന്ന്, എന്നും അദ്ദേഹം, ഗോർക്കിയെപ്പോലെ ജീവിതത്തെയാകെ കലാശാലയായി സ്വീകരിച്ചു. വെണ്മവരുത്തി മിനുക്കാതെ ആ പരുപരുത്തസൗന്ദര്യത്തെ വരച്ചുകാട്ടി. എണ്ണക്കറുപ്പാർന്ന കൊഴുത്തുരുണ്ട പേശികൾക്കും ആത്മാർത്ഥത കലർന്ന ധിക്കാരിയുടെ ശബ്ദത്തിനും 'മുഖേന്ദുമരീചി'കളോളംതന്നെയോ അതിലേറെയോ ഭംഗിയും വശ്യതയും ഉണ്ടെന്ന് കാട്ടിത്തന്ന എഴുത്തുകാരനാണ് ചെറുകാട്. അദ്ദേഹത്തിന്റെ കൃതികളിലൂടെ കടന്നുപോകുന്ന നമുക്ക് ധീരശോണമുദ്രകളുള്ള സമൂഹത്തിന്റെ മുഖദർശനം സാധിക്കുന്നു.

തന്റെ ജീവിതവീക്ഷണവും വിശ്വാസവും പ്രദർശിപ്പിക്കാനുള്ള ഉപാധിയായിരുന്നു ചെറുകാടിന് താൻ മാറി മാറി സ്വീകരിച്ച ഓരോ സാഹിത്യമാദ്ധ്യമവും. കാലത്തിന്റെ ജീവൽസ്പന്ദങ്ങളറിഞ്ഞ് ജീവിതത്തിൽ പുലർന്നുകാണേണ്ട മൂല്യങ്ങൾക്കുവേണ്ടി കലാപ സ്വരമുയർത്തിയവയാണ് അവയെല്ലാംതന്നെ. തന്റെ സാഹിത്യ സൃഷ്ടികളുടെ അനുവാചകരെക്കുറിച്ചുള്ള വളരെ അർത്ഥവത്തായ ബോധം, അവരോട് തനിക്കുള്ള കർത്തവ്യങ്ങളിൽ ഒരിക്കലും ഉലയാത്ത വിശ്വാസം, താനനുഭവിച്ചറിഞ്ഞ ജീവിതത്തിന്റെ ഉറപ്പുള്ള നിലത്തു ഊന്നിനിന്നുകൊണ്ട് കലാസൃഷ്ടിചെയ്യാനുള്ള സർഗ്ഗവൈഭവം എന്നിവയൊക്കെ ചെറുകാടിന്റെ വിജയത്തിനുള്ള പ്രധാന കാരണങ്ങളാണ്.

അഭിഗമ്യതയും പ്രസന്നതയും ചെറുകാടുകൃതികളുമായി സാധാരണക്കാരെ അടുപ്പിച്ച മറ്റൊരു മുഖ്യഘടകമാണ്. ജീവിതത്തിലും സാഹിത്യത്തിലും സാധാരണ കാണപ്പെടുന്ന വ്യക്തിയുടെ ദ്വൈതഭാവം ചെറു

കാടിലുണ്ടായിരുന്നില്ല. തനിക്ക് ഉപ്പും ചോറും വീതിക്കുന്ന സമൂഹത്തോട് നന്ദിയുള്ളവനായിരുന്ന ചെറുകാടിന്റെ കൃതികളിൽ പ്രചരണാംശത്തിന് എന്നും മുൻതൂക്കമുണ്ടായിരുന്നു. പ്രചരണപരമായ സാഹിത്യോദ്ദേശത്തെ തെളിച്ചുപറഞ്ഞുകൊണ്ട് സാഹിത്യരചന നടത്തിയ ചെറുകാടിൽ അതൊരു ദോഷമായി എടുത്തുകാട്ടുന്നവർ ഒരു മൗലികസവിശേഷതയുടെ പുറത്തുനിന്നാണ് ആ കൃതികളെ കാണുന്നത്. തനിക്കു ലഭിച്ചിട്ടുള്ള പ്രതിഭാശക്തിയെ താൻ ഭാഗഭാക്കായ സമൂഹത്തിലെ ഭൂരിപക്ഷത്തിനുവേണ്ടി ഉപയോഗപ്പെടുത്തിയപ്പോൾ സ്വാഭാവികമായി വന്നുചേർന്നതാണ് ചെറുകാടുകൃതികളിലെ പ്രചരണാംശം. വിമർശനത്തിന്റെ നിശിതശരങ്ങളിലും സ്വച്ഛന്ദമൃത്യുവായി അദ്ദേഹം വർത്തിച്ചു. സാമൂഹ്യബന്ധങ്ങളുള്ള എഴുത്തുകാരന് തന്റെ കാലത്തെ സംഭവങ്ങളോടു സാഹോദര്യബന്ധം ഉണ്ടാവുമെന്നതിനു തെളിവാണ് ചെറുകാടുസാഹിത്യത്തിന്റെ ഭൂമികയായി വർത്തിക്കുന്ന ജീവിതമണ്ഡലങ്ങൾ. കർഷകർ, അദ്ധ്യാപകൻ, ഇടത്തരക്കാരൻ, സാധാരണക്കാരൻ, രാഷ്ട്രീയപ്രവർത്തകൻ എന്നിവരുടെ ജീവിതത്തെ ചുറ്റിപ്പറ്റിയുള്ളവയാണ് ചെറുകാടിന്റെ കൃതികളത്രയും. ജീവിതത്തെ മുഖാഭിമുഖം നോക്കിക്കണ്ട ആ കൃതികളുടെ സൗന്ദര്യത്തെയും ദർശനത്തെയും സമീപിക്കുന്ന അനുവാചകന് ഏതാദൃശമണ്ഡലങ്ങളിലെ വിപ്ലവപരമായ വളർച്ചയോട് തെല്ലെങ്കിലും ആഭിമുഖ്യമുണ്ടായേ പറ്റൂ. സിദ്ധാന്തവല്ക്കരിച്ച മുൻകാലസാഹിത്യചിന്തകളുമായി സമീപിക്കുന്നവർക്ക് ചെറുകാട് കൃതികൾ ശരിക്കും ആസ്വദിക്കാനാവില്ല. *നമ്മളൊന്ന്* എഴുതപ്പെട്ട ചരിത്രഘട്ടത്തിൽനിന്നും ഇന്നലേക്കുള്ള വളർച്ചയ്ക്ക് വളരെ കാലയളവ് ഉണ്ടെങ്കിലും അതിനൊത്ത സാഹിത്യസൃഷ്ടികളൊന്നും ഉണ്ടായില്ല എന്നത് ഓർമ്മിക്കേണ്ട ഒരു വസ്തുതയാണ്. ഈ വളർച്ചയോട് ആത്മാർത്ഥയോടെ പ്രതികരിക്കാൻ ചെറുകാടിനെപ്പോലുള്ള എഴുത്തുകാരോ അവരെ ആദരിച്ചു വളർത്താൻ പോന്ന അനുവാചകവൃന്ദമോ ഉണ്ടായില്ല എന്നതിലേക്കാണത് ചൂണ്ടുവിരലുയർത്തുന്നത്. ഇതുരണ്ടും വീണ്ടും മുളപൊട്ടാൻ തുടങ്ങിയിട്ടുള്ള പ്രത്യാശാപൂർണ്ണമായ ഇന്ന് നാം ആ ചരിത്രഘട്ടത്തെ വിലയിരുത്തി കലാസൃഷ്ടിക്കുപയോഗപ്പെടുത്തണം.

ചെറുകാടുകൃതികളുടെ ഈ സാമാന്യപരാമർശം അദ്ദേഹത്തിന്റെ ചെറുകഥകളെ മനസ്സിലാക്കുമ്പോഴും ആവശ്യമാണ്. പ്രമേയങ്ങളും കഥാപാത്രങ്ങളും ബീജാവസ്ഥയിൽ മനസ്സിലുണ്ടായിരുന്നപ്പോൾ ചെറുകാടെഴുതിയവയാണ് അദ്ദേഹത്തിന്റെ കവിതകളും ചെറുകഥകളും. അതേ ബീജങ്ങൾ കുറേക്കൂടി സാദ്ധ്യതയുള്ള മാദ്ധ്യമത്തിലൂടെ പരീക്ഷിച്ചവയാണ് അദ്ദേഹത്തിന്റെ നാടകങ്ങളും നോവലുകളും. പരിണാമം സതതസ്വഭാവമായ ഒരു സമൂഹമാണ് ചെറുകാടിന്റെ ചെറുകഥകളിലുള്ളത്. ഈ പരിണാമപ്രക്രിയയിൽ ഇടഞ്ഞും ഇണങ്ങിയും പങ്കുചേരുന്ന മനുഷ്യരുടെ ആശയും നിരാശയും വാശിയും എല്ലാംതന്നെ അവയിലും കണ്ടെത്താം. നൂറുനൂറു ഭേദഭാവനകളിലൂടെ ശിഥിലമാവുന്ന ഐക്യത്തെ

വർഗ്ഗബോധത്തിന്റെ പൊന്നിൻനൂലിൽ കൊരുക്കാനുള്ള ധീരശ്രമങ്ങൾ ചെറുകഥാകൃത്തായ ചെറുകാട് നടത്തുന്നു. 'കൃഷിക്കാർ' എന്ന കവിതയിലെ അതേ ബീജം അദ്ദേഹത്തിന്റെ ചെറുകഥയിലും വളരുന്നതുകാണാം. 'അമ്മ പണിക്കു പോട്ടെ' എന്ന കവിതയിൽ 'മുത്തശ്ശി നോക്കും നിന്നെ' എന്നാശംസിച്ചിറങ്ങുന്ന അമ്മയുടെ കണ്മണി പിന്നീട് *മുത്തശ്ശി*യിലെ ഗോപാലനായി വളർന്നെത്തുന്നത് വളരെ കൗതുകകരമായൊരു കാഴ്ചയാണ്.

"ജീവിതപ്പോരാട്ടത്തിൽ സ്ത്രീത്വമേനിയും വാളു
വീശുവാൻ ശീലിക്കാഞ്ഞാൽ നീങ്ങുകില്ലടിമത്തം"

* * * *

"പുരുഷൻ കാട്ടുന്നതെന്തും സഹിക്കുന്ന
നാരി ശിലായുഗക്കാരിയത്രെ."

* * * *

"പുരുഷാർത്ഥ സാധകം പുണ്യഗാനം
പുരുവീര്യോത്തേജകമാലപിക്കൂ."

എന്നുമുള്ള കവിയായ ചെറുകാടിന്റെ സ്ത്രീസങ്കല്പമാണ് 'സിംഹിക' മുതലായ കഥകളിലൂടെയും തങ്കമ്മ, പത്മാവതി എന്നീ കഥാപാത്രങ്ങളിലൂടെയും വളർന്നു മുത്തശ്ശിയിലെ നാണിമിസ്ത്രസ്സായി നമ്മുടെ ശ്രദ്ധയെ ഹഠാദാകർഷിക്കുന്നത്.

പാരമ്പര്യമിഥ്യാദിമാനങ്ങളുടെ ക്ലൈബ്യത്തെച്ചൊല്ലിയുള്ള ഉൽക്കണ്ഠ കവിതയിൽനിന്ന് നോവലിലേക്കെത്തുമ്പോൾ അതിനെ ചവിട്ടിയരച്ചു മുന്നേറാനുള്ള ധിക്കാരമായി മാറുന്നു. കാലത്തിനൊപ്പം വളരാനുള്ള മനുഷ്യന്റെ വിമുഖതക്കേല്ക്കുന്ന അപചയമത്രെ *അഭിമാനം* എന്ന കഥയിലൂടെ ഇടവേളയിൽ നാം കാണുന്നത്. കണ്ടകശ്ശനിയിലെ പ്രമേയത്തിന്റെയും കഥാപാത്രങ്ങളുടെയും വിശാലമായൊരു കാൻവാസിൽ വരച്ച ചിത്രമാണ് *ശനിദശ* എന്ന നോവൽ. ജന്മിത്തത്തിന്റെയും പ്രഭുത്വത്തിന്റെയും പൊങ്ങച്ചവും വിഡ്ഢിത്തവും കവിത, കഥ, നാടകം, നോവൽ എന്നിവയിലെല്ലാം ചെറുകാടിന്റെ എരിവുള്ള പരിഹാസത്തിനു വിധേയമാവുന്നു. 'അച്ഛന്റെ ചാത്തം' എന്ന കവിതയിൽ ആദ്യം പ്രത്യക്ഷപ്പെടുന്ന ഈ പരിഹാസം *നേരമ്പോക്ക്* തുടങ്ങിയ കഥകളിൽ വീണ്ടും പ്രത്യക്ഷപ്പെട്ട് നാടകത്തിലൂടെ തുടരുന്നതുകാണാം. *പനങ്കഴു* എന്ന ചെറുകാടിന്റെ ശക്തമായ കഥയിലെ മിസ്ട്രസ്സാണ് പിന്നീട് അനേകം കൃതികളിലൂടെ കരുത്താർന്ന് പ്രത്യക്ഷപ്പെടുന്നത്. വികസനപ്രവർത്തനങ്ങളുടെ പൊള്ളത്തരവും അവയുടെ രാഷ്ട്രീയസ്വഭാവവും ചെറുകാടിന്റെ നാടകങ്ങളിലെയൊക്കെ മുഖ്യവിമർശനത്തിന് വിധേയമാണല്ലൊ. 'മെത്താപ്പിൽ' സമാഹരിച്ച കവിതകളിലൂടെ ഏറുപടക്കംപോലെ പൊട്ടിത്തെറി

ക്കുന്ന ആ പരിഹാസം *നവീനകർഷകൻ, ബാങ്കുകുറി, ഊണിനു നാലണമാത്രം* എന്നീ കഥകളിലും അതേശക്തിയിൽ അനുഭവപ്പെടുന്നു. ഇതിൽനിന്നെല്ലാം മനസ്സിലാകുന്നത് താൻ പറയാനും പ്രചരിപ്പിക്കാനും ആഗ്രഹിച്ച മാറ്റമില്ലാത്ത ആശയങ്ങൾക്കും അഭിപ്രായങ്ങൾക്കും മാറി മാറി സ്വീകരിച്ച മാദ്ധ്യമങ്ങളായിരുന്നു കവിതയും കഥയും നാടകവും നോവലുമെല്ലാമെന്നാണ്. അതിനാൽ ചെറുകാടിന്റെ ഏതു സാഹിത്യ മാദ്ധ്യമത്തിലെയും മുഖ്യസവിശേഷതകൾ അദ്ദേഹത്തിന്റെ ചെറുകഥകൾക്കും ബാധകമാണ്.

താൻ സർവ്വതന്ത്രസ്വതന്ത്രനല്ല എന്നു പ്രഖ്യാപിക്കുന്ന വിനയമോ ധിക്കാരമോ ചെറുകാടിന് ഭൂഷണമായിരുന്നു എന്നും. ഈ പക്ഷപാതമനഃസ്ഥിതിയോടെ തന്റെ കാലത്തെയും ജീവിതത്തെയും സ്നേഹിച്ചു ചെറുകാട്. തന്റെ കാലഘട്ടത്തെ തെല്ലിട പിടിച്ചുനിർത്തി ചിലത് ചോദിക്കാനുണ്ട് എന്ന ഭാവിച്ചു നില്ക്കുന്ന ചെറുകാടിനെയാണ് ചെറുകഥകളിലൂടെയും നാം കണ്ടെത്തുക. ബോധാബോധങ്ങളുടെ നൂൽപ്പാലം മുറിയുന്നേടത്തെ അനുഭവങ്ങളും ചിന്തകളുമെല്ലാം പെറുക്കിയെടുത്തു കൊറിക്കുന്ന ആധുനികകഥകളുടെ രൂപഭാവങ്ങളുമായി ഇണങ്ങിക്കഴിയുന്നവർക്ക് ചെറുകാടിന്റെ കഥകൾ ഒന്നുമല്ലായിരിക്കാം. എന്നാൽ മലയാള ചെറുകഥാസാഹിത്യത്തിലെ ഒരു പ്രഫുല്ലഘട്ടത്തിന്റെ കഥകളാണവ. *പനങ്കഴു, ചൂട്ടൻ മൂരി, ധർമ്മസങ്കടം, ശിഷ്യസമ്പത്ത്* എന്നിങ്ങനെ കാലമെത്രകഴിഞ്ഞാലും നിറം കെടാത്ത കുറെ കഥകൾ ആ കഥാലോകത്തിലുണ്ട്.

തന്റെ ജീവിതാംശമായിരുന്ന ഒരു നാടൻഗ്രാമത്തിലെ ജീവിതാനുഭവങ്ങൾ ചെറുകാട് തന്റെ ചെറുകഥകളിലൂടെ ആവിഷ്കരിക്കുമ്പോൾ അവ ചാട്ടുളിപോലെ അനുവാചകഹൃദയത്തിലേക്കു കടന്നുവരികയും വെളിച്ചത്തിന്റെ ഒരു കീറായി നമ്മുടെ സംസ്കാരത്തിലാകെ പ്രകാശം പരത്തുകയും ചെയ്യുന്നു. ജീവിതത്തിലെ ബഹുവിധമുഖങ്ങളുടെ ഒരു ചിത്രശാലയാണ് ആ കഥാലോകം. പട്ടിണിയുടെ പരുക്കൻ വീക്കുകൊണ്ട് പഞ്ഞിയായി കൊതുകുകടികൊണ്ട് പൊറുതിമുട്ടി വഴിവക്കിൽനിന്ന് പീടികക്കോലായിലേക്ക് കയറി കിടക്കാമെന്നുവെച്ചപ്പോൾ അവിടെയുണ്ട് കുറുഞ്ഞിപ്പൂച്ചയും കുട്ടിയും കിടക്കുന്നു. 'പാവം! ഉറങ്ങിക്കോട്ടെ' എന്നു കരുതി മടങ്ങിപ്പോന്നു. ഒരിക്കൽ കാട്ടുപൊന്തയിൽ കണ്ടെത്തിയ കൊച്ചു കാലനെ എടുത്തു വളർത്തി, വഴിപോക്കരെ പിടിച്ചുനിർത്തി അക്ഷരം ചോദിച്ചു പഠിച്ചു. പിന്നെപ്പിന്നെ എഴുത്തുകാരനായി. ചെറുകാടിന്റെ കഥാലോകം വിടർത്തുന്ന ചിത്രപരമ്പരയിലെ ആദ്യചിത്രം ഈ 'തെരുവിന്റെ കുട്ടി'യുടേതാണ്. രജിസ്ട്രാറുടെ കസേരയിൽ കയറിയിരുന്ന് ആപ്പീസിലെ അനീതിക്കെതിരെ സമരം പ്രഖ്യാപിക്കുന്ന രാഘവവാരിയർ, കരിങ്കാലിച്ചിയായി പണിക്കു കേറി ഒടുവിൽ സമരക്കാരിയായി മാറുന്ന ഭാർഗ്ഗവി, കമ്യൂണിസ്റ്റുകാരോട് മിണ്ടിപ്പോയാൽ ജോലി പോവുമെന്നു ഭയപ്പെടുന്ന പ്രൊഫസർ, സർവ്വജ്ഞനായ നാണു മാസ്റ്റർ, ഇഡ്ഡലിപോലെ നെറ്റി

യിൽ ചന്ദനം പതിച്ചുവെച്ച് വെന്തുവെന്ത് രണ്ടറ്റവും തുറിച്ച പഴനുറുക്കു പോലെ തോർത്തുമുണ്ടുടുത്തു നടന്ന് ഇടത്തട്ടു തട്ടിക്കഴിയുന്ന ഇത്തിക്കണ്ണിയായ കുട്ടൻപിള്ള, കുടയില്ലാത്തതുകൊണ്ട് എക്സ്പ്ലനേഷൻ എഴുതേണ്ടിവരുന്ന മൂന്നാം മാഷ് കോമൻ നായർ, ഭാര്യവീട്ടിൽ പോകാനാവും വരെ നേരം പോവാൻ നാമം ചൊല്ലുന്ന കാരണവന്മാർ, കാക്കിക്കുള്ളിൽ ഒളിപ്പിച്ചു പിടിച്ച മനുഷ്യത്വമുള്ള കോൺസ്റ്റബിൾ, ആരും വരാത്ത കുറിക്കല്യാണത്തിന്റെ ദുഃഖംപേറുന്ന അദ്ധ്യാപകൻ, അനംഗരംഗം നോക്കി രസിച്ചിരിക്കുന്ന ജന്മിനമ്പൂതിരി, ലാഭക്കച്ചവടം നടത്താൻ കമ്യൂണിസ്റ്റു മുദ്രകുത്തി അദ്ധ്യാപകരെ നടുറോഡിൽ കൊണ്ടെത്തിക്കുന്ന മാനേജർ എന്നിങ്ങനെ അത്യന്തവിചിത്രങ്ങളായ ഒട്ടേറെ മനുഷ്യരെയും ആ പരമ്പരയിൽ കണ്ടെത്താം. ശുദ്ധരിൽ ശുദ്ധരായ തനി നാടൻ മനുഷ്യരുടെ ചിത്രമെഴുതുന്നേടത്ത് ആ തൂലികയ്ക്ക് അനന്യസാധാരണമായ മികവ് കൈവരുന്നു. 'പാലൂല്യ, മതുരോംല്യ, പൊതീല്യ, ചൂതൂംല്യ' എന്ന് പറഞ്ഞ് ശർക്കരക്കഷ്ണം വായിലിട്ട് ചായ മൊത്തിക്കുടിക്കുമ്പോഴും 'ഞാതു പാകാൻ വൈകി'യതിൽ കുണ്ഠിതപ്പെടുന്ന കൊഞ്ഞൻ കുഞ്ഞുണ്ണിപ്പൊതുവാളിന്റെയും, ഏകാദശി നോൽക്കേണ്ടുന്ന ദിവസം ആട്ടിറച്ചി വെച്ചതിനാൽ മകനോടും മകളോടും പ്രതിഷേധിച്ചിറങ്ങിപ്പോരുന്ന ചെറോട്ടിയമ്മയുടെയും ഊണിനു നാലണ എന്നു കണ്ടുകേറി വിറ്റു കിട്ടിയതത്രയും ഹോട്ടലിൽ കൊടുത്തിറങ്ങിപ്പോരേണ്ടി വരുന്നു കുറ്റ്യാടിക്കാരൻ കുഞ്ഞമ്പുവിന്റെയും ദണ്ഡകാരണ്യത്തിൽ ചെന്ന ശൂർപ്പണഖയെപ്പോലെ ബാങ്കു കൗണ്ടർതോറും അച്ചാലും മുച്ചാലും നടക്കേണ്ടിവരുന്ന ലോനക്കുട്ടിയുടെയും കൃഷിയാപ്പീസിൽ അന്തംവിട്ടു നില്ക്കുന്ന കമ്മുക്കയുടെയും ചിത്രങ്ങൾ ആ മികവിന് മതിയായ മാതൃകകളാണ്. ചെകുത്താൻകൂടുപോലെ ജനവാസയോഗ്യമല്ലാതായിത്തീർന്ന ഒരു സമൂഹത്തിന്റെ സമഗ്രചിത്രം ഇവയിൽ നിന്നാകെ നമ്മുടെ മനസ്സിൽ രൂപപ്പെട്ടു വരുന്നു.

രാഷ്ട്രീയ ബഹുജനപ്രസ്ഥാനങ്ങളുടെ ഭാഗമായിത്തീരുന്ന മനുഷ്യരുടെ കഥകളാണ് ചെറുകാടിന്റെ കഥകളിൽ വലിയൊരു വിഭാഗം. അദ്ധ്യാപകനെയും കർഷകനെയും ഇടത്തരക്കാരനെയും ചുറ്റിപ്പറ്റിയുള്ളവയാണ് അത്തരം കഥകൾ. അവയിലൂടെ ആ കാലത്തെ രാഷ്ട്രീയവും സാമൂഹ്യവുമായ ഗതിവിഗതികളുടെ രൂപവും നമുക്കു മനസ്സിലാക്കാൻ കഴിയുന്നു. *പനങ്കഴു, ശിഷ്യസമ്പത്ത്, കണ്ടകശ്ശനി, ആബ്സെന്റ്, മുദ്രമോതിരം, കരിങ്കാലിച്ചി* എന്നിവ അദ്ധ്യാപകജീവിതത്തെ ആധാരമാക്കി ചെറുകാടെഴുതിയിട്ടുള്ള അതിശക്തങ്ങളായ കഥകളാണ്. വരുമാനം മാത്രമല്ല ചാരിത്ര്യംകൂടി നിലനില്പിനുവേണ്ടി അർപ്പിക്കേണ്ടിവരുന്ന ഒരു കാലമുണ്ടായിരുന്നു നമ്മുടെ അദ്ധ്യാപകലോകത്തിൽ. അതിനെതിരായി ഒരദ്ധ്യാപിക നടത്തുന്ന ചെറുത്തുനില്പും ഏല്ക്കേണ്ടിവരുന്ന പരുക്കുകളും അനാവരണം ചെയ്യുന്നു പനങ്കഴു. അതിലെ പരമേശ്വരയ്യർ മാറിയ പരിതസ്ഥിതിയിലും എവിടെയെല്ലാമോ വേഷംമാറി നടക്കുന്നുണ്ടിന്നും.

പക്ഷേ, അതിലെ ടീച്ചർ നാണിമിസ്ത്രസ്സിലേക്ക് വളർന്നു എന്നതാണ് ആശ്വാസകരം. ദാരിദ്ര്യത്തിൽനിന്ന് തെല്ലൊരാശ്വാസത്തിനുവേണ്ടി വിപുലമായ ശിഷ്യസമ്പത്തിനെ മനസ്സിൽ കണ്ടുകൊണ്ട് കുറിക്കല്യാണത്തിനേർപ്പാടു ചെയ്യുകയും അവസാനം ആരും വരാതെ ദുഃഖം താങ്ങി തളരുകയും ചെയ്യുന്ന അദ്ധ്യാപകനാണ് ശിഷ്യസമ്പത്തിൽ പ്രത്യക്ഷപ്പെടുന്നത്. ഈ ദൈന്യത്തെയാണ് ചെറുകാട് പിന്നീട് തന്റെ സുപ്രസിദ്ധനാടകങ്ങളിലൊന്നായ *അടിമ*യിലേക്കു വളർത്തിയത്. മാനേജർക്കിഷ്ടമുള്ളവരെ നിയമിക്കുകയും ഇഷ്ടമുള്ളപ്പോൾ പിരിച്ചുവിടുകയും ചെയ്യുന്ന ഒരവസ്ഥയുണ്ടായിരുന്നു. അദ്ധ്യാപകന്റെ സംഘടിതപ്രസ്ഥാനം ആരംഭിച്ച കാലത്തും കമ്യൂണിസ്റ്റുമുദ്രയെന്ന വരായുധം മാനേജർമാരെ ഇതിന് പ്രാപ്തരാക്കി. അങ്ങനെ നിരാലംബരാക്കിയ മനുഷ്യരുടെ കഥകളാണ് *കരിങ്കാലിച്ചി, മുദ്രമോതിരം, കണ്ടകശ്ശനി* എന്നിവ. ജീവിച്ചുമരിച്ചും, മരിച്ചുജീവിച്ചും അനേകങ്ങൾ രൂപപ്പെടുത്തി വളർത്തിയെടുത്ത വിപ്ലവപ്രസ്ഥാനത്തിന്റെ ഒരു സുപ്രധാനഘട്ടവും അതിൽ നമ്മുടെ അദ്ധ്യാപക പ്രസ്ഥാനം വഹിച്ച പങ്കും ചെറുകാടിനെ വളരെയധികം ഉത്തേജിപ്പിച്ചിരുന്നുവെന്ന് ഈ കഥകൾ വ്യക്തമാക്കുന്നു. അദ്ധ്യാപകനെ ചുറ്റിപ്പറ്റിയുള്ള കഥകളിലാണ് ചെറുകാടിലെ കഥാകൃത്ത് ഏറെ കരുത്തനാവുന്നത്. അദ്ധ്യാപക പ്രസ്ഥാനത്തിൽനിന്ന് തന്റെ പങ്കാളിത്തത്തിലൂടെ നേടിയ അനുഭവങ്ങളാണ് ആ കരുത്തിനു നിദാനം.

പദ്ധതിയെന്നും വികസനമെന്നുമൊക്കെപ്പറഞ്ഞ് നാട്ടിൽ നടപ്പാക്കിയതെന്തും ഇവിടത്തെ സാധാരണക്കാരനെ തൊടാതെ പോയ അനുഭവമാണല്ലോ നമുക്കുള്ളത്. ഭദ്രദീപം എന്ന ലഘുനാടകത്തിൽ ചെറുകാട് അതിന്റെ കാരണം വളരെ ധ്വന്യാത്മകമായി അവതരിപ്പിക്കുന്നുണ്ട്. ഏതാദൃശ്യപ്രവർത്തനങ്ങളിൽ അനുഭവവും വചനവും തമ്മിൽ എന്തുമാത്രം അകലമുണ്ടന്ന് സൂചിപ്പിക്കുന്നു *ബാങ്കുകുറി, നവീനകർഷകൻ, ഊണിനു നാലണമാത്രം* എന്നീ കഥകൾ. കേൾവിക്കു പൊന്നോലയും കാഴ്ചയ്ക്ക് കുരുത്തോലയുമായ അത്തരം അനുഭവങ്ങളുടെ കഥ പറയുമ്പോൾ ചെറുകാടിലെ ഫലിത രസികനായ എഴുത്തുകാരൻ പുറത്തുവരുന്നു. 120 രൂപയ്ക്കു വേണ്ടി 40 രൂപ ചെലവാക്കി കാലിലെ തൊലി തേഞ്ഞു. അധികാരികളുടെ സിമന്റു ചാക്കു ചുമന്നു. അവസാനം കിട്ടിയതോ "വിത്തു വൈക്കോലു നെല്ല്! മൂന്നിലൊന്നുമി! വളം പൊള്ളാച്ചി! കിട്ടിയതിലധികം രൂപ കാണാച്ചെലവ്! വരുന്നൂ *നവീന കർഷകൻ* മാസിക! ഒന്നല്ല രണ്ടെണ്ണം!" കമ്മുക്കയുടെ ഈ അനുഭവം വിവരിക്കുന്നതിലൂടെ വികസനമെന്നും സഹായമെന്നും പറഞ്ഞ് നാട്ടിൽ നടക്കുന്ന വെളുത്തതും പച്ചച്ചതുമായ വിപ്ലവങ്ങളുടെ ആഭാസത്തരം കഥാകൃത്ത് തുറന്നുകാട്ടുന്നു. പാവപ്പെട്ടവരുടെ ചിരകാലമോഹങ്ങൾ അന്തംവിട്ടു നില്ക്കുന്ന ചിത്രമാണ് *ബാങ്കുകുറി*യിൽ 'കുറിക്കു ജാമ്യം കൊച്ചി രാജാവേ?' എന്നു ചിരിപ്പിക്കുന്ന അമ്പരപ്പിൽ ചെന്നെത്തുന്നു ആ കഥയുടെ അന്ത്യം. ഊണിന് നാലണ എന്ന ബോർഡുകണ്ട് ഉണ്ണാൻ ചെന്നു. കൈയിലുള്ളതത്രയും

ഇറങ്ങിപ്പോരുമ്പോൾ കൊടുക്കേണ്ടിയും വന്നു. ഒരു ശുദ്ധനാട്ടിൻപുറത്തുകാരന്റെ സ്വഭാവിക ചിത്രം എന്ന പ്രത്യേകതയ്ക്കു പുറമേ ആദർശ പ്രഖ്യാപനങ്ങൾക്കുമല്ലാതെ മറ്റൊന്നിനും വിലക്കുറവനുഭവപ്പെടാത്ത ഒരു വ്യവസ്ഥയുടെ ചിത്രംകൂടി അതിലുണ്ട്. ചൂഷണം മാന്യതയാക്കി മാറ്റിയ സമൂഹത്തിൽ ഇത്തിക്കണ്ണികളും വളരെയുണ്ട്. അവരുടെ ഉപജാപങ്ങളുടെ ഒരു ലഘുപതിപ്പാണ് *നാലിലൊന്ന്* എന്ന കഥയിലെ പ്രമേയം. ജോത്സ്യന് പ്രസിദ്ധിയുണ്ടാകാൻ മാല ഒളിപ്പിച്ചു വെക്കുന്ന കുട്ടൻപിള്ളയുടെ കഥ പല വിശ്വാസങ്ങളുടെയും തലക്കിട്ടുകൊട്ടുന്നുമുണ്ട്.

മാമൂലുകളിലും പാരമ്പര്യങ്ങളിലും മുറുകെപ്പിടിച്ച് അന്ധവിശ്വാസങ്ങളുടെ അടിമകളായി ഗതികെട്ടുപോയ മനുഷ്യൻ നാട്ടിൻപുറത്ത് നമുക്കിന്നും ഏറെ പരിചയമുള്ള ഒന്നാണ്. കാലത്തിനൊപ്പം വളരാനാവാതെ പീഡിതസംഘമായി മാറിയ ഒരു വിഭാഗം മനുഷ്യരാണവർ. അന്യന്റേത് ഉണ്ട് ശീലിച്ചതുകൊണ്ടുമാത്രം ഉണ്ടായതാണ് അവരുടെ നിസ്വത. ഭാര്യ പണിക്കു പോകുന്നത് അപമാനമായി കരുതി നാടുവിടുന്ന *അഭിമാനം* എന്ന കഥയിലെ ഭർത്താവ് അത്തരം മനുഷ്യരുടെ പ്രതിനിധിയാണ്. ചാക്കുസഞ്ചിയിലെ 'ചെറോട്ടിയമ്മ'ക്ക് മാറിയ കാലത്തിനനുസരിച്ച് മാറ്റാത്ത വിശ്വാസ്യങ്ങളുമായി കഴിയുന്നവരുടെ പ്രാതിനിദ്ധ്യമാണ് ഉള്ളത്. മകന്റെ വീടായ കൈലാസത്തിൽനിന്നും മകളുടെ വീടായ ദ്വാരകയിൽനിന്നും അവരെ ഇറങ്ങിപ്പോരാൻ പ്രേരിപ്പിച്ചത് ആചാരങ്ങളെ അനുസരിച്ചില്ല എന്നതാണ്. അവസാനം അഭയം അന്വേഷിച്ച് ആൽത്തറയിലിരിക്കുന്ന ചെറോട്ടിയമ്മയോട് "കൈലാസത്തിലേക്കോ ദ്വാരകയിലേക്കോ മടങ്ങിപ്പോകൂ; അല്ലെങ്കിൽ ആ കിണറ്റിൽ ചാടി ചാവ്" എന്നുപദേശിച്ചുകൊണ്ടാണ് *ചാക്കുസഞ്ചി* എന്ന കഥ അവസാനിക്കുന്നത്. മൗഢ്യം മുറ്റിയ യാഥാസ്ഥിതികത്വത്തോട് ചെറുകാടിനു പറയാനുള്ളതും മറ്റൊന്നല്ല.

ചെറുകാടിന്റെ കൃതികളിലാകെ നിറഞ്ഞുകാണാറുള്ള പ്രചരണാംശം ഒഴിച്ചുനിർത്തി രചിക്കപ്പെട്ട രണ്ടു കഥകളാണ് *സംശയച്ഛായയും ചൂട്ടൻ മൂരിയും.* കുട്ടിക്ക് അച്ഛന്റെ ഛായയാണ് എന്ന് ഭാര്യയുടെ അമ്മ ആവർത്തിച്ചു പറഞ്ഞപ്പോൾ കുട്ടി തന്റേതുതന്നെയല്ലേ എന്ന സംശയത്തിന്റെ അടിമയായിത്തീരുന്ന ഭർത്താവാണ് ആദ്യത്തെ കഥയിൽ. ഇത്തരം ഞരമ്പുരോഗികളും അവർ സൃഷ്ടിക്കുന്ന ദുരന്തങ്ങളും ഈ കഥ വായിക്കെ നാം ഓർത്തുപോവും. മനുഷ്യസാധാരണമായ ജൈവവികാരങ്ങളും അതൃപ്തമോഹങ്ങളും കയറുപൊട്ടിച്ചോടുന്ന സ്ഫോടകമായൊരു കഥയാണ്, *ചൂട്ടൻ മൂരി.* അതിലെ കുഞ്ഞുണ്ണിപ്പൊതുവാൾ ചെറുകാടിന്റെ കഥാലോകത്തിലെ ഏറ്റവും ശ്രദ്ധേയനായ കഥാപാത്രമാണ്.

ശുദ്ധരിൽ ശുദ്ധരായ നാട്ടിൻപുറത്തുകാരന്റെ വാശിയും ദുഃഖവും എല്ലാം അനുഭൂതിമധുരങ്ങളായി ആവിഷ്കരിക്കുന്ന കഥകൾ വേറെയുമുണ്ട്. കൂട്ടുകുടുംബത്തിന്റെ അനിവാര്യമായ തകർച്ചയെ അഭിമുഖീകരിക്കേണ്ടിവരുന്ന മനുഷ്യരുടെ കഥകളും ചെറുകാടിന്റെ ചെറുകഥകളിൽ

പലപ്പോഴും പ്രമേയമാണ്. ആ വകുപ്പിൽപ്പെടുന്ന രണ്ടുകഥകളാണ് *ധർമ്മ സങ്കടവും* *സിംഹിക*യും. ഒരു മുറി തുണിയുടെയും കുറച്ചെണ്ണയുടെയും ലാഭത്തിന് കുടുംബക്കാർക്ക് വഴിമാറിക്കൊടുത്ത് രണ്ടാം വിവാഹത്തിന് തയ്യാറാവുന്ന മാധവിയാണ് ധർമ്മസങ്കടത്തിലെ മുഖ്യകഥാപാത്രം. വീട്ടു വേലകൾ ചെയ്യാനും ഗോപാലനെ സ്നേഹിക്കുവാനുമാണ് ജീവിതമെന്നു വിശ്വസിച്ചിരുന്ന അവൾക്കു മരിച്ചുപോയെന്നു കരുതിയ ഗോപാലന്റെ തിരിച്ചുവരവുണ്ടാക്കുന്ന ധർമ്മസങ്കടം വായനക്കാരന്റെ മനസ്സിൽ വലി യൊരസ്വസ്ഥതയായി പടരുന്നു. ഇതൊരു ദൈന്യചിത്രമാണെങ്കിൽ ചെറു കാടിന്റെ സ്ത്രീ സങ്കല്പമാതൃകയിൽ സൃഷ്ടിക്കപ്പെട്ട സ്ത്രീയുടെ കഥ യാണ് *സിംഹിക* 'അഞ്ചെട്ടു കൊല്ലമായി നാലു കച്ച തികച്ചെനിക്കു തന്നി ല്ല. ഇതെനിക്കാണ്." എന്നു പറഞ്ഞുകൊണ്ട് ഭർത്താവിന്റെ രണ്ടാം വിവാ ഹപ്പന്തലിൽനിന്ന് പുടവയെടുത്തോടുന്ന പാറുക്കുട്ടിയാണിതിലെ സിംഹി ക. *കുറ്റക്കാരി, തീരാത്ത സംശയം* എന്നീ രണ്ടു കഥകളും ഇതോടൊപ്പം ചേർത്ത് ചിന്തിക്കേണ്ടവയാണ്. രണ്ടും പ്രേമകഥകളാണ്. *കുറ്റക്കാരി* യിലെ മിനി വിജാതീയനായ കാമുകനെ സ്വീകരിക്കേണ്ടി വരുമ്പോൾ ധർമ്മസങ്കടത്തിൽ പെടുന്നവളാണ്. 'തീരാത്ത സംശയത്തിലെ ദേവ യാനി വള്ളിച്ചാനും വട്ടേക്കാടനും തമ്മിൽ എങ്ങനെ ചേരും എന്ന് ചിന്തിച്ച് കൊമ്പുമാറിപ്പിടിക്കുന്നവളും. ഒരു ചെറിയ സാമൂഹ്യമാറ്റത്തിന്റെ ഭാഗ ത്തെത്തുമ്പോൾ മദ്ധ്യവർത്തിയുടെ രണ്ടു നിലപാടുകളാണിവ. മിനി ക്കൊന്നേ പ്രശ്നമുള്ളൂ. മതത്തോടോ മനഃസ്സാക്ഷിയോടോ യുദ്ധം പ്രഖ്യാ പിക്കേണ്ടതെന്ന്. ഏതായാലും അവൾ മതത്തോടുതന്നെ യുദ്ധം പ്രഖ്യാ പിക്കുന്നു.

ജന്മിത്തത്തിന്റെ ഭള്ളും ഭോഷ്കും ചെറുകാടിന്റെ കൃതികളിൽ പല പ്പോഴും കാണാം. അത്തരം ചിത്രങ്ങളിൽ തന്റേതായ കറുത്ത ചായം തെല്ലും ചേർക്കാതെയും നന്മകളെ മറച്ചുപിടിക്കാതെയുമാണ്. ചെറുകാ ടാവിഷ്കരിക്കുന്നത്. അത്തരം ചിത്രങ്ങൾ മൊത്തത്തിലുണ്ടാകുന്ന ഇഫക്ട് ആ ജന്മിത്തം മാറേണ്ടതും മാറ്റേണ്ടതുമാണെന്ന അവബോധ മാണുതാനും. ചെറുകഥകളുടെ കൂട്ടത്തിൽ ഈവിധമുള്ള ചിത്രീകരണ ത്തിനു മാതൃകയാണ് *നേരമ്പോക്ക്* എന്ന കഥ.

കുഞ്ചൻനമ്പ്യാരുടെ അകന്നൊരു അനിയൻ എന്നു വിശേഷിപ്പി ക്കാവുന്ന നർമ്മബോധം ചെറുകാടിൽ പ്രകടമായിരുന്നു. കവിതയിലും കഥയിലുമെല്ലാം ചിരിയുടെ ഒരു തരിയെങ്കിലും ഒളിപ്പിച്ചുവെച്ചിരിക്കും. ചിലപ്പോഴതു ക്രൂരമായ പരിഹാസമാവാറുണ്ട്. സാധാരണക്കാർക്ക് പറ്റുന്ന വ്യാമോഹങ്ങളുടെ തകർച്ചയിലും അമളിയിലും ചെറുകാട് ചിരിക്കാറു ണ്ട്. സ്വന്തം അനിയനായാലും പഴത്തൊലി ചവിട്ടി മറിഞ്ഞുവീഴുമ്പോ ഴത്തെ ജ്യേഷ്ഠന്റെ ചിരിയായിരിക്കും അത്. അടപ്പൻകൊണ്ട് ഏറുകൊണ്ട് നെറ്റി പൊട്ടിയ രാരിച്ചനെയും കൃഷിയാപ്പീസിലെ കമ്മുക്കയെയും ബാങ്കു കുറിയിലെ ലോനക്കുട്ടിയെയും നോക്കിയുള്ള ചിരി ആ വിധത്തി ലുള്ളതത്രെ.

ചില പൊടിക്കൈകളായ പ്രയോഗങ്ങൾകൊണ്ട് കഥയുടെയും കഥാപാത്രങ്ങളുടെയും അന്തരീക്ഷമാകെ അനുഭവവേദ്യമാക്കാനുള്ള വൈദഗ്ദ്ധ്യം ചെറുകാടിനുണ്ട്. *ചാക്കുസഞ്ചി*യിലെ ചെറോട്ടിയമ്മയുടെ "വേണ്ടേ പത്മനാഭൻ!" എന്ന വ്യാകരണമുറയ്ക്കുള്ള ചോദ്യവും സംശയച്ഛായയിലെ സുകുമാരന്റെ മുറിക്കകത്തെ കറക്കംകൊണ്ട് 'ചീന്തൽശീലകിട്ടീലേ' എന്ന ഭാര്യയുടെ വാക്കുകളും കടക്കമ്പി ചക്കിൽനിന്ന് മുള്ളൻപന്നിയുടെ എതിർപ്പുകാട്ടുമ്പോൾ ഹൃദയം ചതയുകയും ചൊറിയുകയും ചെയ്യുന്ന *ആബ്സെന്റി*ലെ കോമൻനായരുടെ അവസ്ഥയുമൊക്കെ അതിനുദാഹരിക്കാം.

മൊത്തത്തിൽ ചെറുകാടിന്റെ മറ്റു കൃതികളുടെയാകെ സവിശേഷതകൾ അദ്ദേഹത്തിന്റെ ചെറുകഥകൾക്കുമുണ്ടായിരുന്നു. മുന്നിട്ടു നിന്നിരുന്ന പ്രചരണാംശം കഥകളുടെ ചരിത്രപരമായ ശക്തിയെ വർദ്ധിപ്പിച്ചതോടൊപ്പം അതിന്റേതായ ചില മോശത്തരങ്ങൾ ഉണ്ടാക്കുകയും ചെയ്തു. എന്നാൽ വളരെ സാധാരണമായ സന്ദർഭങ്ങളിൽനിന്ന് കഥ വളർത്തിക്കൊണ്ടുവരാനുള്ള ചെറുകാടിന്റെ കഴിവ് കൗതുകകരമാണ്. എന്നും തന്റെ ആദർശങ്ങൾക്ക് എതിരുനില്ക്കുന്നവരെ ശുണ്ഠിപിടിപ്പിക്കുന്ന കുസൃതിത്തരം ചെറുകാടിന്റെ കഥകളിലും കണ്ടെത്തുന്നു. നാടകവും നോവലുമെന്നപോലെ സ്വാഭാവികവും അനിവാര്യവുമായ തകർച്ചയെ അഭിമുഖീകരിക്കുന്ന വർഗ്ഗങ്ങളെയും ബന്ധങ്ങളെയും ചെറുകഥകളിലൂടെയും ചെറുകാട് കാട്ടിത്തരുന്നു. ചരിത്രത്തിന്റെ സ്വാഭാവികവിധി സ്വീകരിക്കുന്നു എന്ന മനോഭാവത്തോടെയാണവയെ കഥാകൃത്തെപ്പോഴും സമീപിക്കുന്നത്.

തന്റെ കാലത്തിലും ജനതയിലും ഊന്നിനിന്നുകൊണ്ട് സർവ്വകാലത്തിലേക്കും ജനതയിലേക്കും വളർന്നെത്താനുള്ള സാഹിത്യസംരംഭത്തിന്റെ ഭാഗമായിരുന്നു ചെറുകാടിന്റെ ചെറുകഥകളും. താൻ ആവിഷ്കരിച്ച ജീവിതത്തിന്റെയും മനുഷ്യരുടെയും എന്നപോലെ ആ ചെറുകഥകളുടെയും സൗന്ദര്യം പരുക്കനായിരുന്നു. അഥവാ ആ കഥകളെ സുന്ദരം എന്നു വിളിക്കുന്നതിനേക്കാൾ, തീക്ഷ്ണം എന്നു വിശേഷിപ്പിക്കുന്നതാവും ശരി. പട്ടിയെ പട്ടി എന്നു വിളിക്കാനുള്ള ധിക്കാരവും പനിനീരിനെ പനിനീരായി നെഞ്ചേറ്റാനുള്ള ഹൃദയാലുത്വവും ചെറുകഥാകൃത്തായ ചെറുകാടിൽ നാം ദർശിക്കുന്നു.

ചെറുകാടിന്റെ ചെറുകഥകൾ

വത്സല

എന്റെ തറവാട്ടിൽ ഒരു അദ്ധ്യാപകനുണ്ട്. അദ്ദേഹം യുവാവായിരുന്നപ്പോൾ ഒരുനാൾ പൊടുന്നനെ സ്കൂളിൽ പോകാതായി. പകരം നാടകങ്ങളെഴുതി. സ്വയം അഭിനയിച്ചു. അഭിനയിപ്പിച്ചു. വീട്ടിലെ തുണിയലമാരകളുടെ അടിയിൽ സ്ത്രീകൾ ഭദ്രമായി സൂക്ഷിച്ചിരുന്ന പട്ടുസാരികൾപോലും എടുത്തുകൊണ്ടുപോയി. സ്ഥലത്തെ പാറക്കുന്നിൻചെരിവിൽ സ്റ്റേജുകളുണ്ടാക്കി അലങ്കരിച്ചു. ഗ്രാമീണർ ഇടയ്ക്കിടെ നാടകം കണ്ട് ആനന്ദിച്ചു. നാടകങ്ങൾ നാട്ടിൻപുറത്തെ തിറകളെക്കാളും കനലാട്ടങ്ങളെക്കാളും ഗംഭീരമാണെന്ന് അവർ തലകുലുക്കി സമ്മതിച്ചു.

നാടകങ്ങളുടെ അരങ്ങേറ്റം കഴിഞ്ഞാലും മേൽപ്പറഞ്ഞ ദേഹം ജോലിത്തിരക്കിലായിരുന്നു. ഉറക്കമൊഴിച്ചുള്ള ജോലി. അകം നിറയെ പുസ്തകങ്ങൾ, കടലാസുകൾ, ഇടയ്ക്കിടെ കയറിവരുന്ന അപരിചിതർ!

ഒരു കുട്ടിയായിരുന്ന എനിക്ക് അന്നൊന്നും മനസ്സിലായിരുന്നില്ല. സ്കൂളിലെ ജോലി ഉപേക്ഷിച്ച് അദ്ദേഹം കരിതുപ്പുന്ന ഒരു ബസിലെ ടിക്കറ്റ് ചെക്കറുടെ ജോലിയും പുസ്തകവായനയും നാടകവും പ്രസംഗവുമൊക്കെ ഏറ്റെടുത്തതെന്തുകൊണ്ടാണ് എന്ന് പിടികിട്ടുമായിരുന്നില്ല.

മുത്തശ്ശി പറഞ്ഞു: "ഗവൺമെന്റ് കൊണ്ടുപോയി, പരീക്ഷ ജയിച്ച കടലാസുകളെല്ലാം."

അദ്ദേഹം കണ്ടിട്ടില്ലാത്ത ഗ്രാമമൂലകളോ അദ്ദേഹം അറിയാത്ത ഗ്രാമീണരോ ഞങ്ങളുടെ ദേശത്തില്ല. ചെറുകാടിന്റെ കഥാപാത്രങ്ങളിൽ പ്രധാനിയാണ് അദ്ദേഹമെന്ന് പല വർഷങ്ങൾക്കുശേഷമാണ് ഞാൻ മനസ്സിലാക്കുന്നത്.

അദ്ധ്യാപകവർഗ്ഗത്തെക്കുറിച്ച് ഇത്രയധികം എഴുതിയിട്ടുള്ള മറ്റൊരു സാഹിത്യകാരൻ ഇല്ലെന്നു തോന്നുന്നു.

"രണ്ടു കോഴികളെ പിടിച്ചറക്കാൻ തയ്യാറായ കശാപ്പുകാരൻ തന്റെ കോഴിക്കൂടിന്റെ അടുത്തുചെല്ലുമ്പോലെ മാധവനെഴുത്തച്ഛൻ സ്കൂൾവരാന്തയിൽ ചെന്നു..." ചെറുകാട് ഒരു സ്കൂൾ മാനേജരെ അവതരിപ്പിക്കുകയാണ്.

കാണുന്ന സത്യങ്ങൾ

'പഠിപ്പിക്കൽ അന്നൊരു ജോലി ആയിരുന്നില്ല.' ചെറുകാട് മറ്റൊരു കഥയിലൂടെ മദ്ധ്യവർത്തി സമുദായത്തിന്റെ കർത്തവ്യബോധം ഇല്ലായ്മകയെക്കുറിച്ച് പറയുന്നു. "അക്കാലത്ത് അദ്ധ്യാപകരാരും ഒരാവലാതിയും പറഞ്ഞിരുന്നില്ല. അവർ ഇടത്തരക്കാരുടെ കുടുംബത്തിൽനിന്നു വന്നവരാണ്. യാതൊരു പണിയുമില്ലാതെ വീട്ടിൽ ഇരിക്കുമ്പോൾ, ഒരു കുപ്പായവുമിട്ട്, അടുത്തുള്ള സ്കൂളിലെ കസാലയിൽ ചെന്നിരുന്ന്, ററ, ര, ത എന്നു പറഞ്ഞുകൊടുത്ത്, കുട്ടികളെ പഠിപ്പിക്കുന്ന കാര്യത്തിൽ അവർക്ക് വലിയൊരു വിഷമമൊന്നും ഉണ്ടായിരുന്നില്ല. മാസത്തിൽ രണ്ടോ നാലോ, അഞ്ചോ പത്തോ ഉറുപ്പികക്കണക്കിൽ കൊല്ലത്തിലൊന്നിച്ചു ഗ്രാന്റു കിട്ടുമ്പോൾ ഒരു ചെറിയ സംഖ്യ കിട്ടും. അതുകൊണ്ട് ചായ കുടിക്കാം. ഇഷ്ടമുള്ള തുണിയെടുത്ത് ഉടുപ്പുകളുണ്ടാക്കാം. ഇടത്തരക്കാരുടെ ഇടയിൽനിന്നു വന്ന അഭ്യസ്തവിദ്യർക്ക് അതൊരു ഉപകാരമായി..."

"ചീത്തമരം പണിക്കുകിട്ടിയ ഒരാശാരിയെപ്പോലെ ഉന്മേഷമില്ലാത്ത കുട്ടികളെ പഠിപ്പിക്കാൻ അവർ വിഷമിക്കുന്നു..."

കാണുന്ന സത്യങ്ങളെ മറച്ചുവച്ച് കാണപ്പെടാത്ത സത്യം തേടുന്ന ആധുനികകഥാകൃത്തുക്കളുടേതിൽനിന്ന്, നേർവിപരീതമാണ് ചെറുകാടിന്റെ സമീപനം.

പഞ്ചശീലങ്ങൾ

മറ്റു പല സംഗതികളും ചെറുകാടിനെ സമകാലികരായ കഥാകൃത്തുക്കളിൽനിന്നും ഒറ്റപ്പെടുത്തുന്നു.

ഒന്ന്, അദ്ദേഹം തന്റെ സ്വന്തം ഗ്രാമത്തിൽ ഗ്രാമീണർക്കൊപ്പം അവരിലൊരാളായി ജീവിച്ചു.

രണ്ട്, പുതിയ അറിവിന്റെ ചക്രവാളങ്ങൾ അദ്ദേഹത്തെ തന്റെ സഹജീവികളിൽനിന്ന് അകറ്റിയില്ല. അകന്നുനിന്ന് സഹതാപത്തിന്റെ മുതലക്കണ്ണീരൊഴുക്കുന്നതിനുപകരം, അടുത്തുനിന്ന് അവരുടെ ഓരോ ഹൃദയസ്പന്ദനവും അദ്ദേഹം കേട്ടറിഞ്ഞു. അനുഭവിച്ചതേ പറയൂ എന്ന് ചെറുകാടിന് നിർബ്ബന്ധമുണ്ടായിരുന്നു.

മൂന്ന്, തനിക്കു ബോദ്ധ്യമായൊരു ജീവിതദർശനത്തെ ആദ്യംമുതൽ അവസാനംവരെ ചെറുകാട് മുറുകെപ്പിടിച്ചു.

നാല്, താനെന്തു പറയുന്നു, എഴുതുന്നു എന്നു ചിന്തിക്കാനല്ലാതെ

തന്നെക്കൊണ്ടെന്തുപറയുന്നു, ചിന്തിക്കുന്നു എന്ന് ആരായുന്നതിന് നേരമില്ലാത്ത കർത്തവ്യബദ്ധനായ ഒരു എഴുത്തുകാരനായിരുന്നു അദ്ദേഹം.

അഞ്ച്, എഴുത്തുകാരൻ സർവ്വതന്ത്രസ്വതന്ത്രനെന്ന് സ്വയം പ്രഖ്യാപിക്കുകയും എസ്റ്റാബ്ലിഷ്മെന്റിന്റെ എല്ലാ ആനുകൂല്യങ്ങളും അനുഗ്രഹാശിസ്സുകളും പിൻവാതിലിൽക്കൂടി സ്വന്തമാക്കുകയും ചെയ്യുന്ന മറ്റു പലർക്കും വിപരീതമായി ചെറുകാട്, താൻ സർവ്വതന്ത്രസ്വതന്ത്രനല്ല, സമുദായത്തിലെ ഒരംഗമാണ് എന്ന് വിനീതമായി ആവർത്തിച്ചു പറയുകയും സമുദായത്തിന്റെ സഞ്ചിതനിക്ഷേപമായ എസ്റ്റാബ്ലിഷ്മെന്റുകളെ മുഖത്തുനോക്കി വിമർശിക്കുകയുംചെയ്തു.

അവസാനമായി ഒന്നുകൂടി: കാക്കപ്പൊന്നിനെ തനിത്തങ്കവും കുഴിയാനയെ ഗജവീരനുമാക്കുന്ന ആധുനിക ജേർണലിസത്തിന്റെ ജാലവിദ്യകളൊന്നും ചെറുകാടിന് സഹായത്തിനുണ്ടായിരുന്നില്ല.

അദ്ദേഹത്തിന്റെ മാറ്ററുരക്കല്ല് തന്റെ മനഃസാക്ഷിയായിരുന്നു.

കല കലയ്ക്കുവേണ്ടിയോ, കല ജീവിതത്തിനുവേണ്ടിയോ എന്ന് വല്ല സിദ്ധാന്തവാദികളും തറപ്പിച്ചു ചോദിക്കുമ്പോൾ ചെറുകാടിന്റെ മറുചോദ്യം ഇതാവുമായിരുന്നു: താനെന്തിനു ശ്വസിക്കുന്നു? എന്തിനു ഊണുകഴിക്കുന്നു? എന്തിനു ചിരിക്കുന്നു? കരയുന്നു?

ഒരു മനുഷ്യൻ തത്ത്വത്തിനൊപ്പിച്ചല്ലല്ലോ ഇതൊക്കെ ചെയ്യുന്നത്. സാഹിത്യ തത്ത്വചിന്തകളൊന്നും ചെറുകാടിന് പ്രശ്നമല്ലായിരുന്നു.

ഗ്രാമതലം

ചെറുകാടിന്റെ ചെറുകഥകളിലൂടെ ഒരു പര്യവേക്ഷണം നടത്തുക പ്രയാസമേറിയൊരു കാര്യമല്ല. ഭാഷ ആശയവിനിമയോപാധിയാണ് എന്നു വിശ്വസിക്കുകയും അതിനുമാത്രമുള്ളതാണ് എന്ന് തെളിയിക്കുകയും ചെയ്തു, ഈ കഥാകൃത്ത്. കലകൾ സാധാരണ മനുഷ്യന് അപ്രാപ്യമായൊരു ദന്തഗോപുരത്തിലായിരിക്കരുത് എന്ന് ശഠിച്ചു. ആ കഥാലോകം ആർക്കും, ശത്രുക്കൾക്കുപോലും, പ്രാപ്യമായ ഗ്രാമീണ ഭവനമാണ്. പ്രകൃതിനല്കുന്ന വിഭവങ്ങൾ സ്വാഭാവികമായ കയ്പ്പോടെ, എരിവോടെ, മാധുര്യത്തോടെ അവിടെ സുലഭമാണ്.

പട്ടിണികൊണ്ട് നരകിക്കുമ്പോൾ, 'ഒരു കുറിക്കല്യാണം' കഴിച്ചാലോ എന്നു ചിന്തിക്കുന്ന നാണുമാസ്റ്ററും തന്റെ കുഞ്ഞിന്റെ മുഖത്ത് അയൽക്കാരായ എല്ലാ പുരുഷന്മാരുടെയും മുഖച്ഛായ ദർശിക്കുന്ന മനോരോഗിയായ ഭർത്താവും പെണ്ണുപിറന്നപ്പോൾ ചിട്ടിയിൽ ചേരാൻ കഷ്ടപ്പെടുന്ന ലോനക്കുട്ടിയും തടവുകാരന്റെ കുഞ്ഞിന് മധുരനാരങ്ങ മേടിച്ചുകൊടുക്കുന്ന പരുക്കൻ കുപ്പായത്തിനുള്ളിലെ പൊലീസുകാരനും വാടകവീട് ചെകുത്താൻകൂടെന്നു കരുതി അയൽക്കാരനെ അന്തിക്കൂട്ടിനു വിളിച്ചിരുത്തുന്ന ഉദ്യോഗസ്ഥനും കുടുംബവും പൂരത്തിനുപോയി കിളിപ്പാട്ടവും നഗ്നചിത്രങ്ങളും മേടിച്ചുകൊണ്ടുവന്ന് രാവും പകലും മറക്കുന്ന ജന്മിയും ദുരിതാശ്വാസത്തിനപേക്ഷിച്ചു കച്ചേരിപ്പടിക്കൽ കാത്തി

രിക്കുന്ന മമ്മതുകാക്കയുമെല്ലാം ജീവിതത്തിന്റെ പലതലങ്ങളെ പ്രതിനിധാനം ചെയ്യുന്നവരാണ്.

ചെറുകാടിന്റെ കഥാപ്രപഞ്ചം ഒരു വള്ളുവനാടൻ ഗ്രാമത്തിൽ ഒതുങ്ങി നില്ക്കുന്നു. കഥാപാത്രങ്ങൾ അദ്ധ്യാപകരിലും ഗ്രാമീണകർഷകരിലും എന്ന് ഒറ്റനോട്ടത്തിൽ തോന്നാമെങ്കിലും ജീവിതത്തിന്റെ ആഴങ്ങളിലേക്കിറങ്ങുന്നതിൽ ചെറുകാട് കാണിക്കുന്ന മെയ്യായം മറ്റധികം പേർക്ക് ഇല്ലാത്തതാണ്.

തന്റെ പാണ്ഡിത്യം കാണിക്കാനുള്ള ഒരു കളരിയായി അദ്ദേഹം കഥാരചനയെ കാണുന്നില്ല. ഗ്രാമീണ ജീവിതത്തിന്റെ മണ്ണും വിയർപ്പും കൂട്ടിക്കുഴച്ച് മെനഞ്ഞെടുത്ത ശൈലി ചെറുകാടിന്റേതു മാത്രമാണ്.

ശുഭാപ്തി വിശ്വാസം

അന്ധവിശ്വാസങ്ങൾ തുടങ്ങി, വിപ്ലവാദർശങ്ങൾ വരെ ഉൾക്കൊണ്ട ഗ്രാമീണരുടെ ജീവിതചിന്തകൾ ഇവിടെ കാണാം. ഇവ എങ്ങനെ പൊരുത്തപ്പെട്ടുപോകുന്നു എന്നത് അത്ഭുതകരമാണ്.

കണ്ടകശ്ശനി മൂത്തതുകൊണ്ടാണ് തനിക്കു പോലീസ് മർദ്ദനവും തൊഴിലില്ലായ്മവും പട്ടിണിയും അനുഭവിക്കേണ്ടിവന്നത് എന്നുറച്ചു വിശ്വസിക്കുന്ന നാട്ടിൻപുറത്തെ പ്രൈമറി സ്കൂളദ്ധ്യാപകൻ പതിനെട്ടുനാഴിക ദൂരംനടന്ന് പ്രശ്നം വയ്പിക്കുന്നു. അയാൾക്ക് ഒന്നേ അറിയേണ്ടു. ഈ നരകയാതന എന്നുതീരും? പിന്നെയും പത്തൊമ്പതുകൊല്ലം. പത്തൊമ്പതുവർഷം നരകിച്ച്, വീണ്ടും ജോലി തിരിച്ചുകിട്ടി, സുഖമായി ജീവിക്കാനാഗ്രഹിക്കുന്ന സാധാരണക്കാരനായ മനുഷ്യന്റെ ജീവിതത്തെക്കുറിച്ചുള്ള ശുഭാപ്തിവിശ്വാസമാണ്, ചെറുകാടിന് താൻ നിരന്തരം അടരാടിക്കൊണ്ടിരുന്നത് ഏതു സാമൂഹ്യവ്യവസ്ഥയ്ക്കു വേണ്ടിയാണോ, അതിന്റെ പേരിലുണ്ടായിരുന്നത്.

ദിനംപ്രതി പതിനാലായിരംപേർ പട്ടിണികൊണ്ടുമാത്രം ചത്തൊടുങ്ങുന്ന ഈ ലോകത്തിന്റെ മൂലയിലിരുന്ന് നാം മരണപ്പെട്ട ഒരു ഗജവീരന് പതിനാറടിയന്തിരം ആഘോഷിക്കാൻ തിടുക്കം കാട്ടുന്നതിന്റെ പൊരുൾ അറിയാനായിരുന്നു ചെറുകാടിന്റെ ശ്രമം. ജീവിതത്തിന്റെ അർത്ഥശൂന്യതയുടെ അടിസ്ഥാനശില കണ്ടെത്തുന്നതിൽ അദ്ദേഹം തല്പരനായിരുന്നില്ല.

പരുക്കൻ ജീവിതത്തിന്റെ വിള്ളലുകളിലേക്ക് ചോർന്നുകടന്ന് അവിടെ പതിഞ്ഞുകിടക്കുന്ന നർമ്മരസത്തിന്റെ കുപ്പിച്ചില്ലുകൾ പെറുക്കിയെടുക്കാൻ ചെറുകാടു കാണിച്ച സൂക്ഷ്മനിരീക്ഷണപാടവം കഥകൾക്ക് അസാധാരണമായ സ്വാരസ്യം നല്കുന്നതു കാണാം. അതിനുദാഹരണമാണ് *കാളിയമർദ്ദനം*. നമ്മെ സംബന്ധിച്ചിടത്തോളം അന്നത്തെ കാളിയൻ ഇന്ന് വംശപരമ്പരവർദ്ധിപ്പിച്ച് സാമൂഹ്യജീവിതത്തെ ആകമാനം വിഷമയമാക്കിയിരിക്കയാണ്. ഉദ്യോഗസ്ഥമേധാവിത്വം കയറിവരാൻ തുടങ്ങിയിട്ടേ ഉണ്ടായിരുന്നുള്ളൂ അന്ന് കാർഷികമണ്ഡലത്തിലേക്ക്.

നവീനകർഷകൻ വായിക്കുമ്പോൾ കഥാകൃത്ത് എത്ര ക്രാന്തദർശിയായിരുന്നു എന്ന് നാം അത്ഭുതപ്പെട്ടുപോകും. ഋണാശ്വാസം ലഭിക്കാൻ എഴുത്തറിഞ്ഞുകൂടാത്തവർ ഗവൺമെന്റ് പ്രസിദ്ധീകരിക്കുന്ന മാസികയ്ക്ക് വരിക്കാരാവണം, എന്നല്ലേ അന്ന് ബന്ധപ്പെട്ട ഉദ്യോഗസ്ഥൻ ശഠിച്ചുള്ളൂ. അന്ന് ആപ്പീസു ശിപായിമുതൽ രജിസ്ട്രാർവരെ കൈപ്പറ്റിയ നോട്ടുകൾക്ക് ഒരു വിദേശമേധാവിത്വത്തിന്റെ അയിത്തം കല്പിച്ച് ശുദ്ധന്മാർക്ക് മാറിനടക്കാമായിരുന്നു. അന്നത്തെ ഒറ്റനോട്ടുകൾ ഇന്നത്തെ ആയിരങ്ങളായി മാറുന്നത് കണ്ടുനിന്ന ചെറുകാട് പിന്നെപ്പിന്നെ മിതവാക്കായി. മറ്റെല്ലാ രംഗത്തും പണപ്പെരുപ്പത്തിനൊപ്പം വന്ന മൂല്യശോഷണം അഴിമതിയുടെ മാർക്കറ്റിലെ ഒരിക്കലും മൂല്യശോഷണം സംഭവിക്കാത്ത ഒരു സംവിധാനത്തിലേക്കുള്ള കുതിച്ചുകയറ്റമായി കഥാകൃത്ത് കണ്ടുനിന്നു. തൂലികയുടെ കഴിവിൽ എന്നും വിശ്വസിച്ചിരുന്ന കഥാകൃത്തിന് താനനുഭവിക്കേണ്ടിവന്ന ധർമ്മസങ്കടത്തിന്റെ ആയിരത്തിലൊരംശം മാത്രമേ പുറത്തുപറയുവാൻ കഴിഞ്ഞിരുന്നുള്ളൂ. കാരണം, തന്നോടൊപ്പം നില്ക്കേണ്ട മറ്റു തൂലികയുടമകൾ ഭീരുക്കളായി മാറിനിന്നു. മനുഷ്യനിലെ ഭീരുത്വം ചെറുകാടിനെ എന്നും വേദനിപ്പിച്ചു. കളഞ്ഞുപോയ എന്തോ ഒന്ന്, അമൂർത്തമായ അസ്തിത്വദുഃഖമല്ല, മനുഷ്യന്റെ തണ്ടെല്ലാണ് എന്ന് കഥാകൃത്ത് ദൃഢമായി വിശ്വസിച്ചു. ആദ്യം അതു കണ്ടെത്തുന്നതിലായിരുന്നു അന്വേഷണത്തിന്റെ കഴിവുകൾ അത്രയും വിനിയോഗിച്ചത്. മനുഷ്യനെ സംബന്ധിച്ചിടത്തോളം ആദ്യം ഭക്ഷണം പിന്നെ സംഗീതം—അതായിരുന്നു മനുഷ്യവംശത്തിന്റെ ചരിത്രത്തോളം പഴക്കമുള്ള ദർശനത്തിന്റെ ഉള്ളടക്കം.

മനുഷ്യനിൽനിന്ന് വേറിട്ടൊരു സൗന്ദര്യം കലകൾക്കില്ല. എന്ന് ചെറുകാടു സാഹിത്യം അനുവാചകരെ ബോദ്ധ്യപ്പെടുത്തുന്നു.

ചെറുകാട് നോവലിസ്റ്റ്

മുത്തശ്ശി

കെ പി ശങ്കരൻ

അമ്പതുകളുടെ രണ്ടാംപാതിയിലാണ് ചെറുകാടിന്റെ *മുത്തശ്ശി*യുടെ — കൃത്യമായി പറഞ്ഞാൽ അതിന്റെ പ്രഥമഭാഗത്തിന്റെ—പിറവി. അന്ന് എന്താണ് നില: തനിക്ക് ഏതാണ്ട് സമവയസ്കരായ ചിലർ നോവലിന്റെ അരങ്ങത്ത് നിശ്ചിതമായ ചില താളവട്ടങ്ങൾ ആടിത്തീർന്നിരിക്കുന്നു. ചില രെങ്കിലും നോവലെന്ന സാഹിത്യരൂപത്തിലൂടെ തങ്ങൾ അതിനകം നിർവ്വ ഹിച്ചിരുന്ന സവിശേഷദൗത്യത്തിന്റെ കാലം കഴിഞ്ഞു എന്നു ധരിച്ചുവ ശായിട്ടോ എന്തോ, കൂടുതൽ സാഹസികമായ സംരംഭങ്ങൾക്കൊന്നും മുതിരാതെ, മുൻകാല പ്രശസ്തിയുടെ ഭദ്രപീഠത്തിൽ വിശ്രമം നേടിത്തു ടങ്ങിയിരിക്കുന്നു. നോവലിനെ സ്വാധീനിക്കുന്ന അവബോധത്തെയും അടിയൊഴുക്കുകളെയും സംബന്ധിച്ചാവട്ടെ ശ്രദ്ധേയമായ ചില നൂതന പ്രവണതകൾ പുഷ്പിച്ചു വരുന്ന ഘട്ടമാണിത്. *ചെമ്മീൻ, മുത്തശ്ശി*യുടെ തലേക്കൊല്ലം പിറന്നുകഴിഞ്ഞു. *നാലുകെട്ട്* പിറ്റേക്കൊല്ലം പിറക്കാനിരി ക്കുകയുമായിരുന്നു. ഈ പശ്ചാത്തലത്തിൽവെച്ചു നോക്കുമ്പോൾ ചെറു കാടും അദ്ദേഹത്തിന്റെ *മുത്തശ്ശി*യുമൊക്കെ ഏറക്കുറെ ഒറ്റപ്പെട്ടുനില്ക്കു ന്നതായി എനിക്ക് തോന്നുന്നു. വിശേഷിച്ച് ഒരു പുതുമയ്ക്കും തുനിയാ തെ, നോവലിന്റെ ചിരപരീക്ഷിതമായ ആ വിനീതസാദ്ധ്യതയുണ്ടല്ലോ, സാമൂഹ്യയാഥാർത്ഥ്യങ്ങളെ വികാരശബളമായി ചിത്രീകരിക്കുക എന്നത്, ആ വഴിക്കുതന്നെ തുടരാനായിരുന്നു ചെറുകാടിന്റെ ഒരുമ്പാട്.

'ഓ, ഒരു കഥവേണം' എന്ന തൊന്തരവിൽ തൊട്ടുകൊണ്ട് അഭി ജ്ഞന്മാർ നോവലിനെച്ചൊല്ലി ഉന്നയിച്ചിട്ടുള്ള ആവലാതി പ്രസിദ്ധമാണ ല്ലോ. എന്തേ അങ്ങനെ ആവലാതി ഉയരാൻ കാരണം? കഥ കെട്ടിച്ചമ ക്കുക എന്നത് കലാപരമായി അത്ര സങ്കീർണ്ണമായ ഒരു സമസ്യയാ

ണെന്നോ? അല്ല, അതാവില്ല ആ ആവലാതിയുടെ പൊരുള്. കാമ്പുള്ള ഏതു നോവലും കഥ മാത്രമായിരുന്നാൽ പോരാ. കഥയോട് ഇഴപ്പൊരുത്തം പുലർത്തിക്കൊണ്ട് എങ്ങനെ എത്രത്തോളം കാര്യം അതിൽ നെയ്തിണക്കാമെന്നതത്രെ നിർണ്ണായകമായ പ്രശ്നം. മറ്റൊരു വിധത്തിൽ പറയട്ടെ: വെറും കഥ പറയാനുള്ള ഉത്സാഹത്തള്ളിച്ചയിൽനിന്നാവില്ല നോവലിന്റെ ഉദയം. നോവലിസ്റ്റ് ഉദ്ദേശിക്കുന്നത് എന്തോ കാര്യം പകരാനാവും. എത്ര പരോക്ഷമായാലും ശരി അങ്ങനെയൊരുദ്ദേശവുമില്ലാതെ പറയപ്പെടുന്ന ശുദ്ധകഥ നോവലെന്ന നിലയിൽ പരിഗണനയർഹിക്കുന്നില്ല. പകരാനുള്ള കാര്യത്തിലാണ് ആദ്യത്തെ ഊന്നൽ: പറയുന്ന കഥ എന്നത് അനന്തരം അവലംബിക്കുന്ന ഒരുപാധിമാത്രം. പക്ഷേ, കാര്യം എത്ര കനത്തതായാലും അതു തനിയെ പറഞ്ഞുവെച്ചാൽ കലയാവില്ലോ. അപ്പോൾ അതിന് നിരക്കുന്ന കഥയും നിബന്ധിച്ചേ്ചാളുകയല്ലാതെ നിവൃത്തിയില്ല. ഇങ്ങനെ കാര്യം കഥയിലൂടെ പകരേണ്ടിവരുന്നുവല്ലോ എന്ന പരാധീനതയാവണം 'കഥ വേണമല്ലോ' എന്ന ആവലാതിയുടെ ധ്വനി. ഈ ഇരുഘടകങ്ങളെയും സമരസപ്പെടുത്തിക്കോളുക എന്നത് നല്ല മല്ലുതന്നെ. എന്താണ് ഇതു സംബന്ധിച്ചു നമ്മുടെ നോവലിന്റെ പാരമ്പര്യം. കുലപതിയായ ചന്തുമേനോന്റെ കാര്യത്തിൽ സംശയിക്കാനേയില്ല. കാര്യം പറയാൻ തന്നെയായിരുന്നു അദ്ദേഹത്തിനു കൂടുതൽ ആവേശം. കഥയുടെ ശില്പത്തിൽ നെയ്തിണക്കാൻ ഞെരുക്കമായാൽ നേരിട്ടെങ്കിലും അതു പറഞ്ഞേ തീരൂ എന്ന നിർബ്ബന്ധത്തിന്റെ ദൃഷ്ടാന്തമാണല്ലോ *ഇന്ദുലേഖ*യിലെ പതിനെട്ടാമദ്ധ്യായം. തുടർന്ന് സി വി ക്കുമതെ കഥാഗുംഫനത്തിൽ വളരെയേറെ നിഷ്കർഷിക്കുന്നതായി തോന്നിച്ചാലും ശരി, അതുവഴി ചില കാര്യങ്ങൾ നിവേദിക്കാനുണ്ടായിരുന്നു എന്നതാണ് വാസ്തവം. ഇവരുടെ അപ്രഗത്ഭരായ അനുയായികളാണ് ഈ താളം തെറ്റിച്ചത്. എഴുതിയതു സാമൂഹ്യനോവലാവട്ടെ, ചരിത്രനോവലാവട്ടെ, ഈ ഇടത്തരക്കാർ തങ്ങളുടെ മാദ്ധ്യമത്തെ വെറും നേരംകൊല്ലിക്കഥകളുടെ വിതാനത്തിലേക്ക് താഴ്ത്തിക്കെട്ടിക്കളഞ്ഞു.

നഷ്ടപ്പെട്ട ഈ അനുപാതം വീണ്ടെടുക്കലത്രെ നമ്മുടെ കഥാസാഹിത്യത്തിലെ വിഖ്യാതമായ നവോത്ഥാനത്തിന്റെ മർമ്മം. നോവൽ അതോടെ നിയതമായ സാമൂഹ്യോന്മുഖത നേടുന്നു. വക്കിൽ ചോര പൊടിയുമാറ് ജീവിതത്തിൽനിന്നും വലിച്ചുചീന്തിയെടുത്ത ഏട് എന്ന് അന്നു പ്രശംസിക്കപ്പെട്ടത് പ്രത്യക്ഷത്തിൽ ഒരു നോവൽ മാത്രമാണ്[1]. എങ്കിലും ആയിടെ പുറത്തുവന്ന പല നോവലുകൾക്കും പ്രസക്തമാണ് ഈ പ്രശംസ. വസ്തുനിഷ്ഠവും സത്യസന്ധവുമായിരുന്നു, യഥാതഥവും ബഹിർമുഖവുമായിരുന്നു അന്നു പൊതുവെ ഏതു നോവലും.

1. ബഷീറിന്റെ *ബാല്യകാലസഖി*ക്ക് പ്രൊഫസർ പോൾ എഴുതിയ പ്രസിദ്ധമായ അവതാരിക.

പുതിയ നീക്കങ്ങൾ

ഈ പ്രവണതയുടെ ചരിത്രപരമായ പങ്കു പൂർത്തിയായതുകൊണ്ടോ എന്തോ മുമ്പ് നിരീക്ഷിച്ചതുപോലെ, അമ്പതുകളുടെ പാതിതൊട്ട് പുതിയ ചില നീക്കങ്ങൾ പ്രത്യക്ഷപ്പെട്ടുതുടങ്ങി. റൊമാന്റിസിസത്തിന്റെ ലോഭനീയമായ ചില സാദ്ധ്യതകൾ ചൂഷണംചെയ്യപ്പെടാതെ ശേഷിക്കയായിരുന്നു. ഈ അഭിസന്ധിയിൽവെച്ച് നോവൽ അങ്ങോട്ടാകർഷിക്കപ്പെട്ടു. അത്രയ്ക്കത്രയ്ക്ക് ആത്മനിഷ്ഠവും ആഡംബരാത്മകവുമാവുക, ബാഹ്യസത്യത്തിലേക്കാൾ ആന്തരാനുഭൂതിയിൽ കേന്ദ്രീകരിക്കുക ഭാവനാമയത്വത്തെയും അന്തർമുഖതയെയും ഭയപ്പെടാതിരിക്കുക-ഇങ്ങനെ പല പൊതുധർമ്മങ്ങളും ഈയിടെ പ്രത്യക്ഷപ്പെടുന്ന എണ്ണപ്പെട്ട നോവലുകളിൽനിന്ന് നിർദ്ധാരണംചെയ്യാം. "ജീവിതം കിണ്ണനും കിണ്ടിയും വള്ളവും വലയും മാത്രമല്ല, കസവുനേര്യതും കൂടി കൂടിയതാണ്."[2] എന്നു തകഴിപോലും ഈ കാലഘട്ടത്തിൽ കണ്ടെത്തിക്കഴിഞ്ഞിരുന്നു. നമ്മുടെ നോവലിൽ വികസിച്ചുവരുന്ന ആധുനികത്വത്തിന്റെ ആദ്യത്തെ നാമ്പത്രെ ഈ അവബോധത്തിൽ ഇല വിരിയുന്നത്. ഇതിന്റെ പ്രലോഭനത്തിൽ പെട്ടുപോവുന്നില്ല എന്നതാണ് ചെറുകാട് എന്ന നോവലിസ്റ്റിനെപ്പറ്റി എടുത്തു പറയേണ്ട ഒരു വസ്തുത. റൊമാന്റിസിസത്തിന്റെ ചക്രവാളങ്ങളിലേക്കു ഉയർന്നുപാറാതെ ചെറുകാട് റിയലിസത്തിന്റെ പരുക്കൻ നിലത്ത് ഉറച്ചുനില്ക്കുന്നു. തന്മൂലം പല വർണ്ണശബളതകളും തനിക്ക് സാക്ഷാൽകരിക്കാൻ സാധിക്കുന്നുണ്ടാവില്ല. എന്നാലും ഒന്നു സമാധാനിക്കാം: അപചയപ്രവണമായ റൊമാന്റിസിസം എന്ന വഷളത്തം തന്റെ നോവലുകളെ രോഗാതുരമാക്കുന്നുമില്ലല്ലോ!

പ്രകടമായ വ്യത്യസ്തത

ചെറുകാടിന്റെ ആദ്യത്തെ നോവലിന് *മണ്ണിന്റെ മാറിൽ* എന്നാണല്ലോ പേര് (1954). ഒരു നിലയ്ക്ക് പിന്നത്തെ നോവലുകൾക്കും ആ പേര് അന്വർത്ഥമായേനെ. മണ്ണുമായി അത്രയും മൗലികമാണ് അവയുടെ ബന്ധം. സ്വപ്നാടനമെന്നതു ഈ നോവലിസ്റ്റിന്റെ സ്വഭാവമേ അല്ല. അലസമായിരുന്ന് അനായാസം മനോരാജ്യവിഹാരം നടത്തിക്കളയാം എന്നു വിചാരിക്കുന്ന കഥാപാത്രങ്ങൾ ഇദ്ദേഹത്തിന്റെ ലോകത്തിൽ വിരളമത്രേ. വ്യക്തിയെ ഏകാന്തവിതാനത്തിൽ വിടലേ കുറവ്; വിട്ടാലും അലസമായ മനോരാജ്യവിഹാരത്തിന് ഒഴിവുകൊടുക്കാത്തവിധം സാമൂഹ്യസമ്മർദ്ദങ്ങളിൽ ആ വ്യക്തി കുടുങ്ങിപ്പോകയും ചെയ്യുന്നു – ഇതാണ് ചെറുകാടിന്റെ നോവലുകളിലെ ഘടനകളിൽനിന്ന് സ്വരൂപിക്കാവുന്ന നിഗമനം. *മുത്തശ്ശി*യുടെ പില്ക്കാലസന്തതിയായ *മരുമകളി*ലെ ഒരു സന്ദർഭം ഇവിടെ ശ്രദ്ധേയമത്രെ. അതിലെ നായിക ചില ഗതികേടുകളിൽ അടിതെറ്റി വീണതിനെത്തുടർന്ന് സ്വയം ഏകാന്തതയിലേക്ക് ഉൾവലിയുന്നു. എന്നിട്ട്

2. *ചെമ്മീൻ* അദ്ധ്യായം 12.

ഓർത്തുപോകയാണ്: "മനുഷ്യജീവിതം എത്ര കഴിവുറ്റതാണ്. ഈ ഭൂമിയിലെ ആകർഷണ ശക്തിയിൽ കുടുങ്ങിക്കിടക്കുന്നു! ഇതിൽനിന്ന് വിട്ടുനില്ക്കാൻ കഴിഞ്ഞിരുന്നുവെങ്കിൽ കൊച്ചുവാപ്പുവിനെയും വാരിയെടുത്ത് ആകാശത്തേക്കു പറക്കാമായിരുന്നു. വിരിച്ചിട്ട വെള്ളക്കിടക്കപോലെ പരന്നുകിടക്കുന്ന ആ മേഘത്തിൽ ചെന്നുകാലും നീട്ടിയിരുന്ന് ഒരോമനക്കുട്ടിയെയെന്നപോലെ മടിയിൽക്കിടത്തി ശുശ്രൂഷിക്കാമായിരുന്നു... സ്വർഗ്ഗത്തിൽനിന്ന് കുറച്ച് അമൃതുവാങ്ങി കഷായം കൊടുക്കുമ്പോലെ വായിലൊഴിച്ചുകൊടുത്ത് എല്ലാ രോഗവും മാറ്റി സുന്ദരനാക്കിക്കൊണ്ടുവന്ന് ജമീലയ്ക്ക് കൊടുക്കാമായിരുന്നു." ഇത്രയുമെത്തുവോളം നാം അത്ഭുതപ്പെടും, ചെറുകാട് എന്തിനാണ് ഭാവം. സാധാരണമായ ഒരു ഭാഗം തന്റെ ഈ നോവലിലെങ്കിലും ചിത്രീകരിക്കാനോ! എന്നാൽ തുടർന്നുവരുന്ന വാക്യം വായിച്ചാലോ, അത്ഭുതമൊക്കെ തീരുകയും ചെയ്തോളും: "പക്ഷേ, മണ്ണിൽ വന്നു പിറന്ന മനുഷ്യജീവിയായിപ്പോയില്ലേ? ഈ ലോകത്തോടുള്ള ബന്ധം ആത്മാവിൽ കെട്ടിത്തൂക്കിയ ഒരു കനത്ത കല്ലുപോലെ പറന്നുയരാൻ പ്രതിബന്ധമായി നില്ക്കുന്നു..."[3] ഇതുതന്നെ ശരിയായ ചെറുകാട്! ഈ *മുത്തശ്ശി*യിലാണെങ്കിലോ ഒരു സവിശേഷത പ്രസ്താവ്യമാണ്: ചെറിയ അക്ഷരങ്ങളിൽ നെടിയ 716 പേജുകളിലായി നീണ്ടുപരന്നു കിടക്കുകയാണ് ഈ പടുകൂറ്റൻ നോവൽ. എന്നിട്ടും ഇതിലെവിടെയും ആകാശത്തിന്റെ ഒരു പാളിപോലും പ്രത്യക്ഷപ്പെടുന്നില്ല. കഥാപാത്രങ്ങൾ തികഞ്ഞ നിസ്സഹായതയിൽ ഉഴന്നുപോകുന്ന സന്ദർഭങ്ങൾക്ക് ഇവിടെയും ക്ഷാമമുണ്ടായിട്ടില്ല. അപ്പോഴും അവരെക്കൊണ്ട് ആകാശത്തേക്ക് നോക്കിക്കുന്നില്ല എന്നത് അർത്ഥഗർഭമായിരിക്കുന്നു. മരുമകളിൽ പറയുന്നില്ലേ, അതുപോലെ, മണ്ണിൽ വന്നു പിറന്നു മനുഷ്യജീവിയായിപ്പോയവരെ തന്റെ നോവലിൽ പാത്രങ്ങളാവേണ്ടൂ എന്ന നിഷ്ഠ ചെറുകാട് കർശനമായി പാലിക്കുന്നു. അതേ, മലയാള നോവൽ അദൃഷ്ടങ്ങളിലേക്കും അപ്രാപ്യങ്ങളിലേക്കും പലവിധത്തിലും പറന്നുയരാൻ കൗതുകംകൊണ്ടിരുന്ന ഒരുകാലത്ത്, ചെറുകാട് തന്റെ കൃതികൾക്ക് ചിറകു വേണ്ട കാലുമാത്രം മതി എന്നു നിശ്ചയിച്ചു. നിലത്തു ചവിട്ടിയാൽ കരുത്തു തികയുന്ന ഒരു കഥാപാത്രമുണ്ടെന്ന് തോന്നുന്നു യവനപുരാണത്തിൽ; നമ്മുടെ നോവലിൽ ആ കഥാപാത്രത്തിന്റെ പ്രതിപുരുഷനത്രെ ചെറുകാട്.

മണ്ണ് എന്നുവെച്ചാൽത്തന്നെയും അല്പംകൂടി വിശദീകരിക്കേണ്ടതുണ്ട് എന്നു തോന്നുന്നു. കാല്പനികമായ അഭിരുചി ആ സങ്കൽപ്പത്തോടു ബന്ധപ്പെടുത്താറുള്ള പല കമനീയതകളും ചെറുകാടിന് ബാധകമല്ല. ചുറ്റുപാടുമുള്ള സ്പർശക്ഷമമായ പ്രത്യക്ഷയാഥാർത്ഥ്യങ്ങൾ എന്നേ ചെറുകാടിന്റെ സാഹിത്യത്തെ സംബന്ധിച്ചിടത്തോളം മണ്ണ് എന്നതുകൊണ്ട് മനസ്സിലാക്കേണ്ടൂ. ഈ ചുറ്റുപാടിനുമീതെ വ്യാപ്തി താരത

3. *മരുമകൾ* അദ്ധ്യായം 18 (രണ്ടാം പതിപ്പ്. പേജ് 448-40)

മ്യേന ചുരുക്കമാണ്. തനിക്ക് സുപരിചിതമായ വലയത്തിൽ മാത്രം അദ്ദേഹം പെരുമാറുന്നു. തന്റെ വീടിന്റെ വടക്കേ മുറ്റത്തെ മുരിങ്ങച്ചോട്ടിൽ ചെന്നുനിന്നാലേ തനിക്ക് നക്ഷത്രം നോക്കാൻ പറ്റൂ എന്നു ചെറുകാട് പലപ്പോഴും പറയാറുണ്ട്. കൂടല്ലൂർ ഗ്രാമത്തോട് തനിക്കുള്ള ഗാഢബന്ധത്തെക്കുറിച്ചു എം ടി എഴുതിയിട്ടുണ്ടല്ലോ. "വ്യത്യസ്തമായ ഭൂഭാഗങ്ങൾ തേടി ഞാൻ അലയാറുണ്ട് പലപ്പോഴും പക്ഷേ, വീണ്ടും വീണ്ടും ഞാനിവിടേക്കു തിരിച്ചുവരുന്നു." ഇതൊരു പരിമിതിയാവാം എന്നു സമ്മതിച്ചുകൊണ്ട് അദ്ദേഹം തുടർന്നു സമാശ്വസിക്കുന്നു: "പക്ഷേ, അറിയാത്ത അത്ഭുതങ്ങളെ ഗർഭത്തിൽ വഹിക്കുന്ന മഹാസമുദ്രങ്ങളെക്കാൾ അറിയുന്ന എന്റെ നിളാനദിയാണെനിക്കിഷ്ടം."[4] ഇതുപോലെ സുന്ദരമായി സ്വന്തം രചനാരഹസ്യം ചെറുകാട് സംഗ്രഹിച്ചിട്ടുണ്ടോ ആവോ? ഏതായാലും അദ്ദേഹത്തിന്റെ നോവലുകളിലെ പ്രമേയത്തിന്റെ സ്വഭാവം വിലയിരുത്തുമ്പോൾ പ്രസക്തമാണ് ഈ പൊരുള്. (*ദേവലോകം* മാത്രമാവും ഒരു പക്ഷേ, ഇതിനൊരപവാദം. തട്ടകം മാറുന്നതിന്റെ ദുഷ്പരിണതിയോ എന്തോ, അവിടെ ചെറുകാടിന് അടി പതറുന്നുമില്ലേ?) *മുത്തശ്ശി*യിലെ മുത്തശ്ശി എഴുപത്തിരണ്ട് കഴിഞ്ഞശേഷം കമ്യൂണിസ്റ്റനുഭാവി എന്ന നിലയിൽ ശിക്ഷിക്കപ്പെട്ട് വെല്ലൂർക്ക് കൊണ്ടുപോകപ്പെടുമ്പോഴാണ് നടാടെ തീവണ്ടി കാണുന്നത് എന്ന വസ്തുത (പേജ് 687) അർത്ഥവത്തായിരിക്കുന്നു. ഈ നോവലിന്റെ മേഖലയിൽ തീവണ്ടിയോ ബസോ കാറോ ഒക്കെ തീരെ ദുർല്ലഭമാണ്.

ഇപ്രകാരം നിശ്ചിതമായ ഒരു ഇത്തിരിവെട്ടത്തിൽ ഒതുങ്ങിനില്ക്കുക നിമിത്തം *മുത്തശ്ശി* എന്ന നോവലിൽ സംഭവങ്ങൾക്കോ സംഘർഷങ്ങൾക്കോ വല്ല പഞ്ഞവുമുണ്ടോ? ഇല്ല. കാരണം ആ ഇത്തിരിവട്ടത്തെപോലും പിടിച്ചുലയ്ക്കുന്ന ചില ചക്രവാതങ്ങളാണ് ഇവിടെ ചെറുകാടിന് കൈകാര്യം ചെയ്യാനുള്ളത്. 1931 തൊട്ട് പത്തുപതിനാലു കൊല്ലം *മുത്തശ്ശി*യുടെ ഒന്നാം ഭാഗത്തിലും തുടർന്നുള്ള നാലഞ്ചു കൊല്ലം രണ്ടാം ഭാഗത്തിലും ഉൾപ്പെടുത്തിയിരിക്കുന്നു. ഈ കാലഘട്ടത്തിന്റെ പ്രത്യേകത വിസ്മരിക്കാവതല്ല. ഏതു നാട്ടിൻപുറത്തും നവോത്ഥാനത്തിന്റെ വീചികൾ അന്ന് അടിച്ചെത്തുകയായിരുന്നു. അവിചാല്യമെന്ന നിലയിൽ അന്നോളം ആദരിക്കപ്പെട്ടുപോന്ന സ്ഥാപനങ്ങളും ആചാരങ്ങളുമൊക്കെ ആടിയുലയുകയായിരുന്നു. കൊല്ലങ്ങൾക്ക് മുമ്പ് കുമാരനാശാൻ പാടിയല്ലോ:

"കാലിന്നടിയിലുമസ്വസ്ഥതയുടെ
കോലാഹലങ്ങൾ മുഴങ്ങീടുന്നു."

എന്ന് ആ പ്രവചനം അന്വർത്ഥമാവുകയായിരുന്നു. ആയിടെ മദ്ധ്യമലബാറിൽ അദ്ധ്യാപകപ്രസ്ഥാനത്തിന്റെ ഉദയം എന്ന വിശേഷം മാത്രമല്ല അതിനു പശ്ചാത്തലമായി അന്നു നാടുനേടുന്ന ഉദ്ബുദ്ധത എന്ന

4. എം ടി യുടെ തെരഞ്ഞെടുത്ത കഥകൾ– അവതാരിക

സാമാന്യം കൂടിയാണ് മൊത്തത്തിൽ, *മുത്തശ്ശി*യിലെ വിഷയം. പെട്ടെന്നു പ്രതിരോധിക്കുക, പിന്നീട് പൊരുത്തപ്പെടുക—ഇങ്ങനെ പരിവർത്തനത്തിന്റെ കാറ്റുകളെ പതുക്കെ ആത്മസാക്ഷാൽക്കരിക്കുന്ന നമ്മുടെ ഗ്രാമജീവിതത്തിന്റെ നല്ലൊരു പ്രതീകംതന്നെ ഈ നോവലിലെ മുത്തശ്ശി. നാണിയുടെ കഥയായിട്ടും നോവലിന്റെ പേരിൽനിന്ന് ആ നായികയെ ഒഴിവാക്കിയതിന് ഇതാവണ്ടേ ന്യായീകരണം?

അതിരിക്കട്ടെ. മദ്ധ്യമലബാറിൽ അദ്ധ്യാപകപ്രസ്ഥാനത്തിന്റെ ഉദയം എന്ന വിശേഷത്തെ അൽപ്പംകൂടി വിടർത്തിനോക്കേണ്ടിയിരിക്കുന്നു. ഇതിനുമുമ്പ് സഞ്ജയന്റെ ചില സാരസകവനങ്ങളിലോ പൊറ്റെക്കാടിന്റെയോ മറ്റോ ഏതാനും കഥകളിലെ ചിതറിയ ചിത്രങ്ങളിലോ ഒക്കെയായി അക്കാലത്തെ അദ്ധ്യാപകന്റെ അവസ്ഥ ഒന്നു പ്രതിഫലിച്ചിട്ടുണ്ടാവാം — അത്രമാത്രം. അതുകൊണ്ടായില്ല കൂടുതൽ സമഗ്രമായ പ്രസക്തിയുള്ളതായിരുന്നു ആ പ്രമേയം. സംഘടിക്കലും സമരം ചെയ്യലും അനിവാര്യമാക്കുമാറ് അത്രയും അസഹനീയമായിത്തീർന്നു സാഹചര്യങ്ങൾ. മാനേജരായിരുന്നു അവിടെ മുഖ്യവില്ലൻ. ആ വില്ലന്റെ അടിമച്ചെറുമക്കളായി അദ്ധ്യാപകൻ ആട്ടും തുപ്പും സഹിച്ചുപോന്നു. അദ്ധ്യാപകരും ചെറുമക്കളും ഒരുപോലെയാണോ എന്ന സംശയത്തിന് മാനേജരുടെ ഒരു പ്രതിനിധി ഈ നോവലിൽ ഇങ്ങനെ ഉത്തരം കൊടുക്കുന്നതു കാണാം: "ഒരു വ്യത്യാസവുമില്ല. ചെറുമക്കൾക്ക് അന്നന്നു വല്ലി കൊടുക്കുന്നു. മാസ്റ്റർമാർക്ക് കൊല്ലത്തിലൊരിക്കൽ ഗ്രാന്റുകിട്ടുമ്പോൾ കൂലിതീർത്തു കൊടുക്കുന്നു. ചെറുമക്കൾ കന്നുപൂട്ടുന്നു. അദ്ധ്യാപകർ കുട്ടികളെ പഠിപ്പിക്കുന്നു. അല്ലാതെന്താ? രണ്ടുകൂട്ടരും ജോലിക്കാരാണ്." (189) ഈ സ്ഥിതി വിശേഷത്തിനെതിരെ അദ്ധ്യാപകവർഗ്ഗം ഉയിർത്തെഴുന്നേല്ക്കുന്നത് അന്നത്തെ ദേശീയമായ ഊർജ്ജസ്വലതയുടെ ഒരവിഭാജ്യഘടകമെന്ന നിലയിൽ ചെറുകാട് ചിത്രീകരിക്കുന്നു.

രണ്ടാം ഭാഗത്തിലെത്തുമ്പോൾ പ്രമേയത്തിന്റെ ഊന്നലിൽ ഒട്ടും മാറ്റം വരുന്നുണ്ടോ എന്നു സംശയം തോന്നാം. "ഈ സ്വാതന്ത്ര്യം ഇത്ര കറുത്തതാവുമെന്നു ഞാൻ വിചാരിച്ചില്ല. അകലെനിന്നു കണ്ടപ്പോൾ ഇതിനു നല്ല തിളക്കമുണ്ടായിരുന്നു" എന്ന് രണ്ടാംഭാവത്തിൽ ഒരു കഥാപാത്രം നിരീക്ഷിക്കുന്നുണ്ട് (583). ഈ വിപരീതപരിണാമത്തിന്റെ ഒരു വിശദരേഖകൂടിയായിത്തീരുന്നു ഇവിടെ നോവൽ. ചരിത്രം ഈ പരിണാമം രേഖപ്പെടുത്താനിരിക്കുന്നേയുള്ളൂ. രേഖപ്പെടുത്തുന്നതുതന്നെ എത്രത്തോളം സത്യസന്ധമായിരിക്കും എന്നു സംശയിക്കേണ്ടതുമുണ്ട്. നിയുക്ത ചരിത്രകാന്മാരെക്കൊണ്ട് പേടകവും മറ്റും നിക്ഷേപിക്കുന്ന കാലമാണല്ലോ ഇത്! അപ്പോഴും നമുക്കാശ്വസിക്കാം: *മുത്തശ്ശി* ഇക്കാര്യത്തിൽ പ്രമാണപത്രമായിക്കൊള്ളും. കമ്യൂണിസ്റ്റ് വിരോധത്തിന്റെ പേരിൽ ആയിടെ മലബാറിൽ നടന്ന കുപ്രസിദ്ധമായ നരനായാട്ട് വിവരിക്കാനാണ് ഈ രണ്ടാംഭാഗത്തിൽ അധികം പേജുകളും ഉപയോഗിച്ചിരിക്കുന്നത്. വിവരണം വെറും കക്ഷിതാല്പര്യത്തിന്റെ നിറം കലർത്തി നിർവ്വഹിക്കുന്ന

താണോ? പൂർവ്വപക്ഷം മറ്റൊരു വിധത്തിൽ ഉന്നയിക്കട്ടെ: മർദ്ദനമനുഭവിച്ച കമ്യൂണിസ്റ്റുകാരൻ തന്റെ വശം സാധൂകരിക്കാൻ മാത്രമായി കെട്ടിച്ചമച്ചത് എന്ന പ്രതീതിയാണോ അത് വായനക്കാരനിൽ ഉളവാക്കുക? അല്ല എന്നതത്രെ വാസ്തവം. സ്വന്തം കമ്യൂണിസ്റ്റഭിനിവേശം ഗ്രന്ഥകാരൻ പ്രകടമാക്കാതെ കഴിക്കുന്നു എന്നല്ല വിവക്ഷ. അത്തരം നിസ്സംഗതയിലെന്നും വിശ്വസിക്കുന്ന ശുദ്ധാത്മാവല്ലല്ലോ ചെറുകാട്! തരമുള്ളിടത്തോളം അത് പ്രകടമാക്കുക എന്നതുതന്നെയാണ് അദ്ദേഹത്തിന്റെ നയം. നായികയായ നാണി ഒരിടത്ത് സമ്മതിക്കുന്നുണ്ട്, താൻ 'സ്റ്റഡിക്ലാസിന്നുതന്നെ മുതിർന്ന'കാര്യം (214). *മുത്തശ്ശി*യിലൂടെ താനും മുതിർന്നത് മറ്റൊന്നിനല്ല എന്നു ചെറുകാടും സമ്മതിക്കാതിരിക്കില്ല. നാണിയുടെ ആത്മാഖ്യാനരൂപത്തിൽ എഴുതപ്പെട്ടാലും ശരി, പലേടത്തും അവൾ സംസാരിക്കുന്നത് നോവലിസ്റ്റിന്റെ നാവുകൊണ്ടാണ്; ആലോചിക്കുന്നത്, അദ്ദേഹത്തിന്റെ ബുദ്ധികൊണ്ടും. ചെറുകാടിന്റെ *ജീവിതപ്പാത*യുമായി *മുത്തശ്ശി*യെ തട്ടിച്ചുനോക്കുമ്പോഴറിയാം സദൃശഘടനകൾ രണ്ടിലും പ്രത്യക്ഷപ്പെടുന്നുണ്ട്. ഇങ്ങനെ സ്വാനുഭവങ്ങളുടെ മൂശയിൽ ചെറുകാട് വാർത്തെടുത്ത നാണി അസന്ദിഗ്ദ്ധമായ ചില രാഷ്ട്രീയ വീക്ഷണങ്ങളുടെ വക്താവാക്കുന്നത് സ്വാഭാവികമാണല്ലോ. ഒക്കെയായാലും ഒന്നു സ്പഷ്ടമത്രെ. ഈ നോവൽ സ്പർശിക്കുന്ന പ്രശ്നം മൗലികമായും മാനുഷികംതന്നെ. പൊലീസ് കുഞ്ഞിമാളുവിനെ നൂൽബന്ധമില്ലാതെ നിർത്തി മർദ്ദിച്ചതിനെലാക്കാക്കി ഇവിടെ ഒരിടത്ത് മുത്തശ്ശി കൊടുക്കുന്ന താക്കീത് ശ്രദ്ധേയമാണ്: "പണ്ടു തീണ്ടാനിരിക്കുന്ന പാഞ്ചാലിയെ നൂറ്റേരോ ഇങ്ങനെ കാട്ടിട്ടുള്ളൂ. അവരു നശിക്കും ചെയ്തു. ഭഗവാൻ നശിപ്പിച്ചു. നിങ്ങളേം നശിപ്പിക്കും. കണ്ടോളിൻ" (620). കഥയിലെ ധാർമ്മികപ്രശ്നത്തിന് ഇവിടെ പുതിയ മാനം കൈവരുന്നു. തുടർന്നു, തന്നെ അറസ്റ്റുചെയ്തു പിടിച്ചുവലിക്കുന്ന പൊലീസിനോട് മുത്തശ്ശി ചോദിക്കുന്നു: "എന്താ ഇത് വലിക്കണത്? ഞാൻ വല്ല പയ്യോ മൂരിയോ മറ്റോ ആണോ?" (641). അതെ, മനുഷ്യനു മനുഷ്യന്റെ വില അനുവദിച്ചുകൊടുക്കാൻ കൂട്ടാക്കാതിരുന്ന ഒരു കിരാതവ്യവസ്ഥിതിക്കെതിരെയാണ് നോവലിസ്റ്റ് കൂരമ്പുതൊടുക്കുന്നത്. സംഭവബഹുലവും സംഘർഷമുഖരവുമായിരുന്ന ആ വ്യവസ്ഥിതി അദ്ധ്യാപകനെ അവന്റെ വഴിക്കുവിട്ടില്ല. എന്നിരിക്കെ, രണ്ടാംഭാഗത്തിൽ അദ്ധ്യാപകമണ്ഡലത്തിനു പുറത്തേക്കും പ്രമേയം പടരുന്നത് ഒഴിവാക്കാനാവാത്ത ഒരു പരിണാമമാണ്. "കോൺഗ്രസുഭരണം മാസ്റ്റർമാരെയല്ല അടിച്ചമർത്തിയത്. ഒരു രാഷ്ട്രത്തിന്റെ സ്വാതന്ത്ര്യത്തെയാണ്" എന്നു ഒരിടത്ത് നാണി ഉപദേശിക്കുന്നു (676). രാഷ്ട്രീയത്തിന്റെ അതിപ്രസരം തന്റെ കൃതിയിൽ എങ്ങനെ അഭികാമ്യം മാത്രമല്ല അനിവാര്യം തന്നെയായിരുന്നു എന്ന്, ഈ ഉപദർശനത്തിലൂടെ നോവലിസ്റ്റ് സമർത്ഥിക്കുകയത്രെ. അഥവാ എല്ലാ രാഷ്ട്രീയ പ്രശ്നവും യാഥാർത്ഥ്യത്തിൽ നൈതികപ്രശ്നമാണല്ലോ.

പരുക്കൻ ഭാവം

ഇത്തരമൊരു നൈതികപ്രശ്നത്തോടുള്ള പ്രതിജ്ഞാബദ്ധതയാണ് ചെറുകാടിന്റെ പ്രചോദനം. ഇതുകൊണ്ടുതന്നെയാവണം, ബൃഹത്തായ ഈ നോവൽ, ഉടനീളം വെറും വിവരണാത്മകശൈലിയിൽ എഴുതപ്പെട്ടിട്ടുപോലും, ഒട്ടും മടുപ്പുണ്ടാകുന്നില്ല. വിവരണങ്ങൾ മിക്കതും ഏതോ ആവേശത്തിന്റെ അഗ്നിദ്രവ്യത്തിൽ ഉരുകി പതം വന്നു പരസ്പരം ഇഴുകിച്ചേരുന്നു. (നാണിയുടെ ട്രെയിനിങ് ജീവിതത്തിന്റെ രേഖ സമർപ്പിക്കുന്ന (Documentation) ആ അദ്ധ്യായമോ മറ്റോ ആണ് ഇതിനപവാദം) ഈ പ്രതിജ്ഞാബദ്ധത ശില്പത്തെ എങ്ങനെ ബാധിക്കുന്നു എന്നുകൂടി ശ്രദ്ധിക്കേണ്ടതുണ്ട്. താൻ ചില കാര്യങ്ങൾ പറയുകയാണ്, കഥ ചിതപ്പെടുത്താനോ ചിന്തേരിടാനോ തനിക്കു ബാദ്ധ്യതയില്ല എന്നാവാം ചെറുകാടിന്റെ ഭാവം. ശുദ്ധമേ കഥാരസത്തിനുവേണ്ടി സൃഷ്ടിച്ചിട്ടുള്ള ഉൽക്കണ്ഠയുടെ നിമിഷങ്ങൾ *മുത്തശ്ശി*യിൽ ദുർല്ലഭമാണ്. ഉള്ള ഉൽക്കണ്ഠം കഥയുടെയല്ല, കാര്യത്തിന്റേതന്നെ കാതലത്രെ. ഞാനോർക്കുകയാണ്: നാണിക്ക് ആ ഗോപാലനുനേരെ നിഗൂഢമായ അനുരാഗം നാമ്പിടുന്നതായി ചിത്രീകരിക്കാമായിരുന്നില്ലേ! എന്നിട്ട് അതവളുടെ ഏകാന്തതകളെ ശബളാഭമാക്കുന്നത്, ചാത്തുനായരെ സ്വാഗതം ചെയ്യേണ്ടിവരുമ്പോൾ അതിന്റെ ത്രസിപ്പുകളെ അവൾ ചവിട്ടിയമർത്തുന്നത് -- എന്തെല്ലാം സാദ്ധ്യതകളുണ്ടായിരുന്നു! നമ്മുടെ പ്രശസ്തരായ കമ്യൂണിസ്റ്റ് സാഹിത്യകാരരെപ്പോലും ഈ വക സാദ്ധ്യതകൾ പ്രലോഭിപ്പിക്കാതിരുന്നിട്ടുമില്ല. പക്ഷേ ചെറുകാട് ഇവിടെ മനഃപൂർവ്വം പരുക്കനാവുന്നു. തരളമായ വല്ല അനുചലനങ്ങളും നാണിയിൽ ഉണരുന്നുണ്ടോ എന്നു ഉദ്വേഗംകൊള്ളാവുന്ന ഒരു സന്ദർഭത്തിൽ നമ്മെ നിരാശരാക്കിക്കൊണ്ടു ഒരു സത്യവാങ്മൂലത്തിന്റെ നിസ്സംഗതയോടെ അവൾ പ്രസ്താവിക്കുന്നു: “വായനക്കാർ തെറ്റിദ്ധരിക്കരുത്. നോവലുകളിലും മറ്റും കാണുന്ന പ്രേമമെന്നു പറയുന്ന ഭാവവിശേഷം എനിക്ക് അയാളിൽ അങ്കുരിച്ചിരുന്നില്ല” (174). ഈ നോവലിസ്റ്റിന്റെ സമീപനം ഇത്രയും കാര്യമാത്രപ്രസക്തമാണല്ലോ എന്ന് വേണമെങ്കിൽ വിഷാദിക്കാം! “കുടുംബജീവിതം വിവാഹബന്ധങ്ങൾ പ്രണയം മുതലായതെല്ലാം സർവ്വപ്രധാനമായ സാമൂഹ്യയാഥാർത്ഥ്യത്തിന്റെ ഭാഗമെന്ന നിലയ്ക്കാണ് ചിത്രീകരിക്കുന്നത് എന്ന മെച്ചം” ചെറുകാടിന്റെ ആദ്യ നോവലിനെ മുൻനിർത്തി ഇ എം എസ് ചൂണ്ടിക്കാണിച്ചിട്ടുണ്ട്.[5] ആ മെച്ചം മുത്തശ്ശിക്കും അവകാശപ്പെട്ടതുതന്നെ.

ഇത് അല്പംകൂടി സ്പഷ്ടമാക്കട്ടെ. സാമൂഹ്യയാഥാർത്ഥ്യങ്ങളുടെ ഭാഗമായി വ്യക്തിബന്ധങ്ങളെ ചിത്രീകരിക്കുക എന്നല്ലാതെ വ്യക്തിയുടെ ഏകാന്തലോകം എന്ന സാദ്ധ്യത ചെറുകാടിനെ സ്വാധീനിക്കുന്നില്ല. നായി

5. *മണ്ണിന്റെ മാറിൽ* – മുഖവുര പേജ് 12

കയെ ആദർശവൽക്കരിക്കുക എന്ന സനാതനസങ്കല്പം അദ്ദേഹവും അനുസരിക്കുന്നു. *മുത്തശ്ശി*യിലെ നായിക എവിടെയും തോല്ക്കുന്നില്ല. എങ്ങും അവൾക്കൊരു പതർച്ചപോലും തോന്നുന്നില്ല.

കുട്ടപ്പൻനായരോ ഇട്ട്യാരച്ചൻനായരോ മാത്രമല്ല പൊലീസും അവളെ ഭീഷണിപ്പെടുത്തുന്നതല്ലാതെ തൊട്ടുപോവുന്നില്ല. അവിശ്വാസ്യതയോളമെത്തുന്ന ആദർശവല്ക്കരണം ഇവിടെ സംഭവിക്കുന്നുണ്ട്. നോവൽ നാണിയുടെ ആത്മാഖ്യാനമായിരിക്കേ, പലേടത്തും ഈ ആദർശവല്ക്കരണം പ്രകടമായിപ്പോകായ്കയുമില്ല. എങ്കിലും നാണിയെ വീരവനിതയാക്കിവേണം നോവലിസ്റ്റിന് തന്റെ സാമൂഹ്യലക്ഷ്യം സാക്ഷാൽക്കരിക്കാൻ. അതിനാൽ അവളിൽ സ്ത്രൈണതരളതകൾക്കൊന്നും സ്ഥാനമില്ലെന്നു വരുത്താൻ അദ്ദേഹം തത്രപ്പെടുന്നു. "സ്ത്രീകൾ നിങ്ങൾക്ക് മീശ മുളച്ചിട്ടുണ്ടെന്നുപോലും കളിയാക്കുന്നുണ്ടാവും" എന്ന് സഖാവ് കിടാവ് ഒരിക്കൽ നാണിയെ ഓർമ്മിപ്പിക്കുന്നത് (314) കേവലം യാദൃച്ഛികമല്ല! തന്റെ നായിക സാധാരണ നോവലുകളിലെ അഴകൊഴമ്പൻ നായികമാരിൽ നിന്ന് വ്യത്യസ്തയാവണം എന്നു ചെറുകാടിനു നിർബ്ബന്ധമുണ്ട്. ഉണ്ണിയാർച്ച എന്ന ആദർശമാണ് താനവൾക്കു വേണ്ടി വിഭാവനം ചെയ്യുന്നതെന്നു ഒരിടത്ത് സൂചനതന്നെയുണ്ട് (179). പക്ഷേ, ഉണ്ണിയാർച്ചയും സുന്ദരിയായിരുന്നു എന്നാണ് കേൾവി. ആ സൗന്ദര്യം നിരസിച്ച് തന്റേടം മാത്രമേ നാണിയെ കരുപ്പിടിപ്പിക്കുമ്പോൾ ചെറുകാടു സ്വീകരിക്കുന്നുള്ളൂ. 'താൻ സുന്ദരിയല്ല' എന്ന നാണിയുടെ പ്രസ്താവ്യമാണ് ഈ നോവലിലെ പ്രഥമവാക്യമെന്നു സൂക്ഷിക്കുക. അവളുടെ കൊന്ത്രമ്പല്ലിന്റെ കാര്യം കൂടെക്കൂടെ സൂചിപ്പിക്കുന്നുമുണ്ട്. അല്ലെങ്കിൽ എന്തിന് വിസ്തരിക്കുന്നു, ഇത്രമാത്രം വിചാരിച്ചുനോക്കുക: നാണി എന്നാണ് ചെറുകാടിന്റെ നായികയുടെ പേര്! നായികയെ വാരിയണിയിക്കാറുള്ള കാല്പനികപരിവേഷമെല്ലാം അതൊന്നുകൊണ്ടു തന്നെ അഴിഞ്ഞുവീണോളുമല്ലോ.

ഈ നാണി ഒരിടത്തു മാത്രമാണ് 'തന്നിൽ, ഉറങ്ങിക്കിടക്കുന്ന മാതൃത്വം ഉണർന്നെഴുന്നേല്ക്കുംപോലെ തോന്നി'യതായി തുറന്നുസമ്മതിക്കുന്നത് (328). "ഉണ്ണിയെ ഒന്നെടുക്കാനെന്റെ കൈ തരിച്ചു. ആ കവിളത്തു തെരുതെരെ ചുംബിക്കാനെന്റെ ചുണ്ടു കൊതിച്ചു. അവനെ മാറിലമർത്തിപ്പിടിച്ചാലിംഗനം ചെയ്യുവാനെന്റെ ഹൃദയം കിടന്നുപിടച്ചു" (326). ഇങ്ങനെ ഇവിടെ ചെറുകാട് അസാരം വാചാലനാകുന്നുണ്ട്. എന്നിട്ടോ ഈ ആഗ്രഹം പുഷ്പിക്കുന്നതിന് എടുത്തുപറയത്തക്ക പ്രാധാന്യമൊന്നും അദ്ദേഹം കല്പിക്കുന്നുമില്ല. ആദ്യഗർഭത്തിന്റെ ആലസ്യവും മാധുര്യവും ഔപചാരികമായി അവതരിപ്പിക്കുക എന്നത് പല എഴുത്തുകാരും പാലിക്കാറുള്ള വർണ്ണാശ്രമധർമ്മങ്ങളിലൊന്നാണല്ലോ. പക്ഷേ, ചെറുകാട് അതൊന്നു പരോക്ഷമായി സ്പർശിക്കുക മാത്രമേ ചെയ്യുന്നുള്ളൂ. അമ്മയുടെ സോൽക്കണ്ഠമായ അന്വേഷണത്തെത്തുടർന്ന് നാണി അനുസ്മരിക്കയാണ്: "അതു ശരിയായിരുന്നു. എനിക്കു മൂന്നു

മാസം ഗർഭമായിരുന്നു"(499). ഇവിടെ അർത്ഥമാംവണ്ണം അശ്രദ്ധ (casual) മാണ് നോവലിസ്റ്റിന്റെ ഭാവം! നാണിയുടെ കണ്ണീര് എന്നത് ഈ നോവലിൽ വിലപ്പെട്ടൊരു നിധിയായിത്തോന്നും. കാരണം, അത്ര വിരളമായേ ആ കണ്ണു നിറഞ്ഞുകാണൂ. തടവിൽക്കിടക്കുന്ന ചാത്തുനായർക്കാണ് നാണി യാത്ര ചോദിക്കുമ്പോൾ ആദ്യം കണ്ണു നിറയുന്നതും കണ്ഠമിടറുന്നതും. അപ്പോൾ, അതെ ആ ഒരവസരത്തിൽ മാത്രം, അനിയന്ത്രിതമായി നാണിയുടെ കണ്ണും നിറയുന്നു. പക്ഷേ, അപ്പോഴും അവൾ കരയുന്നതായി നോവലിസ്റ്റ് പറയുന്നില്ല. മറിച്ച്, കണ്ണുതുടയ്ക്കാനും ധൈര്യമായിരിക്കാനും ചാത്തുനായരെ ശാസിക്കയത്രെ (575). ഇതുപോലെ ചാത്തുനായരുടെ വിയോഗം നാണിയെ വികാരധീനയാക്കുന്നതിന്റെയും ഒറ്റസൂചനയേ നോവലിലുള്ളൂ. ആ വീട് അടച്ചുപൂട്ടി പോരുമ്പോൾ ഞങ്ങളുടെ കിടപ്പുമുറിയിലേക്ക് ഒന്നുകൂടി നോക്കാതിരിക്കാൻ എനിക്കു കഴിഞ്ഞില്ല എന്നു നാണി ഏറ്റുപറയുന്നു (596). ഇവിടെത്തന്നെയും വാക്യഘടനയുടെ സവിശേഷതകൊണ്ടുവരുന്നതോ, മൂടിവെക്കേണ്ടത് ഒരു ദൗർബ്ബല്യമാണിത് എന്ന വിശ്വാസം തന്നെ. ഏതായാലും ഇത്തരം അപൂർവ്വനിമിഷങ്ങളുടെ ആർദ്രതയിൽ ആകൃഷ്ടരാവുന്ന നാം ന്യായമായും ആശിച്ചുപോവും, തൂവുന്നില്ലെങ്കിൽ വേണ്ടാ നാണിയുടെ കണ്ണുകൾ തുളുമ്പുകയെങ്കിലും ചെയ്യുന്നതായി ചിത്രീകരിക്കുന്ന കൂടുതൽ ഘടനകൾ ഉണ്ടായിരുന്നെങ്കിൽ!

ശക്തിയുടെ ഒരു ദുർഗ്ഗം

ഈ വിലോഭനീയതകൾ തന്നെ ഏകാഗ്രലക്ഷ്യത്തിൽനിന്ന് അത്രത്തോളം വ്യതിചലിപ്പിച്ചാലോ എന്ന് നോവലിസ്റ്റ് ശങ്കിച്ചിരിക്കാം. എന്തായാലും മാനുഷികഭാവംകൊണ്ട് *മുത്തശ്ശി* കുറേക്കൂടി ശബളാഭമാക്കാമായിരുന്നത് അദ്ദേഹം വേണ്ടെന്നുവെച്ചിരിക്കുന്നു. ഒന്നാം ഭാഗത്തിന്റെ ഒടുക്കമുണ്ട് ഹൃദയസ്പർശിയായ ഒരുരംഗം; അബൂബക്കർ എന്ന പണ്ടത്തെ ശിഷ്യൻ നാണിക്ക് സ്വന്തം വാച്ചഴിച്ചു സമ്മാനിക്കുന്ന ആ രംഗത്തിലും അവളുടെ കണ്ണു നിറയുന്നു. അവൾ തരളയായി ഒരുനിമിഷം പൂർവ്വസ്മൃതികളിൽ മുഴുകുന്നു (420). ഗുരുശിഷ്യബന്ധത്തിന്റെ ഈ മൃദുലഭാവം നുകരുന്ന നാം അപ്പോൾ ആലോചിച്ചുപോവും. അദ്ധ്യാപികയുടെ ഈ കഥയിൽ ആ ഭാവം ഇനിയും ചൂഷണം ചെയ്യരുതായിരുന്നോ? പക്ഷേ, അദ്ധ്യാപകർ സ്വന്തം വ്യക്തിത്വവും പിന്നെ അസ്തിത്വംതന്നെയും സുരക്ഷിതമാക്കാൻ മാനേജരോടും സർക്കാരിനോടും സമരം നടത്തുന്നതിന്റെ കഥ മാത്രംമതി ചെറുകാടിന്.

എന്നാലും ഈ നയംകൊണ്ട് സ്വതേ സംഭവിക്കാവുന്ന ഒരു കെടുതി ഇവിടെ സംഭവിച്ചിട്ടില്ല എന്ന് എടുത്തുപറഞ്ഞുകൊള്ളട്ടെ. മാനേജരെ പ്രതിനായകത്വത്തിന്റെ വെറും കരിവേഷമായി അവതരിപ്പിക്കയാവുമല്ലോ ഈ നയമനുസരിച്ചു സ്വാഭാവികം. ഇവിടെയാവട്ടെ, ഭിന്ന പ്രകൃതികളായ

മൂന്നു മാനേജർമാരെ അവതരിപ്പിച്ചതിൽ ഒന്നോ അഥവാ രണ്ടോ പേർക്കേ ഉള്ളൂ ഈ പ്രതിനായകത്വം, അതിൽത്തന്നെയും ആ പഴുഞ്ചീരി കുഞ്ഞനെഴുത്തച്ഛൻ എന്തൊരു തന്മയത്വം തികഞ്ഞ കഥാപാത്രമായിരിക്കുന്നു! അല്പനേരംകൊണ്ട് അരങ്ങുതകർക്കുന്ന ആ ഉഗ്രമൂർത്തിയുടെ വിശ്വരൂപംതന്നെ ചെറുകാട് വരച്ചുവെക്കുന്നുണ്ട്. ഇയാളുടെ നേരെ എതിർധ്രുവത്തിലാണ് ആലിമുസലിയാർ എന്ന മാനേജരുടെ നില്പ്. മാനേജരായിപ്പോയി എന്നുവെച്ച് നോവലിസ്റ്റ് ആ പാവത്തിനു മാനുഷികഭാവം നിഷേധിക്കുന്നില്ല[6] എന്നല്ല ഈ നോവലിൽ നാം ഏറ്റവും ഇഷ്ടപ്പെടുന്ന സ്വച്ഛജീവികളിൽ ഒരാൾ മുസലിയാരാവും. "തേഞ്ഞ കുറ്റിപ്പല്ലും കാട്ടി ചിരിച്ചുകൊണ്ടിരിക്കുന്ന" അയാളുടെ മുഖം ഒരു സമരരംഗത്ത് നാണിക്ക് ആവേശം പകരുന്നതായി കല്പിച്ചത് (257) അർത്ഥഗർഭമായിരിക്കുന്നു. ഒടുക്കം അയാൾ തികച്ചും അയാളുടെ പങ്കിലേക്ക് നീങ്ങുന്നതായി കാണുന്നതു ഒട്ടും അവിശ്വാസ്യമല്ല. പൊലീസ് അയാളുടെ താടിരോമം വലിച്ചു പറിച്ചപ്പോൾ ചോര ഇറ്റുവീഴുന്നതു ചൂണ്ടിക്കാട്ടി ചെറുകാടെഴുതുന്നു: "ആ ചോരത്തുള്ളികൾ അയാളെ ഒരു ചുകപ്പു കുപ്പായക്കാരനാക്കി" (652). ഈ ഒറ്റവാക്യം പ്രശസ്തമായ *നിങ്ങളെന്നെ കമ്യൂണിസ്റ്റാക്കി* എന്ന നാടകമുണ്ടല്ലോ അതിനെക്കാളൊക്കെ ഫലപ്രദമത്രെ.

മുസലിയാരെപ്പോലെതന്നെ നമ്മെ സവിശേഷമായി ആകർഷിക്കുന്ന കഥാപാത്രങ്ങളാണ് സ്മാലന്റെ ഉമ്മ, ജയിലിലെ ആ സ്ത്രീവാർഡൻ കുഞ്ഞായിശ്ശ ഉമ്മ മുതലായി പലരും. നാടൻ ജീവിതവുമായുള്ള ചിരകാലസമ്പർക്കത്തിൽനിന്നാവണം ചെറുകാട് ഈ നറുമുത്തുകൾ പെറുക്കിനിരത്തുന്നത് (ഇവർക്കെല്ലാം നാണിയോട് അനുഭാവം മാത്രമല്ല, ആരാധന പോലുമാണ് എന്ന ഘടനയും യാദൃച്ഛികമാവില്ല). ഗോപാലൻ ബാലൻ എന്നെല്ലാമുള്ള പ്രധാന കഥാപാത്രങ്ങളുമതെ, കേവലം ആദർശത്തിൽനിന്നല്ല, അനുഭവത്തിൽനിന്നുതന്നെയാണ് തങ്ങൾ കേറിവന്നിരിക്കുന്നത് എന്ന പ്രതീതിയെ സൃഷ്ടിക്കും. അത്രത്തോളം സത്യസന്ധതയുണ്ടവയ്ക്ക്. ഏതായാലും തന്റെ കഥാപാത്രങ്ങൾക്ക് ജീവിച്ചിരിക്കുന്നവരോ മരിച്ചുപോയവരോ ആയ വ്യക്തികളൊടൊന്നും ഒരു ബന്ധവുമില്ല എന്ന് പ്രമാണപ്പെടുത്താൻ ചെറുകാടിനെ കിട്ടുകയുണ്ടാവില്ല!

*മുത്തശ്ശി*യുടെ ശില്പത്തെപ്പറ്റി കൂടുതലൊന്നും തല്ക്കാലം നിരീക്ഷിക്കുന്നില്ല. ആ സംഗതി അവിടവിടെ സ്പർശിക്കപ്പെട്ടതുമാണല്ലോ. ഒന്നുമാത്രം: നാണിയെക്കൊണ്ട് കഥ പറയിക്കാനെന്തേ കാരണം? നായികയായ അവളങ്ങ് പറഞ്ഞോട്ടെ എന്നു കരുതി എന്നതിൽക്കവിഞ്ഞ്, ഇതിന് കലാപരമായ വല്ല അനിവാര്യതയുമുണ്ടെന്ന് തോന്നുന്നില്ല.

---

6. ശങ്കരനാരായണനെഴുത്തച്ഛൻ എന്ന സ്കൂളിൻസ്പെക്ടറെ കറുത്ത ചായത്തിൽ വരച്ചിരിക്കുന്നു. പക്ഷേ, ബാവ എന്ന ഇൻസ്പെക്ടറെ മറിച്ചും. ഇങ്ങനെത്തെ ഉദാഹരണങ്ങൾ ഇനിയുമുണ്ട്. ഈ നോവലിൽ.

'വീക്ഷണബിന്ദുവിൽനിന്നുള്ള ആഖ്യാനം (Point of view Narration) എന്ന സങ്കേതമൊന്നും ചെറുകാടിനെ സ്വാധീനിക്കുന്നതായി വിചാരിച്ചുകൂടാ. ഇവിടെ പലപ്പോഴും നോവലിസ്റ്റ് നേരിട്ട് ആഖ്യാനം നിർവ്വഹിക്കും പോലെയല്ലേ അനുഭവം? എന്തോ അങ്ങനെ നിർവ്വഹിച്ചിരുന്നെങ്കിൽ കൂടുതൽ സ്വാഭാവികമായേനെ എന്നാണ് എന്റെ നിഗമനം.

ഭാഷയുടെ ലാളിത്യം

ഭാഷ മിക്കവാറും വിവരണാത്മകം മാത്രമാണിവിടെ. അതുവിട്ടു പ്രതീകാത്മകമാവാനുള്ള യത്നം വിരളമത്രെ. അപൂർവ്വമായി ഇണക്കുന്ന പ്രതീകങ്ങൾ അതിനാൽ വിശേഷിച്ചു ചേതോഹരവുമാവുന്നു. ആ *മാണിക്യക്കല്ലാ*ണ് (296–307) ഇത്തരം ഒരു ദൃഷ്ടാന്തം. അലംകൃതഭാഷയ്ക്കു നേരെ ചെറുകാടിനു തീരെ ആവേശമില്ല. നന്നേ മുട്ടിയ കൈയിനേ അദ്ദേഹം അതിന്റെ മുഗ്ദ്ധതയ്ക്ക് അടിപ്പെടൂ. ഇവിടെ ഈ കൂറ്റൻ നോവലിൽ ഒരു പ്രഭാതവർണ്ണന മാത്രമുണ്ട്. ഇതാ ഇങ്ങനെ: "കോഴികൂകി. പ്രകൃതിയുടെ കണ്ണീർക്കണങ്ങളെപ്പോലെ മരക്കൊമ്പുകളിൽ നിന്നു മഞ്ഞുതുള്ളികൾ വീഴുന്ന ശബ്ദംപോലും ഞാൻ കേട്ടുകൊണ്ടിരുന്നു. ഒരു നെടുവീർപ്പുപോലെ ഇളംകാറ്റുവീശി. കാക്ക കരഞ്ഞു. ഞാനെഴുന്നേറ്റു പുറത്തുവന്നുനോക്കി. മൂടൽമഞ്ഞ് ഒരു നനുത്ത ചരമാവരണം പോലെ ഭൂമിയെ മൂടിനിന്നിരുന്നു." (636). ഈ വർണ്ണനയിലെ സാഹിത്യം ചെറുകാടിനെ സംബന്ധിച്ചിടത്തോളം വൈദേശികമാണല്ലോ എന്നു തോന്നും. മറ്റു പല നിർണ്ണായകസന്ദർഭങ്ങളിലും അദ്ദേഹം ഉപയോഗിക്കുന്ന തുറന്ന ശൈലി കണ്ടാൽ. നോക്കുക, അനിഷ്ടനായ ഭർത്താവിനെയോർത്തു നാണിക്കുണ്ടാവുന്ന ഞെട്ടൽ സ്പഷ്ടമാക്കാൻ ഉപമാനമെന്താണെന്നോ: 'പൂച്ചയെ കാണുന്ന എലി' (44). ഇത്രയും ഋജുവും ലഘുവും നഗ്നവും നാടനുമാവാമോ ശൈലി എന്ന് പുതിയ അഭിരുചി ഇവിടെ ഒന്നമ്പരന്നേക്കും. അതെന്തോ, ഈ സാധാരണത്വവും അതിലൂടെ സമാഹരിക്കുന്ന സാഫല്യവുമാണ് ചെറുകാടിന്റെ ഭാഷയുടെ സവിശേഷത. പലപ്പോഴും കാർഷികവും ഗ്രാമീണവുമായ ഒരു സാരസ്യം അതിനെ സ്വാദിഷ്ഠമാക്കുന്നു. 'വേട്ടക്കാരൻ പാട്ടിലെ വെളിച്ചപ്പാട് നാളികേരമെറിയുന്ന മട്ടി'ലാണത്രേ സ്കൂളിൻസ്പെക്ടറുടെ ചോദ്യങ്ങൾ (14); 'കുട്ടി ചത്ത എരുമയെ ചുരത്തിക്കുംപോലാ'ണത്രെ മുസലിയാർ പേന കുടഞ്ഞ് മുന തൊട്ടുഴിഞ്ഞു മഷി വരുത്തൽ (98); ഓടുരുകിക്കഴിഞ്ഞ സമയത്ത് പരിഭ്രമിക്കുന്ന മൂശാരിയെപ്പോലെയാണത്രെ ഇൻസ്പെക്ടറുടെ സാന്നിദ്ധ്യത്തിൽ കുട്ടികൃഷ്ണനെഴുത്തച്ഛൻ അങ്ങോട്ടുമിങ്ങോട്ടും മണ്ടുന്നത് (251); ഇത്തരം രസികത്തങ്ങളിലേക്കു മാത്രമേ ഈ കാർഷിക ഗ്രാമീണ ശൈലിക്കു കൈയെത്തൂ എന്നു കരുതേണ്ട. ആവശ്യംപോലെ കരുത്തും ചൊറുക്കുമൊക്കെ അത് അപ്പപ്പോൾ ആർജ്ജിക്കുന്നതിന്

എത്രയോ ദൃഷ്ടാന്തങ്ങൾ കാണാം. ഇക്കാര്യത്തിൽ ഇടശ്ശേരിയെ ഓർമ്മിപ്പിക്കുന്നു ചെറുകാട്.

അഥവാ, ശൈലി മനുഷ്യൻതന്നെ എന്നാണല്ലോ പറയാറ്. അതിനാൽ ഇങ്ങനെ സംഗ്രഹിക്കാം: ചെറുകാട് എന്ന പരുക്കനെങ്കിലും പച്ചയായ മനുഷ്യന്റെ ശരിയായ പ്രകൃതിതന്നെ ഈ പടുകൂറ്റൻ നോവൽ. അനുഭവപരിചയങ്ങളുടെ നിർലോഭത, അവിടവിടെ വെട്ടിയൊതുക്കുകയോ അല്പംകൂടി വേഷം മിനുക്കുകയോ ആവാമായിരുന്നു എന്നാശിപ്പിക്കുന്ന നിരങ്കുശത്വം, അകത്തു കുളിർക്കെ ഒഴുകുന്ന ആർദ്രതയുടെ നീർച്ചാല് – ഒക്കെ *മുത്തശ്ശി*ക്കും അവകാശപ്പെടാവുന്നതത്രെ.

ശനിദശ

ബി രാജീവൻ

മലയാളസാഹിത്യത്തിന്റെ ചരിത്രത്തിലെ അത്യാധുനികനായ ഒരു നോവലിസ്റ്റാണ് ചെറുകാട്. അത്യാധുനികൻ എന്നു പറയുന്നത് അതിന്റെ ഏറ്റവും ശാസ്ത്രീയമായ നല്ല അർത്ഥത്തിലാണ്. മലയാളനോവലിന്റെ വളർച്ച ചെറുകാടിൽ വന്നുനില്ക്കുകയാണ്. അവിടെനിന്ന് മുന്നോട്ടത് വികസിച്ചിട്ടില്ല. *ഖസാക്കിന്റെ ഇതിഹാസ*വും *ആൾക്കൂട്ട*വും *കാല*വും മലയാളനോവലിന്റെ പുതിയ വികാസമുഖങ്ങളല്ല. പുതിയ കാലത്തുണ്ടായ പഴഞ്ചൻ കൃതികളാണവ. ജീവിതത്തിന്റെ യാഥാർത്ഥ്യം കൈമോശം വന്നുപോയ പഴയ കാലങ്ങളുടെ മിഥ്യകൾതന്നെയാണ് ആ നോവലുകളിൽ സുന്ദരമായി ആവിഷ്കരിക്കപ്പെട്ടിരിക്കുന്നത്. അതുകൊണ്ടുതന്നെ അവ യഥാർത്ഥത്തിൽ പഴയ കലാസൃഷ്ടികളാണ്. സ്വന്തം യാഥാർത്ഥ്യത്തെ കണ്ടെത്തിക്കഴിഞ്ഞ പുതിയ മനുഷ്യന്റെ കലയാണ് യഥാർത്ഥമായ ആധുനിക കല. പഴയ കല സ്വയം കണ്ടെത്താത്ത മനുഷ്യൻ അവന്റെ മിഥ്യാബോധങ്ങളിലൂടെ യാഥാർത്ഥ്യത്തെ അബോധപൂർവ്വം പ്രതിഫലിപ്പിക്കുന്നതായിരുന്നു. പുതിയ കല സ്വയം കണ്ടെത്തിക്കഴിഞ്ഞ മനുഷ്യൻ സ്വന്തം യാഥാർത്ഥ്യത്തെ വൈകാരികമായി പ്രതിഫലിപ്പിക്കുന്ന കലയാണ്.

സ്വന്തം യാഥാർത്ഥ്യത്തെ കണ്ടെത്തിക്കഴിഞ്ഞ പുതിയ മനുഷ്യന്റെ ജീവിതത്തെ വൈകാരികമായി പ്രതിഫലിപ്പിക്കാൻ ശ്രമിക്കുന്ന നോവലിസ്റ്റാണ് ചെറുകാട്. അതുകൊണ്ടാണ് മലയാളത്തിലെ ഏറ്റവും ആധുനികനായ ഒരു നോവലിസ്റ്റാണ് ചെറുകാടെന്ന് പറഞ്ഞത്.

ഈ ആശയത്തെ ഒന്നുകൂടി വിശദമാക്കാം. വർഗ്ഗബോധമില്ലാത്ത മനുഷ്യന്റെ യാഥാർത്ഥ്യത്തിന് ഒരു മിഥ്യയുടെ ആവരണം ഉണ്ടായിരിക്കും. അവന്റെ യാഥാർത്ഥ്യത്തിൽ നിന്ന് ഭിന്നമായിരിക്കും അവന്റെ നില

നിൽപ്പ്. ഒരു മനുഷ്യന്റെ യാഥാർത്ഥ്യം അവൻ അവനെപ്പറ്റി വിചാരിക്കുന്നതോ മറ്റുള്ളവർ അവനെപ്പറ്റി വിചാരിക്കുന്നതോ ആയിരിക്കില്ല. ഓരോ മനുഷ്യനും വിചാരിക്കും താൻ വിചാരിക്കുന്നതുതന്നെയാണ് തന്റെ യാഥാർത്ഥ്യമെന്ന്. ഓരോ മനുഷ്യനും വിചാരിക്കും താൻ തന്റെ ഇച്ഛയ്ക്കനുസരിച്ച് ചിന്തിക്കുകയും പ്രവർത്തിക്കുകയുമാണെന്ന്. സത്യത്തിൽ വർഗ്ഗബോധമില്ലാത്ത മനുഷ്യൻ സ്വതന്ത്രമായി പ്രവർത്തിക്കുന്നില്ല. സ്വതന്ത്രമായി ചിന്തിക്കുന്നുമില്ല. പ്രവർത്തിക്കപ്പെടുകയും ചിന്തിക്കപ്പെടുകയുമാണ്.

ഒരു മനുഷ്യന്റെ യാഥാർത്ഥ്യത്തെ നിർണ്ണയിക്കുന്നത് അവൻ നിലനില്ക്കുന്ന ചരിത്രഘട്ടത്തിന്റെ ഉല്പാദനശക്തികളും ഉല്പാദനബന്ധങ്ങളുമാണ്. മനുഷ്യന്റെ ഇച്ഛയ്ക്കു വെളിയിലുള്ള ഈ ശക്തികളാണ് അവന്റെ ഇച്ഛകളെ രൂപപ്പെടുത്തുന്നത്. ഓരോ മനുഷ്യനും സ്വന്തം പ്രവർത്തനങ്ങളെയും ചിന്തകളെയും തന്റെ സ്വതന്ത്രമായ ചിന്തകളും പ്രവർത്തനങ്ങളുമാണെന്നു തെറ്റിദ്ധരിക്കുന്നു. താൻ നിലനില്ക്കുന്ന ചരിത്രഘട്ടം രൂപപ്പെടുത്തിയ തന്റെ യാഥാർത്ഥ്യത്തിൽ നിന്ന് അങ്ങനെ മനുഷ്യർ അകന്നുപോകുന്നു. മനുഷ്യന്റെ യഥാർത്ഥ ജീവിതവും ആ ജീവിതം അവന്റെ തലച്ചോറിൽ സൃഷ്ടിക്കുന്ന ആശയവും തമ്മിലുള്ള വൈരുദ്ധ്യം മനുഷ്യനെ രണ്ടായി പിളർക്കുന്നു. ചരിത്രഘട്ടം നിർണ്ണയിക്കുന്ന സ്വന്തം യാഥാർത്ഥ്യത്തിൽനിന്ന് ഭിന്നമായ ഒരു ജീവിതമായിരിക്കും അയാൾ ജീവിക്കുന്നത്. സ്വന്തം യാഥാർത്ഥ്യത്തിൽനിന്ന് ഭിന്നമായ മറ്റൊന്നായി അയാൾ സ്വന്തം ജീവിതത്തെക്കുറിച്ച് സങ്കല്പിക്കുകയാണ്. അങ്ങനെ അയാളുടെ യഥാർത്ഥ ജീവിതത്തെ അയാൾ അയാളുടെ ജീവിതത്തെക്കുറിച്ചുള്ള മിഥ്യാബോധംകൊണ്ടു പൊതിയുന്നു. സ്വന്തം നിലനില്പിന്റെ യാഥാർത്ഥ്യം തന്നെ തിരിച്ചറിയാൻ കഴിയാത്ത മനുഷ്യൻ അവന്റെ മിഥ്യാബോധങ്ങളെ സ്വന്തം ജീവിതമായി തെറ്റിദ്ധരിക്കുന്നു. അവന്റെ യഥാർത്ഥജീവിതവും അവൻ ബോധപൂർവ്വം ജീവിക്കുന്ന ജീവിതവും രണ്ടായിത്തീരുന്നു. ഈ വിധം മനുഷ്യജീവിതം സ്വന്തം യാഥാർത്ഥ്യത്തെ തിരിച്ചറിയാത്ത ഒരു മിഥ്യാവ്യാപാരമായിത്തീരുന്നു. യാഥാർത്ഥ്യത്തിന്റെ തെറ്റായ പ്രതിഫലനംതന്നെയാണ് ഈ മിഥ്യയും. പ്രസിദ്ധമായ ഒരു ഉദാഹരണം പറയാം. ഉച്ചനീചത്വങ്ങളില്ലാത്ത ഒരു സ്വതന്ത്രഭാരതം സൃഷ്ടിക്കാൻ തന്റെ ആദർശങ്ങൾക്ക് കഴിയുമെന്ന് ഗാന്ധിജി വിശ്വസിച്ചിരുന്നു. തന്റെ ആദർശങ്ങളെ സാക്ഷാൽക്കരിക്കാൻ വേണ്ടി അദ്ദേഹം ആത്മാർത്ഥമായി പ്രയത്നിക്കുകയും ചെയ്തു. പക്ഷേ, ചൂഷണരഹിതമായ ഒരുസമൂഹം സൃഷ്ടിക്കുന്നതിൽ ഗാന്ധിസം ദയനീയമായി പരാജയപ്പെട്ടു. ഇതിന്റെ കാരണം ഇന്ന് നമുക്കറിയാം. ഗാന്ധിജി യഥാർത്ഥത്തിൽ ഉയിർത്തെഴുന്നേല്ക്കുന്ന ഇന്ത്യൻ ബൂർഷ്വാസിയുടെ പ്രതീകമായിരുന്നു. അതായിരുന്നു ഗാന്ധിജിയുടെ യാഥാർത്ഥ്യം. ഗാന്ധിജിയുടെ ഇച്ഛയ്ക്കതീതമായി ചരിത്രവും സമൂഹവും നിർണ്ണയിച്ച അദ്ദേഹത്തിന്റെ യാഥാർത്ഥ്യമാണത്. പാവങ്ങളുടെ കഷ്ടപ്പാടിൽ ആത്മാർത്ഥമായി വേദ

നിച്ച ഗാന്ധിജി സ്വന്തം യാഥാർത്ഥ്യത്തെ കണ്ടെത്താത്തവനായിരുന്നു. സ്വന്തം യാഥാർത്ഥ്യത്തിൽനിന്ന് ഭിന്നമായ ഒരു മിഥ്യയെയാണ് അദ്ദേഹം സ്വന്തം ജീവിതമായി കണ്ടത്. ഈ മിഥ്യാജീവിതത്തിനുള്ളിൽ അദ്ദേഹം വേദനിച്ചു. ചരിത്രഘട്ടം നിർണ്ണയിച്ചുകൊടുത്ത ഗാന്ധിജിയുടെ യാഥാർത്ഥ്യം അദ്ദേഹത്തിന്റെ ആഗ്രഹങ്ങൾക്കുതന്നെ നേർവിപരീതമായിരുന്നു. ഈ വിധം മനുഷ്യന്റെ യാഥാർത്ഥ്യം പലപ്പോഴും അവന്റെ ഇച്ഛയ്ക്ക് നേർവിപരീതമായിരിക്കുകയും ചെയ്യും. സ്വയം കണ്ടെത്താത്ത മനുഷ്യന്റെ ജീവിതം ഒരു സ്വയംകൃതമിഥ്യയായിത്തീരുന്നു എന്നർത്ഥം.

മനുഷ്യനിൽ തന്നെത്തന്നെ കണ്ടെത്തുന്നത് അവൻ വർഗ്ഗബോധമുള്ളവനാകുമ്പോഴാണ്. ചരിത്രത്തിന്റെ യാഥാർത്ഥ്യത്തെ സ്വന്തം ജീവിതത്തിന്റെ യാഥാർത്ഥ്യമായി തിരിച്ചറിയുന്നവനാണ് വർഗ്ഗബോധമുള്ള മനുഷ്യൻ. ചരിത്രയാഥാർത്ഥ്യത്തിൽ തന്റെതന്നെ യാഥാർത്ഥ്യത്തെ കണ്ടെത്തുന്ന മനുഷ്യൻ ഇന്നുവരെ ഉണ്ടായിട്ടുള്ള എല്ലാ മനുഷ്യരിൽനിന്നും ഗുണപരമായി അന്തരമുള്ളവനാണ്. തൊഴിലാളിവർഗ്ഗം ചരിത്രപരമായ സ്വന്തം അസ്തിത്വത്തെ സ്വയം കണ്ടെത്തുന്നതുവരെ മനുഷ്യൻ ഒരു മിഥ്യാജീവിയായിരുന്നു. ഈ വിധം തന്റെ യാഥാർത്ഥ്യത്തിൽത്തന്നെ യഥാർത്ഥമായി ജീവിക്കുന്ന മനുഷ്യനാണ് ചരിത്രപുരോഗതിയുടെ ഏറ്റവും മുൻനിരയിൽ എത്തിനില്ക്കുന്നവൻ. ഏറ്റവും പുതിയ മനുഷ്യൻ അവനാണ്. പഴയ മിഥ്യകളിൽ നിന്ന് മോചനം നേടി സ്വന്തം യാഥാർത്ഥ്യത്തെ കണ്ടറിഞ്ഞ വർഗ്ഗത്തിന്റെ കല അതുകൊണ്ടുതന്നെ പഴയ കലകളിൽ നിന്ന് ഗുണപരമായി അന്തരമുള്ളതായിരിക്കും. പഴയ കലാസൃഷ്ടികളെല്ലാം സ്വയം കണ്ടെത്താത്ത മനുഷ്യന്റെ മിഥ്യകളിൽ നിന്നു രൂപംകൊണ്ടവയാണ്. അവയിൽ മനുഷ്യയാഥാർത്ഥ്യം ബോധപൂർവ്വമായല്ല പ്രതിഫലിച്ചിരുന്നത്. വർഗ്ഗബോധമുള്ള പുതിയ മനുഷ്യന്റെ കലാസൃഷ്ടികൾ അവൻ കണ്ടെത്തിക്കഴിഞ്ഞ അവന്റെ യാഥാർത്ഥ്യത്തിന്റെ തന്നെ വൈകാരികപ്രതിഫലനമായിരിക്കും. കലകൾ എന്നും യഥാർത്ഥമനുഷ്യനെ പ്രതിഫലിപ്പിക്കാനുള്ള ബോധപൂർവ്വമല്ലാത്ത ശ്രമങ്ങളായിരുന്നു. ഇന്നു മനുഷ്യൻ അവന്റെ യാഥാർത്ഥ്യത്തെ കണ്ടെത്തിക്കഴിഞ്ഞിരിക്കുന്നു. കണ്ടെത്തിക്കഴിഞ്ഞ യാഥാർത്ഥ്യത്തെയാണ് പുതിയ കലാകാരനു പ്രതിഫലിപ്പിക്കാനുള്ളത്. എല്ലാ പഴയ കലകളിൽനിന്നും പുതിയ മനുഷ്യന്റെ കലയ്ക്കുള്ള ഗുണപരമായ അന്തരം ഇതാണ്! ഈ സത്യത്തെ വിസ്മരിക്കുന്ന ഏതു കലാസൃഷ്ടിയും യഥാർത്ഥത്തിൽ പഴഞ്ചനാണ്. മനുഷ്യചരിത്രത്തിന്റെ വികാസത്തെ ഉൾക്കൊള്ളാത്ത പഴയ ബോധങ്ങളുടെ പ്രകടനങ്ങൾ മാത്രമായിരിക്കും അവ. മനുഷ്യൻ സ്വയം കണ്ടെത്തിക്കഴിഞ്ഞിട്ടും സ്വയം തിരിച്ചറിയാനാവാതെ പഴയ മിഥ്യകളിൽത്തന്നെ ജീവിക്കുന്നവർ യഥാർത്ഥത്തിൽ ചരിത്രപുരോഗതിയിൽ പങ്കുചേരുന്നില്ല. അവൻ പുതിയകാലത്തു ജീവിക്കുന്ന പഴയ മനുഷ്യനാണ്. പഴയ മിഥ്യകളിലൂടെ ചരിത്രപുരോഗതിക്കു വിപരീതമായി സഞ്ചരിക്കുകയാണവർ. പുതിയ കാലത്തെഴുതപ്പെടുന്ന നോവലുകൾ പലതും പഴ

യതായിരിക്കുന്നതിന്റെ കാരണമിതാണ്. അവ അവയുടെ വർഗ്ഗസ്വഭാവത്തെ അറിയാതെ തന്നെ പ്രകടിപ്പിച്ചുപോവുകയാണ്.

സ്വയം കണ്ടെത്തിക്കഴിഞ്ഞ പുതിയ മനുഷ്യജീവിതത്തിന്റെ സംഘർഷങ്ങളെയാണു ചെറുകാട് തന്റെ നോവലുകളിൽ ചിത്രീകരിക്കുന്നത്. ചെറുകാടിനെ മലയാളത്തിലെ അത്യാധുനികനോവലിസ്റ്റാക്കിയിരിക്കുന്നത് അദ്ദേഹത്തിന്റെ ജീവിതവീക്ഷണത്തിലന്തർഭവിച്ച ഈ ഗുണപരമായ അന്തരം തന്നെയാണ്.

ശനിദശ എന്ന നോവൽ യഥാർത്ഥമനുഷ്യനും അയഥാർത്ഥ മനുഷ്യനും തമ്മിലുള്ള സംഘട്ടനത്തിന്റെ കഥയാണ്. വർഗ്ഗസംഘട്ടനമാണ് ഈ നോവലിന്റെ ആശയവും യാഥാർത്ഥ്യവും (പഴയ നോവലുകളിലെന്ന പോലെ ദർശനവും യാഥാർത്ഥ്യവും വേർതിരിഞ്ഞു കിടക്കുകയല്ല ഇതിൽ. പുതിയ കലയുടെ ഗുരുതരമായ അന്തരം ഇവിടെ പ്രകടമാണ്. ടോൾസ്റ്റോയിയൻ ദർശനവും യാഥാർത്ഥ്യവും വേർതിരിഞ്ഞു നില്ക്കുന്നതിനെ ലെനിൻ എടുത്തുകാട്ടിയിട്ടുണ്ടല്ലോ). ഗാന്ധിജിയുടെ നേതൃത്വത്തിൽ ബ്രിട്ടീഷ് സാമ്രാജ്യത്വത്തിനെതിരായി നടന്ന സ്വാതന്ത്ര്യസമരത്തെ ഇന്ത്യൻ ബൂർഷ്വാസി വഞ്ചിക്കുകയും നാടുവാഴിത്തത്തിന്റെ അടിത്തറയിന്മേൽ ബൂർഷ്വാഭരണം വച്ചുകെട്ടുകയും ചെയ്തതാണ് ഈ നോവലിന്റെ രാഷ്ട്രീയപശ്ചാത്തലം. ബൂർഷ്വാസി ഭരണം കൈമാറ്റം വാങ്ങിയതോടെ പാവപ്പെട്ടവന്റെ എല്ലാ സ്വപ്നങ്ങളും തകർന്നു. മുതലാളിയും ജന്മിയും തമ്മിലുള്ള കൂട്ടുകെട്ടിന്റെ തനിനിറം പുറത്തുവന്നു. ഗാന്ധിജിയുടെ കോൺഗ്രസിനെ പുതിയ ഭരണവർഗ്ഗം ജനതയെ ചൂഷണം ചെയ്യുന്നതിനുള്ള ഉപകരണമാക്കി മാറ്റി. സ്വപ്നങ്ങൾപോലും നഷ്ടമായിത്തീർന്ന തൊഴിലാളികളും കർഷകരും പുതിയ വർഗ്ഗബോധത്തോടെ, പണ്ടില്ലാത്ത ശക്തിയോടെ, ഇവിടെ ഉയിർത്തെഴുന്നേറ്റു. പഴയ സാമൂഹ്യഘടനയുടെ സന്ധിബന്ധങ്ങളിൽ ആഘാതമേല്പിച്ചുകൊണ്ട് ഉയർന്നുവന്ന പുതിയ ശക്തിയെ അടിച്ചമർത്താൻ ഖദർകുപ്പായത്തിനുള്ളിൽ പൊതിഞ്ഞ ജന്മി മുതലാളിത്തം സർവ്വശക്തിയുമുപയോഗിച്ചു. പക്ഷേ, അദ്ധ്വാനിക്കുന്നവന്റെ വിമോചന സന്ദേശം നാടെങ്ങും പടർന്നുപിടിച്ചുകൊണ്ടിരുന്നു. വിഭ്രാന്തരായ ജന്മികളുടെയും മുതലാളിമാരുടെയും ഭരണകൂടം അതിന്റെ നിർദ്ദയമായ മർദ്ദനോപായങ്ങൾകൊണ്ട് കമ്യൂണിസത്തെ നാട്ടിൽനിന്ന് പിഴുതെറിയാൻ പാടുപെടുകയായിരുന്നു. അനേകം സഖാക്കളെ ജയിലിലിട്ട് മർദ്ദിച്ചുകൊന്നു. അനേകം പേർ ക്രൂരമർദ്ദനങ്ങളേറ്റു നിത്യരോഗികളായി. കുടുംബങ്ങൾ അനാഥമായി. കുടുംബബന്ധങ്ങൾ തകർന്നു. സമൂഹത്തിന്റെ സമസ്തതലങ്ങളിലും പുതിയ ചലനങ്ങൾ പടർന്നു. പഴയ സിരാപടലങ്ങളിൽ പുതിയ രക്തമോടി. പുതിയ രക്തംവീണ് ഭൂമി കുതിർന്നു. അങ്ങനെ ഭരണകൂടത്തിന്റെ ക്രൂരമർദ്ദനങ്ങളെ അതിജീവിച്ചുകൊണ്ട് അദ്ധ്വാനിക്കുന്നവന്റെ ശക്തി ചരിത്രത്തിന്റെ ശക്തിയായി പരിണമിക്കുന്ന കേരള ചരിത്രത്തിന്റെ ഒരു ഘട്ടമാണ് ചെറുകാട് തന്റെ നോവലുകളിലൂടെ തുറന്നുകാട്ടുന്നത്.

ഈ പറഞ്ഞ ചരിത്രയാഥാർത്ഥ്യത്തെ ചെറുകാട് അനാവരണം ചെയ്തിരിക്കുന്നത് വർഗ്ഗസമരത്തിലേർപ്പെടുന്ന അടിസ്ഥാനവർഗ്ഗത്തിന്റെ കഥയിലൂടെയല്ല. വർഗ്ഗസമരം ഉപരിവർഗ്ഗത്തിന്റെ ജീവിതത്തിൽ വരുത്തുന്ന ശൈഥില്യങ്ങളിലൂടെയാണ് ഈ നോവലിൽ ചരിത്രയാഥാർത്ഥ്യം രൂപമെടുക്കുന്നത്. ഫ്യൂഡൽ നാടുവാഴിത്തത്തിന്റെ പാരമ്പര്യമുള്ള രണ്ട് തറവാടുകളിലെ മനുഷ്യരുടെ ചലനങ്ങളിലൂടെയാണ് ഈ നോവലിന്റെ കഥാശില്പം രൂപംകൊള്ളുന്നത്. ആ മനുഷ്യരുടെ ചലനങ്ങളെ നിർണ്ണയിക്കുന്ന ശക്തി അവർക്ക് വെളിയിലുള്ള ചരിത്രത്തിന്റെ ഭൗതികസ്വാധീനങ്ങളാണ്. ആ സ്വാധീനങ്ങൾ അവരിൽ ചിന്തകളും വികാരങ്ങളുമായി മാറുന്നു. ഉറഞ്ഞുകട്ടിപിടിച്ച ഫ്യൂഡൽ ബോധങ്ങൾ ഉടയുകയും അതിൽ നിന്ന് പുതിയ ബോധം ഉയരുകയും ചെയ്യുന്നു. ഈ നോവലിന്റെ പശ്ചാത്തലത്തിൽ മറഞ്ഞു നില്ക്കുന്ന അടിസ്ഥാനവർഗ്ഗത്തിന്റെ ശക്തി നാം അറിയുന്നത് ഉപരിവർഗ്ഗത്തിന്റെ ശൈഥില്യത്തിലൂടെയും പരിണാമത്തിലൂടെയുമാണ്.

നാടുവാഴികളായിരുന്ന കക്കാട്ടുകുറുപ്പന്മാരുടെ പരമ്പരയിൽപ്പെട്ട കക്കാട്ടുമേലെപ്പാട്ടെ കുഞ്ഞുക്കുട്ടക്കുറുപ്പ് കമ്യൂണിസ്റ്റായി മാറുന്നതുകൊണ്ടുണ്ടാകുന്ന സംഭവവികാസങ്ങളാണ് ഈ നോവലിലെ കഥാഗതിയെ നിയന്ത്രിക്കുന്നത്. ഹൈസ്കൂളദ്ധ്യാപകനും മര്യാദക്കാരനുമായ കുഞ്ഞുക്കുട്ടക്കുറുപ്പ് കമ്യൂണിസ്റ്റായത് ആളുകൾക്ക് വിശ്വസിക്കാൻ കഴിഞ്ഞില്ല. അച്ഛനും അമ്മയും കാട്ടിക്കൊടുത്ത പെണ്ണിനെ വിവാഹം കഴിച്ച് സ്വൈരമായി ജീവിക്കാൻ തീരുമാനിച്ചതായിരുന്നു കുറുപ്പ്. അപ്രതീക്ഷിതമായി വന്നുചേർന്ന പഴയ സുഹൃത്തിന് അഭയം കൊടുത്തതു മാത്രമായിരുന്നു കുറുപ്പ് ചെയ്ത കമ്യൂണിസം. ശങ്കരൻകുട്ടിമേനോൻ എന്ന കമ്യൂണിസ്റ്റു നേതാവിനെ കുറുപ്പ് വീട്ടിൽ താമസിപ്പിച്ചത് ഒരു സുഹൃത്തെന്നനിലയിൽ മാത്രമായിരുന്നു. പക്ഷേ, അതു ആ ജീവിതത്തിന്റെ ഗതിയെ പാടെ തിരിച്ചു. കുഞ്ഞുക്കുട്ടക്കുറുപ്പിന്റെ വിവാഹത്തിന്റെ തലേനാൾ രാത്രി അയാളെയും സുഹൃത്തിനെയും പൊലീസ് അറസ്റ്റു ചെയ്തു. അപ്പോഴും കുഞ്ഞുക്കുട്ടക്കുറുപ്പ് കമ്യൂണിസ്റ്റായിരുന്നില്ല. പൊലീസിന്റെ അടി ഏറ്റതുമുതൽ കക്കാട്ടു കുറുപ്പു കക്കാട്ടുകുറുപ്പല്ലാതായിമാറി. അകാരണമായി ജനങ്ങളെ ക്രൂരമായി മർദ്ദിക്കുന്ന കോൺഗ്രസ് ഗവൺമെന്റിനെതിരായി പൊരുതാൻതന്നെ കുറുപ്പ് തീരുമാനിച്ചു. അങ്ങനെ കുറുപ്പ് കമ്യൂണിസ്റ്റായി. കോൺഗ്രസുകാരുടെ മുന്നിൽ തലതാഴ്ത്തി അപേക്ഷിച്ചിരുന്നുവെങ്കിൽ കുറുപ്പിന് കേസിൽനിന്നു രക്ഷപ്പെടാമായിരുന്നു. പക്ഷേ, ഒരു കമ്യൂണിസ്റ്റായിക്കഴിഞ്ഞ കുറുപ്പ് ആണത്തത്തോടെ പൊരുതിമരിക്കാൻതന്നെ തീരുമാനിച്ചു. ആത്മാഭിമാനം പണയപ്പെടുത്താൻ അയാൾ ഒരുക്കമായിരുന്നില്ല. ഒരു പെറ്റിബൂർഷ്വാ അങ്ങനെ കമ്യൂണിസ്റ്റായി വർഗ്ഗപരിണാമം നേടുകയായിരുന്നു. പഴയതിൽനിന്ന് പുതിയതായി ഒന്നു രൂപമെടുക്കുകയായിരുന്നു. വർഗ്ഗപരിണാമം നേടുന്ന പെറ്റിബൂർഷ്വാ അനുഭവിക്കുന്ന ആത്മസംഘർഷം കുറു

പ്പിലും നടക്കുന്നുണ്ട്. പക്ഷേ, അതിനെയെല്ലാം അയാൾ അതിജീവിക്കുന്നു. ആവശ്യമില്ലാത്ത അടിയെ വിളിച്ചുവരുത്തരുത് എന്നു കുറുപ്പ് ബാലകൃഷ്ണൻ എന്ന സഖാവിനെ ജയിലിൽവച്ച് ഉപദേശിക്കുമ്പോൾ അയാൾ പറയുന്ന മറുപടി ഇതാണ്: "നിങ്ങൾക്ക് മരിക്കാൻ പേടിയുണ്ടാവും. ഇന്നലെയാണല്ലോ കല്യാണം കഴിഞ്ഞത്. ജയിലിൽനിന്ന് രക്ഷപ്പെട്ടുപോയി സുഖമായി ജീവിക്കാൻ മോഹമുണ്ടാവും. നിങ്ങളൊരിടത്തരക്കാരനാണ്, നാടുവാഴിയാണ്. മരിക്കാതിരിക്കാൻ വേണ്ട ടാക്റ്റിക്സുകളൊക്കെ ഉപയോഗിച്ചുകൊള്ളണം. പെറ്റിബൂർഷ്വാ! ഞാൻ കല്യാണം കഴിച്ചിട്ടില്ല. ഇതു നോക്കൂ. എന്റെ കൈയ്. ഇതു കയ്ക്കോട്ടിൻതായയുടെ തഴമ്പാണ്. ഞാൻ തൊഴിലാളിയാണ്. എനിക്ക് മരിച്ചാലും ഒന്നും നഷ്ടപ്പെടാനില്ല." തൊഴിലാളിസഖാവിന്റെ ഈ വിമർശനം കുറുപ്പിനെ വീണ്ടും ശുദ്ധീകരിക്കുകയായിരുന്നു. അയാൾ ആത്മപരിശോധന നടത്തി. മരണഭീതിയില്ലാത്ത, സ്വന്തം വിശ്വാസത്തെ ഒരിക്കലും പണയപ്പെടുത്താത്ത ഒരു കമ്യൂണിസ്റ്റായി കുറുപ്പ് മാറിക്കഴിഞ്ഞിരുന്നു. പൊലീസുകാരന്റെ മർദ്ദനമേറ്റ് വീണു മരിക്കുന്ന നിമിഷംവരെ കുറുപ്പ് ഒരു കമ്യൂണിസ്റ്റായിരുന്നു. കുറുപ്പ് എന്ന ഒരു നാടുവാഴി യുവാവിന്റെ മരണം ഒരു ദുരന്തകഥയുടെ അന്ത്യത്തിലെ മരണമല്ല. സ്വന്തം ചരിത്രത്തെ സ്വയം സൃഷ്ടിക്കുന്ന യഥാർത്ഥ മനുഷ്യൻ സ്വന്തം ജീവിതംകൊണ്ട് അവന്റെ പുതിയ ലോകത്തിന് അടിക്കല്ലിടുകയാണിവിടെ. മാവോത്സെ തുങ് പറയാറുള്ള ഒരു പഴയ ചൈനീസ് ചൊല്ലുണ്ട്. 'തൂവലിനെക്കാൾ ഭാരം കുറഞ്ഞതും പർവ്വതത്തെക്കാൾ ഭാരം കൂടിയതുമായ മരണങ്ങളുണ്ട്' ഒരു വർഗ്ഗത്തിന്റെ ശക്തിമുഴുവൻ തന്നിലേക്കാവാഹിച്ച് സ്വയം പൊട്ടിത്തെറിച്ച് ശത്രുവിനെ നശിപ്പിക്കുന്നതുപോലെയുള്ള കമ്യൂണിസ്റ്റുകാരന്റെ മരണം പർവ്വതത്തെക്കാൾ ഭാരമുള്ളതാണ്. കുഞ്ഞുക്കുട്ടക്കുറുപ്പിന്റെ മരണം ഒരു സാധാരണമരണമല്ല എന്നുപറഞ്ഞത് അതുകൊണ്ടാണ്.

പുതിയ സ്ത്രീത്വത്തിന്റെ പ്രതീകമാണ് *ശനിദശ*യിലെ തങ്കമ്മ. നെടുമ്പുറത്തു നായരുവീട്ടിലെ തങ്കമ്മ മേലേടത്തു നമ്പൂതിരിയുടെ മകളാണ്. പുതിയ കാലത്തിന്റെ കാറ്റുകൾ കടന്നുചെല്ലാത്ത ഫ്യൂഡലിസത്തിന്റെ ചലനമറ്റ നേരിയ ഇരുട്ടിന്റെ കുളിർമ്മയിലാണ് തങ്കമ്മ വളർന്നത്. പക്ഷേ, തങ്കമ്മയിൽ രൂപംകൊണ്ടുവന്ന സ്ത്രീത്വം പുരുഷന്റെ ഉപഭോഗവസ്തു മാത്രമായ ഫ്യൂഡൽ സ്ത്രീത്വമായിരുന്നില്ല. കുഞ്ഞുക്കുട്ടക്കുറുപ്പിനെ അവൾ സ്നേഹിച്ചിരുന്നു. കുറുപ്പുമായുള്ള അവളുടെ വിവാഹത്തിന്റെ തലേന്നാളാണ് കുറുപ്പിനെ പൊലീസ് അറസ്റ്റ് ചെയ്തത്. വരൻ ജയിലിലാണെന്നറിഞ്ഞ് നേരത്തിനു വിവാഹം നടത്തി തറവാടിന്റെ മാനം രക്ഷിക്കാൻ തങ്കമ്മയുടെ സഹോദന്മാരും ബന്ധുക്കളും തീരുമാനിച്ചു. നേരത്തിനു വിവാഹം നടത്താൻ വേഗം ഒരു വരനെ അവർ കണ്ടുപിടിക്കുകയും ചെയ്തു. മദ്യപാനിയും വിടനുമായ ഒരു മനുഷ്യനെയാണവർ തങ്കമ്മയ്ക്കുവേണ്ടി കണ്ടെത്തിയത്. പെണ്ണിന്റെ ജീവിതത്തെക്കാൾ എല്ലാവരും വില കല്പിച്ചതു തറവാടിന്റെ മാനത്തിനായിരുന്നു. കുഞ്ഞു

ക്കുട്ടക്കുറുപ്പ് ജാമ്യത്തിലിറങ്ങിവന്നാൽപ്പോലും ഒരു കമ്യൂണിസ്റ്റുകാരനു തറവാട്ടിൽനിന്നു പെണ്ണുകൊടുക്കുകയില്ല എന്നവർ തീരുമാനിച്ചു.

തറവാടിന്റെ മാനംകാക്കാൻവേണ്ടി അപ്പോൾ കണ്ടെത്തിയ പുരുഷനെ തങ്കമ്മ സ്വീകരിക്കുമെന്ന് എല്ലാവരും പ്രതീക്ഷിച്ചു. പക്ഷേ, തങ്കമ്മ സുന്ദരമായ ശരീരം മാത്രമുള്ള പഴയ സ്ത്രീ ആയിരുന്നില്ല. അവൾ കുഞ്ഞുക്കുട്ടക്കുറുപ്പിനെയല്ലാതെ മറ്റാരെയും വിവാഹം കഴിക്കില്ല എന്നു ദൃഢമായി തീരുമാനിച്ചുകഴിഞ്ഞു. സഹോദരന്മാരുടെ ചതുരുപായങ്ങൾ അവളുടെ ദൃഢനിശ്ചയത്തെ ഉലയ്ക്കാൻ ശക്തമായില്ല. ഒടുവിൽ വിവാഹമുഹൂർത്തത്തിന് മുമ്പ് ജാമ്യത്തിലിറങ്ങിവന്ന കുറുപ്പിനെ ബന്ധുക്കൾ ആട്ടിപ്പായിക്കാൻ ശ്രമിച്ചപ്പോൾ തങ്കമ്മ അയാളുടെ കൂടെ ഇറങ്ങിപ്പോയി. എതിർപ്പുകളെ വകവെക്കാതെ കുറുപ്പിന്റെ കൂടെ ഇറങ്ങിപ്പോകുന്ന തങ്കമ്മ ഫ്യൂഡൽ സ്ത്രീസങ്കല്പത്തിന്റെ ചാമ്പലിൽനിന്നും ഉയിർത്തെഴുന്നേറ്റ ഒരു പുതിയ സ്ത്രീത്വമാണ്. വീട്ടിലേക്ക് പോരുമ്പോൾ കുറുപ്പ് തങ്കമ്മയോട് ചോദിച്ചു: "തങ്കമ്മയോട് ഇപ്പോൾത്തന്നെ ചോദിക്കാം. എപ്പോഴാണ് പൊലീസുകാർ വന്ന് എന്നെ പിടിച്ചുകൊണ്ടുപോവുക എന്നറിഞ്ഞുകൂടാ. ഞാൻ വല്ലവരുടെയും കാലുപിടിച്ച് മാപ്പുചോദിച്ച് ജയിലിൽ നിന്നു വിട്ടുപോരണമെന്ന അഭിപ്രായം തങ്കമ്മയ്ക്കുണ്ടോ? ഒരു തെറ്റും ചെയ്യാത്ത ഞാൻ ജയിലിലായി പോകുന്നതിനു പേടിച്ച് മാപ്പുചോദിക്കണമെന്നു തങ്കമ്മ പറയുമോ?"

"ഞാൻ പറയില്ല." എന്നായിരുന്നു തങ്കമ്മയുടെ മറുപടി. അവർ വീണ്ടും പറഞ്ഞു: "മനഃസാക്ഷി പണയംവെച്ചു കഴിയുകയാണെങ്കിൽ അവിടെ കൊണ്ടുവന്നു കുടിവെച്ച ശിശുപാലനെ എനിക്ക് കല്യാണം കഴിക്കാമായിരുന്നു. അതിന് വിചാരിച്ചിട്ടില്ല."

എന്തു പണയംവെച്ചാലും ഭർത്താവുമൊത്ത് ശാന്തമായി ജീവിക്കണമെന്ന് മാത്രമേ സാധാരണ സ്ത്രീകൾ വിചാരിക്കുകയുള്ളൂ. പക്ഷേ, തങ്കമ്മ വെറുമൊരു ശരീരം മാത്രമായിരുന്നില്ല. ബാഹ്യജീവിതത്തെക്കാൾ ശക്തമായ ആന്തരികജീവിതമുള്ള ഒരു പെണ്ണായിരുന്നു അവർ. സ്വന്തം ഭർത്താവിനെപ്പോലെ ഒരു കുറ്റവും ചെയ്യാത്ത അവളും വിവാഹരാത്രിയിൽത്തന്നെ ജയിലഴികൾക്കകത്തായി. ഭർത്താവ് പൊലീസുകാരന്റെ മർദ്ദനമേറ്റ് മരിച്ചു വീഴുന്നത് ജയിലഴികളിൽ പിടിച്ചു നിന്നുകൊണ്ട് അവൾ കാണുകയായിരുന്നു. അവൾ സ്നേഹിച്ച പുരുഷൻ മരിച്ചുവീണതോടെ തങ്കമ്മയിലെ സ്ത്രീയും യഥാർത്ഥത്തിൽ മരിച്ചുകഴിഞ്ഞു. തങ്കമ്മയുടെ ആത്മഹത്യ ചലിക്കുന്ന സ്വന്തം ശരീരത്തെ നശിപ്പിക്കുന്നതിനുള്ള ശ്രമം മാത്രമായിരുന്നു. തങ്കമ്മ ഒരു കമ്യൂണിസ്റ്റുകാരിയായിരുന്നില്ല. സ്വയം നശിപ്പിക്കുന്നതിന് പകരം പൊരുതി മരിക്കാൻ അവൾക്ക് കഴിയില്ല. ആത്മാഭിമാനമുള്ള സ്ത്രീയായിരുന്നെങ്കിലും പുരുഷന്റെ ഒരു ഭാഗമെന്ന നിലയിലല്ലാതെ സ്വതന്ത്രമായി നില്ക്കാൻ അവൾക്ക് കഴിയില്ല. ഫ്യൂഡൽ സ്ത്രീത്വത്തിൽനിന്ന് ബൂർഷ്വാ സ്ത്രീത്വത്തിലേക്കുള്ള പരിണാമത്തോളമേ തങ്കമ്മ എത്തിയിരുന്നുള്ളൂ. അതുകൊണ്ടുതന്നെ അവളുടെ ആത്മ

ഹത്യ ന്യായീകരിക്കപ്പെടുന്നു. എങ്കിലും, ഇതൊരു ദുരന്തകഥയിലെ നായികയുടെ ആത്മഹത്യയിൽ നിന്ന് ഭിന്നമാണ്. തങ്കമ്മയുടെ ആത്മഹത്യയിലും പുതിയ ലോകത്തിനുവേണ്ടിയുള്ള സമരത്തിന്റെ ഒരംശം അടങ്ങിയിരിക്കുന്നു. തങ്കമ്മ അങ്ങനെ മരിക്കാതിരുന്നാൽ അത് ചരിത്രത്തിന്റെ ശക്തിക്കുതന്നെ ചേരുന്നതല്ല.

പുതിയ ബൂർഷ്വാസിയായി പരിണമിക്കുന്ന ജന്മിയായ കിട്ടനുണ്ണി ഈ നോവലിലെ ഒരു പ്രധാന ശക്തിയാണ്. ഹൈസ്കൂൾ മാനേജരും ഹെഡ്മാസ്റ്ററുമാണയാൾ. അദ്ധ്യാപകരെ ചൂഷണം ചെയ്തു ഖദർ ധരിച്ച് കോൺഗ്രസായി അയാൾ വളരുന്നു. ജന്മിമുതലാളി കൂട്ടുകെട്ടിൽനിന്ന് ജനിക്കുന്ന വികൃതമായ മനുഷ്യത്വത്തിന്റെ പ്രതീകമാണയാൾ. ജന്മിത്തത്തിന്റെയും മുതലാളിത്തത്തിന്റെയും അവിഹിതമായ കൂട്ടുകെട്ട് ഉപരിവർഗ്ഗജീവിതത്തിൽത്തന്നെ സംഘർഷങ്ങളുണ്ടാക്കുന്നു. കുട്ടനുണ്ണി ഈ നോവലിൽ വില്ലനായി വരുന്നതിന്റെ യുക്തി അതാണ്. ഉപരിവർഗ്ഗത്തിൽ കമ്യൂണിസ്റ്റാശയങ്ങളേല്പിക്കുന്ന ആഘാതം സൃഷ്ടിക്കുന്ന നല്ലതും ചീത്തയുമായ എല്ലാ പ്രതികരണങ്ങളും ഈ നോവലിൽ പ്രതിഫലിക്കുന്നുണ്ട്. കമ്യൂണിസ്റ്റായി മാറുന്ന കുഞ്ഞുക്കുട്ടക്കുറുപ്പ്; ഉണർന്നുവരുന്ന വിദ്യാർത്ഥികൾ; ഭീരുവായ അനുജൻനമ്പൂതിരി; വഞ്ചിതനായ മേജർ ഇവരിലെല്ലാം ഈ പ്രതികരണങ്ങൾ കാണാം.

പക്ഷേ, ഈ കൃതി ഒരു ഇതിഹാസമായി വികസിച്ചിട്ടില്ല. അതിനുള്ള എല്ലാ സാദ്ധ്യതകളും ഈ നോവലിൽത്തന്നെയുണ്ട്. അവയെ എല്ലാം നോവലിസ്റ്റ് ഉപയോഗിച്ചിരിക്കുന്നതായി കാണുന്നു. വർത്തമാനകാലത്തിന്റെ ചരിത്രയാഥാർത്ഥ്യത്തെ മറ്റൊരു ലോകമായി പുനഃസൃഷ്ടിക്കുമ്പോൾ നോവലിസ്റ്റിന് സൃഷ്ടിപരമായ ഒരുതരം അനാസക്തി ആവശ്യമാണ്. അല്ലെങ്കിൽ സ്വന്തം വർത്തമാനകാലാനുഭവങ്ങൾ കലാപരമായി പരിണാമം വരാത്ത വികാരാവേശമായി നോവലിൽ കടന്നുകൂടും. തന്റെ പ്രസ്ഥാനത്തോടും വർഗ്ഗത്തോടുമുള്ള ആത്മാർത്ഥത നോവലിൽ സെന്റിമെന്റലിസമായി തരം താണുപോകും.

ഒരു കമ്യൂണിസ്റ്റുകാരനായ കഥാപാത്രത്തിന്റെ ശരീരത്തിലേല്ക്കുന്ന മർദ്ദനം വായനക്കാരന്റെ മനസ്സിനെ മർദ്ദിക്കണമെങ്കിൽ നോവലിൽ അത് ഒരു ബാഹ്യസംഭവമായിരുന്നാൽ പോരാ. കഥാപാത്രത്തിന്റെ അനന്യമായ വ്യക്തിത്വവും സാമാന്യമായ മനുഷ്യത്വവും ഒരുപോലെ വായനക്കാരന് അനുഭവിക്കാൻ കഴിയണം. അപ്പോൾ ആ കഥാപാത്രത്തിന്റെ വേദന ഓരോ മനുഷ്യനും സ്വന്തം വേദനയായിത്തീരും. അയാളുടെ അചഞ്ചലതയും ആത്മവിശ്വാസവും ഓരോ മനുഷ്യർക്കും അനുഭവിക്കാൻ കഴിയും. മനുഷ്യനെ അവന്റെ ആന്തരികലോകത്തോടൊപ്പം അവതരിപ്പിക്കുമ്പോഴേ അവന്റെ പൂർണ്ണരൂപം കാണാൻ കഴിയൂ എന്നർത്ഥം. ഈ നോവലിൽ പ്രതിഫലിക്കുന്നതായി പറഞ്ഞ ചരിത്രയാഥാർത്ഥ്യങ്ങളെ ജീവിതത്തിന്റെ മൂർത്തചലനങ്ങളിലേക്കു ആവാഹിച്ചെടുക്കുവാൻ ചെറുകാട് ഇതിൽ ശ്രമിച്ചിട്ടുണ്ട്.

സാമൂഹ്യജീവിതത്തിലെ ഏതു ചലനവും മനുഷ്യന്റെ ബാഹ്യവും ആഭ്യന്തരവുമായ വ്യാപാരങ്ങളുടെ വൈരുദ്ധ്യാത്മകമായ പരസ്പരബന്ധത്തിൽനിന്ന് രൂപമെടുക്കുന്നതാണ്. കഥാപാത്രങ്ങളുടെ ഒരു ബാഹ്യ ചലനത്തിനുള്ള അമിതപ്രാധാന്യം ഒരു നോവലിന്റെ മാനുഷികാംശത്തെ കുറച്ചുകളയും. കല മനുഷ്യന്റെ ആത്മനിഷ്ഠമായ ചരിത്രാവബോധമാണ്. അവിടെ മനുഷ്യനാണ് കേന്ദ്രബിന്ദു. ഭൗതികശക്തികൾ ആശയങ്ങളായി രൂപംകൊള്ളുന്നതും വീണ്ടും അതു ഭൗതികശക്തിയായി മാറുന്നതും മനുഷ്യമനസ്സിലൂടെയാണ്. ഒരു നോവലിലെ കഥാപാത്രങ്ങളുടെ വ്യക്തിത്വം പൂർണ്ണമാകുന്നതും അവർ ചരിത്രത്തിന്റെ മൂർത്ത പ്രതീകങ്ങളാകുന്നതും അവരുടെ ബാഹ്യചലനങ്ങൾക്കുപരി ആ ചലനങ്ങളെ നിയന്ത്രിക്കുന്ന ആന്തരികശക്തികളെക്കൂടി തുറന്നുകാട്ടുമ്പോഴാണ്. ചരിത്രത്തിന്റെ ഭൗതികശക്തികളുടെ മാനുഷികമായ പരാവർത്തനം കഥാപാത്രങ്ങളുടെ ഉള്ളിലൂടെ നമുക്കനുഭവിക്കാൻ കഴിയണം.

ചരിത്രം പിന്നിട്ടു കഴിഞ്ഞ മിഥ്യകളിലേക്ക് മടങ്ങിപ്പോകാതെ നമ്മുടെ എഴുത്തുകാരുടെ പുതിയ തലമുറ ചെറുകാടിന്റെ മാർഗ്ഗത്തിലൂടെ മുന്നേറേണ്ടിയിരിക്കുന്നു. അദ്ദേഹം തുടങ്ങിവെച്ചത് പൂർത്തിയാക്കേണ്ട കടമ പുതിയ തലമുറയ്ക്കാണുള്ളത്. പഴയ കാലത്തിന്റെ മിഥ്യകളിൽനിന്ന് വിമോചനം നേടിയ പുതിയ മനുഷ്യന്റെ പുതിയ കലാബോധത്തിന്റെ പ്രവാചകനായ ചെറുകാടിനെ ആചാര്യനായി സ്വീകരിക്കുക; അദ്ദേഹത്തിന്റെ വിജയത്തിൽനിന്നും പരാജയത്തിൽനിന്നും പാഠങ്ങളുൾക്കൊണ്ട് മുന്നേറുക.

മണ്ണിന്റെ മാറിൽ

വി അരവിന്ദാക്ഷൻ

ചരിത്രത്തിൽ സമ്പന്നമായ ഏതൊരു കാലഘട്ടവും ത്വരിതപരിവർത്തനത്തിന്റെ കാലഘട്ടമാണ്. നശീകരണവും പുനഃസൃഷ്ടിയും ഒരേ സമയത്ത് നടക്കുന്ന കാലഘട്ടം. സമൂഹത്തെ ഒട്ടാകെ താറുമാറാക്കുന്ന പ്രതിസന്ധികോലാഹലം ഒരുവശത്ത്, സമൂഹത്തിന്റെ തിരുതകൃതിയായ പൊളിച്ചുപണി മറുവശത്ത് — രണ്ടു വൈരുദ്ധ്യങ്ങളും ഒന്നായി ജീവിക്കുന്ന കാലഘട്ടം. അങ്ങനെയൊരു ദശാസന്ധിയിൽ ജീവിക്കുന്നത് ആവേശകരമായ ഒരു അനുഭവമാണ്, ബുദ്ധിയും ഹൃദയവുമുള്ളവർക്ക്. ആ കാലഘട്ടത്തെ കലാവിരുതോടെ അവതരിപ്പിക്കാൻ കഴിഞ്ഞാലോ പരമാനന്ദം തന്നെയായിരിക്കും. ചെറുകാട് ആ പരമാനന്ദം നിത്യേനയെന്നോണം നുകർന്ന ഒരു ഭാഗ്യശാലിയാണ്.

നവോത്ഥാനത്തിന്റെ ശബ്ദം

ഈ അരനൂറ്റാണ്ടിലേറെക്കാലത്തിനിടയ്ക്ക് എന്തെല്ലാം ജനകീയ പ്രക്ഷോഭണങ്ങളാണ് പ്രചണ്ഡമായി ആഞ്ഞടിച്ചത്, ഈ കൊച്ചുകേരളത്തിൽ എന്നാലോചിച്ചു നോക്കൂ. തികച്ചും ജനകീയമായ ഒരു നവോത്ഥാനം—ഏതാനും ബുദ്ധിജീവികളും കലാകാരന്മാരും കൂടി സൃഷ്ടിച്ചൊരു നവോത്ഥാനമല്ല—കർഷകരും തൊഴിലാളികളും അദ്ധ്യാപകരും സർക്കാർ ജീവനക്കാരും വിദ്യാർത്ഥികളും, അങ്ങനെ എല്ലാ ജനവിഭാഗങ്ങളും ചേർന്ന് സൃഷ്ടിച്ച ഒരു നവോത്ഥാനമാണ് ഇവിടെ നാം കണ്ടത്. ആ നവോത്ഥാനത്തിന്റെ കേന്ദ്രധാരയായിരുന്നു നാടുവാഴിത്തത്തിനെതിരായ സമരം. ജന്മിയുടെ ദുരാഗ്രഹത്തിനും ധിക്കാരത്തിനും എതിരായി കുടിയാൻ നടത്തുന്ന കലാപത്തിന്റെ സ്വഭാവത്തിൽനിന്ന് വളർന്ന്, ജന്മിത്തത്തിന്റെ ചൂഷണവ്യവസ്ഥക്കെതിരായി കുടിയാന്മാരും കർഷകത്തൊഴി

ലാളികളും, ഒന്നിച്ചും വെവ്വേറെയായും സംഘടിതമായി നടത്തുന്ന വിപ്ല വസമരത്തിലേക്കുയർന്ന ഐതിഹാസിക പ്രക്ഷോഭം. വൈപുല്യം കൊണ്ടു നോക്കിയാലും ഫലപുഷ്ടികൊണ്ടു നോക്കിയാലും ഐതിഹാ സികംതന്നെയാണ് ആ സമരം. പല തലമുറകളിലായി പതിനായിരക്ക ണക്കിന് ജനങ്ങൾ അത്ഭുതപൂർവ്വമായ ത്യാഗസന്നദ്ധതയോടെയും ആവേശത്തോടെയും പങ്കെടുത്ത ആ സമരം ഇന്നാട്ടിലെ ജീവിതത്തിന്റെ നാരായവേരോളം പിടിച്ചു കുലുക്കി, അതിനെ കീഴ്മേൽ മറിച്ചു, അതിന്റെ മാമൂലുകളെയും മൂല്യങ്ങളെയും പൊളിച്ചെഴുതി, അതിനെ പുനഃസംവി ധാനം ചെയ്തു. അഹല്യയെപ്പോലെ കല്ലായിക്കിടന്ന നമ്മുടെ സാമൂ ഹ്യജീവിതത്തിന് നൂതനമായ ഒരു ചൈതന്യം നല്കിയത് ആ സമരമാ ണ്. അതെ, എങ്ങനെ നോക്കിയാലും ഐതിഹാസികം തന്നെ. ആയിര ക്കണക്കിന് ശ്രീരാമന്മാരുടെ പാദപ്രഹരം (വെറും സ്പർശമല്ല) ആണ് നമ്മുടെ അഹല്യയെ ഉണർത്തിയത്. ആ അഹല്യാമോക്ഷത്തിന്റെ ഒരു കഥയത്രെ *മണ്ണിന്റെ മാറിൽ*.

പഴയതിനെ തകർത്ത് പുതിയൊരു ലോകം സൃഷ്ടിക്കുക എന്ന യത്നത്തിലേർപ്പെട്ട ജനങ്ങളുടെ സൃഷ്ടികർമ്മം പോലെ മഹത്തായ ഒരു സൃഷ്ടികർമ്മം വേറെയുണ്ടോ? ഈ സൃഷ്ടികർമ്മത്തിന്റെ ഉദ്ഗാതാവായ ചെറുകാടിനെക്കുറിച്ചോർക്കുമ്പോൾ ഗോർക്കിയുടെ ഒരു രസികൻ നിരീ ക്ഷണവും ഒപ്പം ഓർത്തുപോകുന്നു.

"നാലഞ്ചു പൊട്ടക്കവിതകളോ പീറക്കഥകളോ തട്ടിക്കൂട്ടി ഒരു കൊച്ചുപുസ്തകമാക്കിയിട്ട് ആ പടപ്പിന് 'സർഗ്ഗാത്മക പരിശ്രമം' എന്ന്, ഒരു ചെറുപ്പക്കാരൻ പേരിടുന്നതു കാണുമ്പോൾ തൊഴിലാളി വർഗ്ഗം വമ്പൻ വ്യവസായശാലകൾ പണിതുയർത്തുകയും നാടിന്റെ മുഖച്ഛായ യാകെ മാറ്റുകയും നാട്ടിൻപുറത്തൊട്ടാകെ ഭൂകമ്പത്തോളം പോന്ന ഒരു പരിവർത്തനം കൊണ്ടുവരികയും ചെയ്യുന്ന ഒരു നാട്ടിൽ, സാമാന്യേന പറഞ്ഞാൽ, വിശ്വവ്യാപകപ്രാധാന്യമുള്ള ഒരു ഭഗീരഥയത്നത്തിൽ തൊഴി ലാളിവർഗ്ഗം മുഴുകിയിട്ടുള്ള ഒരു നാട്ടിൽ, മേൽപ്പറഞ്ഞ നാമകരണം തീരെ ബാലിശവും അപഹാസ്യവുമായി അനുഭവപ്പെടുന്നു... വിനയത്തോടും അർപ്പണബോധത്തോടും കൂടി അദ്ധ്വാനിക്കാൻ സന്നദ്ധരായ ആയിര ക്കണക്കിന് ജനങ്ങളെ ആവശ്യമുള്ള ഒരു നാട്ടിൽ ഈ ചെറുപ്പക്കാർ 'സ്രഷ്ടാക്കൾ' എന്ന് സ്വയം വിളിച്ച് മേനി നടിക്കാതിരിക്കലായിരിക്കും നല്ലത്.

എന്നെക്കുറിച്ചു പറയുകയാണെങ്കിൽ ഞാൻ വെറുമൊരു 'എഴുത്തു കാര'നാണ്. ജീവിതത്തിലിന്നോളം ഞാൻ ഒരു വിധത്തിലല്ലെങ്കിൽ മറ്റൊരു വിധത്തിൽ പൊതുകാര്യങ്ങളിൽ പങ്കുകൊണ്ടിട്ടുണ്ട്. അത്തരം കാര്യങ്ങളിലുള്ള ഉത്സാഹം എനിക്ക് ഇനിയും ഒട്ടും നഷ്ടപ്പെട്ടിട്ടില്ലതാ നും. 'നിസ്സാരമായ പൊതുപ്രവർത്തനങ്ങൾ സമയം കൊല്ലുന്നു' എന്നും അതേപോലെ 'സൃഷ്ടിപരമായ ചിന്തയെ തടസ്സപ്പെടുത്തുന്നു' എന്നും മറ്റും മറ്റും ചെറുപ്പക്കാരായ എഴുത്തുകാർ പരാതി പറയാറുണ്ടല്ലോ.

ഇത്തരം പരാതികൾക്കൊന്നും യാതൊരടിസ്ഥാനവുമില്ല എന്നാണെന്റെ വിശ്വാസം."

നമ്മുടെ നാട്ടിൽ മാറ്റങ്ങൾക്കുവേണ്ടി ജനലക്ഷങ്ങൾ നടത്തിയ സമരങ്ങളിൽനിന്ന് ഒഴിഞ്ഞുമാറി നില്ക്കാൻ ചെറുകാടിനൊരിക്കലും കഴിഞ്ഞില്ല. "പൊതുപ്രവർത്തനം, അതെത്ര നിസ്സാരമായാലും ഒരിക്കലും നിഷ്ഫലമാവില്ല" എന്ന് ഗോർക്കിയെപ്പോലെതന്നെ ഉറച്ചു വിശ്വസിച്ച ഒരാളാണ് ചെറുകാട്. നിരന്തരമായ പൊതുപ്രവർത്തനത്തിലൂടെ നിലനിർത്തിയ ജീവിതാവേശത്തിന്റെ ചൂടും പൊതുപ്രവർത്തനത്തിലൂടെ തന്നെ ആർജ്ജിച്ച കാര്യാകാര്യവിവേകവും ചേർന്നതാണ് ചെറുകാടിന്റെ കലയുടെ അതുല്യമായ ഓജസ്സിന് ഹേതു. അത് എത്രയും ഭംഗിയായി വിളിച്ചോതുന്നു ജീവൻ തുടിക്കുന്ന ഈ കൊച്ചുകൃതി.

ചെറുകാടിന്റെ ഹ്യൂമൻ കോമഡി

ബഹുഭർതൃത്വം എന്ന ചരിത്രാവശിഷ്ടം — ചെറുകാട് ഈ നോവലെഴുതിയ കാലത്തുതന്നെ അത് ഒരുപക്ഷേ, കാഴ്ചബംഗ്ലാവിലേക്കു മാറ്റേണ്ടുന്ന ഒരു വസ്തുവായിക്കഴിഞ്ഞിരുന്നു — ഉൾക്കൊള്ളുന്ന ഈ കർഷകജീവിതം മറ്റൊരാളുടെ കൈയിലാണ് ചെന്നുപെട്ടതെങ്കിൽ അയാൾ എന്തുചെയ്യുമായിരുന്നു എന്ന് ഊഹിക്കാൻ വിഷമമില്ല. ആ അസുലഭസംവിധാനത്തിന്റെ സൗഭാഗ്യ-നിർഭാഗ്യങ്ങളും ധർമ്മസങ്കടങ്ങളും അപഹാസ്യതകളും വർണ്ണിച്ചോ സജീവമായി അവതരിപ്പിച്ചോ കാര്യം അവസാനിപ്പിച്ചേനെ. എന്നാൽ ചെറുകാട് ചെയ്തതുനോക്കൂ. അതർഹിക്കുന്ന രണ്ടാം സ്ഥാനമോ മൂന്നാം സ്ഥാനമോ മാത്രം നല്കി, ഈ കാലഘട്ടത്തിന്റെ മുഖ്യപ്രവണതയായ ജന്മി-കുടിയാൻ സംഘട്ടനത്തിന് പ്രാമുഖ്യം കൊടുത്തിരിക്കുന്നു. ഇതു കേവലം രുചിഭേദത്തിന്റെ പ്രശ്നമല്ല. വ്യക്തമായ ഒരു ജീവിതവീക്ഷണത്തിന്റെ പ്രശ്നം തന്നെയാണിത്. ആ ജീവിതവീക്ഷണമാകട്ടെ ഗുരുമുഖത്തുനിന്നും ശ്രവിച്ചോ, പുസ്തകങ്ങൾ പഠിച്ചോ സമ്പാദിച്ചതല്ല. ചെറുകാടിന്റെ ജീവിതവീക്ഷണം ചെറുകാടിന്റെ ജീവിതത്തിൽനിന്നുയിർക്കൊണ്ടതാണ്. നൂറുനൂറനുഭവങ്ങളിൽനിന്ന് അദ്ദേഹം കടഞ്ഞെടുത്തതാണ്. അങ്ങനെയൊരു ജീവിതവീക്ഷണത്തിനുടമയായതുകൊണ്ടാണ് താൻ പിറന്ന നാടിന്റെ വള്ളുവനാടിന്റെ പരിമിതജീവിതം ആവിഷ്കരിക്കവേതന്നെ കേരളത്തിന്റെ മുഴുവൻ ആധുനിക ചരിത്രം ത്രസിപ്പിക്കുന്ന ഒരു ഹ്യൂമൻ കോമഡി വിരചിക്കാൻ അദ്ദേഹത്തിനു സാധിച്ചത്. ചെറുകാടിന്റെ നോവലുകൾ എല്ലാം ചേർന്നാൽ ഒരു 'ഹ്യൂമൻ കോമഡി' ആയി. അതിന്റെ അതിഗംഭീരമായ ആരംഭമത്രെ ഒരു മൈനർ എപ്പിക്' എന്നു വിശേഷിപ്പിക്കാവുന്ന *മണ്ണിന്റെ മാറിൽ.*

മുരിങ്ങച്ചോടും നക്ഷത്രങ്ങളും

കേരളക്കരയിലെ സാഹിത്യപ്രശ്നങ്ങളെക്കുറിച്ച് സംസാരിക്കുന്ന

വേളയിൽ ഇതരസാഹിത്യങ്ങളിലേക്ക് വിരൽ ചൂണ്ടിയാൽ തനി വള്ളുവടനാടൻ എന്നഭിമാനിച്ച ചെറുകാടിന്റെ പുരികം ചുളിയുമായിരുന്നു. അപ്രകാരം ചെയ്യാൻ സാഹസപ്പെടുന്നവരോട് ചെറുകാടിന് കോപമോ പുച്ഛമോ ഏതാണധികമുണ്ടായിരുന്നത് എന്നു പറയാൻ വിഷമം. ഏതായാലും ആ ചേതോവികാരത്തിന് വാങ്മയരൂപം കൊടുത്തതാണ് അദ്ദേഹത്തിന്റെ പ്രസിദ്ധമായ ആ പ്രസ്താവന. "എന്റെ മുരിങ്ങച്ചുവട്ടിൽ ചെന്നാലെ എനിക്ക് നക്ഷത്രങ്ങൾ നോക്കാൻ കഴിയൂ." സ്വതസിദ്ധമായ നർമ്മബോധത്തോടെ ഒരു പഴങ്കഥയെ സഞ്ജീവിതവ്യാഖ്യാനത്തിന് ഉപയോഗപ്പെടുത്തുന്ന ആ പ്രസ്താവനയെ പലരും മുക്തകണ്ഠം പ്രകീർത്തിക്കാറുണ്ട്. എന്നാൽ ഒരു ചോദ്യം. ആ മുരിങ്ങച്ചോട് ഏതാണ്? അത് കേവലം വള്ളുവനാടൻ ജീവിതമാണോ? അല്ലെന്നാണെനിക്കു തോന്നുന്നത്. അദ്ദേഹത്തിന്റെ പ്രപഞ്ചവീക്ഷണത്തിനാധാരമായ, ചരിത്രാവബോധത്തിനടിസ്ഥാനമായ തത്ത്വചിന്തയാണ് ആ മുരിങ്ങച്ചോട്. അതു വള്ളുവനാടു തന്നെയായിരുന്നെങ്കിൽ ആ നാടിന്റെ ഗ്രാമസൗഭാഗ്യം—അല്പം ജീവിതക്ലേശവും—വർണ്ണിക്കുന്ന ഒരു റൊമാന്റിക് കവി ആയി ഒതുങ്ങിപ്പോയേനെ ചെറുകാട്. അദ്ദേഹത്തിന്റെ മുരിങ്ങച്ചോട് മറ്റൊന്നായതുകൊണ്ടാണ് അദ്ദേഹം *മണ്ണിന്റെ മാറിൽ* തുടങ്ങി വിപ്ലവകൃതികളുടെ രചയിതാവായത്. കൊമ്പൻ കൊണ്ടേരന്റെ—അല്ലെങ്കിൽ കൊമ്പൻ കൊണ്ടേരനിൽ നിന്നു തുടങ്ങി അയ്യപ്പനോളമെത്തുന്ന—കഥമാത്രം പറഞ്ഞ് മടങ്ങാതെ കൊച്ചു കൊണ്ടേരന്റെ വിപ്ലവകഥയും അദ്ദേഹം പറഞ്ഞുപോയത് അതുകൊണ്ടാണ്. ഈ നൂറ്റാണ്ടിലെ വിശ്വസാഹിത്യത്തിന്റെ മുഖ്യധാരയായ കമ്യൂണിസ്റ്റ് സാഹിത്യവുമായി ഇത്രമേൽ താദാത്മ്യം പ്രാപിച്ച ഒരു സാഹിത്യകാരൻ മലയാളത്തിൽ വേറെയുണ്ടായിട്ടില്ല. ഈ വഴിക്ക് ചിന്തിക്കുമ്പോൾ, സാഹിത്യകാരന്മാരുടെ പ്രത്യക്ഷപ്രസ്താവനകളും സാഹിത്യകൃതികളും തമ്മിൽ പൊരുത്തക്കേടുണ്ടാകാം എന്ന നിരീക്ഷണത്തിന് നല്ലൊരുദാഹരണം നമ്മുടെ മുൻപിൽ ഉയരുന്നു. *ഡോൺ നദി ശാന്തമായൊഴുകുന്നു* എന്ന കൃതിയുടെ രചനയെ അനുസ്മരിച്ചുകൊണ്ട് ഷോളൊഖോവ് പറയുകയുണ്ടായി: "ഞാനാരുടെ കൂട്ടത്തിലാണോ ജനിച്ചത്, എനിക്കു നന്നായി അറിയാവുന്ന ആ ജനങ്ങളെക്കുറിച്ചെഴുതാനാണ് ഞാൻ ആഗ്രഹിച്ചത്'' എന്ന്. ശരിതന്നെ. ഡോൺ നദീതടത്തിലെ വൈചിത്ര്യപൂർണ്ണമായ ജീവിതത്തിന്റെ അത്യാകർഷകമായ ഒരു ചിത്രമാണ് ഷോളോഖോവിന്റെ നോവലിൽ നാം കാണുന്നത്. എന്നാൽ ആ നോവലിന്റെ അർത്ഥപുഷ്ടി അവിടംകൊണ്ട് തീർന്നുപോയോ? ഇല്ലേയില്ല. അതുപോലെ വള്ളുവനാടൻ തീയരുടെ നിറപ്പൊലിമയാർന്ന ഒരു ചിത്രമാണ് ചെറുകാട് *മണ്ണിന്റെ മാറിൽ* എന്ന നോവലിൽ അവതരിപ്പിക്കുന്നത്. ആ നോവലിന്റെ അർത്ഥപുഷ്ടി അവിടംകൊണ്ടവസാനിച്ചുവോ? ഇല്ല തന്നെ. ഷോളോഖോവിന്റെ നോവലിലായാലും ചെറുകാടിന്റെ നോവലിലായാലും അതിൽ ത്രസിക്കുന്ന ജീവിതദർശനമാണ് അതിന് അതിന്റെ അർത്ഥഗരിമ നല്കുന്നത്. നാം ഒരു സാമാന്യസിദ്ധാന്തത്തിലേക്ക് അടു

ക്കുകയാണെന്ന് തോന്നുന്നു; താൻ നേരിട്ടനുഭവിച്ച ജീവിതമാണ് കലാകാരൻ ആവിഷ്കരിക്കുന്നതെങ്കിൽ അയാളുടെ കൃതിക്ക് അധൃഷ്യമായ ഒരു ആകർഷകത കൈവരുന്നു: എന്നാൽ ആ കൃതിക്ക് അർത്ഥപുഷ്ടി എന്ന ജീവരക്തം ലഭിക്കുന്നത് കലാകാരന്റെ ജീവിതദർശനത്തിൽനിന്നാണ്. മറ്റൊരു വിധത്തിലും ഇക്കാര്യം പറയാം. തനിക്ക് സുവിദിതമായ ജീവിതത്തെ ആവിഷ്കരിക്കുമ്പോഴല്ലേ സ്വകീയ ജീവിതദർശനത്തിന്റെ സഹായത്തോടെ ആകർഷകമായ അർത്ഥപുഷ്ടിയും അർത്ഥസമ്പുഷ്ടമായ ആകർഷകതയും ഉണ്ടാവുകയുള്ളൂ? വസ്തുവിന്റെ ഗൗരവവും രീതിയുടെ സൗഭാഗ്യവും സംതൃപ്തമാകുന്നത് സുവ്യക്തമായ, സുശോഭനമായ ജീവിതവീക്ഷണത്തിന്റെ സാന്നിദ്ധ്യത്തിൽ മാത്രമാണ്. അങ്ങനെയൊരു ജീവിതവീക്ഷണമുണ്ടായിരുന്നു ചെറുകാടിന്. ആ മുരിങ്ങച്ചോടാണ് നക്ഷത്രങ്ങൾ — ഗഗനവീഥിയിൽ കണ്ണുചിമ്മിനിന്ന നക്ഷത്രങ്ങൾ അല്ല, കർഷകജീവിതത്തിൽ പൊട്ടിവിടർന്ന തേജഃപുഞ്ജങ്ങൾ — കാണാനുള്ള കണ്ണ് ചെറുകാടിന് കൊടുത്തത്.

ചവിട്ടിക്കുഴച്ച മണ്ണ്

അത്തിക്കോടിൽ അവകാശമുറപ്പിക്കുന്നതിനുവേണ്ടി കൊച്ചുകൊണ്ടേരൻ നടത്തിയ നീണ്ട സമരത്തിന്റെ ചരിത്രം ആഖ്യാനം ചെയ്തുവരവെ നോവലിസ്റ്റ് തന്നെ ഒരു ഘട്ടത്തിൽ അത്തിക്കോടിന്റെ കഥ ചുരുക്കിപ്പറയുന്നുണ്ട്.

“അയ്യപ്പന്റെ കുടുംബക്കാർ അമ്പതറുപതു കൊല്ലം അത്തിക്കോടു നടന്നു. തരിശായി കിടന്നിരുന്ന കാടുവെട്ടി വിളനിലമാക്കി. മാവും പിലാവും പുളിയും തെങ്ങും ആലിൻകൊമ്പുകളും വച്ചുപിടിപ്പിച്ചു. ചോല കിളച്ചു. പത്തു പാട്ടത്തിനാണ് കൊമ്പൻകൊണ്ടേരൻ അതേറ്റു വാങ്ങിയത്. ജന്മി പാട്ടം കൂട്ടിക്കൂട്ടി ഒരു നൂറു പാട്ടത്തിന്റെ സ്ഥലമായി അതു വലുതായിരിക്കുന്നു. നൂറുറുപ്പിക മുൻപാട്ടവും കൊണ്ടുചെന്നുകൊടുത്തു. കൊമ്പൻകൊണ്ടേരന്റെയും കൊണ്ടയുടെയും ചാമിയുടെയും കുഴിമാടങ്ങൾ അവിടെയാണ്—ഒരു കുടുംബത്തിന്റെ സർവ്വസ്വവും. മുത്തപ്പായിപ്പുലാവ്, ശങ്കരൻപള്ളി ആല്, അങ്ങനെ അത്തിക്കോട് ആ കുടുംബത്തിന്റെ പേരുകളാൽ അടയാളപ്പെട്ടു കിടക്കുന്നു. എന്നിട്ടും അവൾക്കൊന്നുമില്ല. കോടതി ആ വിളനിലത്തിനു നടുവിൽ, ഒരു മന്ത്രവാദി ചക്രം വരച്ച് കത്തി തറച്ചതുപോലെ, കൃഷിക്കാരന്റെ ബാധയൊഴിക്കാൻ ഒരു വലിയ കോലിന്മേൽ പരസ്യം കെട്ടിത്തൂക്കി തറച്ചു നിർത്തിയിരിക്കുന്നു. നിയമപ്രകാരം ഇനി ആ കർഷകകുടുംബത്തിന് അത്തിക്കോട്ടിൽ കടന്നുകൂടാ (1970 ലെ മൂന്നാം പതിപ്പ് പുറം 181).

50–60 കൊല്ലത്തിന്റേതാണ് കഥ. മൂന്നു തലമുറയുടെ കഥ. ശാഖോപശാഖകളായി പന്തലിച്ചുകിടക്കുന്ന ആ കഥയെ ചെറുകാട് മൂന്നുഘട്ടമായി തിരിച്ചിരിക്കുന്നു എന്നുപറയാം. ആദ്യഘട്ടം തരിശായി കിടന്നിരുന്ന കാടുവെട്ടി വിളനിലമാക്കിയതിന്റെ കഥയാണ്. രണ്ടാംഘട്ടം തുടർന്നു

വരുന്ന 'ഭൂമികുലുക്ക'ങ്ങളുടെ—ജന്മി പാട്ടം കൂട്ടിക്കൂട്ടി പോയതിന്റെയും ഗത്യന്തരമില്ലാഞ്ഞ കുടിയാൻ മുൻപാട്ടം കൊണ്ടുചെന്നു കൊടുത്തതിന്റെയും—കഥയാണ്. മൂന്നാംഘട്ടം ഭൂമികുലുക്കങ്ങൾ അവസാനിപ്പിക്കുന്നതിനുവേണ്ടി നടത്തിയ ധീരസമരത്തിന്റെ കഥയാണ്. ആദ്യത്തെ രണ്ടു ഘട്ടങ്ങളിൽ കർഷകന്റെ നിസ്സഹായതയുടെ വിതുമ്പലാണുള്ളതെങ്കിൽ, മൂന്നാംഘട്ടത്തിൽ കർഷകന്റെ വീറുറ്റ സമരത്തിന്റെ ഇടിമുഴക്കമാണ്.

കൊച്ചുകൊണ്ടേരന്റെ രംഗപ്രവേശത്തോടെ മാത്രമാണ് മറനീക്കി പുറത്തുവരുന്നതെങ്കിലും ജന്മി–കുടിയാൻ സംഘർഷം ആദ്യം മുതൽക്കേ ഉണ്ട്. അതിന്റെ നാനാവശങ്ങളും നോവലിസ്റ്റ് ഇതൾ വിടർത്തി കാണിച്ചിരിക്കുന്നു. അതോടൊപ്പം കുടിയാന്റെ ബോധത്തിലുണ്ടാകുന്ന വളർച്ചയും ജന്മിയുടെ ധാർമ്മികമായ അപചയവും അനുസന്ധാനം ചെയ്തിട്ടുണ്ട്. മാത്രമല്ല, ജന്മി–കുടിയാൻ സമരത്തിന്റെ മുന്നേറ്റവും കുടിയാന്റെ ജീവിതാവബോധത്തിലുണ്ടാകുന്ന മാറ്റവും തമ്മിലുള്ള ബന്ധവും സൂചിപ്പിച്ചിരിക്കുന്നു. സർവ്വോപരി, ജന്മി–കുടിയാൻ സമരത്തിന്റെ രാഷ്ട്രീയമായ നിറവും കെട്ടുപാടുകളും ഒരളവോളം അനാവരണം ചെയ്തിരിക്കുന്നു. അല്പം ആലോചിക്കുമ്പോഴാണ്, എത്രമാത്രം സങ്കീർണ്ണമായ ഒരു ശില്പമാണ് തികഞ്ഞ സംവിധാനകൗശലത്തോടെ നോവലിസ്റ്റ് വിരചിച്ചുവെച്ചിട്ടുള്ളത് എന്ന് മനസ്സിലാവുക. ഒരു സിംഫണി തന്നെ.

ജന്മിത്തത്തിന്റെ നെടുംതൂണുകൾ ഏതെല്ലാമെന്ന് സിംഫണിയുടെ പ്രാരംഭത്തിൽത്തന്നെ ചൂണ്ടിക്കാണിച്ചിരിക്കുന്നു. എവിടുന്നോ വന്നുകയറിയ നായർ വീട്ടുകാർ പറഞ്ഞു: "വടക്കുംപാട്ട് മുഴുവൻ ഞങ്ങളുടെയാണ്" എന്ന്. ആ പ്രഖ്യാപനത്തെ ആരും ചോദ്യം ചെയ്തില്ല. നാട്ടിലുണ്ടായിരുന്ന ചെറുമക്കൾ അത് വകവെച്ചുകൊടുത്തു" (പുറം 9).

"അങ്ങനെ കാലം കഴിഞ്ഞുപോകുമ്പോഴാണ് തെക്കുംപാട്ടുള്ളതുപോലെ ഒരമ്പലം തന്റെ നാട്ടിലും വേണമെന്ന് അന്നത്തെ മൂത്ത നായർക്ക് തോന്നിയത്..."

"അമ്പലമായി. അമ്പലത്തിൽ പൂജിക്കാൻ നമ്പൂതിരിയായി. നമ്പൂതിരിയെ സഹായിക്കാൻ വാരിയരായി. പൂജകൊട്ടിനു മാരാരായി..."

"അടിമകളായ ചെറുമക്കളെക്കൊണ്ട് പണിയെടുപ്പിച്ചുണ്ടാക്കുന്ന നെല്ല് ആളവസ്ഥപോലെ ഓരോരുത്തർക്കും അളന്നു കൊടുത്തുകൊണ്ട് നായരുവീട്ടുകാർ അവിടുത്തെ നാടുവാഴികളായി സർവ്വോൽക്കർഷേണ വർത്തിച്ചു" (പുറം–10, 13).

"കാലമങ്ങിനെ കടന്നുപോയി..."

"ഒരുദിവസം ഒരു കറുത്ത തുണിക്കെട്ടിൽ കുറേ കടലാസും നീണ്ട വടിയും ഉള്ള ശിപായിയോടുകൂടി കുപ്പായമിട്ടൊരു മാന്യൻ, നായർവ്വീട്ടിൽ കടന്നുവന്നു...

മൂപ്പിൽനായർ വിഭവസമൃദ്ധമായ സദ്യയോടുകൂടി സർവ്വേയരെ മൂന്നുനാലു ദിവസം ആദരിച്ചു പൂജിച്ചു, പോകുമ്പോൾ ഒരു തുണ്ടുപട്ടിൽ ഒരു പിടി പുതിയ പണം പൊതിഞ്ഞ് സർവ്വേയർക്കു കൊടുത്ത് സന്തോഷി

പ്പിച്ചുകൊണ്ടു പറഞ്ഞു: "വടക്കുംപാട്ടു മുഴുവനും മേലേപ്പുറത്തുകാരുടെ ജന്മമാണ്. കുറച്ചു നമ്പൂതിരിക്കും കുറച്ചു തേവർക്കും ആയിക്കൊള്ളട്ടെ."

"സർവ്വേയർ താണുതൊഴുതു സമ്മതിച്ചു."

"ഒന്നാം നമ്പർ പട്ടയം നായരുവീടുക്കാർക്കായി; രണ്ടാം നമ്പർ തേവർക്ക്; മൂന്നാം നമ്പർ തെക്കുംപാട്ട് നമ്പൂതിരിക്ക്; കമ്പനിക്കാരും മേലേപ്പുറത്തുനായരെ അംഗീകരിച്ചു" (പുറം 14, 16).

മണ്ണിന്റെ ഭംഗി, മനുഷ്യന്റെ ശക്തി

അങ്ങനെ സർവ്വോൽക്കർഷേണ വർത്തിച്ച മേലേപ്പുറത്തു നായർ വീട്ടിലെ ചാക്കുണ്ണി നായരിൽ നിന്നാണ് വടക്കുംപാട്ടു പനചെത്തി ചക്കരയുണ്ടാക്കി വിറ്റ് ജീവിച്ചിരുന്ന തീയക്കുടിലിൽ താമസം കരിമ്പനക്കൽക്കാരെന്ന് വിളിച്ചുവന്ന കുടുംബത്തിലെ കൊണ്ടേരൻ, പന്നിക്കോടൻ മലയുടെ അടിവാരത്തിലുള്ള അത്തിക്കോട്ടുനിലം പത്തുപാട്ടം കൊടുക്കാമെന്നുപറഞ്ഞു വാങ്ങിയത്. ഒരിത്തിരി കൃഷി നടന്നാൽ പാട്ടം കൊടുത്തശേഷം കിട്ടുന്ന വൈക്കോൽ മണികൊണ്ട് കരിക്കാടി മോന്തി ജീവിക്കാമെന്നൊരു മോഹം കൊണ്ടേരനുണ്ടായി. അങ്ങനെ കൊണ്ടേരൻ ആ വനഭൂമിയിൽ ചെന്നുകൂടി.

വെറും വാക്കാൽ ഏല്പനകൊണ്ടാണ് ഭൂമി കൊണ്ടേരന്റെ കൈവശമായത്. തനിക്ക് ആ ഭൂമിയുമായുള്ള നിയമപരമായ ബന്ധം എത്ര ലോലമാണ് എന്നൊന്നും കൊണ്ടേരനാലോചിച്ചില്ല. അയാൾക്ക് ഭൂമിയുമായുള്ള ബന്ധം കൈമെയ് മറന്നുള്ള ഒരു അഭിനിവേശമായിരുന്നു. ഒരാത്മീയബന്ധമായിരുന്നു. അയാൾ കാടുവെട്ടിത്തെളിച്ചു. വയലൊരുക്കി, വിളവിറക്കി, ചാലുകീറി വെള്ളമെത്തിച്ചു, കാട്ടുപന്നിയെയും കാട്ടുപോത്തിനെയും കൂസാതെ കണ്ണിലെണ്ണയൊഴിച്ച് കാവലിരുന്നു. ഓരോ മുൾച്ചെടി ഒരച്ചെറിഞ്ഞപ്പോഴും ഓരോ തടിവെട്ടിത്താഴെയിട്ടപ്പോഴും, ഓരോ കലപ്പ മണ്ണ് ഉഴുതുമറിച്ചപ്പോഴും അയാൾ കോരിത്തരിച്ചു. തന്റെ വയലിൽ കതിരു കണ്ടപ്പോൾ അയാൾ സ്വർഗ്ഗം കണ്ടു. കൊണ്ടേരൻ പുതിയൊരാവേശത്തോടെ തുടർന്നും അക്ഷീണമദ്ധ്വാനിച്ചു. ആ കാട്ടുമണ്ണിന് മനുഷ്യവിയർപ്പിന്റെ മണം കിട്ടി. "തലച്ചോറില്ലാത്ത തന്തത്തീയൻ കുട്ടികളെ നരിക്കു കൊടുക്കാനാണ് അത്തിക്കോടേറ്റുവാങ്ങിയത്" എന്നു പറഞ്ഞു കളിയാക്കിയവർ തന്നെ കർമ്മയോഗിയായ ആ കൃഷിക്കാരനെ 'കൊമ്പൻ കൊണ്ടേരൻ' എന്നു വിളിച്ച് കൊണ്ടാടി.

"ആരും തിരിഞ്ഞുനോക്കാതെ—ആർക്കും ആവശ്യമില്ലാതെ—നായർവ്വീട്ടുകാർ പന്നികളെ വളർത്താൻ ഒഴിച്ചിട്ടിരുന്ന അത്തിക്കോട്ടുനിലത്തെ കൊണ്ടേരൻ കീഴടക്കി. ഇന്ത്യാചരിത്രം പോലെ അത്തിക്കോടിന്റെ ഒരു ചരിത്രമെഴുതുകയാണ്— "കൊമ്പൻ കൊണ്ടേരൻ" എന്ന് ഒന്നാമദ്ധ്യായത്തിന് പേരിടാം. ഒരു നൂറ്റമ്പത്താറുപറ നെല്ല് രണ്ടുവിളയിൽ നിന്നുകൂടി കൊണ്ടേരൻ കൈയടക്കി—പണ്ട് പൃഥുചക്രവർത്തി മച്ചി

യായ ഭൂമിയോട് വില്ലെടുത്തു യുദ്ധംചെയ്ത് കീഴടക്കി സമ്പത്തു കറന്നെടുത്തതുപോലെ" (പുറം 32).

നോവലിന്റെ ആരംഭത്തിൽക്കാണുന്നത്, നാലുനാഴിക സമചതുരത്തിലുള്ള വടക്കുംപാട്ടു മുഴുവൻ മേലേപ്പുറത്തു നായരുവീട്ടുകാർ വെട്ടിപ്പിടിച്ചതാണല്ലോ. കൊമ്പൻ കൊണ്ടേരൻ ഭൂമിയെ കീഴടക്കുന്ന വിധവും മേലേപ്പുറത്തുകാരുടെ വെട്ടിപ്പിടുത്തവും തമ്മിലുള്ള വ്യത്യാസം ശ്രദ്ധേയമാണ്. കൊണ്ടേരൻ അഹല്യയായി കിടന്ന അത്തിക്കോടിന് കലപ്പ കണ്ടിട്ടില്ലാതെയിരുന്ന അത്തിക്കോടിന് — മോക്ഷം നല്കുകയാണ് ചെയ്തത്; ജന്മി വീട്ടുകാരാകട്ടെ വടക്കുംപാട്ട് ഭൂമിയെ ബലാൽക്കാരം ചെയ്യുകയായിരുന്നു. വടക്കുംപാട്ടുകാരുടെ കഥ വാഴ്ചയുറപ്പിക്കുന്നതിന്റെ ക്ഷുദ്രകഥയാണെങ്കിൽ കൊണ്ടേരന്റെ കഥ കാട്ടുമണ്ണിനു മനുഷ്യഗന്ധം നല്കുന്നതിന്റെ ഉൽകൃഷ്ടമായ ഉപാഖ്യാനമാണ്. പ്രകൃതിയെ മാനവീകരിക്കുക എന്ന ഉദാത്ത പ്രക്രിയ പുരോഗമിക്കുന്നതോടെ മണ്ണിന്റെ ഗന്ധവും മനുഷ്യന്റെ ഗന്ധവും പരസ്പരം അലിഞ്ഞു ചേരുന്നു. ഇടയ്ക്കുവെച്ചൊന്ന് പറയട്ടെ, രണ്ടുഗന്ധവും ചേർന്നുണ്ടാകുന്ന ഒരു സൗരഭ്യമത്രെ ചെറുകാടിന്റെ തെളിമയാർന്ന മലയാളശൈലിക്കുള്ളത്.

മുഖവുരയിൽ സഖാവ് നമ്പൂതിരിപ്പാട് ചൂണ്ടിക്കാണിച്ചിട്ടുള്ളതുപോലെ, "അത്തിക്കോട്ടു നിലത്തിന്റെ ഓരോ തരി മണ്ണിലും കരിമ്പനക്കൽ കുടുംബക്കാരുടെ ജീവൻ അലിഞ്ഞുചേർന്നിട്ടുണ്ടെങ്കിൽ അവരുടെ ജീവന്റെ ഓരോ തരിയിലും അത്തിക്കോട്ടും അലിഞ്ഞുചേർന്നിട്ടുണ്ട്."

ജേതാവായ കൊമ്പൻ കൊണ്ടേരന്റെ ദാരുണമായ അന്ത്യത്തിൽ ആ തലമുറയിലെ കുടിയാന്റെ ജീവിതരീതിയും മനഃശാസ്ത്രവും നോവലിസ്റ്റ് ഭംഗിയായവതരിപ്പിച്ചിരിക്കുന്നു. മൂപ്പിൽനായർക്ക് തിരുമുൽക്കാഴ്ച വെക്കാനുള്ള നെടുനേന്ത്രൻ കുല ഒരു വൃദ്ധൻ വള്ളിക്കൊട്ടയിലാക്കി ചുമന്ന് വീട്ടിലെത്തിക്കാൻ പാടുപെടുന്ന നേരത്ത് കൊണ്ടേരന്റെ കാലൊന്നു തെറ്റി; ആ ചുമടുമായി വീണ് അയാളുടെ പിടലി ഉളുക്കി. തുടർന്ന് ഒരു പനി. എങ്കിലും കൊണ്ടേരൻ അടങ്ങിയില്ല. ഓണക്കാഴ്ചയായ പഴക്കുലയുമായി നായരുവീട്ടിലെത്തി. പക്ഷേ, നിരാശനായാണ് അയാൾ മടങ്ങിയത്. "വെറുക്കനെ പാടുപെട്ടു. തമ്പ്രാനത് കണ്ടതുല്യ." ജന്മിയോടുള്ള ആദരവിന്റെയും കുടിയാനെന്നതിലുള്ള അഭിമാനത്തിന്റെയും ഭാരിച്ച പ്രതീകമായിരുന്നു ആ തെണ്ട്യാക്കൊല. പക്ഷേ, കൊണ്ടേരന്റെ നിർഭാഗ്യത്തിന്റെ മൂപ്പിന് മൂപ്പിൽ നായർ അവിടെയുണ്ടായിരുന്നില്ല. മൂപ്പിൽനായരുടെ ഒരു "ഭേഷ്" കേട്ട് കാതു കുളിർപ്പിക്കാം എന്ന മോഹത്തോടെയാണ് പനിച്ചുവിറച്ചിരുന്ന കൊണ്ടേരൻ ആ കുലയുമേറ്റി നായരുവീട്ടിലെ പടിക്കൽ ചെന്നത്. ആ മോഹം നടന്നില്ല. അസഹ്യമായ നൈരാശ്യം കൊണ്ടേരനെ തകർത്തു. താമസിയാതെ കൊണ്ടേരൻ അന്ത്യശ്വാസം വലിച്ചു. "മൂപ്പിൽനായർ കൊണ്ടേരൻ കാഴ്ചവെച്ച പഴം തിന്നുകൊണ്ടിരുന്നു. ഓണം കൊണ്ടേരന്റെ കുടുംബം കണ്ണീർ കുടിച്ചുകൊണ്ടു തട്ടിനീക്കി" (പുറം 50).

തുടർന്നുള്ള ചരിത്രം സംഭവബഹുലമാണ്. അത്തിക്കോട്ടു നിലത്തിന്മേൽ കണ്ണുവെച്ചുകൊണ്ട് പലരും കൂടുതൽ പാട്ടം കൊടുക്കാമെന്ന പ്രലോഭനവുമായി ജന്മിയുടെ അടുക്കൽ ചെല്ലുന്നു. ദുരമൂത്ത ജന്മി ഒന്നിനുപിറകെ ഒന്നായി ഒഴിപ്പിക്കൽ ഭീഷണികൾ മുഴക്കുന്നു. അങ്ങനെ ഭൂമികുലുക്കങ്ങളുടെ ഒരു പരമ്പര ഓരോ ഭൂമിക്കുലുക്കത്തോടെയും കൊണ്ടേരന്റെ കുടുംബക്കാർ അതിജീവിക്കുന്നത് കൂടുതൽക്കൂടുതൽ അദ്ധ്വാനിക്കാമെന്നുറപ്പിച്ചും കൂടുതൽക്കൂടുതൽ പാട്ടം കൊടുക്കാമെന്നു സമ്മതിച്ചുമാണ്. ദുരാഗ്രഹം പെരുകിയ ജന്മികുടുംബത്തിലെ ഒരു പുത്തൻ തലമുറയുടെ പ്രതിനിധി കർഷകർക്കിടയിലെ അസൂയാകലുഷിതമായ അനൈക്യത്തെ മുതലെടുത്തുകൊണ്ട് പെട്ടെന്ന് കുറേ പണം മുൻപാട്ടമായി ചോദിക്കുന്നിടത്തോളം കാര്യങ്ങൾ അധഃപതിക്കുന്നു. അതോടെ ചൂഷണത്തിന് പുതിയൊരു മുഖമായി. പുതിയൊരു ഘട്ടമായി. പണമായിട്ട് മുൻപാട്ടം വാങ്ങുക, കൊടുക്കുന്ന പാട്ടത്തിന് രശീതി നല്കാതിരിക്കുക, അവസാനം പാട്ടബാക്കിക്ക് കോടതി കയറ്റുക, ജന്മിവർഗ്ഗത്തിന്റെ ധാർമ്മികാപചയത്തിന്റെ ഗതിയാണിത്. ആ ചൂഷകവർഗ്ഗത്തിനുണ്ടാകുന്ന ധാർമ്മികാധപതനത്തിന് മറ്റൊരുദാഹരണവുംകൂടി നോവലിസ്റ്റ് കൗശലത്തോടെ തിരുകി വെച്ചിട്ടുണ്ട്. “മൂപ്പിൽനായരുടെകൂടെ പാതിരാനേരത്ത് നായാട്ടിന് പോയ ചാമിക്ക് നേരിടുന്ന ദുരന്തവും അതിനുത്തരവാദിയായ നായർ കൊലക്കുറ്റത്തിൽനിന്ന് തടിതപ്പാൻ പ്രയോഗിക്കുന്ന കുതന്ത്രവും. ചാമിയുടെ ശരീരത്തിൽനിന്ന് ചീറിയൊഴുകിയ ചോര 'ജന്മിത്തത്തിന്റെ ബലിപീഠത്തിൽ അർപ്പിക്കപ്പെട്ട ഒരു ഇരുകാലിമൃഗത്തിന്റെ ചോര' ആയിരുന്നു. ചൂഷകവർഗ്ഗം ധാർമ്മികമായി ഇഴുകിയിഴുകി ഇറങ്ങിപ്പോകുന്നതോടൊപ്പംതന്നെ കർഷകർ ക്രമേണ—വളരെ മന്ദഗതിയിൽ—പുതിയൊരവബോധത്തിലേക്ക് ഉയരുന്നു. ആദ്യം അത് കോൺഗ്രസിന്റെ പ്രേരണയിൽ അയിത്തത്തിനെതിരായ സമരമായാണ് ഉത്ഭവിക്കുന്നത്. അവിടംകൊണ്ടു കാര്യം ഒതുങ്ങരുത് എന്ന് നിർബ്ബന്ധമുള്ള ഒരുകൂട്ടം ഉല്പതിഷ്ണുക്കളായ കോൺഗ്രസുകാരുമായി കുടിയാന്റെ പുത്തൻ തലമുറയ്ക്ക് സമ്പർക്കം ലഭിക്കുന്നതോടെ അതു ജന്മിത്തത്തിനെതിരായ ഒരു സമരമായി വളരുന്നു. അങ്ങനെ നാം കൊച്ചുകൊണ്ടേരനിൽ എത്തുന്നു.

സമരത്തിന്റെ ഈ ഘട്ടത്തിലാണ് ജന്മിവർഗ്ഗവും ഭരണകൂടവും തമ്മിലുള്ള ബന്ധം പ്രകടമാക്കുന്നത്. സാൾട്ടുകാരനും, പൊലീസും, കോടതിയും എല്ലാം ജന്മിയുടെ പക്ഷത്താണ്. കൂട്ടത്തിൽ ഗോപാലൻകുട്ടി മേനോന്റെ കോൺഗ്രസുമുണ്ട്. ഈ പടയണിയെ മുഴുവൻ വെല്ലുവിളിച്ചുകൊണ്ടേ കർഷകർക്കു മുന്നേറാൻ കഴിയൂ. അതിനാണെങ്കിൽ ഉശിരനായൊരു നേതാവുവേണം. ചരിത്രത്തിന്റെ ഈ ഘട്ടം രംഗത്തവതരിപ്പിക്കുന്ന ഒരു ധീരനേതാവത്രെ ആദ്യം വെറും സാഹസികനായി പ്രവർത്തിക്കുകയും ക്രമേണ ഒരു സംഘടിത സമരത്തിന്റെ സേനാനിയായി വളരുകയും ചെയ്യുന്ന കൊച്ചുകൊണ്ടേരൻ.

ചെറുകാടിന്റെ പാത്രരചനാവൈരുദ്ധ്യത്തിനുള്ള ഉത്തമനിദർശനവു

മാണ് കൊച്ചുകൊണ്ടേരൻ. ഒരേസമയം സമരോന്മുഖരായ സംഘടിത കർഷകജനതയുടെ പ്രതിനിധിയും, തനതായ സവിശേഷതയുള്ള ഒരു വ്യക്തിയുമാണ് അയാൾ. ആ വ്യക്തിത്വം നമുക്ക് വിശദമാക്കിത്തരുന്നത് പല വിധത്തിലാണ്. കൊച്ചുകൊണ്ടേരനെ അവതരിപ്പിച്ചിട്ടുള്ളത്, വളരുന്ന ഒരു കഥാപാത്രമായാണ്: മാനത്തുനിന്ന് പെട്ടെന്ന് പൊട്ടിവീഴുന്ന ഒരു സത്വമല്ല, ഈ ഭൂമിയിലെ സാഹചര്യങ്ങളിൽനിന്ന് ഉരുത്തിരിഞ്ഞുവരുന്ന ഒരു മനുഷ്യജീവിയാണ് അയാൾ. കൊച്ചുകൊണ്ടേരന്റെ വ്യക്തിഗതമായ ഒരു അഭിലാഷം — തിരുമാളുക്കുട്ടിയെ വേൾക്കണമെന്ന മോഹം — പ്രത്യക്ഷവത്തായി അവതരിപ്പിച്ചുകൊണ്ട് അയാളുടെ വ്യക്തിത്വത്തിന് മറ്റൊരു മാനം നല്കിയിരിക്കുന്നു. ഒന്നാമത് ബഹുഭർത്തൃത്വം എന്ന പഴയ വിവാഹസമ്പ്രദായത്തെ നിരാകരിക്കുന്ന നിലയിലേക്ക് അയാളുടെ അവബോധം വളർത്തിയിരിക്കുന്നു. അങ്ങനെ മറ്റ് പാത്രങ്ങളെപ്പോലെ തന്നെ ചതുരശ്രശോഭിയായ ഒരു കഥാപാത്രത്തെയാണ് ചെറുകാട് കൊച്ചുകൊണ്ടേരനിൽ ദർശിക്കുന്നത്. സമരനായകന്മാരെ ചിത്രീകരിക്കുമ്പോൾ മിക്കപേർക്കും പറ്റിപ്പോകാറുള്ള കൈപ്പിഴയിൽനിന്ന് സവ്യസാചിയായ ചെറുകാട് മിക്കവാറും രക്ഷപ്പെട്ടിരിക്കുന്നു.

സവ്യസാചി എന്നുപറഞ്ഞത് ഒരു വെറും സ്തുതിയായിട്ടല്ല. ഭൂമിയുമായുള്ള സമരവും ജന്മിത്തത്തിനെതിരായ സമരവും ചേർന്നു കർഷകജീവിതത്തന്റെ തീക്ഷ്ണത ചിത്രീകരിക്കുന്നതിലുള്ള അതേ കരവിരുത് ആ ശുദ്ധാത്മാക്കളുടെ ദാമ്പത്യത്തിന്റെ ശാലീനതയും പ്രണയത്തിന്റെ സൗമ്യശോഭയും ചിത്രീകരിക്കുന്നതിലും നോവലിസ്റ്റ് പ്രകടമാക്കുന്നു. ബഹുഭർത്തൃത്വത്തിന്റെ സങ്കടങ്ങൾ ആവിഷ്കരിക്കുമ്പോൾ നമ്മുടെ നോവലിസ്റ്റ് പ്രദർശിപ്പിക്കുന്ന സഹാനുഭൂതിയും യാഥാർത്ഥ്യബോധവും കലാകൗശലവും ശ്രദ്ധേയമാണ്.

ഇവിടെ സഖാവ് നമ്പൂതിരിപ്പാടിന്റെ ഒരഭിപ്രായത്തെക്കുറിച്ച് അല്പം ചിന്തിക്കേണ്ടതുണ്ടെന്ന് തോന്നുന്നു. മുഖവുരയിൽ അദ്ദേഹം പറയുന്നു:

> ....കേരളത്തിലെ കൃഷിക്കാരിൽ, അഥവാ മലബാറിലെ തീയകൃഷിക്കാരിൽ, അപൂർവ്വമായി ബാക്കി നില്ക്കുന്ന ഒരു അവശിഷ്ടം മാത്രമായ ബഹുഭർത്തൃത്വം ഒരു സർവ്വസാധാരണവ്യവസ്ഥയെന്ന നിലയ്ക്ക് ചിത്രീകരിക്കുന്നത് സാമൂഹ്യയാഥാർത്ഥ്യത്തിന്റെ ശരിയായ ഒരുചിത്രീകരണമാവുകയില്ല.

യഥാതഥമായ ജീവിതാവിഷ്കാരമാണ് നോവലിസ്റ്റിന്റെ ലക്ഷ്യമെങ്കിൽ ഇപ്പറഞ്ഞത് ശരിയാണ്. എന്നാൽ, ചെറുകാടിന്റെ ലക്ഷ്യം അതല്ലെന്നു മനസ്സിലാക്കേണ്ടിയിരിക്കുന്നു. വളരുന്ന ഒരു യാഥാർത്ഥ്യത്തിന്റെ ചിത്രീകരണമാണ് അദ്ദേഹത്തിന്റെ ലക്ഷ്യം. അങ്ങനെ ആണെങ്കിൽ ഇത്തരത്തിലുള്ള ഒരു കാലികപ്രതിഭാസം (anachronism) കലാപരമായ ഒരാവശ്യത്തിന് ഉപയുക്തമാക്കുന്നതിൽ തെറ്റില്ലെന്ന് കരുതാം. പുതിയ ജീവിതാനുഭവങ്ങളും ആശയങ്ങളുമായി ഏറ്റുമുട്ടുന്നതോടെ—അഥവാ

സമ്പർക്കം സ്ഥാപിക്കുന്നതോടെ---കർഷകമനസ്സിനുണ്ടാകുന്ന സർവ്വതോന്മുഖമായ പരിവർത്തനം വിശദമാക്കുന്നതിനുള്ള ഒരുപായം എന്ന നിലയ്ക്കു മാത്രമാണ് ചെറുകാട് ബഹുഭർത്തൃത്വം എന്ന ചരിത്രാവശിഷ്ടത്തെ ഉപയോഗിച്ചിട്ടുള്ളത്. ആ ധർമ്മം അതു നിർവ്വഹിക്കുന്നുണ്ടോ എന്നതിനെ ആശ്രയിച്ചിരിക്കുന്നു അതിന്റെ പ്രസക്തിയും സാധൂകരണവും. അതിന്മേൽപിച്ചു കൊടുത്തിട്ടുള്ള ധർമ്മം അതു നിർവ്വഹിക്കുന്നുണ്ടെന്നുതന്നെയാണ് ചുരുങ്ങിയത് ഇത് എഴുതുന്ന ആൾക്കെങ്കിലും തോന്നുന്നത്.

ശക്തിയുടെ ദുർഗ്ഗം

ശക്തിയുടെയും സൗന്ദര്യത്തിന്റെയും അസാധാരണമായ ഒരു സമ്മേളനമാണല്ലോ ചെറുകാട് എഴുതിയിട്ടുള്ള ഓരോവരിയിലും നാം കാണാറുള്ളത്. *മണ്ണിന്റെ മാറിൽ* വായിച്ചപ്പോൾ പലപ്പോഴും മനസ്സിലുയർന്നുവന്നത് തൂവെള്ളക്കടലാസിൽ തൂവൽകൊണ്ട് ലോലചിത്രങ്ങൾ വിരചിക്കുന്ന ഒരു സാഹിത്യകാരന്റെ ചിത്രമല്ല വിപ്ലവത്തിന്റെ വയലൊരുക്കാൻ തൂമ്പയെടുത്ത് കിളയ്ക്കുന്ന ഒരു അദ്ധ്വാനിയുടെ ചിത്രമാണ്.

ചെറുകാടിന് മനസ്സ് രണ്ടില്ല. ആ കർമ്മസംഗതിക്ക് ബുദ്ധിഭേദമില്ല. ഒരൊറ്റ മനസ്സ്, അഭിന്നമായി ബുദ്ധി. ഈ പ്രജ്ഞാസ്ഫുടതയ്ക്ക് കാരണമെന്ത്? ചരിത്രത്തിന്റെ ഗതിയെക്കുറിച്ചുള്ള തെളിഞ്ഞ ധാരണ. അദ്ദേഹത്തിന്റെ പ്രജ്ഞാദാർഢ്യത്തിനുള്ള കാരണം? ജനശക്തിയുടെ അജയ്യതയിലുള്ള അചഞ്ചലവിശ്വാസം.

ഗോർക്കിയെക്കുറിച്ച് സ്റ്റെഫൻസ്വെഗ് പറഞ്ഞത് ചെറുകാടിനു ചേരും:

> ഒരിക്കലും ഗോർക്കിക്ക് ജനങ്ങളുടെ അജയ്യതയെക്കുറിച്ച് ശങ്കയുണ്ടായിട്ടില്ല. തന്റെ നാട്ടിലെ ജനങ്ങളിൽ അദ്ദേഹം വിശ്വസിച്ചു. ആ ജനങ്ങൾ അദ്ദേഹത്തിലും വിശ്വസിച്ചു. ആ വലിയ പ്രവാചകന്മാരുണ്ടല്ലോ, ദസ്തയേവ്സ്കിയും ടോൾസ്റ്റോയിയും, അവർ വിപ്ലവത്തെ ഒരു മഹാ'രോഗ'ത്തെയെന്നപോലെ ഭയപ്പെട്ടു. റഷ്യൻ ജനതയുടെ ഉറച്ച ആരോഗ്യം ആ രോഗത്തെ അതിജീവിക്കും എന്ന് ഗോർക്കിക്കു ബോദ്ധ്യമുണ്ടായിരുന്നു. ഒരു മകൻ അമ്മയെ അറിയുന്നതുപോലെയാണ് ഗോർക്കി ജനകോടികളെയും റഷ്യൻ ജനതയെയും അറിഞ്ഞത്. റഷ്യൻ സാഹിത്യത്തിലെ ആ രണ്ട് മഹർഷിമാരെ പീഡിപ്പിച്ച ഭീതി ഗോർക്കിയെ ഏശിയതേ ഇല്ല. എല്ലാ കോലാഹലങ്ങളെയും നേരിടാനും എല്ലാ ആപത്തുകളെയും കീഴ്പ്പെടുത്താനും തന്റെ ജനതയ്ക്ക്, എന്നല്ല ഏതൊരു ജനതയ്ക്കും കരുത്തുണ്ട് എന്നറിയാമായിരുന്നു അദ്ദേഹത്തിന്.

ജനങ്ങളുമായുള്ള ഈ ആത്മീയബന്ധമാണ് ചെറുകാടിന്റെ ചൈതന്യം.

മരുമകൾ

പി അപ്പുക്കുട്ടൻ

കമ്യൂണിസ്റ്റ് മഹാകവിയാണ് ചെറുകാട്. അങ്ങനെ അറിയപ്പെടുന്നതിലായിരുന്നു അദ്ദേഹത്തിന് താല്പര്യം. നമ്മുടെ ഭാഷയിൽ രാഷ്ട്രീയപ്രശ്നങ്ങൾ ആഴത്തിലും പരപ്പിലും കൈകാര്യം ചെയ്ത എഴുത്തുകാർ ചെറുകാടിനെപ്പോലെ അധികമുണ്ടെന്ന് തോന്നുന്നില്ല. എന്നാൽ *മരുമകൾ* ചെറുകാടിന്റെ സാഹിത്യപ്രപഞ്ചത്തിൽ ഒറ്റപ്പെട്ടു നില്ക്കുന്നു. ആ നോവലിൽ രാഷ്ട്രീയകാര്യങ്ങൾ സ്പർശിക്കുന്നേ ഇല്ല. തികച്ചും ഒരു കുടുംബകഥ. പക്ഷേ, ഒന്നുണ്ട്: ചെറുകാടിനെ കമ്യൂണിസ്റ്റ് മഹാകവിയാക്കുന്ന സാമൂഹ്യവീക്ഷണം *മരുമകളിൽ* സ്പഷ്ടമാണ്. അത് നോവലിന്റെ സാമൂഹ്യപ്രസക്തി വർദ്ധിപ്പിക്കുകയും ചെയ്യുന്നു.

മനുഷ്യസ്വഭാവത്തിന് നിരക്കാത്ത സാമൂഹ്യക്രമം മനുഷ്യനെ ഞെരുക്കുന്നു. മരുമക്കത്തായ തറവാടുകൾ അസ്വസ്ഥതയുടെ കൂടാരങ്ങളാകുന്നത് അതുകൊണ്ടാണ്. തറവാട്ടുസ്വത്ത് കുത്തിച്ചോർത്തി ഭാര്യവീടിനെ പോഷിപ്പിക്കുകയും മരുമക്കളെ പലവിധത്തിൽ പീഡിപ്പിക്കുകയും ചെയ്യുന്ന കാരണവരുടെ ചവിട്ടടിയിൽ തറവാട്ടിലെ പുതിയ തലമുറകൾ വളർച്ച മുരടിച്ചു കിടക്കുന്നു. ഇരുചേരികൾക്കിടയിൽ വെറുപ്പും വിദ്വേഷവും വളരുന്നു. കാരണവർ അവിടെ വ്യക്തി അല്ല; ഒരു സ്ഥാനമാണ്. ഈ സമ്പ്രദായത്തെ ചെറുകാട് *മരുമകളിൽ* സൂക്ഷ്മപരിശോധനയ്ക്കു വിധേയമാക്കുന്നുണ്ട്. തറവാട്ടുകാരണവരുടെ ദൗഷ്ട്യത്തിന്നിരയാകേണ്ടിവരുന്നവരുടെ ദൈന്യം അതിഭാവുകത്വത്തിന്റെ വഴുവഴുത്ത ശൈലിയിൽ മലയാളത്തിൽ എത്രയോ ആവിഷ്കരിക്കപ്പെട്ടിട്ടുള്ളതാണ്. കാണികളുടെ അനുകമ്പ നേടുന്നതിൽ അവ ഒതുങ്ങുന്നു. എന്നാൽ ചെറുകാട് ഒട്ടും സെന്റിമെന്റലാകാതെ പ്രശ്നത്തെ സമീപിക്കുകയും അതിനിപുണമായി സത്യദർശനം സാധിക്കുകയും ചെയ്യുന്നു.

പാലശ്ശീരിത്തറവാടിന്റെ കഥയിലൂടെയാണ് മരുമക്കത്തായ ക്രമത്തെ

ചെറുകാട് അഴിച്ചു പരിശോധിക്കുന്നത്, അങ്ങനെയൊരു തറവാട്ടിൽ മരുമകനായി വളർന്ന ചെറുകാടിന്റെ ജീവിതാനുഭവങ്ങൾ ഈ പരിശോധനയിൽ അദ്ദേഹത്തെ വളരെയേറെ സഹായിച്ചിട്ടുണ്ട്. *ജീവിതപ്പാത* അക്കാര്യം വ്യക്തമാക്കുന്നു. അമ്മാമനായ കുഞ്ഞുണ്ണി പിഷാരടിയും മരുമക്കളായ ഗോപാലനും നാരായണനും തമ്മിലുള്ള സംഘട്ടനവും പിന്നീടവർ തമ്മിലുണ്ടാകുന്ന ഒത്തുതീർപ്പും *മരുമകളി*ലെ ഇതിവൃത്തത്തിന്റെ മുഖ്യഭാഗങ്ങളാണ്. ആ സംഭവചിത്രീകരണങ്ങൾക്ക് ലഭിച്ച വൈശദ്യത്തിന്റെയും ഊഷ്മളതയുടെയും പ്രഭവകേന്ദ്രം ചെറുകാടിന്റെ സ്വന്തം ജീവിതം തന്നെയാണ്.

പാലശ്ശീരി കുഞ്ഞുണ്ണിപിഷാരടിയെ ആദ്യമായി ചോദ്യം ചെയ്തത് പട്ടാളക്കാരനായ മരുമകൻ നാരായണനാണ്. അമ്മാവന്റെ തല്ലുകൊണ്ട് ദേഷ്യം പിടിച്ചാണ് അവൻ പട്ടാളത്തിൽപ്പോയി ചേർന്നതുതന്നെ. മീശ വെച്ചു തിരിച്ചെത്തിയ നാരായണൻ, കുഞ്ഞുണ്ണി പിഷാരടി ഭാര്യവീട്ടിലേക്കു പൂക്കുടയിലാക്കിക്കൊണ്ടുപോവുകയായിരുന്ന നാളികേരവും ചക്കച്ചുളയും തട്ടിപ്പറിച്ചെടുത്തു. നാരായണന്റെ മീശ മറ്റുള്ളവർക്കും ധൈര്യം നല്കി. ഗോപാലനും മീശവെച്ചു. ഒടുവിൽ തറവാട് ഭാഗിക്കണമെന്നിടത്തേക്കു കാര്യങ്ങൾ നീങ്ങി. കൂവളത്തു കുഞ്ചുവിന്റെ വലയിൽപ്പെട്ട് നാരായണൻ പിന്നീട് കുഞ്ഞുണ്ണി പിഷാരടിയുടെ മകൾ കൊച്ചുകുട്ടിയെ സംബന്ധം ചെയ്തു. അമ്മാവന് വിധേയനായെങ്കിലും മറ്റുള്ളവർ പിടിച്ച പിടിയിൽത്തന്നെ ഉറച്ചുനിന്നു. ഒടുവിൽ നാരായണന്റെ പുതിയ ബന്ധം ഉണ്ടാക്കിത്തീർത്ത അയവിൽ ഭാഗം നടന്നു. പാലശ്ശീരിത്തറവാടിന്റെ ശാഖകൾ സ്വതന്ത്രങ്ങളായി.

വളർച്ചയും തളർച്ചയും

സ്വാതന്ത്ര്യമായിത്തീർന്ന തറവാട്ടുശാഖകളോരോന്നും പിന്നീടെങ്ങനെ പരിണമിച്ചുവെന്ന് ചെറുകാട് *മരുമകളിൽ* വിവരിക്കുന്നുണ്ട്, നോവലിന്റെ പ്രധാന ഭാഗം തന്നെയാണത്. ഒരു സാമൂഹ്യക്രമം തകരുന്നതുകൊണ്ടായില്ലല്ലോ. തകർച്ചയിൽനിന്ന് പുരോഗതിയുടെ പാത കണ്ടുപിടിക്കേണ്ടതുണ്ട്. അത് സാധിക്കാതെ വന്നാൽ സ്വാതന്ത്ര്യം വലിയ ദുരന്തമായിത്തീരും. ഗോപാലന്റെ താവഴിയും പാറുഓപ്പോളുടെ താവഴിയും സ്വാതന്ത്ര്യത്തിന്റെ ഗുണദോഷങ്ങളെ ചൂണ്ടിക്കാട്ടുന്നു.

ഗോപാലനെ, മന്തനെന്നായിരുന്നു കുഞ്ഞുണ്ണി പിഷാരടി വിളിച്ചിരുന്നത്. പ്രായപൂർത്തിയെത്തിയിട്ടും അവൻ അടികൊണ്ടു. ക്ഷൗരത്തിന് നാലണയില്ലാതെ താടിയും മീശയും വളർത്തി പ്രാകൃതനായി അമ്മാവന്റെ പിന്നാലെ നടന്ന ആ ഗോപാലൻ ഭാഗത്തിൽ കുറുക്കുഞ്ചോലക്കുന്ന് തനിക്ക് സ്വന്തമായി കിട്ടിയപ്പോൾ വിയർപ്പൊഴുക്കി അവിടം പൂങ്കാവനമാക്കിത്തീർത്തു. അദ്ധ്വാനത്തിലൂടെ അവൻ പുരുഷനായി തല ഉയർത്തിപ്പിടിച്ചു. സ്വജാതിക്കാരിയല്ലാത്ത കാളിക്കുട്ടിയുമായുള്ള കല്യാണം അവന്റെ വളർച്ചയിലെ മറ്റൊരു നാഴികക്കല്ലായിരുന്നു. തന്റേ

ടിയായ കുഞ്ഞിമാളു പിഷാരസ്യർക്കുപോലും അവന്റെ ഇംഗിതത്തിനൊത്തു മൂളാനേ ഒത്തുള്ളൂ. അദ്ധ്വാനശീലനായ ഗോപാലന്റെ താവഴി അനുദിനം പുഷ്ടമായി വന്നു. സർവ്വസ്വവും തകർന്ന സുന്ദരിക്കുട്ടിക്കും ഒടുവിൽ അവിടെത്തന്നെ അഭയം തേടേണ്ടിവന്നു.

പാറുഓപ്പോളുടെ കാര്യമോ? ഭാഗം കിട്ടിയപ്പോൾ, അവരുടെ ഭർത്താവ് അപ്പുക്കുട്ടപ്പിഷാരടിയായി കാരണവർ. ഉമ്മറത്ത് ഒരു ചാരുകസേരയിട്ട് മൂപ്പർ അവിടെ ഇരുപ്പുറപ്പിച്ചു: മരുമക്കത്തായത്തിന്റെ എല്ലാ ദൂഷ്യങ്ങളും കേന്ദ്രീകരിച്ചുനിന്ന ഒരു വ്യക്തിയാണ് അപ്പുക്കുട്ടപ്പിഷാരടി. മെയ്യനങ്ങാതെ ഉണ്ടുശീലിച്ച്, അമ്പലക്കാളയെപ്പോലെജീവിച്ച ആ മനുഷ്യന്റെ കെടുകാര്യസ്ഥതയിൽ കുടുംബം തകരുകയായിരുന്നു. ഭാഗം കിട്ടാൻ വേണ്ടി ഏറ്റവും കൂടുതൽ വാദിച്ച അയാൾ സ്വന്തം മകൾ ഭാഗം ചോദിച്ചപ്പോൾ ആളാകെ മാറി. മകളുടെ ഭർത്താവിനെ ശകാരിച്ച് പിണക്കിയയച്ചു. ട്രെയിനിങ് കഴിച്ച് മിസ്ട്രസായ രണ്ടാമത്തെ മകൾ സുന്ദരിക്കുട്ടിയുടെ ശമ്പളത്തിൽ കണ്ണുംനട്ടാണ് അയാൾ കഴിയുന്നത്. അതിലുള്ള അതിശ്രദ്ധകാരണം തറവാട്ടുഭാഗത്തിലൂടെ പുതുതായി ലഭിച്ച കുടുംബസ്വാതന്ത്ര്യവും യൗവനാരംഭവും അല്പം സൗന്ദര്യവും ജോലിയും എല്ലാം ചേർന്ന് മകളെ എങ്ങനെ തിരിച്ചു വിടുന്നു എന്ന കാര്യം അയാൾ കാണുന്നേ ഇല്ല. നിയന്ത്രണങ്ങളില്ലാത്ത സ്വാതന്ത്ര്യം സുന്ദരിക്കുട്ടിയുടെ പതനത്തിന് പാതയൊരുക്കി. അവൾ കൊച്ചുവാപ്പുവിന്റെ വെപ്പാട്ടിയായി. അത് നാടാകെ പാട്ടായി. അമ്പലത്തിലെ കഴകം അപ്പുക്കുട്ടപ്പിഷാരടിക്ക് നഷ്ടപ്പെട്ടു. ഒടുവിൽ കൊച്ചുവാപ്പു രോഗബാധിതനായപ്പോൾ പുഴുത്ത പട്ടിയെപ്പോലെ സുന്ദരിക്കുട്ടി അടിച്ചോടിക്കപ്പെട്ടു. ഗർഭിണിയായ അവൾക്ക് കുടുംബത്തിന്റെ മാനം രക്ഷിക്കാൻ കുടിയനും ധൂർത്തനുമായ പപ്പുപ്പിഷാരടിയുടെ ഭാര്യയാകേണ്ടിവന്നു. അതിനുവേണ്ട പണമുണ്ടാക്കാൻ സ്വത്തു പണയത്തിലുമായി. സ്വാതന്ത്ര്യത്തിന്റെ ബാദ്ധ്യതകൾ അറിയാതെ പോയാലുള്ള കുഴപ്പം!

പരുപരുത്ത മണ്ണ്

ചെറുകാടിന്റെ ജീവിതവീക്ഷണത്തെക്കുറിച്ച് ആദ്യമേ പറഞ്ഞല്ലോ. സുന്ദരിക്കുട്ടിയും കൊച്ചുവാപ്പുവും തമ്മിലുള്ള ബന്ധത്തെ അദ്ദേഹം കൈകാര്യം ചെയ്ത രീതി ആ വീക്ഷണം എഴുത്തുകാരന് നല്കുന്ന കരുത്ത് വിളിച്ചോതുന്നു. അനാഥഗർഭങ്ങളുടെ കഥകൾ നമുക്കെത്രയോ പരിചയമാണ്. എന്തൊരു തരം മെലോഡ്രാമയാണ് നമ്മുടെ എഴുത്തുകാർ അത്തരം കഥകൾകൊണ്ടുണ്ടാക്കാറുള്ളത്! ചെറുകാടാകട്ടെ, സ്ത്രീപുരുഷന്മാർക്കിടയിൽ സാധാരണ സംഭവിക്കുന്നത് എന്ന രീതിയിൽ അതിനെ കൈകാര്യം ചെയ്തിരിക്കുന്നു. അദ്ദേഹം സുന്ദരിക്കുട്ടിയെ ദൈന്യത്തിന്റെ മൂർത്തീകരണമാക്കുന്നില്ല. സമൂഹത്തിന്റെ ആട്ടും തുപ്പും

സഹിക്കാനും ഇടയാക്കുന്നില്ല. മരുമക്കത്തായം പോകേണ്ടത് എങ്ങനെ ആവശ്യമാണോ അങ്ങനെതന്നെ ആവശ്യമാണ് സ്ത്രീപുരുഷബന്ധങ്ങളിൽ മാറ്റങ്ങളുണ്ടാവേണ്ടതും എന്നിടത്തേക്ക് ചിന്തയെ നയിക്കാനാണ് അദ്ദേഹത്തിന്റെ ശ്രമം. സുന്ദരിക്കുട്ടിയുടെ തെറ്റിനെ കുറച്ചുകാണിച്ചുകൊണ്ടല്ലാ ഇത് ചെയ്യുന്നത്. തെറ്റിനെ പർവ്വതീകരിക്കാൻ ഒരുമ്പെടുന്നില്ല എന്നേയുള്ളൂ. സമതുലിതമായ സമീപനത്തിലൂടെ കഥാഗതിയെ ഒട്ടും അസ്വാഭാവികമാക്കാതെതന്നെ അദ്ദേഹമിത് സാധിക്കുന്നു.

*മരുമകളി*ലെ കുഞ്ഞിമാളുപിഷാരസ്യാർ എന്ന കഥാപാത്രം ചെറുകാടിന്റെ പാത്രസൃഷ്ടിവൈഭവം വ്യക്തമാക്കുന്നു. അത്രയും താൻപോരിമയും കാര്യപ്രാപ്തിയും പ്രകടിപ്പിക്കുന്ന സ്ത്രീകഥാപാത്രങ്ങൾ മലയാളത്തിൽ ചെറുകാടിന്റെ കഥാലോകത്തല്ലാതെ മറ്റെവിടെയും കാണില്ല. അവരുടെ വ്യക്തിത്വത്തിന്റെ മാറ്റുരച്ചുകാട്ടുന്ന എത്രയെത്ര സന്ദർഭങ്ങളുണ്ടെന്നോ നോവലിൽ! മകന്റെ ഭാര്യയെ കൊണ്ടുപോകാൻ ആന്തൂര് പിഷാരത്തെത്തുന്ന കുഞ്ഞിമാളുപിഷാരസ്യാരുടെ ഗൗരവവും സംവൃതത്വവും കാണേണ്ടതുതന്നെ. ആതിഥേയരുടെ സൽക്കാരവ്യഗ്രത അവർ പാടെ അവഗണിക്കുന്നു. ഒടുവിൽ താൻ വരച്ചവരയിൽ ആങ്ങളയെയും ഭാര്യയെയും കൊണ്ടുവന്നതിനുശേഷമാണ് അവർ അവിടെനിന്ന് ജലപാനം പോലും നിർവ്വഹിക്കുന്നത്. തറവാട്ടുസ്വത്തു ഭാഗിക്കുന്ന കാര്യവും അവർതന്നെ ഏറ്റെടുക്കുന്നു. അവരുടെ യുക്തിയുക്തമായ സമീപനം എല്ലാവരുടെയും വായടച്ചുകളഞ്ഞു. തന്റെ ഇഷ്ടാനിഷ്ടങ്ങളെ തരിമ്പും വകവെക്കാതെ വിവാഹം ചെയ്ത മകനെ കുഞ്ഞിമാളുപിഷാരസ്യാർ നേരിടുന്ന രംഗം അവരിലെ അമ്മയെ മറ നീക്കി കാണിച്ചുതരുന്നു. അമ്മയെ പേടിച്ചു വീട്ടിൽ കയറാൻ ശങ്കിക്കുന്ന ആ പട്ടാളക്കാരൻ അമ്മയുടെ വത്സലഹൃദയത്തിന്റെ ആർദ്രതയിൽ അലിഞ്ഞില്ലാതെയാവുന്നത് നോവലിലെ ഹൃദയസ്പർശിയായ ഒരു രംഗമത്രെ.

സംഭവബഹുലം എന്ന് *മരുമകളെ* വിശേഷിപ്പിക്കാമെന്ന് തോന്നുന്നു. അത്രമാത്രം സംഭവങ്ങൾ തുടർച്ചയായി നോവലിൽ വരുന്നുണ്ട്. അതുകൊണ്ടായിരിക്കുമോ എന്തോ, ചിലകാര്യങ്ങൾ വേണ്ടത്ര വിശ്വസനീയമാനി അവതരിപ്പിക്കാൻ നോവലിസ്റ്റിന് കഴിയാതെ പോയി. നാരായണൻ കുഞ്ചുവിന്റെ വലയിൽ കുടുങ്ങി കൊച്ചുകുട്ടിയെ വേൾക്കുന്നതും സുന്ദരിക്കുട്ടി കൊച്ചുവാപ്പുവിന് സ്വയം സമർപ്പിക്കാൻ തീരുമാനിക്കുന്നതും മറ്റും ഇതിനുദാഹരണങ്ങളാണ്. സുന്ദരിക്കുട്ടിയുടെ മനസ്സിൽ ചിലപ്പോൾ നോവലിസ്റ്റു തന്നെ കയറിയിരിക്കുന്നുവെന്ന് തോന്നിപ്പോയി. പക്ഷേ, നോവലിന്റെ മൊത്തം സഫലതയെ അത് ഹനിക്കുന്നില്ലെന്ന് എടുത്തുപറയേണ്ടതുണ്ട്.

മരുമകൾ ചെറുകാട് എന്ന നോവലിസ്റ്റിന്റെ മികവ് നമ്മെ ബോദ്ധ്യപ്പെടുത്തുന്നു. *ശനിദശ*യും *മുത്തശ്ശി*യും മറ്റും രാഷ്ട്രീയ പ്രശ്നങ്ങൾ

കൈകാര്യം ചെയ്തപ്പോഴും മികച്ച നോവലുകളായതെന്തുകൊണ്ടെന്നും. എന്നിട്ടും ചെറുകാടിന് നോവലിസ്റ്റ് എന്ന നിലയിൽ അർഹിക്കുന്ന അംഗീകാരം ലഭിച്ചുവോ എന്ന് സംശയമാണ്. രാഷ്ട്രീയക്കാരൻ എന്ന അദ്ദേഹത്തിന്റെ ബോധപൂർവ്വമായ നിലപാട് ആ കലാകാരനെ കാണാൻ ഒരു വിഭാഗക്കാരെ വിമുഖരാക്കി. അവിടെ ചെറുകാടിനല്ലല്ലോ പിഴവു പറ്റിയത്. അദ്ദേഹം തന്റെ കാഴ്ചപ്പാടിൽ ഉറച്ചുനിന്നു. ആ പ്രതിഭയുടെ തിളക്കം ഇന്നു കൂടുതൽ കൂടുതൽ അംഗീകരിക്കപ്പെട്ടുവരുന്നു.

പ്രമാണി

തായാട്ട് ശങ്കരൻ

ഒറ്റപ്പെട്ടും കൂട്ടുചേർന്നും മനുഷ്യഭാവങ്ങൾ തമ്മിൽ സംഘർഷങ്ങളും സംഘട്ടനങ്ങളും ഉണ്ടാവാറുണ്ട്. സംഘടിതമതവും സംഘടിതരാഷ്ട്രവും മുന്നോട്ടുനീങ്ങുമ്പോൾ ആ സ്റ്റീംറോളറിന്റെ ഭാരത്തിൽ വ്യക്തികളും കുടുംബങ്ങളും ചിലപ്പോൾ ചതഞ്ഞരഞ്ഞുപോവും. ഈ നൂറ്റാണ്ടിലാണെങ്കിൽ മതാവേശംപൂണ്ട രാഷ്ട്രീയപ്പാർട്ടികൾ എന്ന പുതിയ സ്റ്റീംറോളർകൂടി ഉണ്ടായിട്ടുണ്ട്. ആത്മാവില്ലാത്ത പാർട്ടിയന്ത്രങ്ങളുടെ വീണ്ടുവിചാരമില്ലാത്ത പുരോയാനത്തിൽ തകർന്നുപോയ ജീവിതങ്ങളുടെ തേങ്ങലുകളാണ് ഈ നോവലിന്റെ കാതൽ.

ഇതിവൃത്തസ്വഭാവത്തിലുള്ള ഈ അപൂർവ്വത, കലാപരമായ ഒട്ടേറെ പോരായ്മകൾ ഉണ്ടായിട്ടും ഈ നോവലിനെ ശ്രദ്ധേയമാക്കിത്തീർത്തിരിക്കുന്നു. വിമോചനസമരത്തിന്റെ കലിതുള്ളിയ മുസ്ലീംലീഗിനെ ആസാദ് പിടികൂടിയിരിക്കുന്നു. നാട്ടുപ്രമാണിത്തത്തിന്റെ ഊന്നുവടിയാണ് ഇതിന്നാധാരം. ഒറ്റപ്പെട്ട ജീവിതത്തിന്റെ മേലുള്ള നീരാളിപ്പിടുത്തത്തിലും ഈ മൗലികമായ അന്തരം നിഴലിക്കുന്നുണ്ട്.

വിശ്വരൂപം

*പ്രമാണി*യിൽനിന്ന് ഒരു കഥാതന്തു തെരഞ്ഞെടുക്കുക ഞരുക്കമാണ്. പൂഴികലർത്തി പഞ്ചസാര വിറ്റതിന് അന്നത്തെ നാട്ടുപ്രമാണിയായ മൊയ്തുഹാജിയുടെ കൈയിൽനിന്ന് കനത്ത പ്രഹരം കിട്ടിയപ്പോൾ "ഞാനുമൊരു പ്രമാണിയാവ്വോന്ന് നോക്കട്ടെ" എന്ന പ്രഖ്യാപനത്തോടെ നാടുവിട്ട പോക്കർ എന്ന ചെറുക്കൻ പത്തുവർഷത്തിനുശേഷം തിരിച്ചുവന്നത് ഇത്തിരി വളർന്ന ഒരു പ്രമാണിയായിട്ടുതന്നെയായിരുന്നു, കോഴിക്കോട്ടു കോയസ്സൻകോയ മുതലാളിയുടെ ആലപ്പന്തിച്ചെറുക്കനായി കട

ന്നുവന്നു. പത്തുവർഷം കൊണ്ട് കള്ളപൊന്നുൾപ്പെടെയുള്ള വ്യാപാര രഹസ്യങ്ങളുടെ താക്കോൽക്കാരനായി ഉയർന്നതിനുശേഷമാണ് അയാൾ മുതലാളിയുടെ ആശംസകളോടെ സ്വന്തം നാട്ടിൽ തിരിച്ചെത്തിയത്. കച്ച വടക്കണ്ണുള്ള ഐദ്രുവിനെ കൂട്ടുപങ്കാളിയാക്കി അവിടെ സ്വന്തമായ ഒരു പലചരക്കുകച്ചവടം തുടങ്ങി. പാട്ടം പിടിച്ചും കടം കൊടുത്തും പോക്കർസാഹിബിന്റെ പ്രമാണിത്തം നാടെങ്ങും വേരൂന്നി. മാനുമുസ ലിയാരും ബാവഹാജിയും മതനേതൃത്വത്തെ അയാളുടെ വരുതിക്ക് നിർത്തിക്കൊടുത്തു. മുസ്ലീംലീഗ് നേതൃത്വവും കൂടി കിട്ടിയതോടെ രാഷ്ട്രീ യത്തിന്റെ ദണ്ഡനാധികാരം കൂടിയായി അയാൾക്ക്. സൃഷ്ടി–സ്ഥിതി–സം ഹാരത്തിന്റെ ഭാവത്രയവും ഒരിടത്തിണങ്ങിച്ചേർന്ന മട്ടായിത്തീർന്നു. ആരിൽനിന്നും മറുത്തൊരു വാക്ക് പൊറുക്കാനാവാത്ത അഹന്ത, എന്തും ചെയ്യാനുള്ള നെഞ്ചൂക്ക്. ഇവയ്ക്കെല്ലാം മകുടം ചാർത്തുന്ന നിഷ്കരു ണതം. ഇതാണ് പുത്തൻ പണത്തിന്മേൽ പടുത്തുയർത്തിയ പ്രമാണി ത്തത്തിന്റെ വിശ്വരൂപം.

വിമോചനസമരം വന്നു. പ്രമാണിത്തത്തിന് വീര്യംകൂടി. "ന്റെ കൈയീന്ന് കാശുവാങ്ങി നൊട്ടണ ജന്തുക്കള് ഞാൻ വിളിച്ചേടത്തും പറ ണേടത്തും വരണ്ടെ വേണ്ടിവരും." തന്റെ കീഴിലുള്ള ബീഡിപ്പണിക്കാ രെപ്പറ്റി പുത്തൻ പ്രമാണിയുടെ വീക്ഷണമതാണ്. "എനിക്കൊരു കുളി രുണ്ട്. അതിനൊരു പുതപ്പുവേണം." വിവാഹത്തെക്കുറിച്ചുള്ള വിശ്വാ സപ്രമാണം ഇതിലൊതുങ്ങുന്നു. വിമോചനസമരത്തിന്റെ ജാഥയ്ക്കുപോ കാനുള്ള കല്പന ലംഘിച്ച തൊഴിലാളികളെ അയാൾ കൂലികൊടുക്കാതെ പിരിച്ചുവിട്ടു. സമരത്തെക്കുറിച്ചുള്ള നിസ്സാരമായ അഭിപ്രായപ്രകടനം മുൻനിർത്തി ഭാര്യയുടെ പിതാവുമായി പിണങ്ങി. മുലക്കുഞ്ഞിനെ വീട്ടിൽ പിടിച്ചുവെച്ച് ഭാര്യയെ തല്ലിയോടിച്ചു. കുഞ്ഞിനെ കാണാൻ ചുരന്ന മുല യുമായി വീണ്ടും വീണ്ടും ഓടിവരുന്ന ആ പാവപ്പെട്ട അമ്മയെ ഭ്രാന്താ ണെന്നു പറഞ്ഞ് പലവട്ടം തല്ലിച്ചതച്ചു. ഒടുവിൽ ചങ്ങലക്കിടുവിച്ചു. ആ കല്യാണം 'മൊയി' ചൊല്ലി. പകരം ഹൈസ്കൂൾവിദ്യാർത്ഥിനിയും തന്റേ ടിക്കാരിയുമായ കുഞ്ഞാമിനയെന്ന പതിനാറു വയസ്സുകാരിയെ കെട്ടാൻ കള്ളക്കത്തുൾപ്പെടെ പല ഗൂഢതന്ത്രങ്ങളുംകൊണ്ട് അവളുടെ വീട്ടുകാരെ സമ്മതിപ്പിച്ചു. ഐദ്രുവുമായുള്ള കച്ചവടം കൂറു പിരിഞ്ഞു. വിമോചന സമരം ജയിച്ചു. പക്ഷേ, കുഞ്ഞാമിനയെ കിട്ടിയില്ല. കൂലി കിട്ടാത്ത തൊഴി ലാളികളുടെ തല്ലു കിട്ടി. പ്രോഗ്രസ്സീവ് മുസ്ലീംലീഗ് എന്നൊരു സമാന്തര സംഘടന ജന്മമെടുത്തു. പ്രമാണത്തത്തിന്റെ അടിക്കല്ലിളകി. നോവലും ഇവിടെ അവസാനിക്കുന്നു.

പാത്രങ്ങൾ, പാത്രങ്ങൾ

പറഞ്ഞേടത്തോളംകൊണ്ട് കാര്യമായ ഒരു കഥയും ഇതിൽ വളർത്തിയെടുത്തിട്ടില്ലെന്നു തോന്നും. സംഭവങ്ങളില്ലാത്തതുകൊണ്ടല്ല. ആഖ്യാനരീതിയുടെ പ്രത്യേകതകൊണ്ടാണ് ഇത് തോന്നുന്നത്.

കോൺഗ്രസ് നേതാക്കന്മാരായ കാമാക്ഷിനേത്യാർ, കലന്തർ, വക്കീൽ രാഘവമേനോൻ, മത്തായി, കൊച്ചുജോണി, പി എസ് തുടങ്ങി ഒട്ടനവധിപേർ വിമോചനസമരത്തിൽ പങ്കാളികളാണ്. അമ്പിപ്പട്ടരിൽനിന്ന് മത്തായിയിലേക്കും അവിടെനിന്ന് പോക്കർസാഹിബിലേക്കും മാറി മാറി കണ്ണെറിയുന്ന നേത്യാർ, തിരുവിതാംകൂറിൽനിന്നു വന്ന വിദ്യാർത്ഥി നേതാവായ ജോണിക്കുട്ടി, തൊള്ളായിരം ഏക്കർ കാട് മത്തായിക്കു വിറ്റതിന് പ്രതിഫലമായി കിട്ടിയ നാല്പതിനായിരം രൂപയുടെ കള്ളനോട്ട് കൈയിൽ പിടിച്ചു മിഴിച്ചുനില്ക്കുന്ന മേലേടത്തു നമ്പൂതിരി, ബാവഹാജിയുടെ കൈയേറ്റത്തിനിരയായി ജീവിതം തുലഞ്ഞുപോയതോടെ നെല്ലുകുത്തും അതിന്റെ പിന്നിൽ പറങ്ങോടന്റെ കള്ളക്കാച്ച് വിതരണ ഏജൻസിയുമായി കഴിയുന്ന കുഞ്ഞിക്കുനുത്ത്. ഇങ്ങനെ ഒന്നിലധികം നോവലിനുവേണ്ട അസംസ്കൃത വിഭവങ്ങൾ ഇതിൽ കുത്തിത്തിരുകിയിട്ടുമുണ്ട്. നഗരത്തിന്റെ സ്പർശഗന്ധങ്ങളേറ്റ് കഴിയുന്ന നാട്ടിൻപുറത്തിന്റെ മുക്കിലും മൂലയിലും ഗ്രന്ഥകാരൻ തിരി കത്തിച്ചുവെക്കുമ്പോൾ നാം ഞെട്ടിത്തെറിക്കും. ഓരോ കഥാപാത്രത്തിനുമുണ്ട് തികഞ്ഞ വ്യക്തിത്വം. ഇതെല്ലാമായാലും ഉപ്പുതൊട്ട് കർപ്പൂരംവരെ വില്ക്കുന്ന ചില നല്ല പലചരക്കുകടകളില്ലെ, ഏതാണ്ട് അത്തരത്തിലാണ് പുസ്തകം. സാധനങ്ങളൊന്നും ചീത്തയല്ല. പക്ഷേ, ഒരു നല്ല നോവലാവാൻ ഈ പലചരക്ക് കച്ചവടം പോരല്ലോ. അതിന് ആദിമദ്ധ്യാന്തങ്ങൾ തുലനം ചെയ്തൊപ്പിച്ച ഒരു മുഖ്യ കഥാതന്തു കൂടിയേ തീരൂ. ഇവിടെ വിമോചനസമരമെന്ന അയക്കോലിന്മേൽ പല നിറത്തിലുള്ള ജീവിതക്കുപ്പായങ്ങൾ ഗ്രന്ഥകാരൻ തൂക്കിയിട്ടിരിക്കുകയാണ്. ഇതിനുപകരം പോക്കറുടെ ജീവിതത്തെ കേന്ദ്രതന്തുവാക്കി എടുത്തിരുന്നുവെങ്കിൽ ഇതിന്റെ പത്തിലൊന്ന് വിഭവങ്ങൾകൊണ്ട് ഒന്നാംതരമൊരു നോവലിനു രൂപം കൊടുക്കാമായിരുന്നു. അല്ലൻപേറ്റൻ എഴുതിയ *കേഴുക പ്രിയനാടെ* എന്ന നോവൽ നോക്കൂ. ആഫ്രിക്കയിലെ വർണ്ണവിദ്വേഷപ്രശ്നം മുതൽ ജോഹനാസ്ബർഗ്ഗിലെ തൊഴിലാളികൾ പാർക്കുന്ന ഇരുണ്ട തെരുവുകളിലെ ജീവിതത്തകർച്ച വരെ അതിലുണ്ട്. പക്ഷേ, എല്ലാം സ്റ്റീഫൻകുമലോ എന്ന *ഉംഫുണ്ടി* (പാതിരി)ന്റെ ജീവിതതന്തുവിൽ കോർത്തിട്ടിരിക്കുകയാണ്. ഒരൊറ്റ സംഭവവും ആ ജീവിതത്തിൽനിന്ന് പറിച്ചു നീക്കാനാവില്ല. വിദഗ്ദ്ധനായ ഒരു നാടകകൃത്തിന്റെ കൈമിടുക്കിനുമാത്രം വഴങ്ങിക്കൊടുക്കുന്ന ചടുലങ്ങളായ രംഗങ്ങൾ; ധാരാളിത്തം കാണിക്കാവുന്നവിധം ജീവിതാനുഭവങ്ങളുടെ സമൃദ്ധി; മണ്ണിന്റെ ചൂരും ചുവയും നിറഞ്ഞു നില്ക്കുന്ന അന്തരീക്ഷം—ഇതിനൊന്നും ഒരു ദൗർലഭ്യവും ഉണ്ടായിട്ടല്ല, ഈ നോവൽ വിജയിക്കാതെപോയത്. അവ അടുക്കുന്നതിലുള്ള അശ്രദ്ധകൊണ്ടാണ്.

വെളിച്ചം നുകരാൻ വെമ്പുന്ന കുഞ്ഞാമിനയെ മുൻനിർത്തി ആസാദ് ഈ ഗ്രന്ഥം 'വളരാനും വിരിയാനും വെമ്പുന്ന' മാപ്പിള പെൺകുട്ടികൾക്ക് സമർപ്പിക്കുന്നു. ഈ ലേഖകനാവട്ടെ രാഷ്ട്രീയം ചതച്ചരച്ചുകളഞ്ഞ മറിയാമ്മയുടെ മാതൃത്വത്തിന്റെയും കാപട്യം കുടിച്ചുതുപ്പിക്കളഞ്ഞ

കുഞ്ഞിക്കുനുത്തുവിന്റെ സ്ത്രീത്വത്തിന്റെയും പേരിൽ സാമൂഹ്യ ജീവിതത്തിൽ തല്പരനായ ഓരോ കേരളീയനും ഈ പുസ്തകം ശുപാർശ ചെയ്യുന്നു—ഒരു നോവൽ വായിക്കാനല്ല. മറിച്ച് മാന്യതയുടെ മുഖം മിനുക്കി അധികാരത്തിനു പുഷ്പാർച്ചന ചെയ്യുന്ന നമ്മുടെ പൊതുജീവിതത്തിന്റെ അധഃപതനത്തെയും അന്തഃപുരത്തിലെ ബീഭത്സതകളെയും ഒന്നു നോക്കിക്കാണാനുള്ള കണ്ണാടിയെന്ന നിലയിൽ!

പക്ഷേ, ആസാദിന്റെ ചിത്രം പൂർണ്ണമായില്ല. കമ്യൂണിസ്റ്റു പാർട്ടിയെ അദ്ദേഹം തലോടിപ്പോയിട്ടേയുള്ളൂ.

ഭൂപ്രഭു

എരുമേലി പരമേശ്വരൻപിള്ള

പുരാവൃത്തം

ചെറുകാടിന്റെ *മണ്ണിന്റെ മാറിൽ* എന്ന നോവലിന്റെ അനുബന്ധ മാണ് *ഭൂപ്രഭു*. ഭൂപ്രഭുവിലെ ജീവിതചലനങ്ങളുടെ അടിവേരുകൾ *മണ്ണിന്റെ മാറിൽ* കാണുന്നു. ആദ്യത്തെ നോവലിൽ ഒരു തീപ്പന്തംപോലെ കത്തി ജ്വലിച്ചുനിന്ന കൊണ്ടേരനാണ് രണ്ടാമത്തെ നോവലിൽ സംഘടിതതൊ ഴിലാളിവർഗ്ഗത്തിന്റെ നേതാവ്. ഭൂവുടമയും കുടിയാനും തമ്മിലുള്ള വർഗ്ഗ പരമായ ഏറ്റുമുട്ടലാണ് *മണ്ണിന്റെ മാറിലെ* പ്രധാന പ്രമേയം. വള്ളുവനാ ടൻ കർഷകജീവിതമാണ് പശ്ചാത്തലം. പണ്ടേതോ നായർ ആദിവാസി കളിൽനിന്നും വെട്ടിപ്പിടിച്ചും കള്ളസർവ്വേ നടത്തിയും തനതാക്കി വെച്ച നുഭവിച്ചുപോരുന്ന വലിയ പ്രദേശമാണ് വടക്കമ്പാട്ട്. ഈ പ്രദേശം മുഴു വൻ മേലെപ്പുറത്തു നായർവീട്ടുകാരുടെ സ്വന്തമായി. കീഴ്ജാതിക്കാരെ ക്കൊണ്ട് പണിയെടുപ്പിച്ച് മേലെപ്പുറത്തു തറവാട് സമ്പന്നമായി. ഒട്ടേറെ കുടിയാന്മാർ ഈ തറവാടിന്റെ മേല്ക്കോയ്മയിൽ അദ്ധ്വാനിച്ചു. അവ രുടെ അദ്ധ്വാനഫലം ഭൂവുടമ നിഷ്കരുണം ചൂഷണം ചെയ്തുകൊണ്ടി രുന്നു. കരിമ്പനയ്ക്കൽ വീട്ടുകാർ തീയരാണ്. വടക്കുമ്പാട് പനചെത്തി ചക്കര ഉണ്ടാക്കി വിറ്റ് അവർ ജീവിക്കുന്നു. കൊമ്പൻ കൊണ്ടേരനാണ് കുടുംബനാഥൻ (തൊഴിലാളിനേതാവായ കൊണ്ടേരന്റെ മുത്തച്ഛൻ). അയാൾക്കൊരു പൂതി. കുറച്ചു കൃഷിസ്ഥലം വേണം—മണ്ണിനോട് പട വെട്ടി ജീവിക്കാൻ, മേലെപ്പുറത്തു നായർ തറവാട്ടിലെ അന്നത്തെ മൂപ്പിൽനായരിൽനിന്ന് പത്തുപാട്ടം കൊടുക്കാമെന്ന് പറഞ്ഞു കൊണ്ടേ രൻ അത്തിക്കോടു വാങ്ങി, അങ്ങനെ തീയരുടെ ഇടയിൽ ഒരു കൃഷി ക്കാരൻ ഉണ്ടായി. അതൊരു പുതിയ ജീവിതത്തിന്റെ തുടക്കമായിരുന്നു.

കൊണ്ടേരനും കുടുംബത്തിലെ മറ്റ് അംഗങ്ങളും കൈയ് മെയ്മ

റന്ന് അദ്ധ്വാനിച്ചു. അത്തിക്കോട് വെട്ടിത്തെളിച്ചു കൃഷിയിറക്കി. കാട്ടുമൃഗങ്ങളുടെ ആക്രമണങ്ങളെ ചെറുത്തുനിന്നു. മണ്ണിൽ പൊന്നു വിളയുന്നതു കണ്ടപ്പോൾ ഭൂവുടമ പുതിയ തന്ത്രങ്ങൾ പ്രയോഗിച്ച് പാട്ടം വർദ്ധിപ്പിച്ചുകൊണ്ടിരുന്നു. എത്ര പാട്ടം കൊടുത്താലും കൈവശം വന്ന ഭൂമി വിട്ടുകൊടുക്കരുതെന്നായിരുന്നു കൊണ്ടേരന്റെ അന്ത്യാഭിലാഷം. കൊണ്ടേരന്റെ മകൻ അയ്യപ്പനും അയ്യപ്പന്റെ മകൻ കൊച്ചുകൊണ്ടേരനും ഈ അഭിലാഷത്തിന്റെ സഫലീകരണത്തിനായി നിരന്തരം പോരാടുകയാണ്. അതിനുവേണ്ടിയുള്ള സമരത്തിൽ കൊച്ചുകൊണ്ടേരൻ ജയിലിലായി. കൃഷിക്കാരുടെ സംഘടിതശക്തിയുടെ ഫലമായി അത്തിക്കോട് കൈവശപ്പെടുത്തുന്നതിനുള്ള ഭൂവുടമയുടെ ശ്രമം പരാജയപ്പെടുന്നു. കോടതി വിധി ഉണ്ടായി, ഭൂവുടമയ്ക്ക് അനുകൂലമായി. എന്നിട്ടും കൊണ്ടേരനും ഭാര്യ തിരുമാളുക്കുട്ടിയും അത്തിക്കോട് വിട്ടുപോയില്ല. കൃഷിക്കാരുടെ നേതൃത്വം വഹിച്ച വിപ്ലവകാരിയായ കൊണ്ടേരനെ പൊലീസ് പിടികൂടി. മൂന്നുമാസത്തെ ശിക്ഷ അവനു വിധിച്ചു. അത്തിക്കോട് മറ്റാർക്കെങ്കിലും കൊടുക്കാൻ മൂപ്പിൽനായർ പല വിദ്യകളും നോക്കി. നാട്ടുകാർ പറഞ്ഞു: "കൊണ്ടേരൻ വരുന്നതുവരെ അത്തിക്കോട് തീയരുടേതാണ്." മൂപ്പിൽനായർക്കു നേരെയുള്ള ഉഗ്രമായ ഈ തിരിച്ചടിയോടെ *മണ്ണിന്റെ മാറിൽ* അവസാനിക്കുന്നു. കൊണ്ടേരന്റെ വിപ്ലവബോധമാണ് ഈ നോവലിൽ തിളച്ചുമറിഞ്ഞുനില്ക്കുന്നത്. ഫ്യൂഡലിസത്തിന്റെ പടുതിരിയായി മാറിപ്പോകുന്ന നായർതറവാടും അദ്ധ്വാനത്തിലൂടെ പുരോഗതി കൈവരുത്താൻ പരിശ്രമിക്കുന്ന തീയകുടുംബവും തമ്മിലുള്ള സംഘർഷം അതിന്റെ തീവ്രഭാവത്തിൽ *മണ്ണിന്റെ മാറിൽ* ആവിഷ്കരിച്ചിരിക്കുന്നു. സാമൂഹികമായ ഏറ്റവും വലിയപരിവർത്തനത്തിനു തുടക്കം കുറിക്കുന്നു ഈ നോവലിലൂടെ.

ഭൂപ്രഭു: ഇതിവൃത്തം

കരിമ്പനയ്ക്കൽ അയ്യപ്പൻ, അയ്യപ്പന്റെ അനുജൻ കുട്ടിരാമൻ, അയ്യപ്പന്റെ മകൻ കൊണ്ടേരൻ, തിരുമാളുക്കുട്ടി മുതലായവരാണ് *മണ്ണിന്റെ മാറിൽ* നിന്ന് *ഭൂപ്രഭുവിലേക്ക്* പറിച്ചുനടപ്പെട്ട പ്രധാന കഥാപാത്രങ്ങൾ. കല്യാണം കഴിച്ചുകൊടുക്കാത്തതിന്റെ പ്രതിഷേധംകൊണ്ട് അയ്യപ്പന്റെ അനുജൻ കുട്ടിരാമൻ കുറേക്കാലംമുമ്പ് വീടുവിട്ടുപോയിരുന്നു. അന്ന് കൊച്ചുകുട്ടിയായിരുന്ന കൊണ്ടേരന്റെ കഴുത്തിൽ കിടന്ന മാലയും തട്ടിയെടുത്തുകൊണ്ടാണ് കുട്ടിരാമൻ സ്ഥലംവിട്ടത്. ഈ കുട്ടിരാമന്റെ തിരിച്ചുവരവോടെയാണ് *ഭൂപ്രഭു* ആരംഭിക്കുന്നത്. പുതിയ ഭാവത്തിലും, രൂപത്തിലും ആണ് കുട്ടിരാമന്റെ തിരിച്ചുവരവ്. കൈയിൽ ധാരാളം പണം. കുട്ടിരാമന്റെ അതുവരെയുള്ള ജീവിതകഥ അത്ഭുതകരമാണ്. വീട്ടിൽനിന്ന് ഒളിച്ചോടിയ കുട്ടിരാമൻ വയനാട്ടിൽ എത്തി. 'യുണൈറ്റഡ് എസ്റ്റേറ്റിന്റെ ജനറൽ മാനേജർ കോക്ക് സായിപ്പിന്റെ ഓർഡർലിയായി. സായിപ്പിന്റെ പ്രീതി നേടി. കുശിനിക്കാരനായി. ഒന്നാംലോക മഹായുദ്ധകാലമാണ്.

ഒരു മേജറായ സായിപ്പിനെ ചക്രവർത്തി ഇംഗ്ലണ്ടിലേക്കു തിരികെ വിളിച്ചു. യുദ്ധരംഗത്തേക്കു പോകാൻ. സായ്പ് പോകാൻ തയ്യാറായി. സായിപ്പിന് ഒരു മിസ്ട്രസുണ്ട്. മറിയാമ്മ. മറിയാമ്മയെ പത്തുപവൻ കൊടുത്ത് പോണ്ടിച്ചേരിയിൽനിന്ന് സായിപ്പ് വാങ്ങിയതാണ്. ആ ചട്ടക്കാരിയെ സായിപ്പിന് വളരെ ഇഷ്ടമായിരുന്നു (സായിപ്പിന് നാട്ടിൽ ഭാര്യയും മക്കളും ഉള്ളതിനാൽ അവിടേക്ക് മറിയാമ്മയെ കൊണ്ടുപോകാൻ സാദ്ധ്യമല്ല). സുന്ദരിയായ മറിയാമ്മയെ ഭാര്യയായി സ്വീകരിക്കണമെന്ന് സായ്പ് കുട്ടിരാമനോട് അപേക്ഷിക്കുന്നു. തന്റെ യജമാനത്തിയെ ഭാര്യയാക്കുവാൻ കുട്ടിരാമന് പ്രയാസം. സായിപ്പ് അയാളെ മേസ്തിരിയായി പ്രമോട്ടു ചെയ്തു. പതിനായിരം ഉറുപ്പികയും നൂറു പവനും നല്കി. അതോടൊപ്പം സുന്ദരിയായ മറിയാമ്മയെയും. 1915 ഡിസംബർ ഒന്നാം തീയതി കോക്ക് സായ്പ് ഇംഗ്ലണ്ടിലേക്കു കപ്പൽകയറി. 1917 ഡിസംബർ അഞ്ചാം തീയതി മേജർ കോക്ക് സായ്പ് പടക്കളത്തിൽവെച്ച് മരിച്ചു. എസ്റ്റേറ്റിന് 'കോക്ക് പിക് എസ്റ്റേറ്റ്' എന്ന് പുനഃനാമകരണം ചെയ്തു. കോക്ക് സായിപ്പിന്റെ ഒസ്യത്തുപ്രകാരമുള്ള പതിനായിരം ഉറുപ്പിക പുതിയ ജനറൽമാനേജർ ക്രോമ്പി സായിപ്പ് മറിയാമ്മയ്ക്ക് നല്കി. ബംഗ്ലാവിൽവന്ന് വീണുരുണ്ടു പൊട്ടിക്കരഞ്ഞ മറിയാമ്മയെ സമാധാനിപ്പിക്കാൻ കുട്ടിരാമൻ പാടുപെട്ടു. ഒരു ദിവസംരാത്രി മറിയാമ്മ, കുട്ടിരാമന്റെ കിടപ്പറയിൽവന്നു പറഞ്ഞു: "കുട്ടിരാമാ, സായിപ്പ് എന്നെ നിനക്കു തന്നിരിക്കുന്നു. നീ എന്നെ സ്വീകരിക്കണം." അങ്ങനെ തന്റെ മിസ്ട്രസിനെ കുട്ടിരാമൻ ഭാര്യയായി സ്വീകരിച്ചു. തുടർന്ന് കുട്ടിരാമന് അടിവെച്ചടിവച്ചു കേറ്റമായിരുന്നു. അവർക്കു രണ്ടു മക്കൾ ഉണ്ടായി. ചന്ദ്രശേഖരനും പാർവ്വതിയും. ചന്ദ്രശേഖരൻ മദിരാശിയിൽനിന്ന് വക്കീൽപ്പരീക്ഷ പാസായി.

സമ്പത്തിന്റെ സമൃദ്ധി കുട്ടിരാമനെ പുതിയ ചിന്തയിലേക്കു നയിച്ചു. സ്വന്തം നാട്ടിൽവന്നു താമസിക്കണം. അവിടെ ഭൂമിവാങ്ങി കൃഷി ചെയ്തു ജീവിക്കണം. ഈ തീരുമാനവുമായി വർഷങ്ങൾക്കുശേഷം സ്വന്തം വീട്ടിലേക്കു കടന്നുവന്ന കുട്ടിരാമനെ ചേട്ടൻ അയ്യപ്പൻ തിരിച്ചറിഞ്ഞില്ല. കൊണ്ടേരന്റെ മാലയുമായി കടന്നുകളഞ്ഞ കുട്ടിരാമനാണ് താനെന്നു പറഞ്ഞപ്പോൾ വീട്ടുകാർ അത്ഭുതപ്പെട്ടുപോയി. അറ്റുപോയി എന്നു കരുതിയിരുന്ന കുടുംബബന്ധം പുതിയ ശക്തിയോടെ വീണ്ടും ഒന്നിച്ചു. വള്ളുവനാട് പ്രദേശങ്ങളിലെ 'മുടിചൂടാമന്നന്മാരാ'യിരുന്ന നായർതറവാട്ടുകാർ അവരുടെ വസ്തുക്കൾ വിറ്റു കാശാക്കി സ്വയം നശിക്കാൻ തുടങ്ങിയ കാലമാണത്. അദ്ധ്വാനശീലരായ മാപ്പിളമാർ ഭൂമി വിലയ്ക്കുവാങ്ങി കൃഷി തുടങ്ങിയിരിക്കുന്നു. അലിക്കുട്ടി എന്ന ദല്ലാളിന്റെ സഹായത്തോടെ കുട്ടിരാമൻ പന്നിക്കോടൻമല വിലയ്ക്കുവാങ്ങി. വലിയൊരു എസ്റ്റേറ്റ് രൂപപ്പെടുത്തി എടുക്കുകയാണ് അയാളുടെ ലക്ഷ്യം. പന്നിക്കോടൻമല എസ്റ്റേറ്റായി മാറ്റിയെടുക്കാനുള്ള കഠിനപ്രയത്നം തുടങ്ങി. അതോടൊപ്പം കൂടുതൽ സ്ഥലങ്ങൾ വാങ്ങി. അങ്ങനെ ആ വിജനപ്രദേശം മനുഷ്യരുടെ അത്യദ്ധ്വാനംകൊണ്ട് ഐശ്വര്യസമ്പന്നമായി.

ബംഗ്ലാവ് ഉയർന്നു. പാർവ്വതിയും മറിയാമ്മയും ചന്ദ്രശേഖരനും വന്നു. കുടുംബബന്ധങ്ങൾ സുദൃഢമായിക്കൊണ്ടിരുന്നു. പന്നിക്കോടൻ എസ്റ്റേറ്റ്, ചന്ദ്രശേഖരന്റെ തമിഴത്തി ഭാര്യയുടെ പേരിലുള്ള പവിഴമല്ലി എസ്റ്റേറ്റ്, റൈസ്മിൽ, ബസ് സർവ്വീസ്, ഹൈസ്കൂൾ എന്നിവയുടെ ഉടമയായിത്തീർന്നു കുട്ടിരാമൻ. കൂടാതെ നെല്ലെടുക്കാനുള്ള അവകാശം സർക്കാരിൽനിന്ന് നേടിയെടുക്കുകയും ചെയ്തു. പക്ഷേ, ഇതിനിടയിൽ പലതരത്തിലുള്ള അസ്വസ്ഥതകൾ വളർന്നുവന്നു. പ്രധാനമായും എസ്റ്റേറ്റിലെ തൊഴിലാളികളുടെ സംഘടിതശക്തി ഉണർന്നെണീറ്റ സംഭവം. അതിന്റെ നേതാവ് കുട്ടിരാമന്റെ ചേട്ടന്റെ മകൻ കൊച്ചുകൊണ്ടേരാനാണ്. കുട്ടിരാമന്റെ വിപുലമായ സമ്പത്തിന്റെ പിന്നാലെ കണ്ണയയ്ക്കാതെ സ്വാനുഭവങ്ങൾ നേടിക്കൊടുത്ത വിപ്ലവബോധത്തിന്റെ ഹോമകുണ്ഡത്തിൽ തന്നെയാണ് ഇപ്പോഴും കൊണ്ടേരൻ. കുട്ടിരാമനാകട്ടെ കുറെയൊക്കെ തൊഴിലാളിപക്ഷക്കാരനുമാണ്. പക്ഷേ, ചന്ദ്രശേഖരനെ എസ്റ്റേറ്റിലെ ചുമതല ഏല്പിച്ചതോടെ സംഭവഗതികൾ മറ്റൊരു വഴിയിലേക്കു തിരിയുന്നു. തൊഴിലാളികൾക്ക് ന്യായമായ കൂലി കൊടുക്കാതിരിക്കുക, കൂലി ചോദിക്കുന്നവരെ പിരിച്ചുവിടുക, തൊഴിലാളികളെ ഭീഷണിപ്പെടുത്തുക തുടങ്ങി തൊഴിലാളി വിരുദ്ധപ്രവർത്തനങ്ങളിലാണ് ചന്ദ്രശേഖരന് താല്പര്യം. ഒരടിച്ചമർത്തൽ നയം തന്നെ അയാൾ സ്വീകരിക്കുന്നു. കമ്യൂണിസ്റ്റ് പാർട്ടിയുടെ നേതൃത്വത്തിലുള്ള തൊഴിലാളി സംഘടനയുടെ നേതാവ്, മൂപ്പിൽനായന്മാരെ ചൊൽപ്പടിക്ക് നിർത്തിയ തന്റെ ചേട്ടൻ കൊണ്ടേരനാണെന്ന ബോധം ചന്ദ്രശേഖരനില്ല. വീരഭദ്രൻ, മധു, ചന്ദ്രൻ എന്നിവരെ കൂട്ടുപിടിച്ച് കോൺഗ്രസിന്റെ ഒരു പ്രാദേശികയൂണിറ്റും വാളണ്ടിയർകോറും അയാൾ സംഘടിപ്പിക്കുന്നു. ഭീഷണികളിലൂടെയും ഗുണ്ടാപ്രവർത്തനങ്ങളിലൂടെയും തൊഴിലാളികളെ പരാജയപ്പെടുത്താനുള്ള അവരുടെ ശ്രമം വിജയിക്കുന്നില്ല. മുതലാളിത്തവും തൊഴിലാളിവർഗ്ഗവും തമ്മിലുള്ള ഏറ്റുമുട്ടൽ ശക്തി പ്രാപിച്ചുവരികയാണ്. കുട്ടിരാമൻ മേസ്തിരി പലപ്പോഴും നിസ്സഹായനായിപ്പോകുന്നു. തന്റെ വരുതിയിൽ എല്ലാവരെയും കൊണ്ടുവരാൻ അയാൾക്ക് സാധിക്കുന്നില്ല. അച്ഛന്റെ സഹായത്തിന് മകൾ പാർവ്വതി മാത്രമുണ്ട്. എസ്റ്റേറ്റിൽ പണിമുടക്ക്. തൊഴിലാളികൾ കൊടുംപട്ടിണിയിൽ. എരിപൊരി കൊള്ളുന്ന ഈ അന്തരീക്ഷത്തിൽ ചന്ദ്രശേഖരൻ മുതലാളിയുടെ അരിലോറികൾ കോയമ്പത്തൂർ ലക്ഷ്യമാക്കി പാഞ്ഞുപോകുന്നു. ഏറെ വിഷമകരമായ ഈ അവസ്ഥയിൽ തൊഴിലാളിവർഗ്ഗത്തിന് ഉപദേശം നല്കുന്നതും ആവേശം പകരുന്നതും സ. പി കൃഷ്ണപിള്ളയാണ്. ഒളിവിൽ കഴിയുന്നതിനിടയിൽ അദ്ദേഹം ഒരു ദിവസം കുട്ടിരാമൻ മേസ്തിരിയുടെ അതിഥിയായി കൂടി. ഡോ. ശശിയിൽനിന്നും മറ്റും തൊഴിലാളി നേതാക്കന്മാരിൽനിന്നും എസ്റ്റേറ്റിലെ കുഴപ്പങ്ങൾ സ. കൃഷ്ണപിള്ള മനസ്സിലാക്കി. അതനുസരിച്ചു വേണ്ട നിർദ്ദേശങ്ങൾ നല്കുകയും ചെയ്തു. കോയമ്പത്തൂരിനുപോയ അരി

ലോറി തൊഴിലാളികൾ തടഞ്ഞുനിർത്തി. അരി എടുത്ത് പട്ടിണി കിടക്കുന്ന തൊഴിലാളികൾക്ക് വീതിച്ചുകൊടുത്തു. കേസായി. അഖിലേന്ത്യാ കോൺഗ്രസ് കമ്മിറ്റി പ്രതിനിധികൂടിയായ ചന്ദ്രശേഖരൻ പൊലീസിന്റെ പ്രവർത്തനങ്ങളെ ഉഗ്രമായി ചോദ്യം ചെയ്തു. പൊലീസ് മേധാവികൾ അമ്പരന്നു. അരി പിടിച്ചെടുത്ത തൊഴിലാളി നേതാക്കളെ അവർ വേട്ടയാടിപ്പിടിച്ചു. അവരെ പൊലീസ് സ്റ്റേഷനിലേക്കു കൊണ്ടുപോയി. സമരം നടക്കുന്ന പ്രദേശത്ത് ആർ ഡി ഒ നൂറ്റിനാല്പത്തിനാല് പ്രഖ്യാപിച്ചു. അമർഷം അടക്കാൻ കഴിയാത്ത തൊഴിലാളികൾ രാത്രിയിൽ ചന്ദ്രശേഖരൻ മുതലാളിയുടെ ബംഗ്ലാവിന് കല്ലെറിഞ്ഞു. 'ചന്ദ്രശേഖരൻ മുതലാളിയുടെ സാമ്രാജ്യത്തിൽ പലപ്പോഴും പലേടത്തും പ്രഭാതങ്ങളിൽ ഒരു ഭീഷണിപോലെ ചെങ്കൊടി പാറിക്കളിച്ചുകൊണ്ടിരുന്നു.' ഇപ്രകാരം നോവൽ അവസാനിക്കുന്നു.

തകരുന്ന നാടുവാഴിത്തം

തങ്ങളിൽനിന്ന് അകന്നകന്നുപോകുന്ന ആധിപത്യത്തെ നോക്കി നെടുവീർപ്പിടുന്ന നാടുവാഴിത്തമ്പുരാക്കന്മാരുടെ ദയനീയമായ അവസ്ഥാവിശേഷം, *ഭൂപ്രഭു*വിൽ ദൃശ്യമാണ്. ആധിപത്യം ഉറപ്പിച്ച് വളർത്തിക്കൊണ്ടുവരുന്ന സാഹചര്യമാണ് *മണ്ണിന്റെ മാറിൽ* ഉണ്ടായിരുന്നത്. അതു തകർച്ചയിലേക്കു മുഖം തിരിക്കുന്നതിന് ഇടയാക്കിയ സാമൂഹികരാഷ്ട്രീയ പരിതോവസ്ഥകൾ *മണ്ണിന്റെ മാറിൽ* അവസാനഭാഗത്ത് ആവിഷ്കരിക്കുകയും ചെയ്യുന്നുണ്ട്. തകർന്നടിഞ്ഞുപോയ നാടുവാഴിത്തത്തിന്റെ അസ്ഥിക്ഷണങ്ങൾ *ഭൂപ്രഭു*വിൽനിന്ന് പെറുക്കിയെടുക്കാം. കൊച്ചുണ്ണിത്തമ്പുരാൻ കുട്ടിരാമൻ മേസ്തിരിയുടെ കീഴിൽ ജോലിക്കു ചെല്ലുന്നത് നാടുവാഴിത്തത്തിന്റെ അടിത്തറ തകർക്കുന്നതിന്റെ വ്യക്തമായ സൂചനയാണ്. നായന്മാരുടെ പ്രതാപത്തിന് മറ്റൊരു തിരിച്ചടിയാണ് അധികാരി മേനോന്റെ മരുമകൻ ചന്ദ്രൻ, മേസ്തിരിയുടെ കണക്കപ്പിള്ളയാകുന്നത്. എരിഞ്ഞടങ്ങിയ പ്രതാപത്തിന്റെ കരിന്തിരിയാണത്. ദല്ലാളന്മാരുടെ ഇടപാടിലൂടെ വിശാലമായ തങ്ങളുടെ ഭൂഭാഗങ്ങൾ അദ്ധ്വാനശീലരായ ജനങ്ങളിലേക്കു കൈമാറുന്നത് അടക്കാനാവാത്ത വേദനയോടെ നാടുവാഴികൾ നോക്കിനില്ക്കുന്നു. ഫ്യൂഡലിസം കല്പിച്ചു നല്കിയ സുഖലോലുപതയുടെ മടിത്തട്ടിലെ ജീവിതം കാലത്തിന്റെ തിരക്കോളിൽ ഒഴുകിപ്പോയ സാമൂഹികസത്യം അതിന്റെ എല്ലാ കരുത്തോടുംകൂടി ആവിഷ്കരിച്ചിട്ടുണ്ട്. തളരുകയും വളരുകയും ചെയ്യുന്ന രണ്ടു ജനസമൂഹങ്ങളുടെ ജീവിതസംഘർഷങ്ങൾക്ക് ഭൂപ്രഭുവിൽ പ്രധാന്യമുണ്ട്—നാടുവാഴികളായ നായന്മാരുടെ അധഃപതനവും അദ്ധ്വാനശീലരായ തീയരുടെ ഉണർന്നെഴുന്നേല്പും. സവർണ്ണമേധാവിത്വം അടിച്ചമർത്തിയ ജനവിഭാഗങ്ങളിൽ ഒന്നാണ് തീയർ. ജീവിതത്തെ സംബന്ധിക്കുന്ന മധുരമായ സങ്കല്പങ്ങൾ അവർക്കുണ്ട്. അത് ഫലത്തിൽ എത്തിക്കാൻ അദ്ധ്വാനം മാത്രമാണ് കൈമുതൽ. അതിന്റെ വിജയപരിസമാപ്തി *മണ്ണിന്റെ മാറിൽ*

കാണാം. അതിൽനിന്ന് വ്യത്യസ്തമായ ഒരു ജീവിതപശ്ചാത്തലമാണ് ഭൂപ്രഭുവിൽ കാണുന്നത്.

തകർന്ന നാടുവാഴിത്തത്തിന്റെ സ്ഥാനത്ത് പുതിയ മുതലാളിത്തം ആധിപത്യം സ്ഥാപിക്കുന്ന ചരിത്രവസ്തുതയാണ് *ഭൂപ്രഭു*വിലെ കാതലായ അംശം. പക്ഷേ, സ്വാഭാവികമായ സാമൂഹികപരിണാമങ്ങളിലൂടെയല്ല അതു സംഭവിക്കുന്നത്. മുതലാളിത്തത്തിന്റെ സൗധം ഉയർത്തിക്കൊണ്ടുവരുന്നത് കുട്ടിരാമൻ മേസ്തിരിയാണ്. ഭാഗ്യക്കുറി കിട്ടിയതുപോലെയാണ് അയാൾക്ക് പണം കൈവന്നത്. സ്വന്തം വിയർപ്പിന്റെ വീര്യം ആ പണത്തിൽ വളരെയൊന്നും കാണാനാവില്ല. അമർത്തപ്പെട്ട ഒരു പ്രതിഷേധശബ്ദം മുമ്പുതന്നെ കുട്ടിരാമനെ അസ്വസ്ഥനാക്കിയിരുന്നു. അടിമത്തത്തിന്റെ വറചട്ടിയിലാണ് കുട്ടിരാമൻ വളർന്നുവന്നത്. മേലെപ്പുറത്തു നായർതറവാട്ടുകാർ കരിമ്പനക്കൽ തീയന്മാരെ ശ്വാസംമുട്ടിച്ചുകൊണ്ടിരുന്നു. തന്റെ അച്ഛൻ കൊമ്പൻകൊണ്ടേരൻ 'അത്തിക്കോട്ട്' വളക്കൂറുള്ള കൃഷിഭൂമിയാക്കി മാറ്റിയെടുത്തതിന്റെ പിന്നിലുള്ള അദ്ധ്വാനവും ത്യാഗവും കുട്ടിരാമനറിയാം. ഒരു തുണ്ടുഭൂമി സ്വന്തമാക്കാനുള്ള അച്ഛന്റെ അടങ്ങാത്ത ആഗ്രഹം കുട്ടിരാമന്റെ കുരുന്നുമനസ്സ് പണ്ടേ മനസ്സിലാക്കിയിരുന്നു. നായർതറവാട്ടുകളെ പ്രകമ്പനം കൊള്ളിക്കുമാറ് വള്ളുവനാട്ടിൽ തന്റെ ആധിപത്യം സ്ഥാപിക്കണമെന്ന് സാമ്പത്തിക നില മെച്ചപ്പെട്ടതോടെ മേസ്തിരിക്കു തോന്നിയിരുന്നു. ഈ പ്രേരണയാണ് അയാളെ വീണ്ടും സ്വന്തം നാട്ടിൽകൊണ്ടെത്തിച്ചത്. അപ്പോഴും തന്റെ ചേട്ടൻ അയ്യപ്പൻ കള്ളുചെത്തും, അല്പം കൃഷിയും ആയി കഴിഞ്ഞുകൂടുന്നു. നാടുവാഴികളോടും അവരുടെ പാർശ്വവർത്തികളോടും ഉള്ള അയ്യപ്പന്റെ വിധേയത്വം അപ്പോഴും മാറിയിരുന്നില്ല.

നായരുവീട്ടിലെ കുറ്റിപ്പിരിവുകാരനായിരുന്ന നാണുനായരെ കള്ളു കൊടുത്തു സൽക്കരിക്കുന്നതും മറ്റും ഇതിനു തെളിവാണ്. രഹസ്യമായി നടത്തുന്ന ഈ 'ബിസിനസി'ന്റെ നേതൃത്വം അയ്യപ്പന്റെ ഭാര്യ ഇട്ടിച്ചിരിക്കാണ്. അതിനർത്ഥം പാരമ്പര്യസിദ്ധമായ നടപടികളിൽനിന്ന് മോചിതനാകാൻ അയ്യപ്പനു കഴിഞ്ഞില്ല എന്നതുതന്നെ. എന്നാൽ പുരോഗമനവാദിയായ മകൻ കൊച്ചുകൊണ്ടോരനെ കുറച്ചൊക്കെ ഭയപ്പെടുന്നുണ്ട് ഈ മാതാപിതാക്കൾ. ഇതിനിടയിൽ പുതിയ വിശ്വാസപ്രമാണങ്ങളുമായാണ് കുട്ടിരാമന്റെ വരവ്. ഒരു പുതിയ ജീവിതശൈലി രൂപപ്പെടുത്തിയെടുക്കുന്നതിലാണ് അയാൾക്കു താല്പര്യം. തിരക്കു കാണിക്കാതെ തികഞ്ഞ സംയമനത്തോടെയാണ് അയാൾ കരുക്കൾ നീക്കുന്നത്. തന്റെ പ്രവർത്തനങ്ങൾ വിജയത്തിലേക്കു നയിക്കുമ്പോഴൊക്കെയും പൂർവ്വകാലസ്മരണകൾ മനസ്സിൽ തള്ളിക്കയറി വരുന്നുണ്ട്. കുട്ടിരാമൻ വളർത്തിക്കൊണ്ടുവന്ന മുതലാളിത്ത ജീവിതം അരങ്ങുതകർത്ത് ഇളകിയാടുന്നത് അയാളുടെ മകൻ ചന്ദ്രശേഖരന്റെ നേതൃത്വത്തിലാണ്. കുട്ടിരാമൻ മേസ്തിരി അതിനൊക്കെ ഒരു മൂകസാക്ഷിയായി നിന്നുപോകുന്നു.

വർഗ്ഗസമരം

സമ്പത്തിന്റെ മടിത്തട്ടിലാണ് ചന്ദ്രശേഖരൻ മുതലാളി പിറന്നു വീണത്. അതു സംരക്ഷിക്കാനുള്ള വെമ്പലാണ് അയാൾക്കുള്ളത്. മുതലാളിത്തവ്യവസ്ഥയിലെ എല്ലാ തന്ത്രങ്ങളും ചന്ദ്രശേഖരൻ പഠിക്കുന്നു. ലഭിച്ച ഉയർന്ന വിദ്യാഭ്യാസം സ്ഥാപിതതാല്പര്യങ്ങൾ നിലനിർത്താനുള്ള ഒരുപകരണമായി അയാൾ ഉപയോഗപ്പെടുത്തുന്നു. അച്ഛനോട് എതിരിടാൻ അയാൾക്ക് മടിയില്ല. അച്ഛനുമായി ഒരു ഔപചാരികബന്ധം പുലർത്താനേ മകൻ തയ്യാറാകുന്നുള്ളൂ—മുതലാളിത്തത്തിന്റെ മറ്റൊരു മുഖഭാവം യഥാർത്ഥത്തിൽ ചന്ദ്രശേഖരന്റെ തൊഴിലാളിവിരുദ്ധനയവും കൂട്ടുകെട്ടുമാണ് എസ്റ്റേറ്റിൽ സമരം ഉണ്ടാകാനുള്ള പ്രധാന കാരണം. ഭരണതലത്തിൽ സ്വാധീനം ചെലുത്താനുള്ള വ്യഗ്രത മുതലാളിത്തത്തിൽ പ്രകടമായി കാണാം. എപ്പോഴും ബൂർഷ്വാ ഭരണസമ്പ്രദായങ്ങളോടായിരിക്കും അവർക്ക് ആഭിമുഖ്യം. 1947 നുശേഷം ഇന്ത്യയിൽ ഉരുത്തിരിഞ്ഞ ഭരണസമ്പ്രദായം ഈ ആശയത്തിന് യോജിച്ചതായിരുന്നു. മുതലാളിത്തത്തെ പാലൂട്ടി വളർത്താനുള്ള കോൺഗ്രസിന്റെ അലിഖിതനയം ആവുന്നത്ര ചൂഷണം ചെയ്തു മുതലെടുക്കാൻ ചന്ദ്രശേഖരൻ തയാറായി. അതിനപ്പുറമൊരു കോൺഗ്രസ് പ്രേമം ഒരിക്കലും അയാൾക്കുണ്ടായിരുന്നില്ല. ഈ ചൂഷകവർഗ്ഗത്തിനെതിരായി സംഘടിതതൊഴിലാളി വർഗ്ഗം ധീരമായ ശബ്ദം ഉയർത്തിയത് നമ്മുടെ രാഷ്ട്രീയചരിത്രത്തിലെ ഒരു വഴിത്തിരിവിനെ കുറിക്കുന്നു. മണ്ണിൽനിന്നും അദ്ധ്വാനത്തിന്റെ ശക്തിയിൽനിന്നും ആവേശം ഉൾക്കൊണ്ട കൊച്ചുകൊണ്ടേരനെപ്പോലുള്ള വ്യക്തികളാണ് തൊഴിലാളികൾക്ക് നേതൃത്വം നല്കിയത്. കുടുംബബന്ധങ്ങൾ അവിടെ അന്യമായി നിലകൊണ്ടു. വർഗ്ഗസമരം അതിന്റെ സാമൂഹ്യരാഷ്ട്രീയപശ്ചാത്തലത്തിൽ വികസിപ്പിച്ചെടുക്കുന്ന തന്ത്രം *ഭൂപ്രഭു*വിൽ ആവിഷ്കരിച്ചിരിക്കുന്നു. ബൂർഷ്വാ വ്യവസ്ഥയോടുള്ള എതിർപ്പുകൾ, അതെത്രമാത്രം ശക്തമായിരുന്നാലും വേഗം വിജയം വരിക്കും എന്നു കരുതാനാവില്ല. കാരണം, അധികാരിവർഗ്ഗം എപ്പോഴും കുത്തകമുതലാളിത്തത്തിന്റെ കൈയിൽ കളിപ്പാവ ആയിരിക്കും. അതുതന്നെയാണ് *ഭൂപ്രഭു*വിലും സംഭവിച്ചത്. കമ്യൂണിസ്റ്റ് ആശയഗതിക്കാരായ തൊഴിലാളികളെ എതിർക്കാൻ വേണ്ടി മാത്രമാണ് ചന്ദ്രശേഖരൻ കോൺഗ്രസ് കമ്മിറ്റി രൂപീകരിച്ചത്. അതിന്റെ പിന്നിൽ സ്വാർത്ഥതാല്പര്യം മാത്രമേ ഉള്ളൂ. 1947 നുശേഷം കൂടുതൽ വളർന്നുവന്ന മുതലാളിത്തത്തിന്റെ ആത്മാവിൽ പടർന്നുകയറിയ തൊഴിലാളിവർഗ്ഗവിപ്ലവത്തിന്റെ ഉശിരും വീര്യവും *ഭൂപ്രഭു*വിൽ കാണാം.

തൊഴിലാളി ഐക്യം

ജന്മിക്ക് എതിരായി കുടിയാന്മാർ സംഘടിക്കുന്ന സാഹചര്യമാണ് *മണ്ണിന്റെ മാറിൽ* കാണുന്നത്. അതു ക്രമേണ ചെറുകിട കർഷകരുടെയും

തൊഴിലാളികളുടെയും ഐക്യനിരയായി വളർന്നുവരുന്നത് *ഭൂപ്രഭു*വിലാണ്. പ്രാധാന്യം തൊഴിലാളിസംഘടനയ്ക്കു തന്നെ. കുട്ടിരാമൻ മേസ്തിരിയുടെ എസ്റ്റേറ്റിലെ തൊഴിലാളികളാണ് സംഘടന രൂപീകരിക്കുന്നത്. മരം മുറിച്ചപ്പോൾ മരം വീണ് കാലൊടിഞ്ഞ ഉണ്ണ്യേൻകുട്ടിക്കു നഷ്ടപരിഹാരം കൊടുക്കണമെന്നുള്ള ആവശ്യം, ചന്ദ്രശേഖരൻ തൊഴിലാളികൾക്ക് ജോലി നിഷേധിച്ചത്, തൊഴിലാളി നേതാക്കളെ കള്ളക്കേസിൽ കുടുക്കാനുള്ള ശ്രമങ്ങൾ, കരിങ്കാലികളെക്കൊണ്ടു ജോലി ചെയ്യിക്കാനുള്ള മുതലാളിയുടെ നീക്കങ്ങൾ എന്നിവയാണ് തൊഴിലാളി സംഘടന ശക്തമായി പടുത്തുയർത്താനുണ്ടായ പ്രധാന കാരണങ്ങൾ. തീവ്രമായ ദുരിതാനുഭവങ്ങൾ തൊഴിലാളികളെ കമ്യൂണിസ്റ്റു പ്രസ്ഥാനത്തോട് കൂടുതൽ അടുപ്പിച്ചു. ഭൂപ്രഭുക്കന്മാരുടെ ക്രൂരതകൾ അതിനു ആക്കം വർദ്ധിപ്പിക്കുകയും ചെയ്തു. പന്നിക്കോടൻ എസ്റ്റേറ്റിൽ ചെങ്കൊടി ഉയർന്നപ്പോൾ മുതലാളിയും അനുയായിയും സംഭ്രമിച്ചു. അതവിടെനിന്നും എടുത്തുമാറ്റി അവർ സംതൃപ്തരായി. പക്ഷേ, അടുത്ത പ്രഭാതത്തിൽ കൂടുതൽ ചെങ്കൊടികൾ അവിടെ പ്രത്യക്ഷപ്പെടുകയാണുണ്ടായത്. ഈ കമ്യൂണിസ്റ്റ് മുന്നേറ്റത്തെ പരാജയപ്പെടുത്താനാണ് കോൺഗ്രസ് സംഘടന എന്ന ബദൽ ആശയവുമായി ചന്ദ്രശേഖരൻ മുതലാളി കടന്നുവന്നത്. പന്നിക്കോടൻ റബർ എസ്റ്റേറ്റ് യൂണിയനെ എതിർത്തു തോല്പിക്കുക തന്നെ ലക്ഷ്യം. കൊച്ചുകൊണ്ടേരൻ കുഞ്ഞാലിക്കുട്ടി, കോയാമു, പോക്കർ എന്നിവരുടെ നേതൃത്വം തൊഴിലാളികൾക്കു കൂടുതൽ ശക്തി നല്കി. സ. കൃഷ്ണപിള്ളയുടെ സന്ദർശനത്തോടെ തൊഴിലാളികളുടെ സംഘടിതശക്തിക്ക് പുതിയ ജീവൻ കൈവന്നു. *ഭൂപ്രഭു*വിലെ അതീവ ശ്രദ്ധേയമായ ഒരു ഭാഗമാണിത്. ഒളിവിൽ കഴിയുന്ന കാലത്താണ് സ. കൃഷ്ണപിള്ള ഡോ. ശശികുമാറിനോടൊപ്പം മേസ്തിരിയുടെ ബംഗ്ലാവിൽ എത്തുന്നത്. മേസ്തിരി സുഖമില്ലാതിരിക്കുന്ന അവസരം. രോഗിയെ ശുശ്രൂഷിക്കാൻ സഖാവു കാണിച്ച സ്നേഹനിർഭരമായ താല്പര്യം കുട്ടിരാമൻ മേസ്തിരിയെ വല്ലാതെ ആകർഷിക്കുന്നു. അവിടെനിന്നും പോന്ന സഖാവ് തൊഴിലാളികൾക്ക് ആവശ്യമായ നിർദ്ദേശങ്ങൾ നല്കുന്നു. അതൊരു വഴിത്തിരിവായിരുന്നു—തൊഴിലാളികളുടെ മുന്നേറ്റത്തെ സംബന്ധിച്ചിടത്തോളം. തൊഴിലാളിസമരം എങ്ങും എത്താതിരുന്ന ഒരു സ്ഥിതിവിശേഷത്തിലാണ് നോവൽ അവസാനിക്കുന്നത്. എന്നാൽ പ്രതീക്ഷകൾ സാക്ഷാൽകരിക്കുന്ന 'നാളെ'യുടെ തുടക്കമായി അതിനെ കണക്കാക്കാം.

രാഷ്ട്രീയ സാമൂഹിക ചിന്തകൾ

സ്വാതന്ത്ര്യ സമരഘട്ടത്തിന്റെ അവസാന ദശകങ്ങളിലാണ് നോവലിലെ കുറേ സംഭവങ്ങൾ നടക്കുന്നത്. നോവലിന് പിരിമുറുക്കം വർദ്ധിച്ച് സംഘർഷം നിറഞ്ഞ ഒരവസ്ഥാവിശേഷം സംജാതമാകുന്നത് 1947 ന് ശേഷമുള്ള രണ്ടോ മൂന്നോ കൊല്ലങ്ങൾക്കുള്ളിലും. രാഷ്ട്രീയപരാമർശം

പരിശോധിച്ചാൽ സ്വാതന്ത്ര്യപൂർവ്വകഥകൾ വളരെയൊന്നും നോവലിൽ ദൃശ്യമല്ല. ബ്രിട്ടീഷുകാരുടെ കുടിയേറ്റവും ആധിപത്യം സ്ഥാപിക്കലും കോക്ക് സായിപ്പിന്റെ ജീവിതത്തിൽനിന്ന് മനസ്സിലാക്കാം. സായിപ്പിന്റെ സ്നേഹവും ആശ്രിതവാത്സല്യവും അദ്ദേഹത്തിന്റെ വ്യക്തിത്വത്തിന്റെ സജീവ ഭാവങ്ങളാണ്. സ്വയം ഉയരാനുള്ള വെമ്പൽ കീഴ്പ്പെടുത്തിയതു കൊണ്ടാകാം സ്വാതന്ത്ര്യസമരത്തെക്കുറിച്ചൊന്നും—അനുകൂലമായോ പ്രതികൂലമായോ—മേസ്തിരി ചിന്തിക്കുന്നില്ല. പക്ഷേ, കമ്യൂണിസം ജന ജീവിതത്തിൽ തിരനോട്ടം നടത്തിത്തുടങ്ങിയകാലം മുതൽ നോവലിൽ മനുഷ്യരക്തത്തിന്റെ വീര്യം അനുഭവപ്പെട്ടുതുടങ്ങുന്നു. 1947 നുശേഷം അധികാരം കോൺഗ്രസുകാരുടെ കൈകളിലേക്ക് വഴുതി വീണപ്പോൾ സന്തോഷിച്ചത് ഇന്ത്യയിലെ കുത്തകമുതലാളിമാരായിരുന്നു. രാഷ്ട്രീയം ലാഭകരമായ ഒരു ബിസിനസ് ആക്കുകയായിരുന്നു അവരുടെ പദ്ധതി. അതു സാധിച്ചെടുക്കുകയും ചെയ്തു. ഈ രാഷ്ട്രീയ ഭരണത്തിന്റെ പ്രാതിനിധ്യം വഹിക്കുന്ന നേതാവാണ് ചന്ദ്രശേഖരൻ മുതലാളി. അയാൾ സ്വരൂപിച്ചെടുക്കുന്ന വീരഭദ്രൻ, മധു, ചേക്കുട്ടി, മത്തായി തുടങ്ങിയ നേതാക്കന്മാർ ഉൾപ്പെട്ട 'ഗുണ്ടാസംഘം' കോൺഗ്രസ് വാളണ്ടിയർമാർ എന്ന ഓമനപ്പേരിൽ അറിയപ്പെടുന്നു. അവരാണ് നാട്ടിലെ നീതി പരിപാലനത്തിന്റെ ചുമതല ഏറ്റെടുത്തത്. പക്ഷേ, പി സി സി സൊസൈറ്റിയുടെ തിരഞ്ഞെടുപ്പിൽ ചന്ദ്രശേഖരന്റെ പാർട്ടിയെ പറ്റെ തോല്പിച്ച്, കൊണ്ടേരനും കൂട്ടരും ജയിച്ചപ്പോൾ മനസ്സിലായി ജനങ്ങൾ ആരുടെകൂടെ എന്ന്. കോൺഗ്രസ് യോഗത്തിൽ എതിർജാഥ നയിച്ചു എന്ന കാരണം പറഞ്ഞു ഡയറക്ടർ ബോർഡ് പിരിച്ചുവിടുന്നതും പലരേയും അറസ്റ്റു ചെയ്യുന്നതും ജനാധിപത്യ ആദർശങ്ങളെ കുഴിച്ചുമൂടാനുള്ള വ്യഗ്രത വിളിച്ചറിയിക്കുന്നു. 1948-49 കാലത്ത് ഇത്തരമൊരു പ്രവണത മലബാർ പ്രദേശത്ത് നിലനിന്നിരുന്നു എന്നു വ്യക്തം. ഈ അന്ധകാരത്തിൽ ജനങ്ങൾക്ക് മനുഷ്യസ്നേഹത്തിന്റെ വെളിച്ചം വിതറിയത് സ. കൃഷ്ണപിള്ളയായിരുന്നു. നോവലിൽ രണ്ട് അദ്ധ്യായങ്ങളിൽ സഖാവ് പ്രത്യക്ഷപ്പെടുന്നതായി പരാമർശമുണ്ട്. അതാകട്ടെ തൊഴിലാളി പ്രസ്ഥാനത്തെ സംബന്ധിച്ചിടത്തോളം നിർണ്ണായകമായ ഒരവസരത്തിലും. തൊഴിലാളിവർഗ്ഗം മാത്രമല്ല, കൂടുതൽ വിദ്യാഭ്യാസമുള്ള ബുദ്ധിജീവികൾ പോലും കമ്യൂണിസ്റ്റ് ആദർശങ്ങളെ ആശ്ലേഷിച്ചുതുടങ്ങി എന്ന് ഡോ. ശശികുമാറിന്റെ ജീവിതം വ്യക്തമാക്കുന്നു. അയാളിലൂടെയാണ് മേസ്തിരിയുടെ മകൾ പാർവ്വതി കമ്യൂണിസ്റ്റ് സാഹിത്യവുമായി ബന്ധപ്പെടുന്നത്. അദ്ധ്വാനിക്കുന്ന ജനവിഭാഗങ്ങൾക്കുവേണ്ടിയുള്ള പുതിയ രാഷ്ട്രീയതത്ത്വശാസ്ത്രത്തിന്റെ ചുവന്ന വെളിച്ചം തെക്കെ മലബാറിൽ കടന്നുവന്ന രാഷ്ട്രീയപശ്ചാത്തലമാണ് *ഭൂപ്രഭു*വിൽ വ്യക്തമാക്കിയിരിക്കുന്നത്.

ഈ രാഷ്ട്രീയ പ്രതിഭാസത്തിലേക്കു വഴിതെളിക്കുന്ന സാമൂഹിക ചലനങ്ങളാണ് നോവലിൽ ആവിഷ്കരിച്ചിരിക്കുന്നത്. സവർണ്ണാവർണ്ണ ബന്ധം അതിന്റെ എല്ലാ രൂക്ഷതയോടുംകൂടി ആഴത്തിൽ വേരോടിയി

രുന്ന അന്തരീക്ഷത്തിലാണ് *ഭൂപ്രഭു* ആരംഭിക്കുന്നത്. ആ മുറുക്കം അയഞ്ഞയഞ്ഞുവരുന്ന സാമൂഹിക സത്യം നമ്മുടെ മുമ്പിൽ അനാവരണം ചെയ്യപ്പെടുകയാണ് നോവലിലെ തുടർന്നുള്ള ഭാഗങ്ങൾ. ചന്ദ്രനും കൊച്ചുണ്ണിത്തമ്പ്രാനും തീയജാതിയിൽപ്പെട്ട മേസ്തിരിയുടെ ജോലിക്കാരായിത്തീർന്നു. നാടുവാഴിത്തത്തിന്റെ ചെങ്കോൽ പിടിക്കേണ്ട കൊച്ചുണ്ണിത്തമ്പ്രാന്റെ കൈകളിൽ അവസാനം നാം ചെങ്കൊടി കാണുന്നു. സാമൂഹികമായ വലിയൊരു പരിവർത്തനമാണിത്. അദ്ധ്വാനിക്കുന്ന ജനങ്ങൾക്ക് ജാതിയും മതവും പ്രശ്നമല്ല — അവർ മനുഷ്യരാണ്, അദ്ധ്വാനിക്കുന്ന മനുഷ്യർ. സാമൂഹികപുരോഗതിക്കുവേണ്ടി പ്രവർത്തിക്കുമ്പോൾ കുടുംബബന്ധങ്ങൾ പ്രതിബന്ധമല്ല എന്ന് കൊണ്ടേരൻ തളിയിക്കുന്നുണ്ട്. അനുജന്റെ ഔന്നത്യത്തിൽ മേൽവിലാസം ഉണ്ടാക്കാൻ ഇഷ്ടപ്പെടാതെ സ്വന്തം കൂടാരത്തിൽ ഒതുങ്ങിനിന്ന് പാരമ്പര്യത്തിന്റെ സീമകൾ ലംഘിക്കാതിരിക്കുന്ന അയ്യപ്പനും അയാളുടെ ഭാര്യ ഇട്ടിച്ചിരിയും നാടൻ ജീവിതത്തിന്റെ പ്രതീകങ്ങളായി അനുവാചകരുടെ മനസ്സിൽ തെളിഞ്ഞു നില്ക്കുന്നു. നശിച്ചുകൊണ്ടിരിക്കുന്ന ഫ്യൂഡലിസ്റ്റ് വ്യവസ്ഥിതിയുടെ വിഷാദാത്മകചിത്രം *ഭൂപ്രഭു*വിലൂടെ ചെറുകാട് വരച്ചു കാണിക്കുന്നു.

കുട്ടിരാമൻ മേസ്തിരി

നോവലിൽ ഉടനീളം ഉണർന്നും ഉയർന്നും നില്ക്കുന്ന കഥാപാത്രം കുട്ടിരാമൻ മേസ്തിരിയാണ്. കുട്ടിരാമൻ നാടുവിട്ടുപോയതിനു പറയുന്ന കാരണം വളരെ ബാലിശമായി തോന്നും; അയാൾ സമ്പന്നനായി തിരിച്ചുവരുന്നതാകട്ടെ ഒരു പ്രഹേളികപോലെയും. എന്നാൽ തുടർന്നുള്ള ജീവിതം സജീവവും പക്വത നിറഞ്ഞതുമാണ്. മേസ്തിരിയുടെ ഓരോ വാക്കിലും പ്രവൃത്തിയിലും മനുഷ്യസ്നേഹത്തിന്റെ മധുരഭാവം നമുക്കു കാണാം. എല്ലാം തുറന്നു പറയുന്ന സ്വഭാവക്കാരനാണ്. സമ്പത്തിൽ അഹങ്കരിക്കുന്നില്ല. ജീവിതാനുഭവങ്ങൾ അയാൾക്കു നേടിക്കൊടുത്തത് രണ്ടു ഗുണങ്ങളാണ്—ഹൃദയശുദ്ധിയും മനുഷ്യസ്നേഹവും. തന്റെ വരുതിയിൽ നില്ക്കാൻ കൂട്ടാക്കാത്ത മകനോടുപോലും സമചിത്തതയോടയേ മേസ്തിരി പെരുമാറിയിട്ടുള്ളൂ. മകൻ തമിഴത്തിയെ പ്രേമിച്ചതറിഞ്ഞ മേസ്തിരി എത്ര ആത്മസംയമനത്തോടെയാണ് മകന്റെ ഇഷ്ടത്തിനു വഴങ്ങിക്കൊടുക്കുന്നത്. മരുമകൾക്ക് അവളുടെ വീട്ടിൽനിന്നു ലഭിക്കേണ്ട സ്വത്ത് മുഴുവൻ കിട്ടുകയില്ലല്ലോ എന്ന ചെറിയ പരാതിമാത്രം എവിടെയോ ഒരിടത്തു മേസ്തിരി പറയുന്നുണ്ട്. മക്കളുടെ ഇഷ്ടത്തിനൊത്ത് അവരെ ജീവിക്കാൻ അനുവദിക്കുക—ഇതാണ് സ്നേഹവത്സലനായ പിതാവിന്റെ നയം. എസ്റ്റേറ്റിന്റെ ചുമതല കൈയേല്ക്കാൻ വയ്യെന്നു പറഞ്ഞ് ചന്ദ്രശേഖരൻ മദിരാശിയിലേക്ക് പോകാൻ തയ്യാറാകുമ്പോഴും വേണ്ടെങ്കിൽ വേണ്ട എന്ന മനോഭാവം തന്നെയാണ് മേസ്തിരിക്ക്. അച്ഛന്റെ ഹൃദയം ശരിക്ക് മനസ്സിലാക്കിയത് മകൾ പാർവ്വതി മാത്രം. അവളെ മാത്രമാണ് മേസ്തിരിക്ക് പൂർണ്ണവിശ്വാസം. "നീ ആരെയെങ്കിലും

പ്രേമിക്കുന്നുണ്ടോ" എന്നു മകളോട് ചോദിക്കുമ്പോഴും ശശികുമാറിനെയും പാർവ്വതിയെയും അവർ തമ്മിലുള്ള വിവാഹ കാര്യങ്ങൾ ആലോചിച്ച് ഉറയ്ക്കാൻ കോഴിക്കോട് കടൽപുറത്ത് തനിച്ചാക്കിയശേഷം കളക്ടറേറ്റിലേക്ക് കാറോടിച്ചു പോകുമ്പോഴും മേസ്തിരിയിൽ ഒരു പുതിയ മനുഷ്യനെ കാണുന്നു—ആധുനിക പരിഷ്കാരത്തിന്റെ വക്താവ്. മേസ്തിരിയുടെ ഗൗരവപൂർണ്ണമായ വ്യക്തിത്വവുമായി പൊരുത്തപ്പെടാത്ത സമീപനമായിപ്പോയി ഇതെന്നു തോന്നുന്നു. ഒരുപക്ഷേ, മുകളിലുള്ള വിശ്വാസം കൊണ്ടാകാം ഇങ്ങനെ ചെയ്തത്. ഒരു നാടൻ പെൺകുട്ടി പറയാൻ മടിക്കുന്ന വിധമാണ് പ്രേമത്തെക്കുറിച്ച് മകൾ അച്ഛനോട് സംസാരിക്കുന്നത്. അത്രയേറെ സ്വാതന്ത്ര്യം മകൾക്കുണ്ട്. അമ്മയെക്കാളേറെ അച്ഛനോടാണ് പാർവ്വതിക്ക് സ്നേഹവും അടുപ്പവും. അച്ഛന്റെ സാമീപ്യമാണ് അവൾ എപ്പോഴും കൊതിക്കുന്നത്. പ്രായം ചെന്നിട്ടുപോലും അച്ഛന്റെ കൂടെ കിടന്നുറങ്ങണമെന്നു ശാഠ്യം പിടിക്കുന്ന ഒരു 'കുസൃതി'യെ മേസ്തിരി വാത്സല്യം നിറഞ്ഞ ഉപദേശംകൊണ്ട് സമാധാനിപ്പിക്കുന്നു. ഇതൊക്കെ അല്പം അധികമായില്ലേ എന്ന് അസ്മാദൃശന്മാർ സംശയിച്ചു പോകും. മേസ്തിരിയുടെയും മറിയാമ്മയുടെയും കഥ മകളെ പറഞ്ഞുകേൾപ്പിക്കുന്നത് ഉചിതസന്ദർഭത്തിലാണ്; ആവുന്നത്ര ഒതുക്കത്തോടെയും മറിയാമ്മയും മേസ്തിരിയും തമ്മിലുള്ള ജീവിതം ചൈതന്യരഹിതമാണ്. എന്തോ ഒരു ഔപചാരികഭാവമാണ് അവരിൽ മുഴച്ചു നില്ക്കുന്നത്. ചട്ടക്കാരി സ്ത്രീക്ക് യോജിച്ച അന്തരീക്ഷം അല്ലാത്തതുകൊണ്ടാകാം ഈ പന്തികേട്. ഒരു ഗസ്റ്റ് ആർട്ടിസ്റ്റിന്റെ സ്ഥാനം മാത്രമേ അവർക്ക് നോവലിലുള്ളൂ. കുടുംബബന്ധങ്ങളെ സംബന്ധിച്ചിടത്തോളം വിശാല മനസ്കനാണ് മേസ്തിരി. ചേട്ടനോടും ചേട്ടത്തിയോടും അവരുടെ മകനോടും ആവുന്നത്ര കാരുണ്യം കാണിക്കാൻ മേസ്തിരി തയ്യാറാണ്. എന്നാൽ അവരത് ആവശ്യപ്പെടുന്നില്ല എന്നതാണ് വസ്തുത. പന്നിക്കോടൻ മലയുടെ തെക്കുഭാഗത്തുനിന്ന് തിരുമാളുക്കുട്ടി (കൊണ്ടേരന്റെ ഭാര്യ) വിറകു മുറിച്ചതും അത് മേസ്തിരിയുടേതാണെന്ന അവകാശം പറഞ്ഞ് പാണൻ ചാമി അവളെ തടഞ്ഞതും മേസ്തിരി ഇടപെട്ട് വിറകെടുക്കാൻ അനുവദിച്ചത് അവൾ നിഷേധിച്ചതും കുട്ടിരാമൻ മേസ്തിരിയുടെ ഹൃദയത്തെ മുറിപ്പെടുത്തി. കുടുംബബന്ധത്തിന്റെ വേരറ്റുപോകുമോ എന്ന് അയാൾ സംശയിച്ചു. ഈ കുറ്റബോധം മേസ്തിരിയെ വല്ലാതെ തളർത്തി. പന്നിക്കോടൻമലയുടെ തെക്കുഭാഗം പണ്ടുതൊട്ടേ കരിമ്പനയ്ക്കൽകാർ കൈവശം വെച്ചനുഭവിച്ചുവരികയായിരുന്നു എന്ന സത്യം മേസ്തിരിക്കറിയാം. എന്നാൽ താൻ പണം കൊടുത്തുവാങ്ങിയ സ്ഥലത്തിന്റെ അതിരുകൾക്കുള്ളിലാണ് ഇപ്പോൾ ആ സ്ഥലം. മകന്റെ എതിർപ്പിനെ വകവെക്കാതെ പന്നിക്കോടൻ മലയുടെ തെക്കുഭാഗം അയ്യപ്പന് തിരികെ നല്കിയപ്പോൾ മാത്രമാണ് കുട്ടിരാമൻ മേസ്തിരിക്ക് കുറച്ചെങ്കിലും ആശ്വാസം തോന്നിയത്. കൊച്ചുകൊണ്ടേരന്റെ മാല അപഹരിച്ചുകൊണ്ടാണല്ലോ കുട്ടിരാമൻ നാടുവിട്ടത്. തിരി

കെവന്നപ്പോൾ അതിനേക്കാൾ മികച്ച മാല കൊണ്ടുവന്നു. കുട്ടിരാമന്റെ മകന്റെ കഴുത്തിൽ ചാർത്തി. ചെയ്തുപോയ തെറ്റായ പ്രവൃത്തിക്ക് പ്രായശ്ചിത്തം നടത്താതെ മേസ്തിരിക്കു സമാധാനം ഉണ്ടാവില്ല. അതുപോലെ തന്റെയും മകൻ ചന്ദ്രന്റെയും എതിർചേരിയിലാണ് നില്ക്കുന്നതെങ്കിലും കൊണ്ടേരനെ സ്വന്തം മകനെക്കാളേറെ മേസ്തിരി സ്നേഹിക്കുന്നുണ്ട്.

എസ്റ്റേറ്റ് പ്രവർത്തനങ്ങൾ ആരംഭിച്ചതോടെ മേസ്തിരി കൂടുതൽ ഉന്മേഷവാനും ലക്ഷ്യബോധത്തോടുകൂടിയവനും ആയി കാണപ്പെടുന്നു. തന്റെ പ്രതാപം നാടുവാഴിത്തമ്പുരാക്കന്മാർ കാണട്ടെ എന്നൊരു ദുര മേസ്തിരിക്കുണ്ട്. അമ്പലത്തിന്റെ പുനരുദ്ധാരണവും ഉത്സവം നടത്തിപ്പും മറ്റും അതിന്റെ ഭാഗമാണ്. ഫ്യൂഡലിസം വളർത്തിക്കൊണ്ടുവന്ന സവർണ്ണസംസ്കാരത്തോടുള്ള വെല്ലുവിളികൂടിയാണിത്. തൊഴിലാളികളോട് പൊതുവേ സൗഹാർദ്ദപരമായ മനോഭാവമാണ് മേസ്തിരിക്കുള്ളത്. പക്ഷേ, കാലൊടിഞ്ഞ ഉണ്ണ്യേൻകുട്ടിക്ക് എന്തെങ്കിലും നഷ്ടപരിഹാരം നല്കണമെന്നുള്ള തൊഴിലാളികളുടെ ന്യായവാദം വൈകി മാത്രമേ മേസ്തിരി അംഗീകരിക്കുന്നുള്ളൂ. അതുപോലെ പിരിച്ചുവിട്ട തൊഴിലാളികളെ തിരിച്ചെടുക്കേണ്ട പ്രശ്നം വന്നപ്പൾ മുഴുവൻ ഉത്തരവാദിത്തവും ചന്ദ്രശേഖരന്റെ മേൽ കെട്ടിവയ്ക്കാനാണ് മേസ്തിരിയുടെ ശ്രമം. അതിനുള്ള ചില ന്യായങ്ങളും അദ്ദേഹം തേടിക്കൊണ്ടുവരുന്നു. ആത്യന്തികമായി മേസ്തിരി തൊഴിലാളികൾക്ക് അനുകൂലമായ സമീപനമാണ് കൈക്കൊള്ളുന്നത്. എന്നാൽ അധികാരം ചന്ദ്രശേഖരനിലേക്കു കൈമാറിയതോടെ മേസ്തിരിയിൽ ഒരുതരം അലംഭാവമാണ് കാണുന്നത്. തന്റെ നയം മേസ്തിരി ഇങ്ങനെ പ്രഖ്യാപിക്കുന്നു: “നമ്മുടെ കൈയിൽ പണമുണ്ട്. കാശുണ്ട്, പണിയെടുപ്പിക്കണം. ജീവിക്കാനുള്ള പണവും കൊടുക്കണം.” മകനോട് അച്ഛൻ പറയുകയാണ്: “നീ തൊഴിലാളിയെ കണ്ടിട്ടില്ല മോനെ. അച്ഛൻ ഒരു തൊഴിലാളി ആയിരുന്നു.” അനുഭവങ്ങളിൽനിന്ന് ഊറിക്കൂടിയ ഈ തെളിഞ്ഞ മനോഭാവം കഴിയുന്നത്ര കാത്തുസൂക്ഷിക്കാൻ മേസ്തിരി ശ്രമിക്കുന്നുണ്ട്. അപ്പോഴൊക്കെയും പണം സമ്പാദിക്കാനുള്ള വ്യഗ്രത അയാളിൽ കുത്തിമറിയുകയും ചെയ്യുന്നു. നെല്ലെടുപ്പിന്റെ ഏജൻസിയെടുക്കുന്നത്, റൈസ്മിൽ സ്ഥാപിക്കുന്നത്, ബസ് സർവ്വീസ് തുടങ്ങുന്നത് എല്ലാം ഇതിനു തെളിവായി കണക്കാക്കാം വ്യവസ്ഥാപിതവർഗ്ഗത്തോടുള്ള ഒരു കടന്നാക്രമണമെന്ന നിലയിലും ഇവയ്ക്കു സ്ഥാനമുണ്ട്. ജനജീവിതത്തിന്റെ എല്ലാ അംശങ്ങളും മുതലാളിത്തത്തിന്റെ കൈകളിൽ എത്തപ്പെടുന്നു എന്ന ചരിത്രവസ്തുതയും ഇതിൽനിന്നും വ്യക്തമാകും. വടക്കമ്പാട് വില്ലേജിൽ മേസ്തിരി ഒരു സ്കൂൾ സ്ഥാപിക്കുന്നതോടെ വിദ്യാഭ്യാസ സാംസ്കാരികരംഗങ്ങൾ കൂടി മുതലാളിത്തത്തിന് കീഴിലായി. മുതലാളിത്തം ക്രമേണ മനുഷ്യനെ മൊത്തം ചൂഷണം ചെയ്യുന്നത് എങ്ങനെയെന്ന് ഇത്തരം നടപടികളിൽ നിന്ന് മനസ്സിലാക്കാം. സ. കൃഷ്ണപിള്ളയെ കണ്ട ദിവസം മേസ്തിരിയുടെ ജീവിതത്തിലെ ഒരു വഴിത്തിരിവാണ്. തന്റെ കാലുതിരുമ്മി വേദന

കുറയ്ക്കാൻ ശ്രമിക്കുന്ന സഖാവിനെക്കുറിച്ച് മേസ്തിരി പറയുകയാണ്: “വല്ലാത്ത വിരുന്നുകാരൻ. പിടിച്ച കാൽ വിടാത്ത പുള്ളി.” സഖാവു പോയിക്കഴിഞ്ഞപ്പോൾ അദ്ദേഹത്തെക്കുറിച്ച് മേസ്തിരി വീണ്ടും പറയുകയാണ്. “ഇരുട്ടു തുളച്ചുകയറുന്ന ഒരു കൊള്ളിമീൻ.” എത്ര യുക്തിയുക്തമായ വിലയിരുത്തൽ. അവിടെ ആരംഭിച്ച പുതിയ വായനശാലയുടെ പ്രസിഡന്റാകണം മേസ്തിരി എന്ന് സ. കൃഷ്ണപിള്ള നിർദ്ദേശിക്കുമ്പോൾ മേസ്തിരി സന്തോഷിക്കുന്നു. വടക്കുമ്പാട് സാംസ്കാരികമുന്നേറ്റത്തിനു നേതൃത്വം കൊടുക്കാൻ മേസ്തിരിയെയാണ് അദ്ദേഹം ചുമതലപ്പെടുത്തുന്നത്. കാരണം മേസ്തിരിയെ സഖാവ് അത്രയേറെ മനസ്സിലാക്കിക്കഴിഞ്ഞിരിക്കുന്നു. അവസാനഭാഗങ്ങളിൽ നിഷ്ക്രിയനും നിസ്സംഗനും ആയിത്തീരുന്നു മേസ്തിരി. അതിനു പ്രധാനകാരണം മകനാണെന്ന് വ്യക്തം. വളരേണ്ടവിധം കുട്ടിരാമൻ മേസ്തിരിയെ വളർത്തിക്കൊണ്ടുവരാൻ ചെറുകാടിന് കഴിഞ്ഞില്ല എന്ന യാഥാർത്ഥ്യം അവശേഷിക്കുന്നുണ്ട്. മേസ്തിരിയുടെ വ്യക്തിത്വം പതറിപ്പോകുന്ന അവസരങ്ങളും നോവലിൽ കാണാം. കൊണ്ടേരന്റെയും മറ്റും പേരിൽ ഉണ്ടായ കേസിനെ സംബന്ധിച്ചിടത്തോളം തികഞ്ഞ മൂകതയാണ് മേസ്തിരിക്ക്. കോൺഗ്രസ് പൊലീസ് കൂട്ടുകെട്ടിനു നേതൃത്വവും പിരിമുറുക്കവും നല്കുന്ന ചന്ദ്രശേഖരനെ തികച്ചും സ്വതന്ത്രനായി വിടുകയാണ് മേസ്തിരി. തന്റെ നിസ്സഹായാവസ്ഥ മേസ്തിരി കനത്ത മൂകതയിലൂടെ പ്രസ്പഷ്ടമാക്കുന്നു. തിരുമാളുക്കുട്ടിയെവരെ പൊലീസ് പിടിച്ചുകൊണ്ടുപോയി എന്നത് മേസ്തിരിയിൽ എന്തു പ്രതികരണം ഉണ്ടാക്കി എന്നറിയാനാവില്ല. ഈ നോവലിന്റെ നട്ടെല്ലാണ് മേസ്തിരി. എന്നാൽ അതിന് വേണ്ടത്ര ഉറപ്പില്ലാതെ പോയി. സൗമ്യശീലനായ ഒരു വലിയ മനുഷ്യൻ എന്ന ബഹുമതിയാണ് മേസ്തിരിക്കു യോജിച്ചത്.

പ്രേമവും രാഷ്ട്രീയവും

മേസ്തിരിയുടെ മകൾ പാർവ്വതിയും ഡോക്ടർ ശശികുമാറും യാദൃച്ഛികമായി കണ്ടുമുട്ടുന്നു. താൻ ജനിച്ചുവളർന്ന സാഹചര്യത്തിൽ നിന്ന് കഴിയുന്നത്ര മോചിതയായി ഒരു നാടൻപെൺകിടാവായി മാറാനുള്ള ശ്രമത്തിലാണ് പാർവ്വതി. പന്നിക്കോടൻ എസ്റ്റേറ്റിൽ അച്ഛനോടൊപ്പം താമസിച്ച് അവൾ ഈ പ്രക്രിയ ത്വരിതപ്പെടുത്തുന്നു. ശശികുമാറാകട്ടെ മാർക്സിസ്റ്റ് താത്ത്വികകൃതികൾ വായിച്ച് കമ്യൂണിസത്തിലേക്കു കടക്കുകയാണ്. രണ്ടുപേരും ഒരുതരം അന്തരാളഘട്ടത്തിലാണ്. അവരുടെ അടുപ്പവും പെരുമാറ്റവും ആകട്ടെ ഋജുവാണ്; ശുദ്ധതരമാണ്. പക്വത കൈവന്ന വ്യക്തികളെപ്പോലെയാണ് അവർ വിവാഹക്കാര്യം ചർച്ച ചെയ്യുന്നത്. അച്ഛന്റെ സാമീപ്യത്തിലുള്ള അവരുടെ ചില സംസാരം തീരെ ബാലിശമായി തോന്നും. കാമുകനെ അടുത്തുനിർത്തി മകൾ അച്ഛനോട് ചോദിക്കുന്നു: “ഇനി അല്പം പ്രേമിച്ചോട്ടെ അച്ഛാ” അച്ഛന്റെ സാന്നിദ്ധ്യത്തിൽ തുടർന്നു കാമുകനോട് പറയുകയാണ്: “എങ്ങോട്ടാ, അവിടെയി

രിക്ക, നമുക്ക് പ്രേമിക്കാം.” സ്വാതന്ത്ര്യവും കുസൃതിത്തരവും ഇത്രത്തോളം വേണോ എന്ന് നാം ന്യായമായും സംശയിക്കുന്നു, ഈ ഭാഗം വായിക്കുമ്പോൾ. വിവാഹത്തിനുശേഷം ഉദ്യോഗാർത്ഥം പുറത്തുപോകാനുള്ള ഡോക്ടറുടെ അഭിലാഷം പാർവ്വതി യുക്തിപൂർവ്വം എതിർത്തു തോല്പിക്കുന്നു. വിവാഹശേഷം അവരെ അഭിമുഖീകരിച്ച വേറൊരു പ്രശ്നമുണ്ട്—പാർവ്വതി അച്ഛന്റെകൂടെ ബംഗ്ലാവിൽ താമസിക്കണോ അതോ ഭർത്താവിനോടൊപ്പം അദ്ദേഹത്തിന്റെ ജോലിസ്ഥലത്തു താമസിക്കണോ? പാർവ്വതി വല്ലാത്തൊരു മാനസികസംഘർഷത്തിൽപ്പെടുന്നു. ഒരുഭാഗത്ത് മാതാപിതാക്കന്മാരോടുള്ള സ്നേഹം, മറുഭാഗത്ത് ഭാര്യയുടെ ധാർമ്മികബാദ്ധ്യത, അവസാനം ആഴ്ചയിൽ ഒന്നോ രണ്ടോ ദിവസം ഒത്തുതാമസിക്കാം എന്ന ധാരയണയോടെ പാർവ്വതി അച്ഛന്റെ കൂടെ ബംഗ്ലാവിൽ താമസമാക്കുന്നു. ഒപ്പം എസ്റ്റേറ്റിലെ കാഷ്യർ ഉദ്യോഗവും ഉണ്ട്. സ്വതന്ത്രചിന്തകരായ ചെറുപ്പക്കാരുടെ പ്രതിനിധികളാണ് ഡോക്ടറും പാർവ്വതിയും.

‘ഈ ബൂർഷ്വാ സൊസൈറ്റിയിൽ കുടുംബബന്ധങ്ങളൊക്കെ ശിഥിലങ്ങളാണ്. പ്രേമവും ഭാര്യാഭർത്തൃബന്ധംപോലും’ എന്ന ഡോക്ടറുടെ സിദ്ധാന്തം ശ്രദ്ധിക്കേണ്ടതാണ്. ഡോക്ടർ സഖാവാണോ എന്ന പാറുവിന്റെ ചോദ്യത്തിന് ശശികുമാർ നല്കുന്ന മറുപടി: “അത്രവലിയ സഖാവൊന്നുമല്ല. ചില പുസ്തകങ്ങളൊക്കെ വായിച്ചിട്ടുണ്ട്. ഈ വ്യവസ്ഥ തകരാതെ കഴിയില്ലെന്നുറപ്പുണ്ട്. കുട്ട്യേട്ടനെയും മറ്റു സഖാക്കളെയും എനിക്കിഷ്ടമാണ്. അവർ വല്ല സംഭാവനയും ചോദിച്ചാൽ കൊടുക്കും. ഒരു സെമിസഖാവാണെന്നു പറയാം.” പാറുവിന്റെ രാഷ്ട്രീയ വിശ്വാസത്തെക്കുറിച്ചുള്ള ചോദ്യത്തിന് അവൾ നല്കുന്ന ഉത്തരം: “ഡോക്ടർ പറഞ്ഞതുപോലെ ഞാനും ഒരു സഖാവാണെന്ന് പറയാം. കുട്ട്യേട്ടനെ എനിക്കും ഇഷ്ടമാണ്. തൊഴിലാളികളെ കഷ്ടപ്പെടുത്തുന്നത് പാപമാണെന്ന് ഞാൻ കരുതുന്നു. അവരെ സഹായിക്കേണ്ടതു കടമയാണെന്നും. അപ്പോൾ മനുഷ്യസ്നേഹപരമായ അർത്ഥത്തിലാണ് പാർവ്വതി കമ്യൂണിസത്തെ അംഗീകരിക്കുന്നത്. ഡോക്ടറാകട്ടെ കൂടുതൽ താത്ത്വികാടിസ്ഥാനത്തിലും സാമൂഹികമായ ഉത്തരവാദിത്തം കൂടുതലുള്ള ഒരു തൊഴിലാണ് ഡോക്ടർ ഏർപ്പെട്ടിരിക്കുന്നത്. അദ്ദേഹത്തിന്റെ പ്രവർത്തനമണ്ഡലം വിപുലമാണ്. ഈ കഥാപാത്രത്തെ വേണ്ടത്ര വികസിപ്പിച്ചെടുത്ത് പ്രസ്ഥാനത്തിന്റെ ഒരു സജീവഭാഗമാക്കാനുള്ള സാദ്ധ്യതകൾ വളരെ ഉണ്ടായിരുന്നു. അതൊക്കെ നോവലിസ്റ്റ് വിസ്മരിച്ചുകളഞ്ഞത് ദുഃഖകരമാണ്. നാടൻജീവിതത്തോട് ഇണങ്ങിച്ചേരാനുള്ള പാർവ്വതിയുടെ അഭിലാഷം അഭിനന്ദനീയംതന്നെ. കാലൊടിഞ്ഞ ഉണ്ണ്യേൻകുട്ടിയെ കയറ്റി അകലെ ആശുപത്രിയിലേക്ക് ലോറി ഓടിച്ചുപോയ പാർവ്വതിയുടെ ആതുരസ്നേഹവും വിപദിധൈര്യവും അംഗീകരിക്കേണ്ടതുതന്നെ. തൊഴിലാളികളോട് അവൾക്കുള്ള സ്നേഹവും അനുകമ്പയും പ്രകടിപ്പിക്കുന്ന ഒട്ടേറെ സംഭവങ്ങൾ നോവലിൽ കാണാം. സ്ത്രീലമ്പടനായ വീരഭദ്രനെ

പരിഹസിച്ച് മര്യാദ പഠിപ്പിക്കുന്നതും കൊള്ളാം. അച്ഛന്റെ മനഃസ്സാക്ഷി സൂക്ഷിക്കുന്നത് പാർവ്വതിയാണ്. അമ്മ എന്നൊരാൾ ജീവനോടിരിപ്പുണ്ടെന്ന കാര്യം പാർവ്വതി മറന്നതുപോലെ തോന്നുന്നു. ഒരുപക്ഷേ, വിഭിന്നസംസ്കാരങ്ങളുടെ സമന്വയം സാധിക്കാത്തതാകാം ഇതിനു കാരണം. ഉപരിപ്ലവധാരണകളല്ലാതെ ആഴത്തിലുള്ള ജീവിതാവബോധം ശശികുമാറിനും പാർവ്വതിക്കും ഉണ്ടെന്നു തോന്നുന്നില്ല. പാർവ്വതിയെ കൂടുതൽ കൂടുതൽ ആദർശവൽക്കരിക്കാനുള്ള ശ്രമത്തിൽ ആ കഥാപാത്രത്തിന്റെ സ്വാഭാവികമായ വളർച്ച നഷ്ടപ്പെടുന്നു. കുട്ട്യേട്ടനോടും തിരുമാളുക്കുട്ടിയോടും ഉള്ള സ്നേഹബന്ധം ഉൽക്കടവും സ്വാഭാവികവുമാണ്. ഒരു ജ്യേഷ്ഠന്റെ സ്നേഹം കുട്ട്യേട്ടനിൽനിന്നു മാത്രമേ പാർവ്വതിക്കു ലഭിക്കുന്നുള്ളൂ. സ്വന്തം കുടുംബത്തിന്റെ തണലിൽ ഒതുങ്ങി നില്ക്കാൻ പ്രേരിപ്പിച്ചതും ഈയൊരു ബന്ധത്തിന്റെ തീക്ഷ്ണതതന്നെ. എന്നാൽ സംഘർഷം നിറഞ്ഞ അവസാനഭാഗത്ത് പാർവ്വതിയും നിഷ്ക്രിയ ആകുന്നു. അവൾ വളർത്തിക്കൊണ്ടുവന്ന തന്റേടത്തിന്റെ ഒരംശംപോലും തൊഴിലാളിവർഗ്ഗത്തിന്റെ മോചനത്തിനുവേണ്ടി ചെലവാക്കുന്നില്ല. ശുദ്ധഗതിക്കാരിയായ ഒരു നാടൻ പെൺകിടാവിന്റെ മനോഭാവമേ പാർവ്വതിയിൽ പൊതുവെ കാണുന്നുള്ളൂ. എന്നാൽ തൊഴിലാളികളോട് അവൾക്കുള്ള സ്നേഹം ഉറച്ചതും നിഷ്കളങ്കവും തന്നെയാണ്.

പലതരം മുഖഛായകൾ

ഇതരകഥാപാത്രങ്ങൾ രണ്ടു ചേരിയിൽപ്പെടുന്നു. കൊണ്ടേരന്റെ നേതൃത്വത്തിലുള്ള തൊഴിലാളികളാണ് ഒരു വശത്ത്. യൂണിയൻ സെക്രട്ടറി കുഞ്ഞാലൻകുട്ടി, കോരൻ, കൊച്ചുണ്ണി തമ്പുരാൻ, ഉണ്ണ്യേൻകുട്ടി, കുമാരൻ, കോയാമ എന്നിവർ. ഇവരെല്ലാം കൊണ്ടേരന്റെ വരുതിയിൽ കഴിയുന്നവരാണ്. തൊഴിലാളികളുടെ സംഘടിതശക്തി ഉണർത്തിവിടാനുള്ള പ്രാഗത്ഭ്യം കൊണ്ടേരനുണ്ട്. *മണ്ണിന്റെ മാറിൽ* എന്ന നോവലിൽ വിപ്ലവബോധത്തിന്റെ തീപ്പന്തമായി കത്തിജ്വലിച്ചുനിന്ന വ്യക്തിയാണ് കൊണ്ടേരൻ. ആ മൂർച്ചയും മൂപ്പും *ഭൂപ്രഭു*വിലെ കൊണ്ടേരനിൽ അതേ തോതിൽ ദൃശ്യമല്ല. അയാളുടെ ജീവിതത്തിനു ഏറെ പരപ്പ് ഉണ്ടായിരിക്കുന്നു. അതോടൊപ്പം തീക്ഷ്ണത കുറയുകയും ചെയ്യും. കുടുംബബന്ധങ്ങളെപ്പോലും ഒഴിച്ചുനിർത്തി എതിർക്കേണ്ടിടത്ത് എതിർക്കാനും അവകാശങ്ങൾ പിടിച്ചുവാങ്ങി തൊഴിലാളികൾക്കു നല്കാനും കൊണ്ടേരൻ പ്രദർശിപ്പിക്കുന്ന നേതൃത്വപരമായ തന്റേടം വിസ്മരിക്കുന്നില്ല. ആ കാലഘട്ടത്തിന്റെ സാമൂഹിക രാഷ്ട്രീയം സ്ഥിതിഗതികളുമായി തട്ടിച്ചു നോക്കുമ്പോൾ കൊണ്ടേരന് കുറേക്കൂടി മൂപ്പ് കൈവരേണ്ടതായിരുന്നു. എങ്കിലും വിപ്ലവപ്രസ്ഥാനത്തിന്റെ അണികളിൽ മുൻപന്തിയിൽത്തന്നെ കൊണ്ടേരനെ കാണുന്നു. സമചിത്തത പാലിക്കുന്ന ഒരു നേതാവെന്ന നിലയിൽ അയാൾ ഏറെ ശ്രദ്ധേയനായിത്തീരുന്നു. പ്രസ്ഥാനത്തിന്റെ വളർച്ചയാണ് കൊണ്ടേരന്റെ പ്രധാന ലക്ഷ്യം. അതിനുവേണ്ടിയുള്ള

ത്യാഗം തന്റെ സാമൂഹ്യബാദ്ധ്യതയാണെന്ന് അയാൾ വിശ്വസിക്കുന്നു. കൊണ്ടേരൻ തൊഴിലാളികൾക്കു നല്കുന്ന സന്ദേശവും മറ്റൊന്നല്ല. ഒരു നല്ല നാളെയുടെ ശില്പികളാകാൻ പാകത്തിൽ തൊഴിലാളികളെ സംഘടിപ്പിച്ചെടുത്തു എന്ന വസ്തുത ആ കാലഘട്ടത്തെ സംബന്ധിച്ചിടത്തോളം നിസ്സാരമല്ല. ആ നിലയിൽ വെളിച്ചം വിതറി നില്ക്കുന്നു, കൊണ്ടേരൻ ഉശിരുള്ള ചെറുപ്പക്കാരാണ് കൊണ്ടേരന്റെ അനുയായികൾ. നേതൃത്വബന്ധത്തെക്കാളേറെ വർഗ്ഗബന്ധമാണ് അവരെ പരസ്പരം യോജിപ്പിച്ചു നിർത്തുന്നത്.

ചന്ദ്രശേഖരന്റെ നേതൃത്വത്തിൽ സംഘടിപ്പിച്ച മുതലാളി പക്ഷപാതികളായ കോൺഗ്രസുകാരാണ് എതിർചേരിയിൽപ്പെടുന്നത്. വീരഭദ്രൻ, മധു, ചേക്കുട്ടി എന്നിവരാണ് ഈ സംഘത്തിലെ പ്രധാനികൾ. തൊഴിലാളിസംഹാരത്തിന് ഏതു ഹീനകൃത്യം ചെയ്യുന്നതിനും ചന്ദ്രശേഖരന് മടിയില്ല. തന്റെ ജ്യേഷ്ഠൻ, കൊണ്ടേരൻ തൊഴിലാളികളുടെ നേതാവാണെന്ന വസ്തുത ചന്ദ്രശേഖരനെ കൂടുതൽ ശുണ്ഠിപിടിപ്പിക്കുകയും അസ്വസ്ഥനാക്കുകയും ചെയ്യുന്നു. തൊഴിലാളികളെ പരാജയപ്പെടുത്താൻ കോൺഗ്രസ് നേതാവ് എന്ന സ്ഥാനം ദുരുപയോഗപ്പെടുത്തി പൊലീസിന്റെ സഹായം തേടാനാണ് അയാളുടെ ശ്രമം. കുടുംബം അയാൾക്ക് അന്യഘടകമാണ്. ചന്ദ്രശേഖരന്റെ ഭാര്യ പവിഴമല്ലിക്ക് പറയത്തക്ക പ്രാധാന്യം നോവലിലില്ല. ഒരു വില്ലന്റെ സ്ഥാനമാണ് വീരഭദ്രന് നോവലിൽ നല്കിയിരിക്കുന്നത്. സ്ത്രീലമ്പടനാണ് അയാൾ. ആദ്യം പാർവ്വതിയുടെ അടുത്തുചെന്ന് പ്രേമാഭ്യർത്ഥന നടത്തുന്നു. അതവൾ ബുദ്ധിപൂർവ്വം കൈകാര്യം ചെയ്ത് അവളെ നിലയ്ക്കുനിർത്തുന്നു. ഹൈസ്കൂൾ ഹെഡ്മിസ്ട്രസ് ജഗദംബയെ പ്രാപിക്കാനായിരുന്നു അടുത്ത ശ്രമം. അതും പരാജയപ്പെടുന്നു. അവസാനം യമുന ടീച്ചറുടെ കഴുത്തിൽ താലി ചാർത്താൻ നിർബ്ബന്ധിതനായി. ചന്ദ്രശേഖരനെ വഴിതെറ്റിക്കാനുള്ള അടവുകൾ വീരഭദ്രന് അറിയാം. മധുവും മറ്റും അതിന് കൂട്ടുനില്ക്കുകയും ചെയ്യുന്നു. പൊതുവിൽ ഒരു സാമൂഹിക വിരുദ്ധകൂട്ടുകെട്ടാണ് ഇവരുടേത്. അത് അതിന്റെ എല്ലാ ദൂഷ്യങ്ങളോടുംകൂടി ചെറുകാട് ചിത്രീകരിച്ചിരിക്കുന്നു.

ശക്തി ദൗർബ്ബല്യം

ഒരു കാലഘട്ടത്തിന്റെ സാമൂഹികരാഷ്ട്രീയസ്പന്ദനങ്ങളാണ് *ഭൂപ്രഭുവിൽ* ചെറുകാട് ചിത്രീകരിച്ചിരിക്കുന്നത്. അതിനു തെരഞ്ഞെടുത്ത അന്തരീക്ഷവും കഥാപാത്രങ്ങളും തെളിവും മിഴിവും ഉള്ളവ തന്നെ. സമൂഹത്തോടുള്ള എഴുത്തുകാരന്റെ കടമ നിറവേറ്റാനുള്ള ചെറുകാടിന്റെ ശ്രമം ശ്ലാഘനീയമാണ്. സംഘടിതതൊഴിലാളിവർഗ്ഗത്തിന്റെ മുന്നേറ്റമാണ് *ഭൂപ്രഭു*വിലെ പ്രമേയം അതിനാവശ്യമായ സാമൂഹിക-രാഷ്ട്രീയപശ്ചാത്തലം തെക്കെ മലബാറിലെ ജനജീവിതത്തിൽനിന്ന് തയ്യാറാക്കിക്കൊടുക്കുന്നുമുണ്ട്. ചെറുകാടിലെ വിപ്ലവകാരിയെയും മനുഷ്യസ്നേഹിയായ

മനുഷ്യനെയും ഈ നോവലിൽ കാണാം. ആ വിപ്ലവകാരി സാമൂഹിക പുനഃസംവിധാനത്തിനുവേണ്ടി പോരടിക്കുന്നു. മനുഷ്യസ്നേഹിയാവട്ടെ മാനവഹൃദയങ്ങളിലെ നന്മകൾ തൊട്ടുണർത്തുന്നു.

ചടുലതയും മനുഷ്യചേതനയെ തട്ടിയുണർത്തുന്ന സാമൂഹിക പ്രശ്നങ്ങളുടെ ശക്തമായ പരാമർശങ്ങളുമാണ് ചെറുകാടിന്റെ നോവലുകളുടെ മുഖമുദ്രകൾ. ചെറുകാടിന്റെ മറ്റും നോവലുകളുമായി താരതമ്യപ്പെടുത്തുമ്പോൾ ഈ സവിശേഷതകൾ ഭൂപ്രഭുവിൽ അല്പം കുറവാണ്. *മണ്ണിന്റെ മാറിൽ* എന്ന ജീവിതഗന്ധിയായ നോവലിന്റെ തുടർച്ച എന്ന നിലയിൽ ഭൂപ്രഭുവിന് ശക്തി കൈവന്നിട്ടില്ല. ഉയർന്ന തലത്തിൽ ചെന്ന് എത്തിനില്ക്കേണ്ട നോവൽ പെട്ടെന്ന് ഗതി നിലച്ചുപോയ അനുഭവമാണ് നോവൽ വായിച്ചു തീരുമ്പോൾ ഉണ്ടാവുക. അസ്വാഭാവികതയും ഏച്ചുകെട്ടിയ സംഭവപരമ്പരകളും പലയിടത്തും കാണാം. അയ്യപ്പൻ, മറിയാമ്മ, ഡോ. ശശികുമാർ തുടങ്ങി വേണ്ടത്ര മിഴിവോടെ ചിത്രീകരിക്കാതിരുന്ന ചില കഥാപാത്രങ്ങളുണ്ട്. പ്രധാന കഥാപാത്രങ്ങളാകട്ടെ പാകത്തിൽ വളർന്നു വികസിക്കുന്നുമില്ല—എവിടെയോ നേരിയ അനവധാനത ഉണ്ടായതുപോലെ. നോവലിലെ സംഭവങ്ങൾ നടക്കുന്ന കാലഘട്ടവും ആ സംഭവങ്ങൾ കടലാസിലേക്കു പകർത്തിയ കാലഘട്ടവും ഇന്ത്യൻ രാഷ്ട്രീയത്തെ സംബന്ധിച്ചിടത്തോളം വ്യത്യസ്തതലങ്ങളാണ്. അതായിരിക്കുമോ ചില്ലറ പാളിച്ചകൾ നോവലിൽ ഉണ്ടാകാൻ കാരണം? കുറവുകൾ എത്ര ഉണ്ടായിരുന്നാലും തെക്കെമലബാറിലെ രാഷ്ട്രീയ ചലനങ്ങളുടെയും അതുമൂലം സംജാതമായ സാമൂഹിക പരിവർത്തനത്തിന്റെയും ഒരു പരിച്ഛേദമാണ് *ഭൂപ്രഭു*. സംഘടിതതൊഴിലാളിവർഗ്ഗത്തിന്റെ മുന്നേറ്റകഥയും ആ നിലയ്ക്കുള്ള ചലനാത്മകത ഈ നോവലിന്റെ സജീവഭാവമാണ്. പ്രൊഫ. ചെറുകാട് അവസാനം എഴുതിയ നോവലാണ് *ഭൂപ്രഭു*. താനുൾക്കൊണ്ട ജീവിതതത്ത്വശാസ്ത്രം പ്രോജ്ജ്വലിപ്പിക്കാനുള്ള ത്വര ഈ നോവലിലും ചെറുകാട് പ്രസ്പഷ്ടമാക്കുന്നു എന്ന യാഥാർത്ഥ്യം നമുക്ക് ആശ്വാസം നല്കുന്നു, ഉത്തേജനവും.

ദേവലോകം

എൻ കെ നമ്പൂതിരി

ചെറുകാടിന്റെ നോവലുകളിൽ ഏറ്റവും കൂടുതൽ സംശയങ്ങളും വിമർശനങ്ങളും ഉയർത്തിയത് ദേവലോകമാണെന്നു തോന്നുന്നു. ഇവയ്ക്കൊക്കെത്തന്നെ, ചെറുകാടിനു പറയാനുള്ള മറുപടി *ദേവലോക*ത്തിന്റെ ആമുഖത്തിൽ നമുക്ക് കാണാം. ചെറുകാടിന്റെ ധന്യപ്രതിഭ മലയാളസാഹിത്യത്തിന് മിഴിവുറ്റ ഒരു മുഖമാണ് സംഭാവന ചെയ്തത് – ജീവിതത്തിന്റെ ചൂടും വെളിച്ചവുമുള്ള മുഖം. ഈ മുഖം അതിന്റെ തനതായ ഭാവത്തിൽ നാം കാണുന്നത് ചെറുകാടു നോവലുകളിലാണ്. *മരുമകൾ* എന്ന നോവൽ മാറ്റിനിർത്തിയാൽ, ചെറുകാടുനോവലുകൾ എല്ലാം തന്നെ, കേരളക്കരയിലെ ജീവിതമഹാപ്രവാഹത്തെ പശ്ചാത്തലമാക്കിയാണ് രചിക്കപ്പെട്ടിട്ടുള്ളത്—കഥാപാത്രങ്ങളുടെ വ്യക്തിജീവിതാഖ്യാനവും കാലഘട്ടത്തിന്റെ പശ്ചാത്തലവും ഒരു പ്രകൃതിദൃശ്യത്തിന്റെ വർണ്ണചിത്രപടത്തിലെന്നപോലെ, മനോഹരമായി സംയോജിക്കപ്പെട്ടിരിക്കുന്നു. കാലഘട്ടനോവലുകൾ എന്നു വിശേഷിപ്പിക്കാവുന്ന നോവലുകൾ മലയാളത്തിലെത്രയോ ഉണ്ട്. എന്നാൽ കാലമെന്ന പ്രതിഭാസത്തിന്റെ പ്രത്യേകതയായ ഗതിശീലത്വം അല്ലെങ്കിൽ ചലനാത്മകതയുണ്ടല്ലോ അതു നൈസർഗ്ഗികതയോടെ തുടിച്ചു നില്ക്കുന്ന എത്ര നോവലുകൾ ഉണ്ടെന്നു പരിശോധിച്ചു നോക്കേണ്ടതാണ്. ഒരു പ്രത്യേകകാലത്തെ സംഭവങ്ങളെ അതിമനോഹരമായി ആവിഷ്കരിച്ചുവയ്ക്കുക മാത്രമാണവ ചെയ്യുന്നത്. ചെറുകാടുനോവലുകൾ, കാലത്തിന്റെ ഒരു ബിന്ദുവിൽ തുടങ്ങി, മറ്റൊരു ബിന്ദുവിലേക്കുള്ള പ്രയാണത്തിന്റെ ചിത്രങ്ങളാണ് എന്നു പറയുമ്പോൾ കാര്യം മുഴുവനും ആയി എന്നു തോന്നുന്നില്ല. കാലത്തിന്റെ രണ്ടു ബിന്ദുക്കളെ യോജിപ്പിക്കുന്ന അടിസ്ഥാനസാമൂഹ്യപ്രവണതകൾ; ഈ പ്രവണതയിൽ മാലയിലെന്നോണം കോർത്തി

ണക്കിയ കഥ. ജീവിതയാഥാർത്ഥ്യത്തിന്റെ ഏറ്റവും പ്രധാനപ്പെട്ട ഈ രണ്ടു ഘടകങ്ങളെ ചേർത്തവതരിപ്പിച്ചതിലാണ് ചെറുകാടുനോവലുകളുടെ വിജയം—അവയുടെ വ്യക്തിത്വവും. ഏതു ചെറുകാടുനോവലിനും ഇതു സാർത്ഥകമാണ്. *മുത്തശ്ശി*യിലും *ശനിദശ*യിലും *പ്രമാണി*യിലും *ദേവലോക*ത്തിലും ഇതു സ്പഷ്ടമായി കാണാം. *മണ്ണിന്റെ മാറി*ലും *ഭൂപ്രഭു*വും ചേർത്തുവച്ചാൽ, സമൂഹത്തിന്റെ വളർച്ചയുടെ കുറേക്കൂടി വിശാലമായ ചിത്രം നമുക്കു ലഭിക്കുന്നു.

ചെറുകാടിന്റെ ദേവലോകം; ചെറുകാട് രചിച്ച ദേവലോകം

ചെറുകാടിന്റെ ദേവലോകം കമ്യൂണിസ്റ്റുസമൂഹവും അതിന്റെ ആദ്യഘട്ടമായ സോഷ്യലിസ്റ്റുസമൂഹവുമാണ്; ആ ദേവലോകത്തിലേക്കുള്ള പാസ്പോർട്ട് കിട്ടാനുള്ള തപസ്യയുടെ ഭാഗമാണ് അദ്ദേഹം രചിച്ച *ദേവലോകം*. സ്വാതന്ത്ര്യാനന്തരഭാരതത്തിൽ തൊഴിലാളിവർഗ്ഗ വിപ്ലവപ്രസ്ഥാനത്തിനുവന്ന പാളിച്ചയും അതിൽ നിന്നു കരകയറാനുള്ള ഉൽക്കണ്ഠയുമാണീ ചെറുകാടുനോവലിന്റെ കേന്ദ്രബിന്ദു.

തൊഴിലാളിവർഗ്ഗ പ്രസ്ഥാനത്തിൽനിന്നും ബൂർഷ്വാ സംസ്കാരത്തിന്റെ അഴുക്കുചാലിൽ ആവേശത്തോടെ മുങ്ങി മറിയുന്ന വി കെ രാമചന്ദ്രന്റെ കഥ നില്ക്കട്ടെ. നമുക്ക് നോവലിസ്റ്റ് തരുന്ന ചില സങ്കേതങ്ങൾ പരിശോധിക്കാം. ആകർഷകവും ആവേശകരവുമായ എറണാകുളം ജില്ലാ സമ്മേളനത്തിൽ ആരംഭിക്കുന്ന നോവൽ അവസാനിക്കുന്നത് അതുപോലെ ഉജ്ജ്വലമായ, മണിക്കൂറുകൾ എടുക്കുന്ന ഒരു പ്രകടനത്തിന്റെ രംഗത്താണ്. ആ ജാഥയിൽനിന്ന് ചന്തുക്കുട്ടിയെന്ന കഥാപാത്രം രാമചന്ദ്രനോടു സംസാരിക്കുന്നു. സ്വന്തം സഹോദരി ആ ജാഥയിൽ നിന്നു തന്നെ നോക്കുന്ന നോട്ടത്തിൽനിന്നും തടിതപ്പാനായി കായലിലേക്ക് മുഖം തിരിക്കുന്ന രാമചന്ദ്രൻ—നമ്മുടെ നാടിന്റെ ജീവിതത്തിന്റെ മൗലികരാഷ്ട്രീയഭാവം; ആയാസകരമായ ധീരമായ ആ പ്രവാഹത്തിലേക്ക് ഇനി ഒരിക്കലും വരാൻ പറ്റാത്ത രീതിയിൽ അകന്നുപോയ തിയറി പഠിച്ച ബുദ്ധിജീവിയായ രാമചന്ദ്രൻ. ചന്തുക്കുട്ടിയെപ്പോലുള്ളവരിൽ ഉറച്ചുനില്ക്കുന്ന കമ്യൂണിസ്റ്റു പ്രസ്ഥാനം—*ദേവലോക*ത്തിന്റെ അന്തർധാരയിതാണ്. നമ്മുടെ സാമൂഹ്യവികാസത്തിലെ ഒരേടാണിത്. ഈ വിഷയം തന്നെ കൈകാര്യം ചെയ്യുന്ന നോവലുകൾ നമുക്ക് വേറെയും ഉണ്ടല്ലോ? മലയാറ്റൂർ രാമകൃഷ്ണന്റെ *ദ്വന്ദ്വയുദ്ധ*വും കാക്കനാടന്റെ *ഉഷ്ണമേഖല*യും ശക്തമായ ആവിഷ്കരണശൈലിയിലൂടെ ലക്ഷ്യബോധം വഴുതിപ്പോകുന്ന ആന്ധ്യത്തിന്റെ ഇടനാഴികളിൽ നമ്മെ എത്തിക്കുന്ന—എന്തുചെയ്യണമെന്നുള്ള സന്ദേശം തരാത്ത—സൃഷ്ടികളല്ലേ ഇവ? ഗുണപരമായി *ദേവലോക*ത്തിന്റെ മെച്ചം ഇവിടെയാണ് നാം കാണുക. വഴിയരികിൽ ആളുകൾ നോക്കിനില്ക്കെ കടന്നുപോകുന്ന ജാഥയെപ്പോലെ അനുസ്യൂതം മുന്നോട്ടുപോകുന്ന തൊഴിലാളിവർഗ്ഗ പ്രസ്ഥാനത്തിന്റെ പ്രതീകമാണ് ദേവലോകത്തിന്റെ അവസാന പേജുകളിൽ നാം കാണുന്നത്.

ഇടതുപക്ഷ പ്രസ്ഥാനത്തിന്റെ ജീവൻ തുടിക്കുന്ന കഥയായി തുടങ്ങി ഹൈക്കോടതി ജഡ്ജിയുടെ കഥമാത്രമായിത്തീരുകയെന്ന പാകപ്പിഴയും —പാകപ്പിഴയല്ല നോട്ടക്കുറവ്—ഇവിടെ നാം കാണുന്നില്ല. സമൂഹത്തെ മുഴുവൻ തന്നെ കാണുന്നതിലുള്ള വിജയം—അതാണ് *ദേവലോക*ത്തിന് ഭാവരൂപങ്ങൾ നല്കിയിട്ടുള്ളത്. ഒരുകാലത്ത് തൊഴിലാളിവർഗ്ഗപ്രസ്ഥാനത്തിൽ സജീവമായി പ്രവർത്തിക്കുകയും പിന്നീട് ജീവിക്കാൻ ഇതിൽനിന്നെല്ലാം വഴുതിമാറി മറ്റ് ജീവിതരംഗങ്ങളിൽ പ്രവർത്തിച്ചശേഷം വീണ്ടും നമ്മുടെ നാട്ടിൽ വരുമ്പോൾ, ഇവിടെ പാർട്ടിയുടെ ചില രീതികൾ കണ്ട്, ആകെ നിരാശപ്പെടുന്ന ഒരു കഥാപാത്രമുള്ള നോവൽ നമുക്കുണ്ട്. ആ നിരാശയല്ല ഇവിടെ നമുക്കനുഭവപ്പെടുന്നത്. കാരണം, തളർച്ചയുടെയും വളർച്ചയുടെയും അംശങ്ങൾ നോവലിസ്റ്റു കാണുകയും അവതരിപ്പിക്കുകയും ചെയ്യുന്നു എന്നതാണ്. റിയലിസത്തെക്കുറിച്ച് ശക്തവും റിയലിസ്റ്റിക്കും ആയ സങ്കല്പങ്ങൾ നോവലിസ്റ്റിനുണ്ട്—ജീവിതത്തിന്റെ സാകല്യത്തെ കാണുന്നു എന്നതുപോലെതന്നെ പ്രധാനമാണ് അതിന്റെ ദിശയും കാണുകയെന്നത്. മുഴുവൻ കാണുന്നതോടൊപ്പം എങ്ങോട്ടൊക്കെ പോകുന്നു എന്നുകൂടി പറയുക — ഗണിതത്തിന്റെ ഭാഷയിൽ ഈ റിയലിസ്റ്റിക് കാഴ്ചപ്പാട്, സമൂഹത്തിന്റെ സാമൂഹ്യജീവിതത്തിന്റെ ഒരു വെക്ടർ ആണ്. സമാഹരിക്കാൻ ശ്രമിക്കുക; സാമൂഹ്യജീവിതത്തെ അളന്നു വയ്ക്കുവാൻ മാത്രമല്ല.

കരിപറ്റി; കണ്ണാടിയിതാ!

ഇനി രാമചന്ദ്രന്റെ കാര്യം. രാമചന്ദ്രനെന്ന കഥാപാത്രത്തിന്റെ സൃഷ്ടിക്ക് പ്രചോദനമേകുന്നത് അവിഭക്തകമ്യൂണിസ്റ്റു പ്രസ്ഥാനത്തിൽ അൻപതുകളിൽ പ്രകടമായ ചില പ്രവണതകളാണ്. കാഡറുകൾ വഴി തെറ്റിപ്പോകുന്നതിന്റെ ചിത്രം വാചാലമായി അവതരിപ്പിച്ചിരിക്കുന്നു. ഇതിന്റെ താത്വികവശത്തെപ്പറ്റി പഠിക്കേണ്ടതായിട്ടുണ്ട്. രാമചന്ദ്രൻ വഴി തെറ്റിപ്പോയത് എന്തുകൊണ്ട് എന്ന ചോദ്യത്തിന് ഉത്തരം കാണേണ്ടതായിട്ടുണ്ട്. ഒരു കഥാപാത്രമെന്ന നിലയിൽ, ഇതിന് അത്രവളരെ പണിപ്പെടേണ്ടതായിട്ടില്ല. രാമചന്ദ്രൻ തിയറി പഠിച്ച ബുദ്ധിജീവിയാണ്. എന്നാൽ തിയറി അയാളെ സംബന്ധിച്ചിടത്തോളം "ഗൗരവതരമായ ഒരു ബോധമായി മാറിയിട്ടില്ല എന്നുള്ളതാണു വാസ്തവം. അയാൾ സ്വാഭാവികമായി ഉറപ്പുള്ള ഒരു കാഡറായിട്ടാണോ നമ്മുടെ മുൻപിൽ നില്ക്കുന്നത്. ആദ്യത്തെ ഷെൽട്ടറിൽനിന്നും അയാൾ തടിതപ്പിയോടുകയാണ്. ഇടത്തരം വിഭാഗങ്ങളിൽനിന്നും വരുന്ന ആളുകളുടെ ചാഞ്ചാട്ടമനഃസ്ഥിതി എത്രയോ നേരത്തെതന്നെ മാർക്സിസ്റ്റു വിശകലനത്തിൽ സ്ഥാനം പിടിച്ചിട്ടുള്ളതാണ്. ഇതിനു പരിഹാരമെന്ത് എന്നുള്ള പ്രശ്നം ഇന്നും സജീവം തന്നെയാണ്. അനുയോജ്യമായ രംഗങ്ങളിലെ ചിട്ടയായ പ്രവർത്തനത്തിലൂടെ പ്രത്യയശാസ്ത്രത്തിന്റെ പടച്ചട്ടയണിയിക്കുകയെന്ന ഒരു പോംവഴിയെ ഇതിനുള്ളൂവെന്നു തോന്നുന്നു. നമ്മുടെ കാഡർ ക്വാളിറ്റിയെപ്പറ്റി

യുള്ള ഉൾക്കണ്ഠ ചെറുകാട് അത്യുജ്ജ്വലമായി ആവിഷ്കരിച്ചിരിക്കുന്നു. ഇതു നമ്മുടെ കാഡർ പോളിസിയിലേക്കാണ് വിരൽ ചൂണ്ടുന്നത്.

പ്രേമമെന്ന ബൂർഷ്വാഹോബി

പ്രേമമെന്ന റൊമാന്റിക് സങ്കല്പത്തിന്റെ ആവേശകരമായ അംശത്തെയൊക്കെ തള്ളി അതൊരു ബൂർഷ്വാ ഹോബിയാക്കിയിരിക്കുന്നു സ. ചെറുകാട്. *ദേവലോക*ത്തിലെ പ്രത്യേക സന്ദർഭത്തിൽ ഇതൊരു ആരോപണമെന്നനിലയിൽ പ്രസക്തമാണെന്നു തോന്നുന്നില്ല. പക്ഷേ, ഇതേ ആശയഗതിതന്നെയല്ലേ ഭൂപ്രഭുവിലും നാം കാണുന്നത്? എന്നുവച്ചാൽ, പ്രേമത്തിന്റെ റൊമാന്റിക് ഭാവത്തെയാകെ സ. ചെറുകാട് തിരസ്കരിക്കുന്നുവെന്ന്. പാറുവിനോട് പ്രേമം വരുമ്പോൾ തന്നോട് പറയണമെന്നാവശ്യപ്പെടുന്ന കുട്ടിരാമൻ മേസ്തിരിയും അങ്ങനെ സമ്മതിക്കുന്ന പാറുവും ഈ ബൂർഷ്വാഹോബിയെ ഒന്നു പരിഷ്കരിച്ചെടുക്കാനുള്ള ശ്രമം നടത്തുന്നുണ്ട്. അപ്പോൾ ഈ കാര്യം നാം പരിശോധിക്കണം. *ദേവലോക*ത്തിൽ പാപ്പച്ചൻ പറയുന്ന കാര്യങ്ങൾ വിശദീകരിച്ചിരിക്കുകയാണ് *ഭൂപ്രഭു*വിൽ. ഇതിന്റെ അടിസ്ഥാനമെന്ത്? ഒന്നാമതായി, സ്ത്രീത്വത്തെപ്പറ്റിയുള്ള ചെറുകാടിന്റെ സങ്കല്പം എന്താണ്? സ്ത്രീപുരുഷബന്ധത്തെ അദ്ദേഹം എങ്ങനെ വീക്ഷിച്ചു? സോഷ്യലിസ്റ്റു മൂല്യവ്യവസ്ഥയുമായി ഈ ബന്ധത്തെ കൂട്ടിയിണക്കാനാണ് അദ്ദേഹം ശ്രമിച്ചതെന്നു ഞാൻ വിശ്വസിക്കുന്നു. പ്രേമത്തോടൊപ്പമുള്ള എം ജി ആർ പരാക്രമങ്ങളോ ഉദ്യാനമർദ്ദനങ്ങളോ അല്ല അദ്ദേഹത്തിന് ആകർഷകമായി പ്രേമമെന്ന സങ്കല്പത്തിലും ജീവിതബന്ധത്തിലും ഉണ്ടായിരുന്നത്. സ്ത്രീയുടെയും പുരുഷന്റെയും തുല്യതയെന്ന നിലപാടിൽനിന്നു നോക്കുമ്പോൾ പ്രേമം പരസ്പരം മനസ്സിലാക്കുന്നതിലാണ് സഫലമാകുക. ഈ പരസ്പരധാരണ പ്രായോഗികമായി വ്യാഖ്യാനിച്ചത് ശരിയായില്ല എന്നാണിപ്പോൾ വന്നിരിക്കുന്നത്. *ദേവലോക*ത്തിലെ രാജമ്മയും രവീന്ദ്രനും തമ്മിലുള്ള ബന്ധവും ഈ പ്രശ്നംതന്നെ സൃഷ്ടിക്കുകയില്ലേ? സ്ത്രീപുരുഷബന്ധത്തെപ്പറ്റിയുള്ള സങ്കല്പത്തിൽ വരുത്തേണ്ട ഒരഴിച്ചുപണി ചെറുകാട് ധീരമായി ആരംഭിച്ചുവെന്നു മാത്രം. മൂല്യസംക്രമത്തിന്റെ ശാസ്ത്രസാരസം മാത്രമാണിവിടെ നമുക്കനുഭവപ്പെടുന്നത്.

പ്രമേയത്തിന്റെ പ്രത്യേകത

സ. ചെറുകാടിന്റെ നോവലുകളിൽ *ദേവലോക*ത്തിന് ഒരു പ്രത്യേകതയുണ്ട്. മറ്റുള്ള ചെറുകാടുനോവലുകളെല്ലാംതന്നെ വള്ളുവനാടൻ അന്തരീക്ഷമുള്ളവയാണ്. *ദേവലോക*മിക്കാര്യത്തിൽ വേറിട്ടു നില്ക്കുന്നു. വട്ടപ്പാറക്കളമെന്ന വീടിനു മാത്രമാണ് മറ്റു ചെറുകാട് നോവലുകളുടെ ഗന്ധമുള്ളത്. ഏറ്റവും കൂടുതൽ പരിചയമുള്ള വള്ളുവനാടൻ കഥാപാത്രങ്ങളെ ചിത്രീകരിച്ചതിലുള്ള കൃതഹസ്തത ദേവലോകത്തിലും ചെറു

കാടിന് പ്രദർശിപ്പിക്കാൻ കഴിഞ്ഞിട്ടുണ്ടോ? ഇല്ലെന്നഭിപ്രായമുള്ളവർ കാണും. ഇതിലെ കഥയും സംഭവങ്ങളും കഥാപാത്രങ്ങളുടെ വികാസവും കുറഞ്ഞൊന്ന് അസ്വാഭാവികമായി അനുഭവപ്പെടുന്നുവെന്ന തോന്നൽ ഇതിനുമുൻപുതന്നെ പ്രകടിപ്പിക്കപ്പെട്ടിട്ടുണ്ട്. ചിത്രീകരിക്കപ്പെടുന്ന ജീവിതമണ്ഡലവുമായി പരിചയക്കുറവുകൊണ്ടു വന്നുപെട്ടതാണോ ഈ അനുഭവം? അല്ലെന്നാണെനിക്കു തോന്നുന്നത്. മറ്റു ചെറുകാടു നോവലുകളുമായി തട്ടിച്ചുനോക്കുമ്പോൾ *ദേവലോക*ത്തിന്റെ ബീജം നാം കണ്ടെത്തേണ്ടത് വ്യത്യസ്തമായ ഒരു തലത്തിലാണ്. മറ്റു നോവലുകളിൽ ചെറുകാട് ചെയ്തത് ജീവിതത്തിന്റെ ഒഴുക്ക് ഏതു ദിശയിലേക്ക് എന്നു വിരൽ ചൂണ്ടുവാനാണ്—ജനജീവിതത്തെ സമഗ്രമായി കാണാനാണ്. ദേവലോകത്തിലും ജനങ്ങളും അവരുടെ ജീവിതവും ഉണ്ട്. എന്നാൽ അതിന്റെ ഫോക്കസ്, കാഡറുകളുടെ വഴിതെറ്റലാണ്. ഈ പ്രമേയം പ്രസക്തമായ ഭാഗങ്ങളിലേക്ക്, ക്യാമറ തിരിച്ചുപിടിച്ചതുകൊണ്ടു മാത്രമായില്ല. വഴിതെറ്റലിന്റെ കാരണങ്ങളും സാഹചര്യങ്ങളും അപഗ്രഥിക്കേണ്ടതുണ്ടിവിടെ. അതിന്റെ നികടവർത്തിയും ആത്യന്തികവുമായ ഫലങ്ങൾ കണ്ടെത്തേണ്ടതുണ്ട്. ഈ കാര്യം വിശകലനത്തിന്റെ വിഷയമാണ്. വിശകലനത്തിന്റെ അടിത്തറമേൽ നിന്നുകൊണ്ടുള്ള ആവിഷ്കാരമാണാവശ്യം. വഴിതെറ്റുന്നതിന്റെ വിവരണത്തിൽത്തന്നെ, ചെറുകാട് പ്രമേയത്തെ മുഴുവനായും അവതരിപ്പിച്ചുവോ? രാമചന്ദ്രൻ എന്ന കാഡർ, അഗ്നിപരീക്ഷണങ്ങളിലൂടെ ഉറപ്പു നേടിയവനല്ല. നമ്മുടെ കൂടെ നില്ക്കുന്നിടത്തോളം നമുക്കു ഉപയോഗിക്കാമെന്നു മാത്രം. കൂടുതൽ ദുരന്തമയമായ വഴിതെറ്റലുകൾ നമുക്ക് അറിയാവുന്നതല്ലേ? ഇതുപോലെതന്നെ വഴിതെറ്റിയ രാമചന്ദ്രനെ നയിക്കുന്ന, ഇരുട്ടിന്റെ സന്തതികളായ കുറേ കഥാപാത്രങ്ങൾ ഉണ്ടല്ലോ? അവരൊക്കെ സ്പ്രിങ്ങുമുറുക്കിയാൽ ഒരേ മാതിരി ചലനം കാഴ്ചവയ്ക്കുന്ന പാവകളെപ്പോലെയായി. അവരെ ഈ കഥയിൽ അത്രയേ ഉദ്ദേശിച്ചുള്ളൂവെന്നു സമാധാനം പറയാമെങ്കിലും അവരുടെ കാര്യത്തിൽ, ചായം കൂടിപ്പോയതുകൊണ്ടുള്ള മിഴിവുകുറവ് വ്യക്തമാണ്. അരവിന്ദനും പാപ്പച്ചനും കുര്യനും രാജമ്മയും താണ്ടമ്മയും എല്ലാം ഉറപ്പിന്റെ മുഖങ്ങളല്ലേ? അതെ, വഴിപിഴയ്ക്കലിന്റെ പശ്ചാത്തലത്തിൽ, ഇവരൊക്കെത്തന്നെ, രാമചന്ദ്രനെ എഴുതിത്തള്ളുന്നുവെന്നതു ശരിതന്നെ. ആ വഴിപിഴയ്ക്കലിന് കാരണം കണ്ടുപിടിക്കാൻ അവരും ബാദ്ധ്യസ്ഥരല്ലേ? എന്തുകൊണ്ട് അവരെക്കൊണ്ടതു ചെയ്യിച്ചില്ല. നേരത്തെ സൂചിപ്പിച്ചതുപോലെ, ഈ പ്രശ്നത്തിന്റെ വിശകലനത്തിലേക്ക് നോവലിസ്റ്റ് കടന്നു ചെന്നില്ല എന്നതാണ് അതിനു കാരണം. അപകടകരവും ലജ്ജാകരവുമായ ആ ദുരന്തം ആവർത്തിക്കാതിരിക്കാൻ എന്തു ചെയ്യണമെന്ന പ്രശ്നം അവശേഷിക്കുന്നു. നോവലിൽ ഒരുൾപ്പാർട്ടി ചർച്ചയുടെ രംഗം വേണമെന്നല്ല; ആ സ്വാതന്ത്ര്യം നോവലിസ്റ്റിന്റേതു മാത്രമാണ്. പക്ഷേ, ഈ അപകട പ്രവണതയുടെ വികാസത്തെ, അല്ലെങ്കിൽ അതിന്റെ പരിഹാരത്തെ സൂചിപ്പിക്കാനുള്ള ശ്രദ്ധ വേണ്ടതായിരുന്നു. ഒരു

പക്ഷേ, ആ രീതിയിലൊന്നും കാണാനുണ്ടായിരുന്നില്ല എന്നു സമാധാനിക്കാം. എങ്കിലും കറുത്ത മേഘത്തെ മുഴുവനായും അതിന്റെ അരികിലെ വെള്ളിരേഖയും കാണാതെ പോയില്ലേ എന്ന സംശയമിപ്പോഴും തോന്നുന്നു. മുഖത്തെ കരി കാട്ടിത്തരുവാനുള്ള കണ്ണാടി നമുക്കു തന്നിരിക്കുന്നു. അതു കളയാനുള്ള വെള്ളമോ? കരി കഴുകാനുള്ള വെള്ളം തന്നില്ലെങ്കിലും കരി കാട്ടിത്തന്നല്ലോ? അതു കഴുകണമെന്നുള്ളവർ വെള്ളം അന്വേഷിച്ചുകൊള്ളും. മുഖത്തു കരി പറ്റാതിരിക്കാൻ അനുനിമിഷം ശ്രദ്ധിക്കുക. അഥവാ കരി പറ്റിയാൽത്തന്നെ അത് സധൈര്യം കാണാനും തുറന്നു പറയാനും മടിക്കാതിരിക്കുക—എന്ന സന്ദേശം ചെറുകാടിനെപ്പോലെ മുന്നോട്ടുവയ്ക്കുവാൻ അധികം പേർക്കാവില്ല; അതിനുള്ള ധൈര്യവും ആർജ്ജവവും നാം സമ്പാദിക്കണം. സ. ചെറുകാടിന്റെ സാഹിത്യപൈതൃകത്തെ കൂടുതൽ ഉൾക്കൊള്ളാനും സമ്പുഷ്ടമാക്കാനുമുള്ള ശ്രമത്തിൽ നമുക്ക് മുഴുകാം.

ചെറുകാട് നാടകകൃത്ത്

മണ്ണിന്റെ ഗന്ധമുള്ള നാടകങ്ങൾ

എ പി പി നമ്പൂതിരി

മലയാളനാടകത്തിന്റെ വളർച്ചയെപ്പറ്റി ചിന്തിക്കുന്ന ഒരു സാഹിത്യകാരന് വിരൽ മടക്കുന്നതിനിടയ്ക്കല്ലെങ്കിൽ വിരൽ നിവർത്തുന്നതിനിടയ്ക്കെങ്കിലും ചെറുകാടിന്റെ നാടകങ്ങൾ എന്ന് പറയേണ്ടിവരും. മലയാളത്തിലെ റിയലിസ്റ്റിക് നാടകങ്ങളെപ്പറ്റി മാത്രമേ ചിന്തിക്കുന്നുള്ളൂവെങ്കിൽ, കാലഗണനാപരമായ പൗർവ്വാപര്യക്രമത്തിന്റെ അടിസ്ഥാനത്തിൽ മാത്രം ചെറുകാടിന്റെ നാടകങ്ങൾ മൂന്നാമത്തെയോ നാലാമത്തേയോ ആയേക്കും. പക്ഷേ, റിയലിസ്റ്റ് നാടകശാഖയിലേക്കും ഏറ്റവുമധികം സംഭാവനകൾ അർപ്പിച്ച ആളാര് എന്നു ചോദിച്ചാൽ ഉത്തരം 'ചെറുകാട്' എന്നായിരിക്കും. കൂടുതൽ വൈവിദ്ധ്യമുള്ള ജീവിതത്തെ ചിത്രീകരിച്ചത് കണക്കിലെടുത്താലും ചെറുകാട് ഒന്നാംസ്ഥാനംതന്നെ നേടുന്നതാണ്.

ലക്ഷ്യബോധമുള്ള നാടകകൃത്ത്

നാടകമെഴുതുന്നത് എന്തിനാണെന്നതിനെക്കുറിച്ച് വ്യക്തമായ ലക്ഷ്യബോധമുള്ള ഒരു എഴുത്തുകാരനായിരുന്നു ചെറുകാട്. അദ്ദേഹം നാടകമെഴുതിയത് ആധുനികരായ ചില എഴുത്തുകാർ പറയാറുള്ള പോലെ ആത്മാവിഷ്കാരത്വരകൊണ്ടല്ല. ഒരു പുതിയ രൂപം അവതരിപ്പിച്ചുകളയാം എന്ന് പരീക്ഷണാത്മകതയോടുള്ള ആഭിമുഖ്യം കൊണ്ടുമല്ല, അദ്ദേഹം നാടകമെഴുതിയത്. ഒരു പ്രൊഫഷണൽ ഗ്രൂപ്പുണ്ടാക്കി, അതുമായി, നാടാകെ ചുറ്റി കുറെ പണം സമ്പാദിച്ചുകളയാം എന്ന ഉദ്ദേശ്യവും ചെറുകാടിനുണ്ടായിരുന്നില്ല അദ്ദേഹംതന്നെ ഒരഭിമുഖസംഭാഷണത്തിൽ വ്യക്തമാക്കിയപോലെ 'ഉത്തമമായ ആദർശങ്ങളെക്കുറിച്ച് ജനങ്ങളെ ബോധവാന്മാരാക്കുക' എന്ന ലക്ഷ്യത്തോടെയാണ് അദ്ദേഹം

നാടകം രചിച്ചത്. മറ്റൊരിടത്ത് അദ്ദേഹം ഇങ്ങനെ അസന്ദിഗ്ദ്ധമായി എഴുതി: "ചില ആദർശങ്ങൾ പ്രചരിപ്പിക്കാൻ വേണ്ടിയാണ് ഞാനെഴുതുന്നത്. *തറവാടിത്തം* എഴുതുമ്പോൾ നാടുവാഴിത്തത്തെ അടിച്ചുടയ്ക്കുക എന്നതായിരുന്നു എന്റെ ലക്ഷ്യം." ഈ വാക്കുകൾ സ്വയം സംസാരിക്കുന്നവയാണ്.

നാടകത്തെപ്പറ്റി ചെറുകാടിനുള്ള സങ്കല്പം അദ്ദേഹം തന്റെ ഒരു നാടകത്തിലൂടെ വ്യക്തമാക്കിയിട്ടുണ്ട്. *വാൽനക്ഷത്രം* എന്ന നാടകത്തിൽ മാധവപ്പണിക്കർ എന്ന കഥാപാത്രം ചന്ദ്രികയോട് "ആട്ടെ നാടകം, എന്ന് പറഞ്ഞാലെന്താ?" എന്ന് ചോദിച്ച് സ്വയം ഉത്തരം പറയുന്നതിങ്ങനെയാണ്: "യഥാർത്ഥജീവിതത്തിന്റെ കലാ സുന്ദരമായ ആവിഷ്കരണം." ഇത് ചെറുകാടിന്റെ നാടകങ്ങൾക്കു യോജിക്കുന്ന വിവരണമാണ്.

എക്സിബിഷനിസം ഇല്ലാത്ത നാടകകൃത്ത്

രണ്ടു ഡസനോളം നാടകങ്ങൾ ചെറുകാട് എഴുതിയിട്ടുണ്ട് പക്ഷേ, ഈ നാടകങ്ങളേതൊക്കെയാണെന്നറിയണമെങ്കിൽ പുസ്തകശാലക്കാരുടെ ക്യാറ്റലോഗിൽത്തന്നെ നോക്കേണ്ടിവരും. സാധാരണ ഗ്രന്ഥകാരന്മാർ ചെയ്യാറുള്ളതുപോലെ പുസ്തകത്തിന്റെ രണ്ടാം പേജിലോ പുറംചട്ടയിലോ ഗ്രന്ഥകർത്താവിന്റെ കൃതികൾ എന്ന ശീർഷകത്തിൻകീഴിൽ താൻ അതുവരെ എഴുതിയ എല്ലാം കൃതികളുടെയും പട്ടിക കൊടുക്കുന്ന പതിവ് ചെറുകാട് കൈക്കൊണ്ടിട്ടില്ല. *മുത്തശ്ശി* എന്ന നോവലിൽ മാത്രമേ ഞാൻ അത്തരമൊരു പട്ടിക കണ്ടുള്ളൂ. ഭൂരിഭാഗം കൃതികളിലും ഈ പട്ടികയില്ല എന്നത് ചെറുകാട് എക്സിബിഷനിസം ഇല്ലാത്ത ഒരു നാടകകൃത്താണ് എന്ന് വ്യക്തമാക്കുന്നു. തന്റെ നാടകങ്ങളെക്കുറിച്ച് താൻ തന്നെ ഉച്ചത്തിൽ സംസാരിച്ചോ മറ്റുള്ളവരെക്കൊണ്ട് സംസാരിപ്പിച്ചോ പത്രങ്ങളെ പാട്ടിൽ പിടിച്ച് പ്രശംസാത്മകങ്ങളായ നിരൂപണങ്ങൾ എഴുതിച്ചോ പ്രചാരണം നടത്താൻ ചെറുകാട് മുതിർന്നില്ല. 1969 ൽ *ദേശാഭിമാനി* ഓണപ്പതിപ്പിലും പിന്നീട് ചെറുകാടിന്റെ ചരമത്തെത്തുടർന്നു പ്രസിദ്ധീകരിക്കപ്പെട്ട *ദേശാഭിമാനി ചെറുകാട് പതിപ്പിലും* വന്ന സിംപോസിയങ്ങൾ ഒഴിച്ചാൽ കാര്യമായ പഠനം അദ്ദേഹത്തിന്റെ കൃതികളെപ്പറ്റി നടന്നിട്ടുമില്ല. അർഹിക്കുന്നത് അതിജീവിക്കും എന്ന് വിശ്വാസമുള്ള ഒരു നാടകകൃത്തായിരുന്നു ചെറുകാട്.

മണ്ണിന്റെ ഗന്ധം

വള്ളുവനാടൻ മണ്ണിന്റെ ഗന്ധമുള്ളവയാണ് ചെറുകാടിന്റെ എല്ലാ നാടകങ്ങളും. പക്ഷേ, അതുകൊണ്ട് അദ്ദേഹത്തിന്റെ നാടകങ്ങൾ ഒന്ന് മറ്റൊന്നിന്റെ അനുകരണമാണ് എന്ന് ആരെങ്കിലും കരുതുന്നുണ്ടെങ്കിൽ അവർക്കു തെറ്റിപ്പോയി. വള്ളുവനാടൻ മണ്ണിൽ പ്രതിജനഭിന്നവിചിത്രമാർഗ്ഗമായ മർത്ത്യജീവിതത്തെ കണ്ടെടുക്കാൻ ചെറുകാട് ശ്രമിച്ചിരിക്കുന്നു.

മരുമക്കത്തായത്തറവാട് പശ്ചാത്തലമായുള്ള മൂന്നു നാടകങ്ങൾ ചെറുകാട് രചിച്ചിട്ടുണ്ട്. പക്ഷേ, മൂന്നിലേയും കഥാപാത്രങ്ങൾ, പ്രശ്നങ്ങൾ എന്നിവ തികച്ചും വ്യത്യസ്തങ്ങളാണ്. *തറവാടിത്തം, സ്നേഹബന്ധങ്ങൾ, മനുഷ്യഹൃദയങ്ങൾ* എന്നിവയാണ് ഞാനുദ്ദേശിക്കുന്ന നാടകങ്ങൾ. *തറവാടിത്ത*ത്തിലെ നെടുമ്പുറത്ത് നായർവീട്ടിലെ ശക്തൻ മൂപ്പിൽ നായരിൽനിന്ന് വ്യത്യസ്തനാണ് *സ്നേഹബന്ധ*ങ്ങളിലെ നെല്ലിക്കൽത്തറവാട് കാരണവരായ രാഘവമേനോൻ. ശക്തി, തറവാടിത്തത്തിലുള്ള കമ്പം, സ്വപ്രാഭവം നടിക്കൽ എന്നിവയിൽ അതുല്യനാണ് മൂപ്പിൽ നായർ. കാര്യസ്ഥതയും സ്വാർത്ഥവും കൈമുതലായുള്ള കാരണവരാണ് രാഘവമേനോൻ, ഈ രണ്ടു പേരിൽനിന്നും വ്യത്യസ്തനാണ് *മനുഷ്യഹൃദയ*ങ്ങളിൽ ചെറുകാട് സൃഷ്ടിച്ചിട്ടുള്ള പങ്ങുണ്ണിനായർ. വമ്പന്റെ പിറകേ വന്ന പോഴനും ശുദ്ധനും ദയാലുവുമായ ഒരു കഥാപാത്രമാണ് അയാൾ. *തറവാടിത്ത*ത്തിലെ കുമ്മിണിക്കുട്ടിയും *സ്നേഹബന്ധ*ങ്ങളിലെ ലക്ഷ്മിക്കുട്ടിയും, 'മനുഷ്യഹൃദയങ്ങളിലെ കല്യാണിയും ഇതേപോലെ വ്യത്യസ്തസ്വഭാവമുള്ള യുവതികളാണ്. 'മൂ... മൂ.. മൂപ്പിൽ നായരായാൽ... കൊ... കൊ... കൊടുക്കാന്ന്. പ...... പ.... പറഞ്ഞാൽ വല്ലോരും. പ... പ... പത്തോ പതിനഞ്ചോ എനിക്കു... ഖ... ഖ.... ഖടം തരോ...' എന്നിങ്ങനെ വിക്കിവക്കി പറയുന്നവനും ആദ്യം തെണ്ടിത്തിരിഞ്ഞു നടന്നെങ്കിലും പിന്നെ അദ്ധ്വാനിച്ച് ജീവിക്കാൻ തുടങ്ങിയവനും മരുമകളോട് ഉള്ളഴിഞ്ഞ സ്നേഹമുള്ളവനും ആയ ചാച്ചുണ്ണിനായർ, 'എന്നാലിങ്ങു വരട്ടെ, ഓന്റെ പൂതിയങ്ങു തീർത്തു കൊടുക്കണം, കുറ്റിച്ചൂല്ണ്ട് ബടെ, കുട്ടിനേത്യാര് പേടിക്കണ്ട, 'ട്ടോ' എന്നിങ്ങനെ തിന്ന ചോറിന് നന്ദി കാണിക്കുന്നവളും ധീരയുമായ അമ്മുവമ്മ, എന്നിങ്ങനെ ഇവരിൽനിന്നൊക്കെ വ്യത്യസ്തരായ മറ്റു കഥാപാത്രങ്ങൾ വേറെയുണ്ട്. *തറവാടിത്ത*ത്തിൽ മൂർച്ചയുള്ള പരിഹാസംകൊണ്ടാണ് ആളുകളെ ആകർഷിക്കുന്നതെങ്കിൽ, *സ്നേഹബന്ധ*ങ്ങളിൽ മാനസികസംഘർഷം അവതരിപ്പിച്ചാണ് ചെറുകാട് ആസ്വാദകരെ രസിപ്പിക്കുന്നത്. *മനുഷ്യഹൃദയ*ങ്ങളിലോ, നമ്മുടെ സഹതാപത്തെ ഉണർത്താൻ അദ്ദേഹം ശ്രമിക്കുന്നു. ഇങ്ങനെ ഒരേ പശ്ചാത്തലമുള്ള, നാടകങ്ങൾക്കു തന്നെത്തന്നെ വൈഭിന്യവും വൈചിത്ര്യവും ചെറുകാട് കൈവരുത്തുന്നുണ്ട്. കമ്യൂണിസത്തോടുള്ള ആഭിമുഖ്യം, മരുമക്കത്തായ തറവാടുകളിലെ ആചാരങ്ങളോടും ജീവിതരീതിയോടുമുള്ള അനിഷ്ടം എന്നിവ അന്തർദ്ധാരയായി ഇവയിലുണ്ടെന്ന് മാത്രമേയുള്ളൂ. ഏതായാലും വള്ളുവനാടൻ മണ്ണിന്റെ ഗന്ധമുൾക്കൊള്ളുന്ന കഥാപാത്രങ്ങളെ മാത്രമേ ചെറുകാട് അവതരിപ്പിച്ചിട്ടുള്ളൂ എന്നതിന്റെ പേരിൽ അദ്ദേഹത്തിന്റെ നാടകങ്ങൾക്ക് ഒരു ലഘിമയും വന്നിട്ടില്ല.

അകൃത്രിമമായ ഹാസ്യം

ചെറുകാടിന്റെ നാടകങ്ങളുടെ ഒരു സവിശേഷതയാണ് അവ അകൃത്രിമമായ ഹാസ്യം ഉൾക്കൊള്ളുന്നു എന്നത്. അതിർകവിഞ്ഞ അതിശ

യോക്തിയോ കോമാളിത്തമോ തന്റെ കഥാപാത്രങ്ങളിൽ ചെറുകാട് വെച്ചുകെട്ടാറില്ല. ജീവിതത്തെ സത്യസന്ധമായി അവതരിപ്പിക്കുന്ന ഒരു നാടകകൃത്തിന് അസ്വാഭാവാകിത ഏതു വിഷയത്തിലും വർജ്ജ്യമാണ ല്ലോ. കുമ്മിണിക്കുട്ടി ഗർഭിണിയായപ്പോൾ തറവാടിത്തത്തിലെ മൂപ്പിൽനാ യർ, മഹാലിംഗനെമ്പ്രാന്തിരിയെക്കൊണ്ട് വിളികേൾപ്പിക്കാൻ ശ്രമിക്കു ന്നതു കാണുമ്പോൾ നമ്മുടെ ചുണ്ടിൽ ഒരു ചെറുചിരി വിടരും. ആ മഹാ ലിംഗനെമ്പ്രാന്തിരിയുടെ ശുദ്ധതയും ഭീരുത്വവും തികച്ചും സ്വഭാവികമാ ണ്. എല്ലാ നാടകങ്ങളിലും ചിരിപ്പിക്കുന്ന ഒരു കഥാപാത്രം വേണമെന്ന സിദ്ധാന്തം ചെറുകാട് അംഗീകരിച്ചിട്ടില്ല. *സ്നേഹബന്ധ*ങ്ങളിൽ ഹാസ്യ മുയർത്തുന്നത് പ്രധാന കഥാപാത്രങ്ങളുടെ തന്നെ പല സന്ദർഭങ്ങളിലു മുള്ള വാക്കും പ്രവർത്തിയുമാണ്. ഭർത്താവിനെ പേരു പറഞ്ഞു വിളി ക്കാൻ മടിക്കുന്ന ലക്ഷ്മിക്കുട്ടിയും അങ്ങനെ വിളിപ്പിച്ചേ അടങ്ങൂ എന്ന അടിസ്ഥാനത്തിൽ അതിന് പരിശ്രമിക്കുന്ന രാമൻനായരും ആണ് ഈ നാടകത്തിൽ ചിരിയുയർത്തുന്നത്. അതാകട്ടെ ഏറ്റവും ഹൃദ്യമായ രീതി യിലുമാണ്. *കൊടുങ്കാറ്റ്* എന്ന ലഘുനാടകസമാഹാരത്തിലെ *പുത്തൻ തിരുവാതിര, ദുശ്ശകുനം* എന്നിവയിലും ഇങ്ങനെയുള്ള അകൃത്രിമഹാ സ്യംതന്നെയാണ് നാം കാണുന്നത്. ഏഴരനാഴിക വെളുപ്പാൻകാലത്ത്, തിരുവാതിര കുളിക്കാൻ പോകുന്നതിന് അമ്മാളുവമ്മയെ കാത്തുകിട ക്കുന്ന കുഞ്ഞിമാളുവും അവളുടെ ഭർത്താവ് കുഞ്ഞിക്കുട്ടനും തമ്മിൽ നടക്കുന്ന സംഭാഷണം മാധുര്യമുള്ള ഹാസ്യത്തിന് ഒന്നാംതരം ഉദാഹ രണമാണ്. നഗരത്തിലെ ബന്ധുഗൃഹത്തിലേക്ക് ബദ്ധപ്പെട്ട് ബസ് കേറി പോവാൻ പുറപ്പെടുന്ന ഭാർഗ്ഗവിയമ്മ, 'എന്റെ മുഖത്തൊക്കെ കരി യുണ്ടോ?' എന്ന് ചോദിക്കുമ്പോൾ മാധവൻനായർ, 'കുറച്ചൊക്കെ കരി യുണ്ട്. അതൊന്നും സാരല്യ, ചൊല്ലാർന്നോരഴകല്ലയോ പനിമതിത്തങ്കം കറുത്തെങ്കിലും! വേഗം വരൂ' എന്നു പറയുമ്പോഴും, അവസാനം ബസി റങ്ങി ഭാര്യ പിറകിലുണ്ടെന്നു കരുതി ബന്ധുവീട്ടിലെത്താറായപ്പോൾ ഭാര്യയെ കാണാനില്ലാതെ അന്വേഷിച്ചു തിരിയുമ്പോഴും ഇതിനെല്ലാ ത്തിനും കാരണം പടിയിറങ്ങുമ്പോൾ കൊച്ചിക്കാലൻ ശങ്കരൻ വിറകു കെട്ടുമായി വരുന്നത് ശകുനം കണ്ടതാണെന്ന് ഭാർഗ്ഗവിയമ്മ വിശ്വാസം പ്രകടിപ്പിക്കുമ്പോഴും *ദുശ്ശകുന*ത്തിൽ നാം ചിരിക്കുന്നത് ഈ അകൃത്രി മമായ ഹാസ്യത്തിന്റെ ഫലമായാണ്. നമ്മുടെ പ്രൊഫഷണൽ നാടക കൃത്തുക്കളിൽ പലരും ചെയ്യുമ്പോലെ റെഡിമെയ്ഡ് വാക്യങ്ങൾ ചുണ്ടിൽ കെട്ടിത്തൂക്കി, ഹാസ്യത്തിന്റെ *പോർട്ട്ഫോളിയോ* കൈകാര്യം ചെയ്യാൻ ചിലരെ ഏൽപ്പിക്കുകയല്ല ചെറുകാട് ചെയ്തിട്ടുള്ളത്.

ആരോഗ്യകരങ്ങളായ സന്ദേശങ്ങൾ

തന്റെ നാടകങ്ങളിലൂടെ ആരോഗ്യകരങ്ങളായ സന്ദേശങ്ങൾ ജനതാ മദ്ധ്യത്തിൽ ചെറുകാട് പ്രചിപ്പിച്ചിട്ടുണ്ട്. 'കൃഷിഭൂമി കൃഷിക്കാരന് അവ കാശപ്പെട്ടതാണ്' എന്ന സന്ദേശവുമായാണ് ചെറുകാടിന്റെ നാടക

ജീവിതം തുടങ്ങുന്നത്. മലയാളനാടകചരിത്രത്തിൽ കെ ദാമോദരന്റെ *പാട്ടബാക്കി* ഇടശ്ശേരിയുടെ *കൂട്ടുകൃഷി* എന്നിവയോടൊപ്പം സ്മരിക്കപ്പെടേണ്ടുന്ന *നമ്മളൊന്നിൽ* ചെറുകാട് ഈ സന്ദേശമാണടക്കീട്ടുള്ളത്. വിവാഹം ചെയ്യാതെ ഗർഭിണികളായിത്തീരുന്ന യുവതികളെ വല്ല മഹാലിംഗനെമ്പ്രാന്തിരിമാരെക്കൊണ്ടും വിവാഹം കഴിപ്പിക്കുകയല്ല വേണ്ടത്. ആ ഗർഭത്തിനുത്തരവാദിയായ ആൾ എത്ര താണകുലത്തിൽ പിറന്നവനായും വേണ്ടില്ല, അയാളെക്കൊണ്ടുതന്നെ ആ സ്ത്രീയെ വിവാഹം കഴിപ്പിക്കുകയാണ് വേണ്ടത്. അതാണ് അന്തസ്സ്. കൊണ്ടുപോയിച്ചുടൂ തറവാടിത്തം! അദ്ധ്വാനിച്ച് ജീവിക്കാൻ പഠിക്കൂ! സ്ത്രീ അടിമയല്ല; സ്ത്രീയെ പരപുരുഷനുമായി മാനസികബന്ധത്തിന്റെ പേരിൽ ഭർത്സിക്കുന്ന പുരുഷന്മാർ പരസ്ത്രീബന്ധങ്ങളുടെ കാര്യത്തിൽ ഒരാത്മപരിശോധന നടത്തിമാത്രം അങ്ങനെ ചെയ്യട്ടെ; അദ്ധ്വാനിക്കുന്ന ജനവിഭാഗം ജാതിമതഭേദമറ്റ ഒന്നാണ്. ശിവന്റെ കരിങ്കൽബിംബത്തിന്റെ തലയിൽ ഇളനീരഭിഷേകം ചെയ്താൽ മഴ പെയ്യുമെന്നതുപോലെയുള്ള അന്ധവിശ്വാസങ്ങൾ ഉപേക്ഷിച്ച് ഉള്ള ജലം ഉപയോഗപ്പെടുത്താൻ ശാസ്ത്രീയമാർഗ്ഗങ്ങൾ കൈക്കൊള്ളൂ; – എന്നിങ്ങനെ ചിലതാണ് ചെറുകാട് നല്കുന്ന ആരോഗ്യകരങ്ങളായ മറ്റു സന്ദേശങ്ങൾ! സാമൂഹ്യബന്ധങ്ങളെ കാണേണ്ട രീതിയിൽ കണ്ട് ആവിഷ്കരിച്ച സോഷ്യലിസ്റ്റ് ചിന്താഗതിക്കാരനും യുക്തിവാദിയുമായ ഒരെഴുത്തുകാരനാണ് ചെറുകാടെന്ന് ഈ സന്ദേശങ്ങൾ ഉൾക്കൊള്ളുന്ന നാടകങ്ങൾ വ്യക്തമാക്കുന്നു.

ശില്പപരമായ പൂർണ്ണതയിൽ അശ്രദ്ധ

പ്രതിപാദ്യത്തിന്റെ പക്ഷത്തുനിന്നു നോക്കുമ്പോൾ ചെറുകാട് എന്ന കഥാകൃത്തിനെ അനുമോദിക്കാനും അഭിനന്ദിക്കാനും മാത്രമേ കലാകാരന്റെ സാമൂഹ്യോത്തരവാദിത്തം അംഗീകരിക്കുന്ന ഒരു നിരൂപകനു കഴിയൂ. പക്ഷേ, പ്രതിപാദനത്തിന്റെ പക്ഷത്തുനിന്നു നോക്കുമ്പോൾ ചില അപൂർണ്ണതകളുടെ പേരിൽ നിരൂപകന്റെ നെറ്റി ചുളിഞ്ഞു എന്നുവരും. നാടകം ഒരു പൂച്ചെണ്ടാണ്, പൂമാലയല്ല എന്ന സങ്കല്പം ചെറുകാട് വേണ്ടത്ര ഉൾക്കൊണ്ടില്ല എന്ന തോന്നൽ അദ്ദേഹത്തിന്റെ പല നാടകങ്ങൾ വായിക്കുമ്പോഴും ബാക്കി നില്ക്കും. മറ്റൊരു ഭാഷയിൽ പറഞ്ഞാൽ, വാൽമരുന്നിലൂടെ തീ അരിച്ചുകേറി അവസാനം ഊക്കോടെ പൊട്ടുന്ന കതിനയെ അനുസ്മരിപ്പിക്കുന്നതാവണം ഉത്തമനാടകം എന്ന സങ്കല്പത്തോട് നീതി ചെയ്യുന്നതായി തോന്നിപ്പിക്കുന്നില്ല ചെറുകാടിന്റെ നാടകങ്ങൾ. ഉണ്ണിമാങ്ങ മൂപ്പെത്തി പഴുത്തു നില്ക്കുന്നതിലുള്ള പരിണാമവും വളർച്ചയും ചെറുകാടിന്റെ നാടകങ്ങൾക്കുണ്ട്. പക്ഷേ, അവസാനത്തിലുള്ള പൊട്ടിത്തെറി, വൈകാരിക തീക്ഷ്ണത ചെറുകാടിന്റെ നാടകങ്ങളിൽ കാണുന്നില്ല. *സ്നേഹബന്ധങ്ങൾ* അക്കാര്യത്തിൽ ഏറക്കുറെ വിജയിച്ച നാടകമാണ്. പക്ഷേ, ഇബ്സന്റെ *പാവക്കൂട്* എന്ന നാടകത്തിൽ നോറ വീട്ടിൽ നിന്നിറങ്ങിപ്പോകുമ്പോഴുള്ള പൊട്ടിത്തെറി *സ്നേഹബ*

*ന്ധ*ങ്ങളിൽ ലക്ഷ്മിക്കുട്ടി അമ്മാവനെ വിട്ട് ഭർത്താവിന്റെ കൂടെ ഇറങ്ങിപ്പോകുമ്പോൾ നമുക്കനുഭവപ്പെടുന്നില്ല. തോപ്പിൽഭാസിയുടെ *മൂലധന*ത്തിലുള്ളപോലെയോ, *തുലാഭാര*ത്തിലുള്ളപോലെയോ കാണികളിൽ കണ്ണീരുണ്ടാക്കുന്ന രംഗങ്ങൾ സൃഷ്ടിക്കാൻ ചെറുകാടിനു കഴിഞ്ഞിട്ടില്ല. ശ്രീ. പി എ വാരിയരുടെ *ചവിട്ടിക്കുഴച്ച മണ്ണി*ലുള്ളതുപോലെയോ ശ്രീ എൻ കൃഷ്ണപിള്ളയുടെ *കന്യക*യിലുള്ളപോലെയോ ചുറുചുറുക്കും പരസ്പര സംസക്തിയും പൂർണ്ണരൂപത്തിലുള്ള സംഭാഷണം രചിക്കാനും ചെറുകാട് ശ്രദ്ധിച്ചിട്ടില്ല. *സ്വതന്ത്ര* എന്ന നാടകത്തിൽ പത്മാവതി എത്രാം ക്ലാസുവരെ പഠിച്ചു എന്നു രണ്ടുപ്രാവശ്യം റവന്യൂ ഇൻസ്പെക്ടർ നമ്പ്യാർ ചോദിക്കുന്നത് കാണാം. സംഭാഷണ രചനയിലുള്ള അശ്രദ്ധയ്ക്ക് ഉദാഹരണമാണിത്. ഈ നാടകത്തിലെ പത്മാവതി രാമൻമേനോൻ എന്ന ജോർജ്ജിനെ അച്ഛനെയും ഏട്ടനെയും ധിക്കരിച്ചുപോലും കല്യാണം കഴിക്കും എന്ന് ഉറപ്പിച്ചു പറയുമാറ് സ്നേഹിച്ചു എന്ന് കാണികളെ വിശ്വസിപ്പിക്കുന്നതിൽ നാടകകൃത്ത് പരാജയപ്പെട്ടതുകൂടി ശില്പകാര്യത്തിലുള്ള അശ്രദ്ധയ്ക്ക് ഉദാഹരിക്കാവുന്നതാണ്. കുമാരനാശാൻ *ദുരവസ്ഥ*യിൽ സാവിത്രിക്കു ചാത്തൻ പുലയനിൽ സ്നേഹമുണ്ടായത് വിശ്വാസ്യമായി അവതരിപ്പിച്ചതുപോലെ തോപ്പിൽ ഭാസി *മുടിയനായ പുത്ര*നിൽ തന്നെ ബലാൽക്കാരം ചെയ്യാൻ ശ്രമിച്ച ആ 'മുടിയനായ പുത്രനെ' കൈയിൽ കടിച്ചു പൊട്ടിച്ച്, പിന്നീട് ഒരപരാധബോധത്തിനധീനയായി പതുക്കെപ്പതുക്കെ അയാളെ സ്നേഹിക്കാൻ തുടങ്ങുന്ന പുലയക്കിടാത്തിയെ വിശ്വാസ്യമായവതരിപ്പിച്ചതുപോലെ, ചെറുകാട് ജോർജ്ജിനെ സ്നേഹിക്കുന്ന പത്മാവതിയെ വിശ്വാസ്യമായി അവതരിപ്പിക്കുന്നില്ല. പത്മാവതിയും ജോർജ്ജും മാത്രമായി സംസാരിക്കുന്ന ഒരു രംഗംകൂടി നാടകത്തിലില്ലെന്നറിയുമ്പോൾ ആ സ്നേഹബന്ധം ഈടുറ്റതായി വായനക്കാർക്കോ കാണികൾക്കോ തോന്നാത്തതിൽ എന്തത്ഭുതമാണുള്ളത്? മാനസികസംഘർഷത്തെ വളർത്തിക്കൊണ്ടുവരലിലാണ് നാടകത്തിന്റെ വിജയം എന്ന സിദ്ധാന്തം സാർവ്വത്രികമായി അംഗീകരിച്ചിട്ടില്ല ചെറുകാട് എന്ന് മുമ്പേ സൂചിപ്പിച്ചുവല്ലോ. ഇങ്ങനെ ശില്പപരമായ കാര്യത്തിൽ വേണ്ടത്ര ശ്രദ്ധ ചെലുത്തുന്നില്ല ചെറുകാട് എന്ന് പറയാതെ വയ്യ. പക്ഷേ, ചെറുകാട് തന്നെത്തന്നെ അവതരിപ്പിക്കാറുള്ളത് ശില്പഭംഗി കുറഞ്ഞ രൂപത്തിലാണല്ലോ. തലമുടി ഒതുക്കാതെ, ഷർട്ട് ഇസ്തിരി ചെയ്യാതെ, തോളിലൊരു വലിയ ബാഗ് തൂക്കി, കൈവിരലിൽ ചുണ്ണാമ്പിന്റെ അംശങ്ങളുമായി, അലക്ഷ്യനായി നടക്കുന്ന ചെറുകാട് അദ്ദേഹത്തിന്റെ നാടകങ്ങളിലും പ്രതിബിംബിക്കുന്നു എന്നേയുള്ളൂ. അല്ലെങ്കിൽ ഈ ശില്പഭംഗിയെപ്പറ്റിയൊക്കെയുള്ള സങ്കല്പത്തിന് എത്രത്തോളം ശാശ്വതികത്വമുണ്ട്! ഒരു ക്രമികമായ വികാസമോ പരസ്പരബന്ധംപോലുമോ ഇല്ലാതെ നാടകങ്ങൾ രചിച്ച സാമുവൽ ബക്കറ്റിന് നോബൽ സമ്മാനം ലഭിച്ച ഈ കാലഘട്ടത്തിൽ, നാടകങ്ങളുടെ ശില്പഭംഗിയെപ്പറ്റിയുള്ള പഴയ സങ്കല്പങ്ങൾക്കെന്തർത്ഥം?

ചെറുകാട് നാടകങ്ങളിലൂടെ

എം എസ് മേനോൻ

കഥാപാത്രങ്ങൾ വട്ടമിട്ടിരുന്ന് ഘനഗംഭീരവും സമചതുരവുമായ വാക്കുകളിലൂടെ ആനുപൂർവ്വീക്രമത്തിൽ നിർവ്വഹിക്കുന്ന സംഭാഷണ മാണ് നാടകമെന്നു ചിലർക്കു ധാരണയുണ്ട്. വികാരലേശമില്ലാതെ, അമൂർത്തമായ കുറേ സങ്കല്പങ്ങളെ കൃത്രിമമായ ഭാഷയിൽ ചർച്ച ചെയ്ത് ഇബ്സനും ബർണാഡ്ഷായും, മേറ്റർലിങ്കും, ടെന്നസ്സി വില്യം സും, യോനസ്കോയുമായി വിരാജിക്കുന്ന ചില നാടകകൃത്തുക്കളെക്കാ ണുമ്പോൾ, അവരെ സ്തുതിച്ച് അവരുടെ ആരാധകന്മാർ ആഹ്ലാദിക്കു ന്നത് കാണുമ്പോൾ ഒരു നല്ല 'അഭിനയം' കാണുന്ന പ്രതീതിയാണു ണ്ടാവുക. 'അക്കാദമിഷ്യന്മാ'രായ നാടകകൃത്തുക്കളുടെ രചനകൾ എത്ര കൊട്ടിഘോഷിക്കപ്പെട്ടാലും സമൂഹത്തിൽ ഒരു ചലനവുമുണ്ടാകുന്നില്ലെ ന്നതാണ് സത്യം. ചുറ്റുമുള്ള ജീവിതം കാണാതെ ജനസമൂഹത്തിന്റെ വികാരവിചാരങ്ങൾ മനസ്സിലാക്കാതെ, അവരിൽനിന്നും ഒറ്റപ്പെട്ട്, ബുദ്ധി ജീവിയെന്നു സ്വയം അഭിമാനിച്ചുകൊണ്ട് കലാസൃഷ്ടി നടത്തുന്നവർക്ക് സർക്കാരിൽനിന്ന് അംഗീകാരം കിട്ടുമെന്നല്ലാതെ, ജനതയിൽനിന്നു ഒരാ ദരവും ലഭിക്കാനിടയില്ല. താനനുഭവിച്ചതും നേരിൽക്കണ്ടതുമായ ജീവി തദൃശ്യങ്ങൾക്കു മൂർത്തമായ രൂപം നല്കാനാഗ്രഹിക്കുന്ന ഒരു കലാ കാരൻ ആദ്യമേതന്നെ തന്റെ മനസ്സിൽ ഒരു നാടകം വിരിയിച്ചെടുക്കു ന്നു. പിന്നീട് അതിനെ സംഭാഷണരൂപത്തിൽ പ്രേക്ഷകരുടെ മുമ്പിൽ അവതരിപ്പിക്കുന്നു; തന്റേതായ ഒരു കാഴ്ചപ്പാടിൽ, വ്യക്തമായ ഒരു സാമൂ ഹ്യലക്ഷ്യമില്ലാതെ രചിക്കപ്പെടുന്ന ദൃശ്യകലാരൂപങ്ങൾക്ക് ഔദ്യോഗി കമായ ബഹുമതികളെന്തൊക്കെക്കിട്ടിയാലും ശരി, വിശേഷിച്ചൊരു കലാ ധർമ്മവും നിർവ്വഹിക്കാനാവില്ല. നേരെമറിച്ച് സ്വന്തമായൊരു അനുഭൂതി മണ്ഡലത്തിൽനിന്ന് തനതായ ഒരു ദർശനത്തോടെ ജീവിതഗന്ധിയായ ഒരു കാലാരൂപം സൃഷ്ടിക്കുന്ന ഒരു സോദ്ദേശ്യകലാകാരന്റെ പ്രയത്ന

മാകട്ടെ, ജനഹൃദയങ്ങളെ വശീകരിക്കുകയും ചലിപ്പിക്കുകയും ചെയ്യുന്നു. സമൂഹത്തിന്റെ മുന്നോട്ടുള്ള ഗതിയിൽ പ്രധാനമായൊരു പങ്കുവഹിക്കുകയും ചെയ്യുന്നു. വെളിച്ചവും നിഴലും തിരശ്ശീലകളും തിരിയുന്ന രംഗവേദികളും കൊണ്ടല്ല, അത്തരം നാടകങ്ങൾ ശ്രദ്ധിക്കപ്പെടുന്നതും വിജയിക്കുന്നതും. അവയിൽ സ്പന്ദിക്കുന്ന ജീവിതങ്ങളെക്കൊണ്ടാണ്. നാടകം ജീവിതത്തിന്റെ 'സർച്ച് ലൈറ്റാ'യിരിക്കണം.

സമകാലികജനതയുടെ സാമൂഹ്യസാംസ്കാരിക പ്രശ്നങ്ങൾക്ക്, സാധാരണമായ ഭാഷയിൽ നാടകീയമായ കലാരൂപം നല്കുന്നതിലാണ് നാടകക്കാരനായ ചെറുകാട് ശ്രദ്ധിച്ചത്. അദ്ദേഹത്തിന്റെ നാടകങ്ങൾക്ക് മിസ്റ്റിക് സ്വഭാവമില്ലാത്തത് അതുകൊണ്ടാണ്. ശാസ്ത്രോപദിഷ്ടമായ സങ്കേതങ്ങളൊന്നും ചെറുകാടിനെ സ്വാധീനിച്ചിട്ടില്ല. നാട്യശാസ്ത്രത്തിലെ നാടകസങ്കല്പങ്ങളെ സാമാന്യമായി അദ്ദേഹം മനസ്സിലാക്കിയിരുന്നുവെങ്കിലും നാടകരചനയിൽ അവയൊന്നും അദ്ദേഹത്തിന് സഹായകമായിരുന്നില്ല. നാടകമെഴുതാൻ ചെറുകാടിനെ പ്രേരിപ്പിച്ചത് ചിലചില ജീവിതപ്രശ്നങ്ങളാണ്. രാഷ്ട്രീയ-സാമൂഹ്യ-സാംസ്കാരിക പ്രവർത്തനങ്ങളിൽ മുഴുകിയിരുന്ന കാലത്ത് തന്റെ ഹൃദയത്തെ മഥിച്ച, ആവിഷ്കരിച്ചേ കഴിയൂ എന്നു ബോദ്ധ്യപ്പെട്ട, അനുഭൂതികളാണ് ചെറുകാടിന്റെ നാടകരചനയ്ക്കു പ്രചോദകങ്ങളായിത്തീർന്നത്. "കമ്യൂണിസ്റ്റ് പാർട്ടിയെ ബഹുജനങ്ങളോട് അടുപ്പിക്കുന്നതിനു എന്തെല്ലാം പ്രവർത്തനമാകാമോ അതെല്ലാം നടന്നുകൊണ്ടിരുന്ന ഘട്ടത്തിലാണ് ചെറുകാട് ആദ്യമായി നാടകങ്ങളെഴുതിയത്. ഇ എം എസ് ചൂണ്ടിക്കാണിച്ചതുപോലെ, 'കമ്യൂണിസ്റ്റ് പ്രസ്ഥാനത്തിന്റെ അഭേദ്യഭാഗമെന്ന നിലയ്ക്കു സാഹിത്യരചന നടത്തിയ' എഴുത്തുകാരനത്രേ ചെറുകാട്. ജന്മിയുടെ മുമ്പിൽ വായ്പൊത്തി വളഞ്ഞുകുത്തി നില്ക്കുന്ന കർഷകർ എത്രകാലം അടിമകളായി കഴിയണം എന്ന തന്നിലെ കമ്യൂണിസ്റ്റുകാരന്റെ ചോദ്യം ചെറുകാടിനെക്കൊണ്ടെഴുതിച്ച നാടകമാണ് *നമ്മളൊന്ന്.* കേരളത്തിലുടനീളം അരങ്ങേറിയ ഈ നാടകത്തെപ്പറ്റി നാടകനടന്മാരിൽ അഗ്രേസരനായ ടി വി ഗോപാലന്റെ ചില വരികൾ ഞാനോർക്കുന്നു:

> ആ നാടകത്തിന്റെ അവസാനരംഗം കാര്യസ്ഥനും പങ്ങൻ നായരും തമ്മിൽ ഏറ്റുമുട്ടുന്നു. പട്ടിപ്പങ്ങൻ ബോധം കെട്ടുവീഴുന്നു. അവറാനും കൂട്ടരും വന്ന് കാര്യസ്ഥനെ പിടിച്ചുകെട്ടുന്നു. ബോധം വന്ന പങ്ങൻനായർ പിടഞ്ഞെഴുന്നേറ്റ് കാര്യസ്ഥനെ തല്ലാൻ ആയുന്നതോടുകൂടി കാണികളും ആർത്തുവിളിച്ച് സ്റ്റേജിനടുത്തേക്കു തിക്കിക്കയറി. ജന്മിയോടും അയാളുടെ കിങ്കരനായ കാര്യസ്ഥനോടും ജനങ്ങൾക്കുള്ള അമർഷം! അതിനു തീക്കൊടുക്കാനുള്ള നാടകത്തിന്റെ കരുത്ത്!
>
> അക്കാലത്ത് *നമ്മളൊന്ന്* കൊട്ടും കുഴലുമില്ലാതെ അനവധി സമ്മേളനങ്ങളിൽ അരങ്ങേറി. അവിടെയെല്ലാം ഇതേ അനുഭവമുണ്ടായി.

തുടർന്നു ഗോപാലൻ സ്വാനുഭവവും കലയുടെ പൊരുളും ഇങ്ങനെ വെളിപ്പെടുത്തുന്നു:

"ഒരു നാടകത്തിന്റെ കരുത്ത് ജനങ്ങളെ പിടിച്ചിരുത്താനുള്ള അതിന്റെ കഴിവാണ്. ഈ ശക്തി സൃഷ്ടിയാൽത്തന്നെ ഉണ്ടാവണം. ചെറുകാടിന്റെ നാടകങ്ങളിൽ ഈ ശക്തി നിറഞ്ഞു നില്ക്കുന്നു."

(*ചെറുകാടിന്റെ ലോകം* എന്ന ലേഖനത്തിൽനിന്ന്)

സമൂഹത്തിന്റെ ആളാണ് താനെന്ന ബോധമാണ് ഉൽപ്പതിഷ്ണുവായ എഴുത്തുകാരനെ ശക്തനാക്കുന്നത്. ആ ബോധമില്ലാത്ത സമൂഹം തനിക്കു പുല്ലാണ് എന്നു ജൽപ്പിക്കുന്ന, സാഹിത്യകാരന് സ്വന്തമായ ഒരു ശക്തിയുണ്ടാവില്ല. താൻ വളർത്തിയെടുക്കുന്ന വൈതാളികരായ അനുവാചകരിൽനിന്ന് ആർജ്ജിക്കുന്ന ശക്തി അയാളെ ഒരിക്കലും എഴുത്തുകാരനാക്കില്ല. ചെറുകാടിന്റെ ശക്തി സമൂഹമാണ്. അതിന്റെ വളർച്ചയ്ക്ക് ആവശ്യമായ ചില ആദർശങ്ങൾ പ്രചരിപ്പിക്കുന്നതിനുവേണ്ടിത്തന്നെ അദ്ദേഹം നാടകങ്ങളെഴുതി. ബോധപൂർവ്വമായ, സോദ്ദേശ്യമായ, സാഹിത്യരചന പാപമാണെന്നു വിശ്വസിക്കുന്ന ശുദ്ധരിൽശുദ്ധനായ കപടനാട്യക്കാരനല്ല ചെറുകാട്. പ്രചരണാധിഷ്ഠിതമായ സാഹിത്യകൃതികൾ സാമൂഹ്യവും സാംസ്കാരികവുമായ ഒരു ധർമ്മം നിർവ്വഹിക്കുമ്പോൾ അവയ്ക്കു ജന്മസാഫല്യമുണ്ടാകുന്നു. വിജയോന്മാദത്തോടെ നാടെങ്ങും അരങ്ങേറിയ *നമ്മളൊന്ന്* പുരോഗമനസാഹിത്യപ്രസ്ഥാനത്തിന്റെ ആവശ്യവും ഉദ്ദേശ്യവും ജനങ്ങൾക്ക് ബോദ്ധ്യപ്പെടുത്തിക്കൊടുക്കുകയുണ്ടായി. ഹൃദയശുദ്ധിയും സ്നിഗ്ദ്ധശീലവും തുളുമ്പുന്ന, അതുകൊണ്ടുതന്നെ ഏതു ചൂഷണവും നിശ്ശബ്ദമായി സഹിച്ചുപോരുന്ന പങ്ങൻനായരെക്കൊണ്ടുപോലും, "അവറാനേ, എനിക്കിപ്പോ പോത്യായി. നമ്മുടെ ചോരയൊക്കെ ഒന്നാ" എന്നു പറയിക്കുന്ന ഒരന്തരീക്ഷം ഈ നാടകത്തിലൂടെ സൃഷ്ടിച്ച ചെറുകാടിന്റെ ആദർശധൈര്യം പ്രശംസാർഹം തന്നെ. ഇന്ന്, ക്ഷുദ്രമായ ചില ആവശ്യങ്ങൾക്കു വേണ്ടി, അധീശാധികാരങ്ങളോടൊട്ടിനില്ക്കുന്ന വിഭിന്ന രാഷ്ട്രീയതത്വസംഹിതകൾക്കിടയിലാണ് *നമ്മളൊന്ന്* എന്ന ബോധം കൂടുതൽ പ്രസക്തം. ആ ബോധമുളവാക്കാൻ സഹായിക്കുന്ന കലാസൃഷ്ടികൾ ഇന്നുണ്ടാകുന്നില്ല. ആദർശബോധവും വിശാലഹൃദയതയും ആശയസ്ഥൈര്യവുമുള്ള എഴുത്തുകാരുടെ ദാരിദ്ര്യംകൊണ്ട്, മോഹഭംഗം, വിഷാദം, അസ്തിത്വദുഃഖം സാമൂഹ്യവിരോധം, ഉള്ളിൽ തിളച്ചുമറിയുന്ന അഹന്ത, സർവ്വോപരി കപടനാട്യം ഇത്രയും സിദ്ധികൾകൊണ്ട് 'ബുദ്ധിജീവി'കളെന്ന ബഹുമതി നേടിയെടുക്കാൻ ശ്രമിക്കുന്ന എഴുത്തുകാരാണല്ലോ ഇന്ന് നമുക്കുള്ളത്. മറ്റൊരു കൂട്ടർ 'അവാർഡു'കൾക്കുവേണ്ടിയും എഴുതുന്നു. ഇവർക്കിടയിൽ ഒരു ചെറുകാട് ഉണ്ടാകുന്നില്ല. *നമ്മളൊന്നു* പോലുള്ള കൃതികളും.

നമ്മളൊന്നു പോലെതന്നെ പ്രസിദ്ധമാണ് ചെറുകാടിന്റെ *തറവാടിത്തവും.* നാടുവാഴിത്തത്തെ അടിച്ചുടയ്ക്കുക എന്ന ലക്ഷ്യമാണ് ഈ നാടകമെഴുതാൻ തന്നെ പ്രേരിപ്പിച്ചതെന്നു ചെറുകാടുതന്നെ വിവരിച്ചി

ട്ടുണ്ട്. നാടുവാഴിത്തത്തിന്റെ തടവറയിൽക്കിടന്ന് നരകിക്കുന്ന മുഗ്ദ്ധയായ ഒരുകന്യക തന്നെ സ്നേഹിക്കുകയും അനുഭാവത്തോടെ പെരുമാറുകയും ചെയ്ത ഒരു യുവാവിന്റെ മൃദുലവികാരങ്ങൾക്കു വിധേയയായി ഗർഭിണിയായിത്തീർന്ന ഒരു പ്രമേയമാണ് *തറവാടിത്ത*ത്തിലുള്ളത്. ഇതു അശ്ലീലമാണെന്നു ചില തറവാടികൾ വിധിച്ചു. അവരുടെ കപടനാട്യത്തെ നാടകകൃത്തു പുറത്തുകൊണ്ടുവന്നുവെന്നതാണ് അതിന്റെ അർത്ഥം. മൂർച്ചയുള്ള ഭാഷയിൽ തീക്ഷ്ണമായ ശൈലിയിൽ ഭാവരൂപഭദ്രതയുൾക്കൊള്ളുമാറ് എഴുതിയ ഈ നാടകം പുരോഗമനസാഹിത്യപ്രസ്ഥാനത്തിന് ചെറുകാട് നല്കിയ മറ്റൊരു അമൂല്യസംഭാവനയത്രേ.

ചെറുകാടിന്റെ *ജന്മഭൂമി*യെന്ന നാടകവും യാഥാസ്ഥിതികരെ ക്ഷോഭിപ്പിച്ചിട്ടുണ്ട്. നാടകത്തിന്റെ ആമുഖമായിക്കുറിച്ചിട്ടുള്ള വരികളിൽ ചരിത്രകാരന്മാരോടും മതവിശ്വാസികളോടും നാടകക്കാരൻ പറയുന്ന 'രണ്ടുവാക്ക്' ശ്രദ്ധേയമാണ്. എന്തിനു താൻ ഈ നാടകമെഴുതിയെന്നു അതിൽ അദ്ദേഹം വിശദമാക്കിയിട്ടുണ്ട്. തന്റെ ഉദ്ദേശ്യശുദ്ധിയേയും നാടകത്തിന്റെ ആത്യന്തിക ലക്ഷ്യത്തേയും അതിലെ പ്രതിപാദ്യത്തെക്കുറിച്ചുതന്നെയും ശരിയായി മനസ്സിലാക്കാത്ത അനുവാചകരോട് ചെറുകാട് ഉറപ്പിച്ചു പറയുന്നു: "ഇന്നാട്ടിലെ പുതിയ തലമുറ 'ജന്മഭൂമി'യുടെ കഥ ഇതിൽ കണ്ടെത്തും." ഇത്രയും കൂടി അന്ന് — 1958 ൽ — അദ്ദേഹം ഓർമ്മിപ്പിച്ചു: "വളരെതാമസിയാതെ 'ജന്മഭൂമി'യില്ലാതാവുമല്ലോ. അന്നേയ്ക്കു ഈ കഥ ഒരു ഓർമ്മക്കുറിപ്പായി കിടക്കട്ടെ."

"മലബാറിലെ ഏറ്റവും വലിയ ജന്മികൾ ഓരോ ദേശത്തും ഒന്നാം നമ്പർ പട്ടയം ബ്രിട്ടീഷ് ഗവൺമെന്റിനോട് വാങ്ങിയതെങ്ങനെയെന്നു കാണിക്കലായിരുന്നു" ഈ നാടകമെഴുതിയ ചെറുകാടിന്റെ ലക്ഷ്യം. എന്നിട്ട് നാടകമെഴുതി അഭിനയിച്ചപ്പോൾ ഉണ്ടായതോ? "അതുമാത്രം ഒരാളും നോക്കിക്കണ്ടില്ല." കാണാതിരിക്കാനുള്ള കാരണങ്ങൾ അസഹിഷ്ണുതയും മതവിദ്വേഷവും അതിരുകവിഞ്ഞ മതഭ്രാന്തുമൊക്കെത്തന്നെ. 'ബുദ്ധിജീവി'കളായ ആഢ്യന്മാർക്കു *ജന്മഭൂമി* ഇഷ്ടപ്പെട്ടില്ലെങ്കിലും മതത്തിന്റെ വേലിപ്പഴുതുകളിലൂടെയും സ്നേഹത്തിന്റെ രശ്മികൾ പ്രസരിപ്പിക്കാൻ കഴിവുള്ള സാധാരണക്കാരായ ഹിന്ദുക്കളും മുസ്ലീങ്ങളും ആ നാടകത്തെ സഹർഷം സ്വാഗതം ചെയ്യുകതന്നെ ചെയ്തു. അവർക്കിടയിൽ ജീവിക്കുന്ന അച്ഛൻനമ്പൂതിരിയും മൊയ്തീനും മൂപ്പിൽനായരുമെല്ലാം വളരെ വളരെ അടുത്ത ബന്ധുക്കളാണ്. കടവത്ത് മൊയ്തീനെപ്പോലുള്ള ധീരനും സ്ഥിരചിത്തരും ഉദാരഹൃദയരുമായ വ്യക്തികളെ ചെറുകാട് ഈ നാടകത്തിലൂടെ നമുക്ക് കാണിച്ചുതന്നിട്ടുണ്ട്. "ഇന്നലെവരെ ടിപ്പുസുൽത്താന്റെ വളർത്തുപട്ടിയായിരുന്നു. ഇന്നുമുതൽ കമ്പനിക്കാരുടെയും. ഞങ്ങൾ ആണുങ്ങളാണ്, മലയാളത്തിലെ ആണുങ്ങൾ" എന്നു എരേച്ച മേനോനെ ചൂണ്ടിപ്പറയുന്ന മൂപ്പിൽനായരും ഉശിരുള്ള കഥാപാത്രമാണ്. ഇവിടെ എരേച്ചമേനോന്റെ തലമുറ നീളുകയാണ്. മൂപ്പിൽ നായരുടേത് പിൻവാങ്ങുകയും. 'ഞങ്ങൾ ആണുങ്ങളാണ്; ദേശാഭിമാനിക

ളാണ്' എന്നുറക്കെപ്പറയാൻ കെല്പുള്ള മൊയ്തീന്മാരെ ഇന്ന് നമുക്ക് ആവശ്യമാണ്.

സാമൂഹ്യനാടകങ്ങളിലൂടെയും ചെറുകാട് പുരോഗമനാദർശങ്ങൾക്കു വേണ്ടി ശബ്ദമുയർത്തിയതിന്റെ ഉദാഹരണങ്ങളാണ് *സ്നേഹബന്ധങ്ങൾ മനുഷ്യഹൃദയങ്ങൾ* സ്വതന്ത്ര പോലുള്ള നാടകങ്ങൾ. ഉറുപ്പിക, അണ, പൈ കൊണ്ട് സ്നേഹത്തെപ്പോലും അളക്കുന്ന ഇടത്തരക്കാർക്ക്' സമർപ്പിക്കപ്പെട്ടിട്ടുള്ള *സ്നേഹബന്ധ*ങ്ങളിലെ ലക്ഷ്മിക്കുട്ടി ചെറുകാടിന്റെ അനശ്വര കഥാപാത്രങ്ങളിലൊന്നാണ്. മരുമക്കത്തായത്തറവാട്ടിലെ സ്വാർത്ഥമതികളായ അമ്മാവന്മാരും പരതന്ത്രരായ മരുമക്കളും ചെറുകാടിന് സുപരിചിതരാണല്ലോ. കാര്യം പറയേണ്ട ദിക്കിൽ ഊമകളായി നില്ക്കുന്നവരെ അവരുടെ കടമ ഓർമ്മിപ്പിക്കാൻ നാടകകൃത്ത് ശ്രദ്ധിക്കാറുണ്ട്. 'അളയിൽ കുത്തിയാൽ ചേരയും കടിക്കും' എന്ന ചൊല്ല് അന്വർത്ഥമാക്കിയ ലക്ഷ്മിക്കുട്ടിയെ നോക്കി 'ഞാൻ ഇത്ര വിചാരിച്ചില്ല' എന്ന് അമ്മാവനായ രാഘവമേനോൻ പറയുന്നിടത്ത് നാടകം അവസാനിക്കുമ്പോൾ ചെറുകാട് ഒച്ചയും ബഹളവുമൊന്നുമില്ലാതെ ഒരു വിപ്ലവത്തിന്റെ തിരികൊളുത്തുകയാണ് ചെയ്യുന്നത്. ഭർത്താവ് ഭാര്യയെ സഖാവെന്നു വിളിക്കുമ്പോൾ ഈഷ്യാലുവായിത്തീരുന്ന കാരണവർക്ക് ഒടുവിൽ ആ രണ്ട് സഖാക്കളും ഒന്നിച്ചിറങ്ങിപ്പോകുന്നത് കാണേണ്ടിവന്നു.

*മനുഷ്യഹൃദയ*ങ്ങളെന്ന നാടകത്തെക്കുറിച്ച് അശ്ലീലമെന്നു അപഹസിച്ചവരോട് ചെറുകാട് പറഞ്ഞു: "ഇതിൽ അശ്ലീലമുണ്ടാവാം. മനുഷ്യഹൃദയങ്ങളിൽ ഇതിലും വലിയ അശ്ലീലങ്ങൾ കട്ടപിടിച്ചു കിടക്കുന്നുണ്ട്. അതൊക്കെ പുറത്തു കളയേണ്ടതുമാണ്. ഒരു വിരേചനൗഷധനത്തിലെ കടുക്കയ്ക്കും തൃകോൽപ്പക്കൊന്നയ്ക്കും ചവർപ്പുണ്ടെങ്കിൽ സഹിക്കണം. മധുരവും ചൂടുമുള്ള കാപ്പി കുടിച്ച് മൂടിപ്പുതച്ചു കിടക്കണം." സാഹിത്യസൃഷ്ടി ചിലപ്പോഴൊക്കെ വിരേചനൗഷധങ്ങളായേ മതിയാകൂ. "മധുരം തിരുമധുരം" മട്ടിലായാൽ പോരാ. ഇരട്ടിമധുരപ്രായങ്ങളായ കൃതികൾ കൊടുത്ത് വായനക്കാരെ പൗരുഷമില്ലാത്തവരാക്കുന്ന നോവലെഴുത്തുകാരും നാടകകാരന്മാരും ചെറുകഥാകാരന്മാരും ചെറുകാടിന്റെ ഈ ഉദ്ബോധനം ശ്രദ്ധിച്ചാൽ കൊള്ളാം. ഭാഗം വയ്ക്കുമ്പോൾ ഒരോഹരികൂടി കിട്ടാൻവേണ്ടി ഊമയും അശരണയുമായ കല്യാണിയെന്ന പെൺകുട്ടിയെ തങ്ങളുടെ താവഴികളിലേക്കു വലിച്ചുകൂട്ടാൻ ശ്രമിക്കുന്ന രണ്ടു ജ്യേഷ്ഠത്തിമാർ—കാർത്ത്യായനിയമ്മയും കാളിക്കുട്ടിയമ്മയും—പൗരുഷമില്ലാത്ത അവരുടെ ഭർത്താക്കന്മാരും അവർക്കിടയിൽ നരകിക്കുന്ന കല്യാണിയുമെല്ലാം മനുഷ്യഹൃദയങ്ങളുടെ വിവിധ സ്വഭാവത്തെ പ്രതിനിധാനം ചെയ്യുന്നു. ചുറുചുറുക്കുള്ള വേലായുധനിൽനിന്നു ഗർഭം ധരിക്കുന്ന കല്യാണിയെ മുൻനിർത്തിയാണ് നാടകം അശ്ലീലമെന്നു സദാചാരത്തിന്റെ കാവൽനായ്ക്കളായ മാന്യന്മാർ വിധിയെഴുതിയത്. അതിനിടയാക്കിയ സാഹചര്യങ്ങളെക്കുറിച്ച് ഓർക്കേണ്ട ഭാരവും കടമയും അവർക്കില്ലല്ലോ.

ഒരു സ്വതന്ത്രയെ ചിത്രീകരിക്കണമെന്ന ഉദ്ദേശ്യത്തോടെയെഴുതിയ *സ്വതന്ത്ര*യിൽ കമ്യൂണിസ്റ്റ് പ്രചാരവേല കണ്ടെത്തിയ വിമർശകർക്ക് ചെറുകാട് നല്കിയ മറുപടിയിതാണ്:

> കേരളത്തിൽ കമ്യൂണിസ്റ്റുകാരുണ്ട്. ഏതു സാമുദായിക സാമൂഹ്യരംഗങ്ങളിലും പറിച്ചുകളയാനാവാത്തവിധം അവരാണ്ടിറങ്ങിയിരിക്കുന്നു. സ്വതന്ത്രയ്ക്ക് ഒരു കമ്യൂണിസ്റ്റുകാരനെ സ്നേഹിക്കണമെന്നു തോന്നിപ്പോയി. അവളുടെ ജ്യേഷ്ഠൻ രജിസ്ട്രാർ പത്മനാഭൻ കൊടുവാളെടുത്ത് തടഞ്ഞിട്ടും അവൾ ആ വാശി വിട്ടില്ല. അവസാനം അവളുടെ അച്ഛൻ അധികാരി അതിനു സമ്മതിക്കുകയാണുണ്ടായത്.

മറ്റു നാടകങ്ങളെ അപേക്ഷിച്ച് *സ്വതന്ത്ര* താഴെപ്പടിയിലാണു നില്ക്കുന്നതെങ്കിലും ചെറുകാടിന്റെ രാഷ്ട്രീയ സാമൂഹ്യാദർശങ്ങളുടെ പ്രതിഫലനം അതിൽ കണ്ടെത്തുന്നുണ്ട്. ഇഷ്ടമുള്ള ആളെ കല്യാണം കഴിക്കാൻ തീരുമാനിച്ചതാണ് പത്മാവതി ചെയ്ത 'തെറ്റ്.' 'അവളു കാണിക്കണത് തോന്ന്യാസമല്ല' എന്നു ഗോപി ചൂണ്ടിക്കാണിച്ചപ്പോൾ പാറുവമ്മ ചോദിക്കുന്നത് "നാട്ടുകാര് പറയില്ല്യേ" എന്നാണ്. അതിന് ഗോപി കൊടുത്ത ഉത്തരം: "അവരുടെ നാവു കുഴഞ്ഞാൽ നിർത്തിക്കൊള്ളും." ഇവിടെ നാടകവും അവസാനിക്കുന്നു. ഏതു പുരോഗമനാശയത്തെയും എതിർക്കുന്ന യാഥാസ്ഥിതികന്മാരെക്കുറിച്ച് ചെറുകാട് പലപ്പോഴും പറയാറുള്ളതും ഇതുതന്നെയാണ്. അദ്ദേഹം തുറന്നു പറഞ്ഞിട്ടുണ്ട്: "ഭാവി തലമുറ എന്നെക്കുറിച്ച് ഒരു കമ്യൂണിസ്റ്റു സാഹിത്യകാരൻ എന്നറിയുവാനാണ് ഞാനാഗ്രഹിക്കുന്നത്."

ഇത്രയും ഉറച്ചുപറയാൻ കഴിഞ്ഞിട്ടുള്ള ഒരെഴുത്തുകാരൻ വേറെയുണ്ടായിട്ടില്ല നമ്മുടെ സാഹിത്യത്തിൽ. അതുതന്നെയാണ് ചെറുകാടിന്റെ വ്യക്തിത്വവും കൃതികളുടെ കലാപരമായ വിജയവും.

നമുക്ക് നാടകകൃത്തായ ചെറുകാടിനെ വിസ്മരിക്കാനാവില്ല. കാരണം, അദ്ദേഹത്തിന്റെ ആദർശങ്ങൾ ജീവിക്കുന്നത് അവയിലാണ്.

ചെറുകാടിന്റെ നാടകങ്ങൾ

എൻ സുഗതൻ

ചെറുകാടിന്റെ നാടകസാഹിത്യത്തെപ്പറ്റിയുള്ള ഒരു സമഗ്രപഠനം സാദ്ധ്യമല്ലാത്ത സാഹചര്യമാണ് ഇന്നുള്ളത്. അദ്ദേഹത്തിന്റെ രണ്ടു ഡസനോളം നാടകങ്ങളിൽ ചിലതെങ്കിലും കിട്ടാനില്ലെന്നതുതന്നെ പ്രധാന കാരണം. ചെറുകാടിന്റെ എത്ര ചെറിയ കൃതിയും എന്തെങ്കിലുമൊരപൂർവ്വത അവകാശപ്പെടാനുള്ളതാവും എന്നിരിക്കെ, ഏതാനും കൃതികളെ ഒഴിവാക്കിക്കൊണ്ടുള്ള ഒരു പഠനം അപൂർണ്ണമാവാതെ വയ്യല്ലോ. എങ്കിലും മറ്റു പലരുടെയും സാഹിത്യ ജീവിതത്തിൽ സംഭവിച്ചിട്ടുള്ളതുപോലെ കാര്യമായ തിരിമറിച്ചിലുകളും വീക്ഷണനിഷേധങ്ങളും ഒന്നും ചെറുകാടിന്റെ സാഹിത്യ ജീവിതത്തിൽ സംഭവിച്ചിട്ടില്ലാത്തതുകൊണ്ട്, ഒരു പൊതുനിരീക്ഷണത്തിന്റെ നിഗമനങ്ങളെ, പരിഗണിക്കപ്പെടാത്ത കൃതി ചോദ്യം ചെയ്യാനിടയില്ലെന്നുറപ്പിക്കാം. ആ ഉറപ്പിന്മേൽ ഊന്നിനിന്നുകൊണ്ടുള്ള ചില സാമാന്യനിരീക്ഷണങ്ങൾ ചെറുകാടിന്റെ നാടകസാഹിത്യത്തെപ്പറ്റി ഉണ്ടായിട്ടുമുണ്ട്. ചെറുകാടിന്റെ നാടകങ്ങൾ ഓരോന്നായി നോക്കിക്കാണാൻ ശ്രമിക്കുകയാണ് ഈ ലേഖനത്തിന്റെ ഉദ്ദേശ്യം.

നാടിന്റെ അകംകാട്ടുന്ന നാടകങ്ങൾ

ചെറുകാട് ചുവടുറപ്പിച്ചു പതുക്കെ നടക്കുന്ന ഒരാളായിരുന്നു. ആ നടത്തം ഒറ്റയ്ക്കായാലും ഒപ്പം സമൂഹം ഉണ്ടെന്നദ്ദേഹം വിശ്വസിച്ചു. ആ വിശ്വാസമാണ് തനിക്കു മാത്രമായൊരു കഥയില്ലെന്നദ്ദേഹത്തെക്കൊണ്ടുപറയിച്ചത്. “ഒരാൾക്കുമാത്രമായി ഒരു കഥയില്ലെന്നാണ് എന്റെ അഭിപ്രായം. ജനിച്ചുവളർന്ന നാടും അവിടെയുള്ള ജനതയുമായി ബന്ധപ്പെട്ടതാണ് ഓരോ ആളുടെയും കഥ”—*ജീവിതപ്പാത*യിലെ ഈ വിശ്വാസവിളംബരം ചെറുകാടിന്റെ വ്യക്തിജീവിതത്തിനും സാഹിത്യജീവിത

ത്തിനും ഒരുപോലെ ഇണങ്ങും. അത്രയ്ക്ക് അഭിന്നമായിരുന്നല്ലോ അവ രണ്ടുമദ്ദേഹത്തിന്. ജനിച്ചുവളർന്ന വള്ളുവനാടും അവിടത്തെ മനുഷ്യരുമായി ബന്ധമില്ലാത്ത ഒരു കൃതിയും ചെറുകാടെഴുതിയിട്ടില്ല. ആമുഖമായി ശ്രദ്ധിക്കേണ്ട ഒരു വസ്തുതകൂടിയുണ്ട്. *ജീവിതപ്പാത*യുടെ മുഖക്കുറിപ്പിൽ ചെറുകാട് ഇങ്ങനെയുമെഴുതി: "ഞാനൊരു മഹർഷിയല്ല, രാജാവല്ല, മന്ത്രിയല്ല, പടനായകനല്ല, ശാസ്ത്രജ്ഞനല്ല, കവിയല്ല, രാഷ്ട്രീയനേതാവുമല്ല. ഒരു സാധാരണ മനുഷ്യൻ മാത്രം." ആ സാധാരണ മനുഷ്യൻ അസാധാരണത്വമൊന്നുമില്ലാത്ത വള്ളുവനാടൻ പ്രദേശങ്ങളിലെ സാധാരണരിൽ സാധാരണരായ മനുഷ്യരോടൊപ്പം നടക്കുകയായിരുന്നു — ഉള്ളിൽ വിശ്വാസപ്രമാണത്തിന്റെയും ചുണ്ടിൽ മുറുക്കിന്റെയും തോളിൽ സഞ്ചിയുടെയും ചുവപ്പുമായി മറ്റൊരു വിധത്തിൽ പറഞ്ഞാൽ സദാ മാറ്റത്തിന് വിധേയമായിക്കൊണ്ടിരിക്കുന്ന സമുദായത്തോടൊപ്പം ചലിക്കുകയായിരുന്നു ആ എഴുത്തുകാരൻ. അവിടെ സമൂഹം നിശ്ചലമല്ല. വ്യക്തി ഏകനല്ല. സ്വാർത്ഥം കലർന്ന ജീവിതപ്രേമംകൊണ്ട് എന്നൊരാൾക്ക് ആക്ഷേപിക്കുക പോലുമാവാം. ആ വ്യക്തി സമുദായത്തിലെ നിസ്സാര ചലനങ്ങളെപ്പോലും വകവയ്ക്കാതിരിക്കുന്നില്ല, നിസ്സാര വ്യക്തിയെപ്പോലും വഴിയൊഴിഞ്ഞു നടക്കുന്നില്ല. "വല്യ സംഘക്കാരായാൽ മതി നാട്ടിൽ നടക്കുന്നതൊന്നും അറിയണ്ടാ" എന്നമർഷം കൊള്ളുന്ന *നമ്മളൊന്നി*ലെ അവറാൻ, ചെറുകാടു തന്നെയാണ്. നാട്ടിൽ നടക്കുന്നതെല്ലാം അദ്ദേഹം അറിഞ്ഞിരുന്നു. ആ അറിവ് ആവശ്യമായി നിർബ്ബന്ധിച്ചപ്പോൾ ചെറുകാട് നാടകമെഴുത്തുകാരനായി. *പാട്ടബാക്കി*, *രക്തപാനം* തുടങ്ങിയ കൃതികൾ അനാവരണം ചെയ്ത നാടകത്തിന്റെ പ്രചരണപരമായ സാദ്ധ്യതകൾ യഥാശക്തി വിനിയോഗിക്കണമെന്ന് പ്രസ്ഥാനം നിർബ്ബന്ധിച്ചപ്പോൾ ചെറുകാട് ആദ്യത്തെ നാടകമെഴുതി. തുടർന്ന് ഉത്തമമെന്ന് താൻ വിശ്വസിക്കുന്ന ചില ആദർശങ്ങളെക്കുറിച്ച് ജനങ്ങളെ ബോധവാന്മാരാക്കുക എന്ന ലക്ഷ്യത്തോടെ, അപ്പപ്പോഴത്തെ സാഹിത്യബാഹ്യമായ 'ഇൻസ്പിരേഷൻ' കൊണ്ട് എല്ലാ നാടകങ്ങളും എഴുതി. എന്നിട്ടും, അസുലഭ നിമിഷങ്ങളിൽ സഹജപ്രതിഭയുടെ അനിരോദ്ധ്യസമ്മർദ്ദത്താൽ രചന നടത്തുന്നവരെന്നഭിമാനിക്കുന്ന പലേ നാടകകൃത്തുക്കളുടെയും മുൻനിരയിലാണ് നാടകകൃത്തെന്ന നിലയിൽ ചെറുകാടിന്റെ സ്ഥാനം. ചെറുകാട് നാടകത്തിൽ രൂപസങ്കേതപരമായ പരീക്ഷണങ്ങളൊന്നുമേ നടത്തിയിട്ടുമില്ല: എന്തിന്, രൂപം ശ്രദ്ധിച്ചിട്ടുതന്നെയില്ലെന്നു പറയണം. ഒരു പരീക്ഷണ നാടകവുമെഴുതാതെ കാലത്തിന്റെ പരീക്ഷകൾ ജയിച്ച കരുത്തുള്ള നാടകങ്ങൾ രചിച്ച ചെറുകാട് അങ്ങനെ, മറ്റു പലതിലുമെന്ന പോലെ നാടകരചനയിലും മലയാളത്തിലെ ഒരു നിത്യവിസ്മയമായി നിലകൊള്ളുന്നു.

ജീവിതം എന്ന സത്യം

ചെറുകാടിലെ നാടകകൃത്തിനെ പുറത്തു കൊണ്ടുവന്നത് *നമ്മളൊ*

ന്നാണ്. ആ നാടകം രചിക്കാനിടയാക്കിയ സാഹചര്യം *ജീവിതപ്പാത*യിൽ വിശദീകരിച്ചിട്ടുണ്ട്. ഏറക്കുറെ *പാട്ടബാക്കി* രചിക്കാൻ കെ ദാമോദരനെ പ്രേരിപ്പിച്ച അതേ സാഹചര്യം തന്നെ. *ജീവിതപ്പാത*യിലെ വിശദീകരണവും നാടകത്തിന്റെ മുഖക്കുറിപ്പും ചേർത്തു വായിക്കുന്ന ഏതൊരാൾക്കും, ഒറ്റയാനായ ചെറുകാടല്ല, അനേകം നേതാക്കന്മാരും അനേകായിരം അനുയായികളുമടങ്ങിയ ഒരു മഹാപ്രസ്ഥാനത്തിലെ ഒരംഗമായ ചെറുകാടാണ് *നമ്മളൊന്ന്'*രചിച്ചതെന്ന് എളുപ്പം ബോദ്ധ്യമാകും. ഇവിടെ ഒരു മറുചോദ്യം ഉയരും—ചെറുകാടൊഴികെ ആ അനേകായിരങ്ങളിലാരെങ്കിലുമൊരാൾ എന്തുകൊണ്ട് നാടകം എഴുതിയില്ല? ഈ ചോദ്യത്തിന് വളരെ ലളിതമായ ഒരുത്തരമുണ്ട്. ചെറുകാടായിരുന്നു അവരിൽ സ്വർഗ്ഗസൃഷ്ട്യന്മുഖമായ പ്രതിഭയുള്ളവൻ. ടി വി ഗോപാലൻ എന്ന വ്യക്തിയാണ് ഇന്നത്തെ രൂപത്തിൽ ആ നാടകം രചിക്കപ്പെടാൻ ഏറ്റവുമധികം കാരണക്കാരനായതെന്ന് ചെറുകാട് തന്നെ സൂചിപ്പിച്ചിട്ടുണ്ട്. പ്രമേയസൂചനപോലും ആ സഖാവിന്റെതാണ്. "ആരോടും ഡിസ്കസ് ചെയ്യണ്ട, നിങ്ങൾക്കു കണ്ണില്ലേ? ജന്മി, കാര്യസ്ഥൻ, കൃഷിക്കാരൻ, ഒഴിപ്പിക്കൽ, കഷ്ടപ്പാട്, കർഷകപ്രസ്ഥാനം" ഗോപാലൻ ചോദിച്ചു. "നിങ്ങൾ കണ്ടിട്ടില്ലേ?" ആദ്യമെഴുതിയ നാടകം ചീന്തിക്കളയാൻ ചെറുകാടിനെ പ്രേരിപ്പിച്ചത് ഗോപാലന്റെ ക്രൂരമായ പ്രതികൂലാഭിപ്രായവും മുഖഭാവവുമായിരുന്നെങ്കിൽ *നമ്മളൊന്ന്* നന്നായിരിക്കുന്നു എന്ന് ബോദ്ധ്യപ്പെടുത്തിയതും അയാളുടെ തന്നെ മുഖഭാവമാണ്. ആദ്യത്തേതിനെപ്പറ്റി "മുഷിയോ? ഇതാ പുഴയിലേക്ക് ഇടാനാ പാകം. ഹും" എന്നായിരുന്നു ഗോപാലന്റെ പ്രതികരണമെങ്കിൽ *നമ്മളൊന്നി*നെപ്പറ്റി "പട്ടിപ്പങ്ങൻ അടിയനാ" എന്നായിരുന്നു. അതെ, പട്ടിപ്പങ്ങൻ ടി വി ഗോപാലൻ എന്ന ഉജ്ജ്വലനടനായിരുന്നു, ഉശിരുള്ള കർഷകസംഘം പ്രവർത്തകനായിരുന്നു. പട്ടിപ്പങ്ങനോടും ടി വി ഗോപാലനോടും ചെറുകാടിനൊരു പ്രത്യേക മമത തന്നെയുണ്ട്. "ഇതിലെ പങ്ങൻ മാത്രമാണ് ഒരു മിഴിവുള്ള കഥാപാത്രം. ഇത്തരം പങ്ങന്മാർ മുഴുവൻ മുമ്പോട്ടുവന്ന് സമരംചെയ്താൽ മാത്രമേ ദുഷിച്ച ജന്മിസമ്പ്രദായം അവസാനിക്കൂ" എന്നും 'ദേശാഭിമാനി മേളകളിൽ പങ്കെടുത്തവരെ പങ്ങൻനായരുടെ വേഷമഭിനയിച്ച ടി വി ഗോപാലൻ ആകർഷിച്ചിട്ടുണ്ട്. ആ നടന്റെ സാമർത്ഥ്യം ഈ പ്രഹസനത്തെ വിജയിപ്പിച്ചിരിക്കുന്നു' എന്നും ചെറുകാട് ചാരിതാർത്ഥ്യത്തോടെ രേഖപ്പെടുത്തിയിരിക്കുന്നു. ജന്മിയുടെ മുമ്പിൽ വായ് പൊത്തി വളഞ്ഞുകുത്തി നിൽക്കുന്ന കർഷകൻ ടി വി ഗോപാലനായി ചെറുകാടിന്റെ ഭാവനയിൽ കയറി നിന്നപ്പോൾ *നമ്മളൊന്ന്* എന്ന നാടകം ജനിച്ചു. 'എത്രകാലം കൃഷിക്കാർ അടിമകളായി കഴിയണം' എന്ന കമ്യൂണിസ്റ്റുകാരന്റെ ചോദ്യം അതിനു നയിച്ചു. "അടിയനതു മതി" ആ ചൂഷിതന്റെ ശബ്ദം അതിനെ വളർത്തി. "പോരാ നായരേ പോരാ." എന്ന അവറാന്റെ — ചെറുകാടിന്റെ — നിശ്ചയദാർഢ്യം അതിനു പൂർണ്ണത നല്കി.

ഉണർന്നുയരുന്ന കർഷകജനത ജന്മിത്തത്തെ നശിപ്പിക്കാൻ നട

ത്തുന്ന സമരങ്ങളുടെ ഒരു ചെറിയ ചിത്രം വരയ്ക്കാനാണ് ചെറുകാട് ശ്രമിച്ചത്. അപ്പോൾ അദ്ദേഹത്തിന് 1948 ലെ ജീവിതയാഥാർത്ഥ്യത്തെയാണ് ആശ്രയിക്കേണ്ടിവന്നത് — വള്ളുവനാടൻ കാർഷികജീവിയാഥാർത്ഥ്യത്തെ. അവിടെ തലമുറകളുടെ ചൂഷണംകൊണ്ട് നട്ടെല്ലു വളഞ്ഞുകുത്തിയ തമ്പ്രാന്റെ മുൻപിലാടുകരയുന്ന പട്ടിപ്പങ്ങന്മാരുണ്ട്. ആ നിരന്തര ചൂഷണം അവന്റെ ഭാഷയുടെപോലും ആണത്തം ചോർത്തിക്കളഞ്ഞിരിക്കുന്നു. "അടേ്യൻ ഒരു കൊല നേന്ത്രക്കായകൊണ്ട് വെടൊള്ളാംന്ന് വെടൊണ്ടേർന്നു"— ഇതാണാ ഭാഷയുടെ മോഡൽ. ജന്മിയെക്കാൾ ജന്മിത്തഭക്തിയുള്ള കാര്യസ്ഥന്മാരുണ്ട് ആ ലോകത്തിൽ— "പഴമയുടെ ഗതി വരാത്ത പ്രേതങ്ങൾ." 1948. മാറിയ രാഷ്ട്രീയ സാഹചര്യം: കമ്യൂണിസം കർഷകന്റെയിടയിൽ വർഗ്ഗബോധത്തിന്റെ വിത്തെറിഞ്ഞു കഴിഞ്ഞു. മാറിയ സാഹചര്യത്തിനനുയോജ്യമായ സമീപനം കൈക്കൊണ്ടില്ലെങ്കിൽ സ്വന്തം താല്പര്യങ്ങൾ സംരക്ഷിക്കാൻ സാദ്ധ്യമല്ലെന്നു മനസ്സിലാക്കിയ ജന്മിമാരുണ്ടവിടെ. ഭൂകമ്പം മുൻകൂട്ടി മനസ്സിലാക്കുന്ന മൃഗങ്ങളെപ്പോലെയാണീക്കൂട്ടർ. കുഞ്ചുനമ്പൂതിരിപ്പാട് കാര്യസ്ഥനെ താക്കീതു ചെയ്യുന്നതു ശ്രദ്ധിക്കുക: "അച്ഛനെപ്പോലെയല്ല ഞാൻ, കണ്ടാൽ തോന്നുന്നില്ലേ? കാലം മാറണത് കണ്ടറിയാം. ഒരാളുടെ മുമ്പിലൊപ്പത്തിനൊപ്പം ഇരുന്നാലൊന്നും എന്റെ ആഭിജാത്യം പോവില്ല. ഉള്ള ഭൂമി മുഴുവൻ പോയാലാ പട്ടിയാവാ — അതു കൂടാതെ കഴിക്കാൻ ചിലരെ സേവ പിടിക്കേണ്ടി വരും. മറ്റുചിലരെ സമന്മാരായി കരുതേണ്ടിവരും." അതുകൊണ്ടദ്ദേഹം കർഷകസംഘം പ്രവർത്തകരായ ശങ്കുണ്ണിയെയും മുഹമ്മദിനെയും ഒപ്പം ഇരുത്തും. താനാദ്യം ഒഴിപ്പിച്ച കൃഷിക്കാരനായ അവറാനെ ഊണിനു ക്ഷണിക്കും. പൊതുപ്രവർത്തനത്തിൽ അനുഭാവമുണ്ടെന്നു വരാനെങ്കിലും *ദേശാഭിമാനി*യിൽ അഞ്ചുറുപ്പികയുടെ ഷെയറെടുക്കും. ഇ എം എസിന്റെ പുസ്തകത്തിന് നിരൂപണം നന്നെന്ന് കണ്ടതിനാലെന്ന ഭാവത്തിൽ ഒന്നേകാൽ ഉറുപ്പികയങ്ങു മുടക്കുകയും ചെയ്യും. പക്ഷേ, ഒപ്പം പാട്ടബാക്കികണക്കൊക്കെ കാര്യസ്ഥനെക്കൊണ്ട് കൂട്ടിച്ചു വച്ചേക്കും. അഡ്വക്കേറ്റ് ഗോപാലൻമേനോനെ കണ്ട് ഒഴിപ്പിക്കാനുള്ള കോൺഗ്രസ് നിയമം മനസ്സിലാക്കി വച്ചേക്കും. പട്ടിപ്പങ്ങന്മാരിൽനിന്ന് സ്വകാര്യായിട്ട് ഒഴിമുറി എഴുതി ഒപ്പിടിച്ചുവച്ചേക്കും.

യാഥാർത്ഥ്യ ബോധം

ഈ സമൂഹത്തെ ചിത്രീകരിക്കുന്നതിൽ *പാട്ടബാക്കി*യിൽ കെ ദാമോദരൻ ചെയ്തതുപോലെ കമ്യൂണിസ്റ്റ് നേതാവിന്റെ സിദ്ധാന്തബോധമല്ല, കമ്യൂണിസ്റ്റ് കലാകാരന്റെ യാഥാർത്ഥ്യബോധമാണ് ചെറുകാട് പ്രകടിപ്പിച്ചത്. കാരണം വ്യക്തമാണ്. അവറാൻ ചെറുകാടുതന്നെയായിരുന്നു. പട്ടിപ്പങ്ങന്മാർ അദ്ദേഹത്തിന്റെ അയൽക്കാരായിരുന്നു. *പാട്ടബാക്കി*യുടെ പ്രാധാന്യം കേവലം ചരിത്രപരമാണ്. ഒരു പ്രചാരണാത്മക നാടകത്തിന് സാമൂഹ്യപരിവർത്തനനാടകത്തിന് സംഭവിക്കാവുന്ന ദോഷങ്ങളെല്ലാമു

ണ്ടെങ്കിലും രചനാകാലത്തെയും സാമൂഹ്യസാഹിത്യരംഗങ്ങളിൽ വരുത്തിയ മാറ്റങ്ങളെയും മുൻനിർത്തി ആ കൃതി നാം ആദരിക്കുന്നു. *നമ്മളൊന്നിന്* ഈ ചരിത്രപ്രാധാന്യമല്ല കലാപരമായ തികവു തന്നെ അവകാശപ്പെടാം. കഥാപാത്രങ്ങളോരോരുത്തരും വർഗ്ഗപ്രതിനിധികളായിരിക്കെത്തന്നെ സവിശേഷ വ്യക്തിത്വത്തിന്റെ ഉടമകളുമാണെന്നത് ഏറ്റവും ശ്രദ്ധേയമായ വസ്തുതയാണ്. *പാട്ടബാക്കി*യിലെ കിട്ടുണ്ണിയിൽനിന്ന് *നമ്മളൊന്നിലെ* ശങ്കുണ്ണിയിലേക്കുള്ള ദൂരം കെ ദാമോദരനിൽനിന്ന് ചെറുകാടിലേക്കുള്ള ദൂരമാണ്. ജന്മിയുടെ മുമ്പിൽ ഇരിക്കാൻ മടിക്കുന്ന, അറിയാതെ തമ്പ്രാൻ എന്നുച്ചരിച്ചുപോകുന്ന ശങ്കുണ്ണിക്ക് ചെറുകാട് വളർച്ച അനുവദിച്ചിരിക്കുന്നു. ആ വളർച്ചയാണ് നമ്മളൊന്നിന്റെ ജീവൻ... അത് സമൂഹത്തിന്റെ വളർച്ചയാണ്. ആ സമൂഹത്തിൽ പങ്ങൻനായർപോലും നിന്നേടത്തു നില്ക്കുന്നില്ല. ജന്മിയുമായൊരേറ്റുമുട്ടലിന്, സാഹചര്യങ്ങളും, ഉണർന്നെഴുന്നേറ്റ സാമൂഹ്യശക്തിയും പ്രേരിപ്പിച്ചിട്ടും പങ്ങൻനായർക്ക് "അങ്ങനെ പതക്യാണ്." തന്നെ കരുവാക്കി ആരിൽ നിന്നാണോ ആദ്യം ജന്മി ഭൂമി തട്ടിയെടുത്തത് ആ കൃഷിക്കാരൻ അവറാൻപോലും ഭൂമിക്കുവേണ്ടിയുള്ള ജന്മിത്തത്തിനെതിരായി സമരത്തിൽ തന്നോടൊപ്പമുണ്ടെന്നറിഞ്ഞ പങ്ങൻനായർ "നമ്മളൊന്നാണ്; എനിക്കിപ്പോ പഠിഞ്ഞു. നമ്മളൊന്നാണ്" എന്നു പ്രഖ്യാപിക്കുന്നിടത്താണ് നാടകം അവസാനിക്കുന്നത്. അതെ, ജന്മിത്തത്തിനെതിരായി കൃഷിക്കാരന്റെ ഐക്യത്തിന്റെ ആഹ്വാനമാണ് *നമ്മളൊന്ന്*. "ചില ആദർശങ്ങൾ പ്രചരിപ്പിക്കാൻ വേണ്ടിയാണ് ഞാൻ എഴുതുന്നത്. *തറവാടിത്തം* എഴുതുമ്പോൾ നാടുവാഴിത്തം അടിച്ചുടയ്ക്കണം എന്നതായിരുന്നു എന്റെ ലക്ഷ്യം"—ചെറുകാട് തുറന്നു പറഞ്ഞിട്ടുണ്ട്.

നാടുവാഴിത്തത്തിന്റെ തകർച്ചയും സാംസ്കാരിക ജീർണ്ണതകളും ആവിഷ്കരിക്കുന്ന അനേകം നാടകങ്ങൾ ചെറുകാട് എഴുതിയിട്ടുണ്ട്. *തറവാടിത്തം, മനുഷ്യഹൃദയങ്ങൾ, ഒടുക്കത്തെ ഓണം* എന്നീ നാടകങ്ങൾ അക്കൂട്ടത്തിൽപ്പെടും. ഒന്നാംതരം ചില ഏകാങ്കങ്ങളുമുണ്ട് ഈ വകുപ്പിൽപ്പെടുന്നതായി. നാടുവാഴിത്തത്തോട് വൈകാരികവും താത്വികവുമായ എതിർപ്പ് ചെറുകാടിനുണ്ടെന്നു സ്പഷ്ടമാണ്. പക്ഷേ, നാടകത്തിൽ അത്തരം എതിർപ്പിന്റെ മുൻവിധികളൊന്നുമല്ല, ഇതിവൃത്തത്തെയോ പാത്രസ്വഭാവത്തെയോ രൂപപ്പെടുത്തുന്നത്. *തറവാടിത്തം* തന്നെ എടുക്കുക നെടുമ്പുറത്തു നായരുവീട്ടിലെ ശക്തൻ മൂപ്പിൽ നായർ നാടുവാഴിത്തവും മരുമക്കത്തായ സമ്പ്രദായത്തിലുള്ള കുടുംബവ്യവസ്ഥയും അനിവാര്യമായ തകർച്ചയുടെ വക്കത്തെത്തിയിരിക്കുന്നത് കണ്ടറിഞ്ഞ പ്രായോഗിക ബുദ്ധിയാണ്. ആ തകർച്ചയെപ്പോലും ചൂഷണം ചെയ്ത് സ്വാർത്ഥം നേടുന്ന മൂപ്പിൽ നായർ, ഒരു പിടിപ്പുമില്ലാത്ത ഇളയനായർ ചാച്ചുണ്ണി, അമ്മയും പെങ്ങളുമായി തെറ്റിയപ്പോൾ മാത്രം തറവാട്ടിൽ കാരണവരോടു ഭാഗം ചോദിക്കുകയും ഭാഗം പോയിട്ട് ചെലവിനുള്ള വകപോലും കിട്ടില്ലെന്നറിഞ്ഞപ്പോൾ കൈയേറ്റത്തിനു

തന്നെ തയ്യാറാവുകയും ചെയ്യുന്ന മരുമകൻ ബലരാമനുണ്ണി തറവാട്ടു സ്വത്ത് സ്വാർത്ഥിയായ കാരണവർ ചൂഷണം ചെയ്യുന്നതു കണ്ടു വ്യസനിച്ചുകഴിയുന്ന ബലരാമനുണ്ണിയുടെ സഹോദരീഭർത്താവായ വക്കീൽ, കാരണവർക്കുവേണ്ടി എന്തും ചെയ്യുന്ന കാര്യസ്ഥൻ വേലുനായർ, അധർമ്മത്തിന്റെ നേർക്കാഞ്ഞടിക്കാൻ കുറ്റിച്ചൂലേന്തിയ അടിച്ചുതളിക്കാരി അമ്മുവമ്മ, സ്വപ്രയത്നത്താൽ അംശമേനോനുദ്യോഗം നേടിയെടുത്ത അമ്മുവമ്മയുടെ മകൻ ശങ്കരൻകുട്ടി, നാടുവാഴിത്തത്തിന്റെ തടവറയിൽകിടന്നു നരകിക്കുന്ന കുമ്മിണിക്കുട്ടി, മൂപ്പിൽ നായരുടെ ആർത്തിക്കൂടായ ഭാര്യ, ദുർഗ്ഗുണമൂർത്തിയായ മകൻ — ഈ കഥാപാത്രങ്ങളിലൂടെ നാടുവാഴിത്ത കർച്ചയുടേതായ ഒരു നിർണ്ണായക ചരിത്രഘട്ടത്തിന്റെ സമസ്ത സംഘർഷങ്ങളും ആവിഷ്കരിക്കാനാണ് ചെറുകാട് ശ്രമിച്ചിരിക്കുന്നത്. മൂപ്പിൽനായരുടെ ഭാര്യയുടെ എത്ര തിന്നാലും വിശപ്പടങ്ങാത്ത ചെന്നായ് പ്രകൃതിയും, മകൻ രാമചന്ദ്രന്റെ മദ്യപാനവ്യഭിചാരാദികളും പോലും വ്യക്തിപ്രകൃതിയായല്ല, വ്യവസ്ഥിതിയുടെ അനിവാര്യ പ്രകൃതികൂടിയായി ചിത്രീകരിക്കപ്പെട്ടിരിക്കുന്നു. ചെറുകാട് പക്ഷപാതങ്ങളുള്ള വ്യക്തിയും എഴുത്തുകാരനുമാണല്ലോ. നോവലുകളിലെന്നോണം നാടകങ്ങളിലും അദ്ദേഹം കഥാപാത്രങ്ങളോടൊപ്പംനിന്ന് സമൂഹത്തിലെ മുന്നേറുന്ന ശക്തികളുടെ പക്ഷം പിടിക്കാറുണ്ട്. ഇവിടെയും *നമ്മളൊന്നിൽ* പങ്ങൻനായരെന്നോണം പരിവർത്തനവിധേയനാകുന്ന കഥാപാത്രമാണ്, ഇളയനായർ. ജ്യേഷ്ഠനായ മൂപ്പിൽനായർ കാരണവരാകുന്നതുവരെ അയാളുടെ പോഴത്തം അയാൾക്കു തന്നെ പ്രശ്നമായിരുന്നില്ല. വല്യതറവാട്ടിൽ ജനിച്ചിട്ടും രണ്ടുനേരവും വയറുനിറച്ചു കഞ്ഞി കുടിക്കാനില്ലാത്ത മാറി ഉടുക്കാൻ തുണിയില്ലാത്ത, തേയ്ക്കാനെണ്ണയില്ലാത്ത, വേണ്ടവണ്ണം എഴുത്തു പഠിക്കാനവസരം ലഭിക്കാത്ത കുമ്മിണിക്കുട്ടിയും ഈ ഇളയനായരുമാണ് *തറവാടിത്ത*ത്തിലെ കേന്ദ്രകഥാപാത്രങ്ങൾ. രണ്ടുപേരും കാലത്തെ കടന്നുനില്ക്കുന്ന വീറോ വളർച്ചയോ കാണിക്കുന്നില്ല. ചെറുകാട് ഒരിക്കലും തന്റെ ആദർശപരമായ അഭിലാഷങ്ങൾക്കനുസരിച്ച് കഥാപാത്രങ്ങളെ കുതിച്ചു ചാടാൻ നിർബ്ബന്ധിക്കാറില്ല. ഓരോ കഥാപാത്രത്തിനും അയാളുടെ സാമൂഹ്യസാഹചര്യം അനുവദിക്കുന്ന വളർച്ച മാത്രം. നിസ്സഹായതയിൽ അമർന്നു കിടക്കുന്ന അമർഷമാണ് ഇളയനായരുടേത്. അമർഷം ഒരിക്കലും നിസ്സഹായതയെ തോല്പിക്കുന്നില്ല. ദുഷ്ടനായ മൂപ്പിൽനായർ മരിച്ചാൽ കഷ്ടപ്പാടൊഴിയുമെന്നറിഞ്ഞ്, അദ്ദേഹം വേഗം മരിച്ചെങ്കിൽ എന്ന് പ്രാർത്ഥിക്കുന്ന കുമ്മിണിക്കുട്ടിയോടുപോലും അതു പാപമാണെന്നു വിലക്കാനേ ആ നിസ്സഹായതയ്ക്കു വയ്ക്കൂ. അമ്മുവമ്മയുടെ നിർദ്ദേശപ്രകാരം ശങ്കരൻകുട്ടി വാങ്ങിക്കൊടുക്കുന്ന മുണ്ടും ബ്ലൗസുമാണ് കുമ്മിണിക്കുട്ടിക്ക് ആ ചെറുപ്പക്കാരനോടു വിധേയത്വമുണ്ടാകുന്നത്. ആ കോടിത്തുണിയുടെ വാസനയിലൂടെ അവൾ ശങ്കരൻകുട്ടിയോടടുത്തു. കുളിക്കടവിൽ വച്ച് ഒരു മുണ്ടും ബ്ലൗസും കൂടി ചോദിക്കുക വഴി, തന്റെ നിരാലംബമായ യൗവനാഭിലാ

ഷങ്ങളെ അവൾ ഒരു സ്വയംപര്യാപ്തയുവത്വത്തിന് സമർപ്പിക്കുകയായിരുന്നു. കുമ്മിണിക്കുട്ടി അടിച്ചുതളിക്കാരിയുടെ മകനായ ശങ്കരൻകുട്ടിയിൽനിന്ന് ഗർഭം ധരിച്ചതറിഞ്ഞിട്ടും ഇളയനാർക്ക് ആകാശം ഇടിഞ്ഞു വീഴും എന്നൊന്നും തോന്നിയില്ല. നാടുവാഴിത്തത്തിന്റെ ആ ഇളമുറയവകാശിക്ക് അതിന്റെ സമൃദ്ധികളൊന്നും കിട്ടാതിരുന്ന കൂട്ടത്തിൽ മിഥ്യാഭിമാനവും കിട്ടിയിരുന്നില്ല. 'തറവാടു കേടുവന്നില്ലേ' എന്ന് അടിച്ചുതളിക്കാരിക്കുക്കൂടി വേവലാതി തോന്നിയപ്പോഴും "ഹൌരു തറവാട്! ഖഞ്ഞി വയ്ക്കാത്ത തറവാടല്ലേ" എന്നായിരുന്നു ഇളയനായരുടെ പ്രതികരണം. ആ പാവം ഇങ്ങനെ പ്രാർത്ഥിച്ചു. "നെടുമ്പ്രത്തപ്പാ ഹാങ്കുട്ട്യാവണേ ഖുട്ടി പെറ്റാൽ." സാധുതയുടെ പര്യായമായ ഈ ഇളയനായർ പങ്ങൻനായരെപ്പോലെ വ്യക്തിത്വമുള്ള ഒരു കഥാപാത്രമാണ്. അവിഹിതഗർഭത്തിന്റെ അവകാശം ഏറ്റെടുക്കാൻ കാരണവരാൽ നിർബ്ബന്ധിക്കപ്പെട്ട, നാടുവാഴിത്തത്തിന്റെ ഉപകരണമായി നെടുനാൾ കഴിയുകയാൽ ഇച്ഛാശക്തി നഷ്ടപ്പെട്ട മഹാലിംഗനെമ്പ്രാന്തിരിയാണ് ചെറുകാടിന്റെ നിരീക്ഷണപാടവം വ്യക്തമാക്കുന്ന മറ്റൊരു കഥാപാത്രം.

*തറവാടിത്ത*ത്തിൽ കണ്ട നാടുവാഴി സമൂഹത്തിന്റെ മറ്റൊരു പരിച്ഛേദമാണ് *മനുഷ്യഹൃദയങ്ങ*ളിലുള്ളത്. അതിലെ കാരണവർ പങ്ങുണ്ണി നായർ പാടേ വ്യത്യസ്തനാണ്. ശക്തൻ മൂപ്പിൽ നായരുടെ മാതിരിയുള്ള ദുർമ്മോഹങ്ങളൊന്നും അദ്ദേഹത്തിനില്ല. പക്ഷേ, ആ ദുർമ്മോഹം ഒരു വ്യവസ്ഥിതിയുടെ അനിവാര്യസ്വഭാവമാകയാൽ അതാരിലെങ്കിലും കാണാതെ വയ്യ. ഇവിടെയത് മരുമക്കളിലാണ് പ്രകടമാകുന്നത്. ഒരു കഥാപാത്രത്തിലൂടെ ഒരു വ്യവസ്ഥിതിയുടെ സാംസ്കാരിക സ്വരൂപത്തെയാകെ അനാവരണം ചെയ്യാൻ സാധിക്കുമെന്നുപോലും ചെറുകാട് ഈ നാടകത്തിൽ കാണിച്ചുതന്നിട്ടുണ്ട്. ഈ നാടകത്തിലും മരുമക്കത്തായ സമ്പ്രദായത്തിലുള്ള കൂട്ടുകുടുംബം തകർച്ചയുടെ വക്കിലാണ്. തറവാട് ഭാഗംവച്ച് തട്ടിയെടുക്കാവുന്നിടത്തോളം കൈവശമാക്കാൻ വെമ്പുന്ന മരുമക്കളുടെയും സംബന്ധക്കാരുടെയും മൃഗീയമായ ദുര ചെറുകാടിന്റെ വീക്ഷണത്തിൽ കേവലം വ്യക്തിപരമല്ല. ആഹാരവും പുറം ചെലവിനൊരണയും ഭാര്യയിൽനിന്ന് കൈപ്പറ്റിക്കഴിയുന്ന 'പൊട്ടൻ കേളു' ഒരു വ്യവസ്ഥിതിയുടെയും ഒരു സംസ്കാരത്തിന്റെയും പ്രതിനിധിയാണ്.

ദുഷിച്ച വ്യവസ്ഥിതി സമൂഹത്തിന്റെ ഉപരിതലത്തിലും; മനുഷ്യന്റെ സാമൂഹ്യബന്ധങ്ങളിലും മാത്രമല്ല വികാരവിചാരങ്ങളിൽപ്പോലും എന്തെന്തു മാറ്റങ്ങൾ വരുത്തും എന്നു മനസ്സിലാക്കാൻ താല്പര്യം പുലർത്തിയിട്ടുള്ള കലാകാരനാണ് ചെറുകാട്. *മുളങ്കൂട്ടം* എന്ന ഏകാങ്ക സമാഹാരത്തിൽ അതേ പേരിലുള്ള ഒരു ഏകാങ്കമുണ്ട് മലയാളത്തിൽ ഇന്നോളം രചിക്കപ്പെട്ടിട്ടുള്ള ഏറ്റവും ഭേദപ്പെട്ട ഏകാങ്കങ്ങളിലൊന്ന്. ഭാഗം കിട്ടിയ നിലത്തിന്റെ അതിരിൽ മറ്റൊരാളുടെ ഭാഗത്തിൽ നില്ക്കുന്ന മുളങ്കൂട്ടം കൃഷിനിലത്തിന് ചൂടൽ സൃഷ്ടിക്കുന്നതാണ് പ്രത്യക്ഷത്തിൽ അതിലെ പ്രമേയം. പക്ഷേ, നിലത്തിൽ മാത്രമല്ല നാടുവാഴിത്ത സമൂഹ

ത്തിൽ ജീവിക്കാൻ നിർബ്ബന്ധിതരാകുന്ന മനുഷ്യരുടെ ഹൃദയത്തിലും ആ സംസ്കാരത്തിന്റെ മുൾപ്പടർപ്പും വേരും പടരുകയും ആഴ്ന്നിറങ്ങു കയും ചെയ്തിട്ടുണ്ടെന്ന് കാണിക്കുകയും അതു വെട്ടിമാറ്റുവാനാഹ്വാനം ചെയ്യുകയുമാണ് ചെറുകാട്. നാടകത്തിന്റെ പ്രത്യക്ഷ പ്രമേയം തുല്യ പ്രസക്തിയോടെ കഥാപാത്രങ്ങളുടെ മാനസിക ലോകത്തിലേക്കും വ്യാപിച്ചു നില്ക്കുന്ന ഒരപൂർവ്വശില്പം തന്നെയുണ്ട് ആ നാടകത്തിന്.

തിരിയിൽനിന്നും തീപ്പന്തം

കൃഷിക്കാരനും അദ്ധ്യാപകനും ആയിരുന്നു ചെറുകാട്, എന്നും അതുകൊണ്ടുതന്നെ അദ്ധ്യാപകന്റെയും കൃഷിക്കാരന്റെയും എല്ലാ പ്രശ്നങ്ങളെയും തുറന്ന മനസ്സോടെ സമീപിക്കാനും അദ്ദേഹത്തിനു സാധിച്ചു. *മുളങ്കൂട്ട*ത്തിൽ *രണ്ടു മുക്കാല്* എന്ന വളരെ ചെറിയ ഒരു ഏകാ ങ്കമുണ്ട്. ശമ്പളത്തിന്റെ വിഹിതം മാനേജർക്കു കാഴ്ചവയ്ക്കുന്ന പാര മ്പര്യത്തെ ചെറുക്കുന്ന ഒരു കഥാപാത്രത്തെ അവതരിപ്പിക്കുന്നു അതിൽ. അപ്പുക്കുട്ടമേനോൻ മാസ്റ്ററും അമ്മുക്കുട്ടിമിസ്ട്രസ്സും തമ്മിൽ തപാലാഫീ സിന്റെ മുമ്പിൽവച്ച് ശമ്പളം കൈപ്പറ്റിക്കഴിഞ്ഞ ഉടൻ നടക്കുന്ന ഒരു സംഭാഷണം നാടകമായി രൂപം പ്രാപിക്കുകയാണ്. ഉശിരില്ലാത്ത ഭർത്താ വ്, കമ്യൂണിസ്റ്റ് ഭരണം അദ്ധ്യാപകനു സംരക്ഷണം നല്കുമെന്നറി ഞ്ഞിട്ടും മാനേജർക്ക് കാഴ്ചകൊടുക്കാഞ്ഞാൽ ആപത്താണെന്നു ചൂളു ന്നു. അയാൾ ഭാര്യയുടെ ഉറച്ച നിലപാടിനോട് തോറ്റ് രണ്ടു മുക്കാലിന് കാവി വാങ്ങി കാശിക്കു പോവാനൊരുങ്ങുമ്പോൾ "ഇതാ രണ്ടു മുക്കാല് കാശിക്കു പോയാലും വേണ്ടില്യ, രാമേശ്വരത്തേക്കു പോയാലും വേണ്ടില്ല" എന്ന് രണ്ടു മുക്കാൽ വലിച്ചെറിഞ്ഞു തിരിഞ്ഞുനടക്കുന്ന അദ്ധ്യാപികയെ ചെറുകാട് അവതരിപ്പിച്ചത് 1958 ൽ മാത്രമാണെന്നും ഓർക്കണം. ഈ നാടകത്തെ മുൻനിർത്തി ചെറുകാടിന്റെ നാടകരചനാ സമ്പ്രദായത്തിന്റെ ഒരു സവിശേഷതകൂടി ചൂണ്ടിക്കാട്ടേണ്ടതുണ്ട്. എത്ര സാധാരണമായ ഒരു സന്ദർഭത്തിൽ നിന്നാണ് അദ്ദേഹം ഒരു നാടകീയ മുഹൂർത്തം സൃഷ്ടിക്കുന്നത്. നിത്യസാധാരണമായ സംഭവങ്ങളിൽനിന്നും അനായാസമായി നാടകം സൃഷ്ടിക്കാനുള്ള ഈ കഴിവ് നമ്മുടെ നാടക കൃത്തുക്കളെയെങ്കിലും അത്ഭുതപ്പെടുത്തേണ്ടതാണ്. ചെറുകാടിന്റെ ഒരു നാടകത്തിലും അസാധാരണമായ ആരംഭമോ സംഭവഗതിയോ ദൃശ്യമ ല്ല. ആ വള്ളുവനാടൻ ഗ്രാമീണന് അതൊന്നും ആവതുമല്ല. എന്നാൽ രണ്ടു കഥാപാത്രങ്ങളുടെ മുമ്പിൽ തിരശ്ശീല ഉയർന്നു കഴിഞ്ഞാൽപ്പിന്നെ നാടകീയത ഉരുത്തിരിയുകയായി. കാരണം, ചുറ്റുമുള്ള ലോകത്തെയും ജീവിതത്തെയും സദാ കണ്ണുതുറന്ന് നോക്കിക്കണ്ടിരുന്ന ചെറുകാടിന് ഏതു നിസ്സാരസംഭവത്തിലും നാടകീയമുഹൂർത്തങ്ങൾ കാണാനും ഏതു സാധാരണ വ്യക്തിയിലും കഥാപാത്രത്തെ കാണാനും സാധിക്കുമായി രുന്നു.

നിസ്സാര സംഭവങ്ങളിൽനിന്ന് നാടകീയ സംഘർഷം സൃഷ്ടിക്കാ

നുള്ള ചെറുകാടിന്റെ കഴിവിന്റെ ഉത്തമദൃഷ്ടാന്തമാണ് *ഒടുക്കത്തെ ഓണം.* പഞ്ചാംഗത്തിൽ കണ്ട ഒരു പന്തികേടാണ് ഇതിവൃത്തബീജം. അക്കൊല്ലം മാസാരംഭത്തിലും മാസാന്ത്യത്തിലും രണ്ട് ഓണം വന്നു. നാട്ടുകാർക്ക് ആദ്യത്തേതാഘോഷിക്കാനായിരുന്നു ഇഷ്ടം. വടക്കേടത്തു രാമൻ നമ്പൂതിരി എന്ന നാട്ടുപ്രമാണിക്ക് ഒടുക്കത്തെ ഓണം തന്നെ ആഘോഷിക്കണമെന്നും ആഘോഷിപ്പിക്കണമെന്നും വാശിയായി. തന്നെ അനുസരിക്കാതെ ആദ്യത്തെ ഓണനാളിൽ കുട്ടികൾ പൂവിളിക്കുന്നതു കേട്ടപ്പോൾ "എന്റെ പ്രമാണിത്താ ഒലിച്ചു പോണത്" എന്ന് ആ പാവത്തിനു തോന്നി. കാലത്തിന്റെ മാറ്റമാണ് ഇവിടെയും പ്രധാനം. തന്റെ അച്ഛന്റെ കാലത്ത് അദ്ദേഹത്തെ എല്ലാവരും അനുസരിക്കുന്നതിന്റെ മധുരസ്മരണ, കാലം വൈകി അവതരിപ്പിച്ച ഈ നാടുവാഴിക്കുമുണ്ട്. പക്ഷേ, കാലം മാറിക്കഴിഞ്ഞിരുന്നു. പ്രമാണിയുടെ ചട്ടുകമായി നിന്ന് കാള പൂട്ടി എള്ളെറിഞ്ഞ് ഓണം മുടക്കാൻ ശ്രമിച്ച കാര്യസ്ഥൻ ഏണു തകർന്നു വീട്ടിലെത്തുന്നിടത്താണ് നാടകം അവസാനിക്കുന്നത്. നമ്പൂതിരിപ്പാടിനെ ശുണ്ഠിപിടിപ്പിക്കുന്ന മൂന്നു കുട്ടികളുണ്ട് ഈ നാടകത്തിൽ. അവരിൽ ആരോ ഒരാൾ ചെറുകാടാണ്. അഥവാ, അവർ മൂന്നാളും കൂടിച്ചേർന്നാൽ ചെറുകാടായി. നാടുവാഴിത്തത്തെ എന്നല്ല സമൂഹത്തിലെ എല്ലാ പ്രതിലോമപ്രവണതകളെയും ശുണ്ഠിപ്പിടിപ്പിക്കുന്നതിൽ ചെറുകാടിന് ഒരുതരം ബാലസഹജമായ കുസൃതിയും കുരുത്തക്കേടും തന്നെയുണ്ട്.

അദ്ധ്യാപകപ്രശ്നത്തെ *രണ്ടു മുക്കാലി*നേക്കാൾ പൂർണ്ണതയിൽ അവതരപ്പിക്കുന്ന നാടകങ്ങളാണ് *അടിമ, കുട്ടിത്തമ്പുരാൻ* തുടങ്ങിയവ. ശമ്പളക്കുറവും, കുറഞ്ഞ ശമ്പളം തന്നെ യഥാസമയം നല്കാൻ മടിക്കുന്ന മാനേജരുടെ ക്രൗര്യവുംമൂലം പ്രാരാബ്ധത്തിൽപ്പെട്ടുഴലുന്ന ഒരദ്ധ്യാപക കുടുംബത്തെ പക്ഷപാതബുദ്ധിയിൽ കടുപ്പമേറിയ മഷികൊണ്ട് ചിത്രീകരിക്കുകയാണ് ചെറുകാട് ചെയ്യുന്നത്. പ്രശ്നത്തിന്റെ സാമാന്യതലത്തിലല്ല, മാനസികാഘാതങ്ങളിലാണ് ഊന്നൽ. മകളുടെ നേരെ ദയാശൂന്യമായ കച്ചവടമനഃസ്ഥിതി പ്രകടിപ്പിക്കുന്ന ശങ്കരൻ നായർ എന്ന വൃദ്ധനും, സ്വന്തം ക്ലേശങ്ങളിലുമുള്ള സന്താപമാകെ തുല്യദുഃഖിതയായ ഭാര്യയുടെ മേൽ അമർഷമായി ചൊരിയുന്ന ബാലകൃഷ്ണൻ നായർ എന്ന അദ്ധ്യാപകനും പരിതസ്ഥിതികൾ വരുത്തിത്തീർത്ത ദുഃഖങ്ങളാകെ "നിശ്ചയമുണ്ട് ഞാൻ ചെയ്ത കുറ്റം ഒരുസ്ത്രീയായിപ്പോയി" എന്ന് സ്ത്രീജന്മത്തിന്മേൽ ചുവടിറക്കുന്ന ജാനകിയമ്മ മിസ്ട്രസുമെല്ലാം സാമ്പത്തികാവസ്ഥയുടെ മാനസികാഘാതങ്ങളെ ഉദാഹരിക്കുകയാണ്. 1954 ലെ അദ്ധ്യാപകവ്യവസ്ഥയാണ് ഈ നാടകത്തിന്റെ പശ്ചാത്തലം എന്നും ഓർക്കേണ്ടതുണ്ട്.

നമ്മുടെ വിദ്യാഭ്യാസരംഗത്തെ 'എത്രയും പ്രധാനപ്പെട്ട ഒരു പരിവർത്തനദശയുടെ ചരിത്രസ്മാരക'മാണ് *കുട്ടിത്തമ്പുരാൻ.* ചെറുകാട് തന്നെ സമ്മതിച്ചിട്ടുള്ളതുപോലെ ആ നാടകം എഴുതിക്കഴിഞ്ഞശേഷം, കേരളത്തിലെ വിദ്യാഭ്യാസരംഗത്തിൽ പല മാറ്റങ്ങളും വന്നുകഴിഞ്ഞു.

ആ പഴയ മാനേജർപ്രതാപമെല്ലാം അസ്തമിച്ചു. എങ്കിലും തൃത്താ ന്തോന്നി സ്കൂളിന്റെ മാനേജരായ പ്രമത്തൻ നമ്പൂതിരിക്ക് ഒരു കഥാ പാത്രമെന്ന നിലയിൽ ഒരു മങ്ങലും സംഭവിച്ചിട്ടില്ല. (ആലോചനാമൃതം എന്ന പദത്തിന്റെ അർത്ഥം ആ പേരുകളിലുണ്ട്) ആ മാനേജർ നമ്പൂ തിരി അത്രകണ്ട് പ്രമത്തനായത് ജന്മികൂടി ആയതുകൊണ്ടാണ്. ഇവി ടെയും സമൂഹപരിവർത്തനത്തിന്റെ മുമ്പിൽ പ്രമത്തൻ നമ്പൂതിരി മുട്ടു ക്കുത്തുന്നതായി ചിത്രീകരിച്ചുകൊണ്ടാണ് നാടകം അവസാനിക്കുന്നത്. പക്ഷേ, നാടകകൃത്തിന്റെ ആശയാഭിലാഷങ്ങളല്ല സമൂഹത്തിന്റെ ചല നാത്മകശക്തികളാണ് പ്രതിലോമപ്രകൃതികളായ ശക്തികളുടെയും പാത്രങ്ങളുടെയും പതനത്തിന് വഴിയൊരുക്കുന്നത്. ആ സജീവ സാമൂ ഹ്യശക്തിയോടൊപ്പം നാടകകൃത്തും നിലയുറപ്പിക്കുന്നുണ്ടെന്നു മാത്രം.

കോളിളക്കം സൃഷ്ടിച്ച നാടകങ്ങളിലൊന്നാണ് *സ്വതന്ത്ര*. രാഷ്ട്രീയ സാമൂഹ്യാംശങ്ങൾ പശ്ചാത്തലത്തിലേക്ക് ഒതുങ്ങുകയും ഒരു പ്രണയ വൃത്താന്തം പ്രാധാന്യം നേടുകയും ചെയ്ത നാടകമാണത്. സഹോദര നോടൊപ്പം വീട്ടിൽ ഒളിവിൽക്കഴിഞ്ഞ ഒരു രാഷ്ട്രീയപ്രവർത്തകനെ, അയാൾ ക്രിസ്ത്യാനിയാണെന്നറിയാതെ പ്രേമിച്ച പത്മാവതി, ആളേ തായാലും വേണ്ടില്ല ഞാനയാളെ കല്യാണം കഴിക്കും എന്ന് 'സ്വാതന്ത്ര്യം' പ്രഖ്യാപിക്കുന്നതാണ് *സ്വതന്ത്ര*യുടെ ഇതിവൃത്തം *ദേവ ലോക*ത്തിലെ രാമചന്ദ്രന്റെ ആദ്യമാതൃകയായ ഒരു കഥാപാത്രമുണ്ട് ഈ നാടകത്തിൽ. പത്മാവതിയുടെ സഹോദരൻ പത്മനാഭൻ, പഴയ രാഷ്ട്രീ യാഭിമുഖ്യത്തെപ്പറ്റി ''അന്നെനിക്കങ്ങനെയൊരു വിഡ്ഢിത്തം പറ്റി പ്പോയി" എന്ന് കുറ്റസമ്മതം നടത്തുന്ന ആ കഥാപാത്രത്തെയാണ് ചെറു കാട് തന്റെ പ്രിയപുത്രിയായ *സ്വതന്ത്ര*യുടെ വഴിയിൽ പ്രതിബന്ധമായ വതരിപ്പിച്ചിരിക്കുന്നത്. പത്മാവതിയുടെ പിതാവായ അധികാരിപോലും മകൾ ക്രിസ്ത്യാനിയെ കല്യാണം കഴിക്കുന്നതു സഹിക്കാതെ ജോലി രാജിവച്ച് ഗുരുവായൂർ ഭജനമിരുന്ന് ശിഷ്ടായുസ്സു കഴിക്കാനേ ശ്രമിക്കു ന്നുള്ളൂ. ആ സ്വതന്ത്രയെ വെട്ടുകത്തിയുമായി നേരിടാനൊന്നും അദ്ദേഹം തയ്യാറല്ല. അതിന്റെ കാരണം സൂക്ഷ്മദൃഷ്ടികൾക്ക് കാണാൻ പ്രയാസ മില്ല. ഗവൺമെന്റിന്റെ നിയമം മകൾക്കനുകൂലമാണെന്ന് ആ സർക്കാർദാ സനറിയാം. 'ഇന്ത്യാ ഗവൺമെന്റിന്റെ നിയമംപോലെ അങ്ങട്ട് നടന്നോട്ടെ അവള്' എന്നാണധികാരിയുടെ തീർപ്പ്. "ഗവൺമെന്റല്ലേ? ഈശ്വരനെ പ്പോലെ ശക്തിയുള്ള ഒരു സ്ഥാപനമല്ലേ? അതിനെ ബഹുമാനിക്കണ്ടേ?" ഗവൺമെന്റിന്റെയും ഗുരുവായൂരപ്പന്റെയും ഭക്തനായ ആ അധികാരി ഒരു ഈശ്വരന്റെ (ഗവൺമെന്റിന്റെ) ഇച്ഛയ്ക്കു വഴങ്ങി രണ്ടാമത്തേതിനെ (ഗുരുവായൂരപ്പനെ) ശരണം പ്രാപിച്ച് വിരമിക്കുന്ന ചിത്രം എത്ര മിഴിവു ള്ളതാണ്. പത്മാവതിയുടെ പ്രണയപാത്രമായ കമ്യൂണിസ്റ്റുകാരൻ ഈ നാടകത്തിൽ ഒരു നിഴലാണ്. ഇത് അക്കാലത്തൊരാരോപണ മായിത്തന്നെ ഉയർന്നു വന്നിരുന്നു. ചെറുകാട് അതിനിങ്ങനെ മറുപടി നല്കി: "ഞാനീ നാടകം എഴുതാൻ തുടങ്ങുമ്പോൾ ഒരു കമ്യൂണിസ്റ്റ്

നേതാവിനെ ചിത്രീകരിക്കണമെന്നല്ല ഉന്നം വച്ചത്. ഒരു സ്വതന്ത്രയെ ചിത്രീകരിക്കണം എന്നാണ്." സഹോദരന്റെ ഭീഷണിയുടെ മുമ്പിൽ "ആ പേടി എനിക്കില്ല. ഞാനും സ്വതന്ത്ര ഇന്ത്യയിൽ ഇരുപത്തൊന്നു വയസ്സായ ഒരു പെണ്ണാണ്." എന്നു പ്രഖ്യാപിക്കുന്ന പത്മാവതിയെ സൃഷ്ടിക്കുക വഴി ചെറുകാടിന് തന്റെ ലക്ഷ്യം നേടിയെന്നഭിമാനിക്കാം.

"കലാസമിതിപ്രസ്ഥാനത്തെ ഏറ്റവുമധികം സ്നേഹിക്കുന്ന ഞാൻ..." പറയുന്നത് ചെറുകാടാവുമ്പോൾ ഇതൊരു പൊങ്ങച്ചമാവില്ലെന്ന് ആർക്കും ഉറപ്പിക്കാം. അത്രകണ്ട് മലബാറിലെ കലാസമിതിപ്രസ്ഥാനവുമായി അലിഞ്ഞുചേർന്നിട്ടുള്ളയാളാണ് അദ്ദേഹം. ആ ചെറുകാട് ഒരു സ്വയംവിമർശനത്തിനൊരുങ്ങിയതിന്റെ ഫലമാണ് *വാൽനക്ഷത്രം* സ്വയംവിമർശനത്തിൽ വിമർശകൻ ഒഴിഞ്ഞു നില്ക്കുന്നില്ലല്ലോ. മാധവപ്പണിക്കർ എന്ന കഥാപാത്രമായി ചെറുകാട് ഈ നാടകത്തിലുണ്ട്. ഇരുപതുവർഷം മുമ്പ് നാടകത്തിലൂടെ ചെറുകാടുന്നയിച്ച പ്രശ്നങ്ങൾ സി ജെ തോമസിനെപ്പോലെയുള്ളവർ നിരൂപണത്തിലൂടെയും ഉന്നയിച്ചിട്ടുള്ളതാണ് (*ഉയരുന്ന യവനിക*). നമ്മുടെ നാടകവേദിയിൽ അവയിൽ ചിലതെങ്കിലും ഇന്നും പ്രസക്തമായി നില്ക്കുന്നതുകൊണ്ടു മാത്രമല്ല *വാൽനക്ഷത്രം* കാലഹരണപ്പെട്ടുപോകാത്ത ഒരു നാടകമായിരിക്കുന്നത്.

വർഗ്ഗബോധം

മന്ത്രവാദം തുടങ്ങിയ അന്ധവിശ്വാസങ്ങളുടെ സ്വാധീനവും പ്രേരണകളും വെളിവാക്കുകയായിരുന്നു *രക്തേശ്വരി*യുടെ രചനാ ലക്ഷ്യം. ചിലരുടെ ദുര അത്തരം അന്ധവിശ്വാസങ്ങളെ സ്വാർത്ഥ ലാഭത്തിനുള്ള കെണിയാക്കുന്നു. അതിൽ വീഴുന്ന നിഷ്കളങ്കനായ മനുഷ്യൻ *രക്തേശ്വരി*യായി മാറുന്നു. മാലതി എന്ന കുട്ടി നാടകാന്ത്യത്തിൽ ചോദിക്കുന്ന, "അച്ഛനും കുടിക്ക്വോ ചോര" എന്ന ചോദ്യം ഈ നാടകത്തിന് അർത്ഥഗൗരവമുള്ള ഒരു നാടകീയ സമാപനം നല്കുന്നു. അന്തവിശ്വാസത്തിന്റെ പൊള്ളത്തരം ബോദ്ധ്യപ്പെടുത്തുകയായിരുന്നില്ല ചെറുകാടിന്റെ ലക്ഷ്യം. അത് ചെറുകാടിന്റെ അഭിലാഷമായിരുന്നോ എന്നല്ല. അത് ഈ കഥാപാത്രങ്ങൾക്ക് ഇണങ്ങുമായിരുന്നോ എന്നതാണ് പ്രധാനം. കർഷകന്റെ ജീവിതത്തിൽ പുതിയ പ്രതീക്ഷകൾ ഉദിച്ച 1958 ആണ് *അണക്കെട്ടി*ന്റെ രചനാകാലം. "ഗവൺമെന്റ് നാന്നാവാ–കരള് മാന്തണ കള്ളന്മാരെ പിടിച്ചു തളക്യാ, എന്നിട്ടു കൃഷിക്കാരങ്ങനെ പണിയെടുത്താൽ ബ്ടെനെല്ലു കൊണ്ടൊരു കള്യാ"–ഈ ശുഭഭാവിദർശനത്തോടെ സമാപിക്കുന്ന അണക്കെട്ട് അദ്ധ്വാനത്തെ ആത്മസാഫല്യമായിക്കാണുന്ന ഗ്രാമീണകർഷകന്റെ വിയർപ്പിന്റെ മണമുള്ള രചനയാണ്. *നമ്മളൊന്ന്* മുതൽ *അണക്കെട്ടു*വരെയുള്ള ചെറുകാടിന്റെ കാർഷിക നാടകങ്ങളെല്ലാം, ഹിന്ദു–മുസ്ലീം എന്നിങ്ങനെയുള്ള സാമുദായിക വികാരങ്ങളെക്കാൾ അഗാധവും സ്വാഭാവികവുമായ ഒരു കർഷകവർഗ്ഗവികാരം അനുഭവപ്പെടുത്തുന്നതിലാണ് വിജയിക്കുന്നത്. ഗവൺമെന്റ് ചെയ്യേണ്ടതു ചെയ്യാ

ഞ്ഞാൽ അജ്ഞതയിലും അന്ധവിശ്വാസങ്ങളിലും മുഴുകിക്കിടക്കുന്ന പാവപ്പെട്ട ഗ്രാമീണകർഷകരെ ഇടത്തട്ടുകാർ എങ്ങനെ ചൂഷണം ചെയ്യുമെന്ന് പുസ്തകം നോക്കി പഠിക്കേണ്ടതില്ല ചെറുകാടിന്. ചൂഷകവിഭാഗത്തിനും ഒരൈക്യമുണ്ട്. ഒരു പൊതു സ്വഭാവം, വർഗ്ഗീയതയ്ക്കതീതമായ ഒരു വർഗ്ഗപ്രകൃതി. "ഒക്കെ കുറുക്കന്മാര് — ഒന്ന് നായർ കുറുക്കൻ: മറ്റത് മാപ്പളക്കുറുക്കൻ" എന്നേയുള്ളൂ. ഈ വർഗ്ഗത്തിനെതിരായി ഒരു കർഷകവർഗ്ഗാഭിമുഖ്യമാണ് ചെറുകാടിന്റെ സർഗ്ഗപരമായ സഹജപ്രകൃതിതന്നെ — *നമ്മളൊന്നി*ലെ പങ്ങൻനായരെപ്പോലെ, *അണക്കെട്ടി*ലെ കിട്ടമ്മാവനെയും ശ്രദ്ധിക്കുക. അവർ അവരുടെ വർഗ്ഗത്തിന്റെ സൂക്ഷ്മയാഥാർത്ഥ്യത്തെ പ്രതിനിധീകരിക്കുകയാണ്. രംഗത്തു വന്ന് കണ്ണും പിടിയും കാട്ടി "ഉഗ്രൻ ക്യാരക്ടർ" എന്ന് കൈയടി നേടിപ്പോകുന്ന കഥാപാത്രങ്ങളുടെയും അത്തരം കഥാപാത്രങ്ങളെ സൃഷ്ടിക്കുന്ന സർഗ്ഗധനന്മാരുടെയും ഈ നാട്ടിൽ കഥാപാത്രത്തിന്റെ വർഗ്ഗപരമായ സൂക്ഷ്മപ്രകൃതികൾപോലും സത്യസന്ധമായി പകർത്തുന്ന ചെറുകാട് ഒരധികപ്പറ്റു തന്നെയാണ് ('കഥാപാത്രത്തിന് മനുഷ്യപ്രകൃതിയല്ലാതെ വർഗ്ഗപ്രകൃതിയോ' എന്നു നെറ്റിചുളിക്കുന്ന പണ്ഡിതന്മാരെ ഞാൻ കാണുന്നു).

ചെറുകാടിന്റെ ഏതാനും സാമുദായിക നാടകങ്ങളെപ്പറ്റിയാണ് ഇതുവരെ പറഞ്ഞത്. സാമുദായികനാടകങ്ങളുടെ പട്ടിക ഇവിടെ അവസാനിക്കുന്നില്ല. എന്നാൽ കൂടുതൽ ശ്രദ്ധേയമായ ചില സവിശേഷതകളുള്ള *ജന്മഭൂമി* എന്ന ചരിത്രനാടകത്തെപ്പറ്റിക്കൂടി പരാമർശിച്ച് ഈ നിരീക്ഷണം അവസാനിപ്പിക്കാനാണുദ്ദേശിക്കുന്നത്.

ടിപ്പുവിന്റെ മലബാർ ആക്രമണത്തിന്റെയും കലാപത്തിന്റെയും പശ്ചാത്തലത്തിൽ രചിക്കപ്പെട്ട ഒരു ചരിത്രനാടകമാണ് *ജന്മഭൂമി*. ആ ചരിത്രസംഭവത്തെ ശുഷ്കമായ ഒരു ഭൂതകാലസംഭവമായി നോക്കിക്കാണാൻ സാധിച്ചേക്കും. ചരിത്രം എന്നതുതന്നെ രാജാക്കന്മാരുടെ അധികാരമത്സരത്തിന്റെ രേഖയാണല്ലോ ഇവിടെ. ഓരോ ചരിത്രസംഭവത്തിന്റെയും ഏട്ടിൽ പതിയുന്ന രൂപം പില്ക്കാലത്ത് ചരിത്രമായി ധരിക്കപ്പെട്ടുപോകുന്നു. അതിന്റെ വൈകാരികതലം അവഗണിക്കപ്പെടുന്നു. ജനങ്ങളുടെ പങ്കാളിത്തവും പ്രതികരണവും ചരിത്രപുസ്തകത്താളിൽ പതിഞ്ഞില്ലെന്നുവരാം. യാഥാർത്ഥ്യവിരുദ്ധമായി പതിഞ്ഞുപോയെന്നുംവരാം. ടിപ്പുവിന്റെ ആക്രമണം ചരിത്രപുസ്തകങ്ങളിൽ നേടിയെടുത്ത രേഖാരൂപവുമായിണങ്ങാത്തതിനാൽ *ജന്മഭൂമി* ചരിത്രസത്യത്തിനെതിര് എന്ന് പഴിക്കപ്പെട്ടിട്ടുണ്ട്. ചെറുകാട് ആ ആരോപണത്തിന് തന്റെ ധാരണയിലുറച്ചുനിന്ന് മറുപടി പറഞ്ഞിട്ടുമുണ്ട്.

ചെറുകാടിന്റെ നാടകം ടിപ്പുവിനെ വില്ലനോ നായകനോ ആക്കുന്നില്ല. പുഴായ മൂപ്പിൽ നായരും, കടവത്തു മൊയ്തീനുമാണ് ചെറുകാടിന്റെ നായകന്മാർ. അവർ ജന്മഭൂമിക്കുവേണ്ടി പൊരുതി നേടി. പക്ഷേ, യഥാർത്ഥപോരാട്ടം അവിടെ തുടങ്ങുകയായിരുന്നു. 1792 ൽ ടിപ്പുവും

ഈസ്റ്റിന്ത്യാ കമ്പനിയുമായി സന്ധിയായതോടെ സാമൂതിരി 'മാലിഖാൻ' വാങ്ങി അടങ്ങിയിരിക്കാൻ നിശ്ചയിച്ചു. കമ്പനി, നികുതി ചുമത്താൻ നിശ്ച യിച്ചു. കുറേ എരേച്ച മേനോന്മാർ അതിനു വഴങ്ങിയെങ്കിലും ഹിന്ദുവും മുസ്ലീമും അടങ്ങിയ കർഷക ജനത അതിനെ എതിർത്തു. "ഏതു ചെകു ത്താൻ വന്നാലും മലയാളത്തിനു നികുതി കെട്ടാൻ സമ്മതിച്ചുകൂടാ" എന്ന മൊയ്തീന്റെ തീരുമാനം അവനെയും പുഴായ മൂപ്പിൽ നായരെയും സായിപ്പിന്റെ തോക്കിനിരയാക്കുന്നേടത്താണ് നാടകത്തിന്റെ തിരശ്ശീല വീഴുന്നത്. ഭൂമിയൊക്കെ അതാത് ദേശത്തെ പ്രമാണികൾക്കേല്പിച്ചു കൊടുത്ത് അവരുടെ മേൽനോട്ടത്തിൽ കോൽക്കാരെ നിയമിച്ച് നികുതി പിരിച്ച് നിലനിൽപ്പുറപ്പിക്കുന്ന കമ്പനിക്കെതിരായ കലാപത്തിന്റെ വെടി യാണവിടെ മുഴങ്ങുന്നത്.

കൊല്ലവർഷം 9–ാം നൂറ്റാണ്ടിന്റെ പശ്ചാത്തലത്തിൽ ചരിത്രനാടക മെഴുതുമ്പോഴും പുസ്തകങ്ങളിലും ഔദ്യോഗിക രേഖകളിലുമല്ല ജന ങ്ങളുടെ വികാരങ്ങളിലാണ് ചെറുകാട് വിശ്വാസം അർപ്പിക്കുന്നത്. അതു പാടില്ല എന്ന വാദത്തിനർത്ഥം ചെറുകാടിന്റെ സമീപനം മറ്റൊന്നാകണ മെന്നാണ്. മരണം വരെ ചെറുകാട് തന്റെ സമീപനം മാറ്റാൻ കൂട്ടാക്കിയ തുമില്ല.

ചെറുകാട്-ആത്മകഥ

ചെറുകാടിന്റെ ജീവിതപ്പാത

ആർ പി

കേരള–കേന്ദ്ര സാഹിത്യ അക്കാദമികളുടെ അവാർഡിനർഹമായ സാഹിത്യകൃതിയാണ് ചെറുകാടിന്റെ *ജീവിതപ്പാത*. സാമൂഹ്യരാഷ്ട്രീയ രംഗങ്ങളിൽ സ്വന്തം വ്യക്തിമുദ്ര പതിപ്പിക്കുകയും പുരോഗമനസാഹിത്യരംഗത്ത് സ്ഥിരപ്രതിഷ്ഠ നേടുകയും ചെയ്ത ചെറുകാട്, സ്വന്തം ജീവിതകഥയോടൊപ്പം "തെക്കെ മലബാറിലെ കൂട്ടുകുടുംബങ്ങളുടെയും ജന്മിത്തത്തിന്റെയും തകർച്ചയും പുതിയൊരു സമൂഹത്തിന്റെ വളർച്ചയും" വിവരിച്ചിരിക്കുന്നു. 1950 നു മുമ്പുള്ള ഏതാണ്ട് കാൽ നൂറ്റാണ്ട് കാലത്തെ ചെറുകാടിന്റെ പ്രവർത്തനവുമായി ബന്ധപ്പെടുത്തിക്കൊണ്ടാണ് സാമൂഹ്യവും രാഷ്ട്രീയവുമായ ഈ പരിവർത്തനത്തിന്റെ ചരിത്രം വിവരിക്കുന്നത്. *ജീവിതപ്പാത*യുടെ ആമുഖത്തിൽ ചെറുകാടുതന്നെ പറയുന്നത് ഒരാൾക്കു മാത്രമായി ഒരു കഥയില്ലെന്നും ജനിച്ചു വളർന്ന നാടും അവിടെയുള്ള ജനതയുമായി ബന്ധപ്പെട്ടതാണ് ഓരോ ആളുകളുടെയും കഥയെന്നുമാണ്. ഓരോ വ്യക്തിയുടെയും ജീവിതം പരിസരവുമായി ബന്ധപ്പെട്ടിരിക്കുന്നുവെന്നു പറഞ്ഞാൽ സാമൂഹ്യരാഷ്ട്രീയപ്രശ്നങ്ങളും പ്രവർത്തനങ്ങളുമായി ബന്ധപ്പെട്ടിരിക്കുന്നുവെന്നാണ്, സാമൂഹ്യവും രാഷ്ട്രീയവുമായ പുരോഗതിയിൽ ഓരോ വ്യക്തിയും തന്റേതായ പങ്ക് വഹിക്കുന്നുവെന്നാണ്.

വഴിയിൽ നാം ഒരപരിചിതനെ കണ്ടുമുട്ടുന്നുവെന്ന് വിചാരിക്കുക. നാം അയാളുമായി പരിചയപ്പെടാൻ ആഗ്രഹിക്കുന്നു. "ആരാണ്, എവിടുന്നു വരുന്നു. എങ്ങോട്ടു പോകുന്നു, എന്തിനു പോകുന്നു, വീട്ടിലാരൊക്കെയുണ്ട്, എന്താണ് ജോലി?" അങ്ങനെ പോകും ചോദ്യങ്ങൾ. ആ യാത്രക്കാരനെപ്പറ്റി ഇതൊക്കെ അറിഞ്ഞിട്ട് വലിയ കാര്യമൊന്നുമില്ല. എങ്കിലും ഒരു നേരമ്പോക്ക്. അയാൾ കഥ പറയുന്നു. നാം അതു കേൾക്കു

ന്നു. നമുക്ക് അയാളോടൊരു മമതയുണ്ടാകുന്നു... അങ്ങനെ ആ യാത്രക്കാർ തമ്മിൽ ഹൃദയസംവാദമുണ്ടാകുന്നു. യാത്ര തീരുന്നതുവരെ അവർ ഒന്നാവുന്നു... ഈ നേരമ്പോക്കിൽ കവിഞ്ഞൊന്നും വായനക്കാരൻ എന്റെ കഥയിൽനിന്ന് പ്രതീക്ഷിക്കരുത്.

*ജീവിതപ്പാത*യുടെ ആമുഖത്തിലുള്ള ചെറുകാടിന്റെ വിനയാന്വിതമായ ഈ പ്രസ്താവന. വായനക്കാർ തീർച്ചയായും വാക്യാർത്ഥത്തിൽ സ്വീകരിക്കുകയില്ല. പൊതുരംഗത്ത് പ്രശസ്തരായ പലരും ആത്മകഥകൾ എഴുതിയിട്ടുണ്ട്. മഹാത്മാഗാന്ധി, പണ്ഡിറ്റ് നെഹ്റു തുടങ്ങിയ പ്രശസ്തരായ നേതാക്കളുടെ ആത്മകഥകളുണ്ട്. സഖാക്കൾ ഇ എം എസിന്റെയും എ കെ ജിയുടെയും ആത്മകഥകളുണ്ട് മറ്റു പലരുടെയും ആത്മകഥകളുണ്ട്. ഇവയോരോന്നിലും തൽക്കർത്താക്കൾ സ്വന്തം വീക്ഷണത്തിലൂടെയും പ്രവർത്തനവുമായി ബന്ധപ്പെടുത്തിയും അന്നത്തെ സാമൂഹ്യ രാഷ്ട്രീയസ്ഥിതികളെയും പ്രവർത്തനങ്ങളെയും വിവരിക്കുന്നു. ചെറുകാടിന്റെ ജീവിതവുമായി ബന്ധപ്പെട്ട പ്രദേശത്തിന്റെയും ജനസമൂഹത്തിന്റെയും പ്രവർത്തനത്തിന്റെ ചരിത്രമാണ് *ജീവിതപ്പാത*യും.

ആത്മകഥാകൃത്തുക്കൾ കഥാകഥനത്തിൽ വ്യത്യസ്തമായ രണ്ടു സമീപനം സ്വീകരിക്കാറുണ്ട്. സ്വന്തം വ്യക്തിത്വവും പ്രവർത്തനവുമായി ബന്ധപ്പെടുത്തിക്കൊണ്ട് സാമൂഹ്യരാഷ്ട്രീയമണ്ഡലങ്ങളെ വിവരിക്കുന്നതാണ് അവയിലൊന്ന്. താൻ ഉൾക്കൊള്ളുന്ന സമൂഹത്തിന്റെയും പ്രസ്ഥാനങ്ങളുടെയും ഗതിവിഗതികൾക്ക് പ്രാധാന്യം നല്കിക്കൊണ്ടുള്ളതാണ് മറ്റൊന്ന്. അതിൽ വ്യക്തിക്കുള്ള സ്ഥാനം അപ്രധാനമാണ്, ഒരു ഘടകം മാത്രമാണ്. ആത്മകഥാകൃത്ത്, *ജീവിതപ്പാത* ഇതിൽ ആദ്യവിഭാഗത്തിൽ പെടുമെന്നാണ് എന്റെ അഭിപ്രായം.

"ഈ ജന്മം സത്യമാണ്. ഇത് ഉള്ള കാലത്തോളം എനിക്കിവിടെ ജീവിക്കണം." ഇതാണ് *ജീവിതപ്പാത*യിൽ ചെറുകാടുതന്നെ വ്യക്തമാക്കിയിട്ടുള്ള അദ്ദേഹത്തിന്റെ ജീവിതവീക്ഷണം. "ജീവിക്കാൻ ആഗ്രഹിച്ച മനുഷ്യസമുദായം ഇന്നോളം നേടിവെച്ചിട്ടുള്ള ആശയങ്ങളും ആയുധങ്ങളും പരിഷ്കരിച്ച് ഉപയോഗിച്ച് കൂട്ടുകാരോടൊപ്പം നാം പോരാടുന്നു. എനിക്കുവേണ്ടിയും നിങ്ങൾക്കുവേണ്ടിയും മാത്രമല്ല, നമ്മുടെ ഭാവിപരമ്പരയ്ക്കുവേണ്ടിയും" എന്ന ഭാഗംകൂടിയായാൽ ചെറുകാടിന്റെ ജീവിതവീക്ഷണം പൂർത്തിയായി. ചെറുകാടിന്റെ ഈ ജീവിതവീക്ഷണവുമായി *ജീവിതപ്പാത*യിലൂടെ അല്പമൊന്ന് ഇറങ്ങിത്തിരിക്കുകയാണ് ഇവിടെ ചെയ്യുന്നത്.

ഭാവനാസമ്പന്നനായ സാഹിത്യകാരൻ സ്വജീവിതത്തെയും സ്വാനുഭവങ്ങളെയും ആകർഷകമായ രീതിയിൽ പ്രതിപാദിക്കുമ്പോൾ വായനക്കാർ അതിൽ ആകൃഷ്ടരാവുന്നു. സാഹിത്യഗുണം തികഞ്ഞ ഒരു നോവലോ കഥയോ മറ്റു സാഹിത്യസൃഷ്ടികളോ വായിക്കുമ്പോൾ എന്നപോലെ ആനന്ദം ഉളവാകുന്നു. പ്രസ്തുത കൃതിയെയും തൽക്കർത്താവിനെയും അഭിനന്ദിക്കുന്നു. ഈ അനുഭൂതിയും അഭിനന്ദനവും മാത്രം

കൊണ്ട് ഒരു ആത്മകഥ വായിക്കുന്നതിന്റെ ഉദ്ദേശ്യം പൂർത്തിയാകുന്നുണ്ടോ? തീർച്ചയായും ഇല്ല. ശാസ്ത്രഗ്രന്ഥങ്ങൾപോലെയോ ചരിത്രഗ്രന്ഥങ്ങൾപോലെയോ അല്ലെങ്കിലും ആത്മകഥാകൃത്ത് ഒരു കാലഘട്ടത്തിന്റെ യഥാർത്ഥ ചരിത്രമാണ് പ്രതിപാദിക്കുന്നത്. അന്നത്തെ സാമൂഹ്യരാഷ്ട്രീയസ്ഥിതികളെയും പ്രവർത്തനങ്ങളെയും കുറിച്ചുള്ള പഠനവും വിലയിരുത്തലുമാണ് ആത്മകഥ വായിക്കുന്നതിലൂടെ ചെയ്യുന്നത്.

പഴമയുടെ പതനം

*ജീവിതപ്പാത*യെ മൂന്നു ഭാഗമായി വിഭജിച്ചതിൽ കുടുംബമാണല്ലോ ആദ്യഭാഗം. രണ്ടു നൂറ്റാണ്ടു മുമ്പുമുതൽക്കുള്ള സംഭവങ്ങൾ, തറവാടിന്റെ മഹിമയെപ്പറ്റി അങ്ങേയറ്റം അഭിമാനവും മാതുലന്മാരെക്കുറിച്ച് അത്യാദരവും ഉണ്ടായിരുന്ന കുഞ്ഞമ്മാമനിൽനിന്ന് കേട്ടറിഞ്ഞത് വായനക്കാരുടെ മുമ്പിൽ അവതരിപ്പിക്കുന്നു. നിലവിലുണ്ടായിരുന്ന മരുമക്കത്തായ കൂട്ടുകുടുംബവ്യവസ്ഥയുടെ നല്ലകാലവും നാശത്തിലേക്കുള്ള അതിന്റെ പോക്കും നമുക്കു കാണാം. കുടുംബത്തിൽ വയസ്സു മൂത്ത പുരുഷൻ നിഷ്പക്ഷമായി തറവാട് ഭരിച്ചിരുന്ന കാലഘട്ടം ആ സമ്പ്രദായത്തിന്റെ ഗുണം ഉൾക്കൊള്ളുന്നു. ഒരു കാരണവർ സാമൂതിരി കോവിലകത്ത് ചെന്നുകൂടി ഭരണാധികാരമില്ലാതായെങ്കിലും പ്രതാപിയായ, നാടുവാഴിയുടെ പ്രീതി നേടുന്നു. ഈ ആനുകൂല്യം ഉപയോഗിച്ച് സ്വത്ത് സമ്പാദിക്കുന്നു. നാടുവാഴിത്ത കാലഘട്ടത്തിൽ നാടുവാഴിയുമായി ബന്ധപ്പെട്ടുകൊണ്ടാണ് എല്ലാവരും സാമ്പത്തികമായ മെച്ചം നേടിയിട്ടുള്ളത്. ആ കാരണവരും അനന്തരവന്മാരും ഇതിനൊരു അപവാദമല്ല. ഭാഗ്യവാനായ വലിയമ്മാമനും അദ്ദേഹത്തിന്റെ അമ്മാമനും കൂടി സമ്പാദിച്ച സ്വത്ത് സ്വസഹോദരിയുടെയും സന്താനപരമ്പരകളുടെയും ശ്രേയസ്സിനായി ഉറപ്പിക്കുന്നു. ആ വലിയമ്മാമന് സ്വന്തം ഭാര്യയുടെയും മക്കളുടെയും കാര്യത്തിൽ ഒട്ടും താല്പര്യമില്ല. സർവ്വാധിപതിയായ കുട്ടിയമ്മാമനാകുമ്പോഴേക്കും അനന്തരവന്മാരുടെ കാര്യം ശ്രദ്ധിക്കുന്നതോടൊപ്പം തന്നെ മക്കളുടെ ഭാവിയും കണക്കിലെടുക്കുന്നു. അടുത്ത തലമുറയിലെ കുഞ്ഞമ്മാമനാകുമ്പോഴേക്കും സ്വസഹോദരിയുടെയും അനന്തരവന്മാരുടെയും കാര്യത്തിൽ ഉള്ള താല്പര്യം കുറയുകയും അതിനേക്കാൾ കൂടുതലായി ഭാര്യയുടെ ഭാവിയെപ്പറ്റി ശ്രദ്ധിക്കുകയും ചെയ്യുന്നു.

മരുമക്കത്തായ കൂട്ടുകുടുംബസമ്പ്രദായം ഏകദേശം 1900 വരെ വലിയ കുഴപ്പങ്ങളും അന്തഃച്ഛിദ്രവും ഇല്ലാതെ നിലനിന്നിരുന്നു. നാടുവാഴി സമ്പ്രദായത്തിന്റെ ഭാഗങ്ങളായ ജന്മിവ്യവസ്ഥയും ജാതിതിരിവും കുലത്തൊഴിലുകളും അതേപ്പടി തുടർന്നുപോന്നു. മലബാർ പ്രദേശം 1800 നുമുമ്പുതന്നെ ബ്രിട്ടീഷ് ആധിപത്യത്തിലാവുകയും പഴയ നാടുവാഴികളുടെ ഭരണാധികാരം നഷ്ടപ്പെടുകയും ചെയ്തിരുന്നുവെങ്കിലും പിന്നീട് ഒരു നൂറ്റാണ്ടിലധികം കാലം നാടുവാഴിത്തമ്പുരാക്കന്മാർ ഓരോ പ്രദേശത്തും സമുദായത്തെ നിയന്ത്രിക്കുകയും അധികാരം ചെലുത്തു

കയും ചെയ്തിരുന്നു. ബ്രിട്ടീഷ് ആധിപത്യത്തിലായെങ്കിലും പിന്നെയും ഏതാണ്ട് ഒരു നൂറ്റാണ്ടു കാലത്തേക്ക് പഴയ സാമൂഹ്യവ്യവസ്ഥയ്ക്ക് വലിയ കോട്ടം തട്ടിയിരുന്നില്ല. എന്നാൽ പുതിയ ഭരണസമ്പ്രദായങ്ങളും നിയമവ്യവസ്ഥകളും ആധുനിക വിദ്യാഭ്യാസവും പുതിയ ജീവിതസാഹചര്യങ്ങളും മറ്റും മുതലാളിത്തവ്യവസ്ഥയുടെ സ്വാധീനം വർദ്ധിച്ചു കൊണ്ടിരുന്നു. ഈ പരിവർത്തനത്തിന്റെ തുടക്കമാണ്. *സർവ്വാധിപതി*യിൽ കാണുന്നതെങ്കിൽ *കുഞ്ഞമ്മാമനി*ലെത്തുമ്പോഴേക്കും ആ മാറ്റം ഉയർന്നരൂപം പ്രാപിക്കുന്നു.

1920 നുശേഷമുള്ള കാലഘട്ടത്തിലാണ് മലബാറിൽ നാടുവാഴിത്തത്തിനെതിരായ സമരം വളരുന്നതും ജാതിവ്യവസ്ഥയ്ക്കും കൂട്ടുകുടുംബസമ്പ്രദായത്തിനുമെതിരായി ശബ്ദം ഉയരുന്നതും. പുതിയ ജീവിതസാഹചര്യങ്ങൾ സ്വത്തുടമയിലും കുടുംബബന്ധങ്ങളിലും മാറ്റങ്ങൾക്കു വഴി തെളിയിച്ചു. കുടിയാനെ ഒഴിപ്പിക്കാനും പാട്ടം വർദ്ധിപ്പിക്കാനും മറ്റും പരമാധികാരമുണ്ടായിരുന്ന നാടുവാഴി ജന്മിയുടെ അധികാരത്തിന് കടിഞ്ഞാണിടുവാൻ അഭ്യസ്തവിദ്യരും വളർന്നുവരുന്ന സമുദായത്തിലെ ഉന്നതരുമായ പലരും ശ്രമിച്ചു. സർ സി ശങ്കരൻ നായർ, സർ എം കൃഷ്ണൻ നായർ, കെ പി രാമൻ മേനോൻ, കെ മാധവൻ നായർ, യു ഗോപാലൻ മേനോൻ, ജി ശങ്കരൻ നായർ തുടങ്ങിയ പ്രശസ്തരായ പലരും ജന്മിത്തത്തിനെതിരായ, കുടിയായ്മപ്രക്ഷോഭത്തിന് നേതൃത്വം നല്കിയിട്ടുണ്ട്. സർ സി ശങ്കരൻ നായർ മദിരാശി ഹൈക്കോടതയിൽ ജഡ്ജിയായിരുന്ന കാലത്ത് ഒരിക്കൽ നാട്ടിൽ വന്നപ്പോൾ ജന്മിയായും നമ്പൂതിരിയുടെ മനയ്ക്കലെ പടിക്കൽക്കൂടി മഞ്ചലിൽ പോയെന്നും ആ ധിക്കാരത്തിന് ആ ജന്മിയുടെ വക ശങ്കരൻ നായരുടെ വീട്ടുകാർക്കുണ്ടായിരുന്ന ഭൂമിയെല്ലാം ഒഴുപ്പിച്ചെടുത്തുവെന്നുമുള്ള കഥ പ്രസിദ്ധമാണ്. ഹൈക്കോടതി ജഡ്ജിയായാലും എത്ര ഉയർന്ന ഉദ്യോഗസ്ഥനായാലും ജന്മിക്ക് അനിഷ്ടം സംഭവിച്ചാൽ ഭൂമി ഒഴിയേണ്ട സ്ഥിതിയാണ് ഉണ്ടായിരുന്നത്. ആധുനികവിദ്യാഭ്യാസവും ഉയർന്ന ഉദ്യോഗങ്ങളുമായി വളർന്നുവന്ന വിഭാഗം ജന്മിത്തത്തെ കടിഞ്ഞാണിടാൻ ശ്രമിച്ചതിൽ നിന്നാണ് കുടിയായ്മപ്രക്ഷോഭവും നിയമനിർമ്മാണവും ഉണ്ടായത്. ഭൂമിയിൽ അദ്ധ്വാനിക്കുന്ന യഥാർത്ഥ കർഷകന്റെ അവകാശം ആ നിയമംകൊണ്ട് സംരക്ഷിക്കപ്പെട്ടിരുന്നില്ല. പിന്നീട് കോൺഗ്രസിന്റെയും കമ്യൂണിസ്റ്റ് പാർട്ടിയുടെയും പ്രവർത്തനം നാട്ടിൽ ശക്തിപ്പെട്ടതിനുശേഷം മാത്രമാണ് അദ്ധ്വാനിക്കുന്ന കർഷകന്റെ അവകാശങ്ങൾക്കുവേണ്ടിയുള്ള പ്രക്ഷോഭം ആരംഭിക്കുന്നത്. എങ്കിലും ഭൂസ്വത്തിനെ കേന്ദ്രീകരിച്ചുള്ള സാമൂഹ്യവ്യവസ്ഥയ്ക്ക് ഈ കുടിയായ്മ പ്രക്ഷോഭവും നിയമനിർമ്മാണവും കോട്ടം തട്ടിച്ചു. മരുമക്കത്തായ കൂട്ടുകുടുംബവ്യവസ്ഥയുടെയും അതുമായി ബന്ധപ്പെട്ട ആചാരവിശേഷങ്ങളുടെയും നാശത്തിന് കളമൊരുക്കി. കുടുംബമെന്ന ആദ്യഭാഗത്തിലെ എട്ട് അദ്ധ്യായങ്ങൾ പഴമയുടെ നാശത്തി

ലേക്കുള്ള ഗതിയെ വിവരിക്കുന്നു.

കുട്ടിക്കാലം

വിദ്യാരംഭം മുതൽ അവകാശി വരെയുള്ള പന്ത്രണ്ട് അദ്ധ്യായങ്ങളിൽ ചെറുകാടിന്റെ കുട്ടിക്കാലത്തെ ജീവിതാനുഭവങ്ങളാണ്. മരുമക്കത്തായ കുടുംബങ്ങളിലെ അനന്തരവന്മാർക്ക് സ്കൂൾ വിദ്യാഭ്യാസം സിദ്ധിക്കുന്നതിന് എത്രതന്നെ ആഗ്രഹമുണ്ടായിരുന്നാലും മിക്കവർക്കും ആ ആഗ്രഹം സഫലമാകാറില്ല. സാമ്പത്തികഭദ്രതയുള്ള കുടുംബങ്ങളിൽപ്പോലും അനന്തരവന്മാരുടെ സ്ഥിതി ഇതായിരുന്നു. കഴിവുള്ള അച്ഛന്മാർ മക്കളുടെ വിദ്യാഭ്യാസത്തിന്റെ ചുമതല ഏറ്റെടുക്കാൻ തുടങ്ങിയിരുന്നു. തെക്കെ മലബാറിലെ മരുമക്കത്തായ തറവാടുകളിൽ പൊതുവെയുണ്ടായിന്ന ആ സ്ഥിതി വിശേഷം ചെറുകാടിന്റെ ബാല്യകാലസംഭവങ്ങളിലും കാണാം. സ്വന്തം വീട്ടിലും ഗോപാലൻ എഴുത്തച്ഛന്റെയടുക്കലും വല്ലപ്പുഴയും ഏലങ്കുളത്തും പെരിന്തൽമണ്ണയിലും മറ്റുമായി കുട്ടിക്കാലത്തെ വിദ്യാഭ്യാസം ഇഴഞ്ഞു നീങ്ങുന്നു. തറവാട്ടിലെ കാരണവർക്ക് അനന്തരവന്മാരുടെ ഭാവിയെ സംബന്ധിച്ച് എത്രത്തോളം താല്പര്യം ഉണ്ടായിരുന്നുവെന്ന് ഇതിൽനിന്നു വ്യക്തമാണ്. ചെറുകാടിന്റേത് ഒറ്റപ്പെട്ട ഒരു സംഭവമല്ല. ഈ കെട്ടുപാടുകളെ പൊട്ടിച്ചെറിഞ്ഞ് പുറത്തുകടക്കാൻ ദുർല്ലഭം ചിലർക്കേ കഴിഞ്ഞിട്ടുള്ളൂ. വിദ്യാഭ്യാസമെന്ന പദത്തെ അതിന്റെ ശരിയായ അർത്ഥത്തിലെടുക്കുകയാണെങ്കിൽ ബാല്യത്തിനുശേഷമുള്ള കാലത്താണ് യഥാർത്ഥത്തിൽ ചെറുകാടിന്റെ വിദ്യാഭ്യാസം നടന്നിട്ടുള്ളത്.

ജാതിവ്യവസ്ഥയ്ക്കും സാമുദായികമായ ഉച്ചനീചത്വങ്ങൾക്കുമെതിരായ പ്രസ്ഥാനത്തിന്റെ അല ഉൾനാടുകളിൽപ്പോലും ചെന്നെത്തിയിരുന്നുവെന്നും ചെമ്മലശ്ശേരിപോലുള്ള കുഗ്രാമങ്ങളും അതിൽനിന്ന് ഒഴിവാക്കപ്പെട്ടിരുന്നില്ലെന്നും ഉള്ളതിന്റെ തെളിവാണ് 'ഗ്രാമവൃക്ഷത്തിലെ കുയിൽ' എന്ന അദ്ധ്യായം. ശ്രീനാരായണഗുരുവിന്റെ സന്ദേശങ്ങളും കുമാരനാശാനും അദ്ദേഹത്തിന്റെ കവിതകളും ചെറുകാടിനെ ആകർഷിക്കുന്നു. വടുവങ്കരെ രാമനോടും പിന്നീട് ചാമിയോടുമുള്ള ബന്ധങ്ങൾ ഇതിനു കാരണമായിത്തീരുന്നു.

ചെറുകാടിനെ ചെറുകാടാക്കിയതിന്റെ ചരിത്രമാണ്. *ജീവിതം* എന്ന മൂന്നാം ഭാഗത്തിലെ 75 അദ്ധ്യായങ്ങളിൽ. അത് ഒരു മനുഷ്യനായി ജീവിക്കാൻവേണ്ടി നടത്തുന്ന സമരത്തിന്റെ കഥയാണ്; അവിശ്രമപരിശ്രമത്തിന്റെ ചരിത്രമാണ്; അതോടൊപ്പം അന്നത്തെ സാമൂഹ്യസ്ഥിതിയുടെയും.

കുഞ്ഞമ്മാമൻ, കൃഷ്ണമ്മാമൻ പുലാമന്തോൾമൂസ്സ്, ചൊവ്വൂർ നമ്പൂതിരിപ്പാട്, മാധവജി, കെ എൻ എഴുത്തച്ഛൻ, സി കെ ഗോപാലൻ നായർ, കെ പി നാരായണപിഷാരോടി തുടങ്ങിയവരും ഇ എം എസ്, ഇ പി ഗോപാലൻ, എ കെ ശേഖരൻ, കുഞ്ഞുണ്ണി നായർ, ഐ സി പി, സി

ആർ ടി പി ഗോപാലൻ മുതലായ നേതാക്കളും പ്രവർത്തകരും—ഇവരുടെ സഹായസഹകരണങ്ങളും ഉപദേശനിർദ്ദേശങ്ങളും സാഹിത്യരംഗത്തും സാമൂഹ്യരാഷ്ട്രീയരംഗങ്ങളിലും ചെറുകാടിനുണ്ടായ വളർച്ചയ്ക്ക് സഹായമായിട്ടുണ്ട്.

തറവാട് ഭരിക്കുന്ന കാരണവരായ കുഞ്ഞമ്മാമനിൽനിന്ന് അവകാശങ്ങൾ ചോദിച്ചുവാങ്ങാൻ സ്വന്തം അമ്മയുടെയും സഹോദരിമാരുടെയും അനന്തരവന്മാരുടെയും പ്രതിനിധിയായി പോകുന്ന ചെറുകാട്, അന്നത്തെ കൂട്ടുകുടുംബങ്ങളിലെ അനന്തരവന്മാരുടെ പ്രതിനിധിയുമാണ്. വ്യക്തിയുടെ ഗുണദോഷങ്ങളും ഇഷ്ടാനിഷ്ടങ്ങളും എന്നതിൽ ഉപരിയായി അന്നത്തെ വ്യവസ്ഥയുടെ ഗുണദോഷങ്ങളാണ് ഇതിൽ പ്രതിഫലിക്കുന്നത്. മരുമക്കത്തായ കൂട്ടുകുടുംബങ്ങളിലുള്ളവർക്കു തറവാട്ടിൽനിന്ന് ഓഹരി വാങ്ങി വേറിട്ടുപോകാനുള്ള അവകാശം നല്കുന്ന മലബാർ മരുമക്കത്തായ നിയമം അന്നേക്കു പ്രാബല്യത്തിൽ വന്നുകഴിഞ്ഞിരിക്കുന്നുവെന്ന സംഗതിയും ഇവിടെ പ്രസ്താവ്യമാണ്.

വളർച്ചയുടെ നാളുകൾ

സ്കൂളിൽനിന്നോ ഗുരുമുഖത്തിൽനിന്നോ ഉള്ള വിദ്യാഭ്യാസവും അനുഭവങ്ങളും ചെറുകാടിനെ വളർത്തിയതാണ് അടുത്ത ചില അദ്ധ്യായങ്ങളിലെ പ്രതിപാദ്യം. ഒരു പ്രൈമറി സ്കൂളിലെ അദ്ധ്യാപകനാവാൻ ആവശ്യമായ ഏറ്റവും കുറഞ്ഞ പരീക്ഷായോഗ്യത–എട്ടാംതരം പാസായതിന്റെ സർട്ടിഫിക്കറ്റാകുന്ന പണിയായുധം സ്വായത്തമാക്കിയ ചെറുകാട് ഒരു അദ്ധ്യാപകനാകുന്നു. ഇതോടുകൂടിത്തന്നെയാണ് സാമുദായികപരിഷ്കരണപ്രവർത്തനങ്ങളിലും ദേശീയ പ്രസ്ഥാനത്തിലും മറ്റു സാമൂഹ്യപ്രവർത്തനങ്ങളിലും പങ്കെടുക്കുവാൻ തുടങ്ങുന്നതും.

1930 ന് അടുത്താണ് മലബാറിൽ സാമുദായിക പരിഷ്കരണത്തിന്റെ കാറ്റ് ആഞ്ഞടിക്കാൻ തുടങ്ങിയത്. അതിനു മുമ്പുതന്നെ നമ്പൂതിരിമാരുടെയും മറ്റും സാമുദായിക പരിഷ്കരണസംരംഭങ്ങൾ ആരംഭിച്ചിരുന്നു. എങ്കിലും യാഥാസ്ഥിതികത്വത്തിനെതിരായി ആ പ്രസ്ഥാനം ശക്തിയാർജ്ജിച്ചു മുന്നേറുന്നത് 1930 നുശേഷമാണ്. പഴയ പാരമ്പര്യങ്ങളെയും ആചാരങ്ങളെയും വലിച്ചെറിഞ്ഞ് പുതിയ ഒരു തലമുറയെ സൃഷ്ടിക്കാനുള്ള സംരംഭമായിരുന്നു അത്. ജാതിയും ജാതിയിൽജാതിയും അതിൽത്തന്നെയുള്ള ഉപജാതികളുമായി വേർപിരിഞ്ഞുകിടന്ന സമുദായത്തിൽ മിക്ക ജാതികളിലും സാമുദായിക പരിഷ്കരണശ്രമങ്ങൾ രൂപമെടുത്തു. അതുവരെയും തുടർന്നുവന്ന സമ്പ്രദായത്തിന്റെ അടിത്തറ തകർന്നതോടെ പുതിയൊരു സമുദായത്തിന് രൂപം കൊടുക്കാനുള്ള പരിശ്രമമായിരുന്നു അത്. പാട്ടം പിരിവും വേദം ചൊല്ലലും വാരസ്സദ്യയും ഉത്സവവും കഥകളിയുമായി ജീവിതം നയിച്ചിരുന്ന നമ്പൂതിരി ആധുനികവിദ്യാഭ്യാസം നേടാനും മറ്റുള്ളവരോടൊപ്പം മുന്നോട്ടു നീങ്ങാനും സന്നദ്ധനായി. നമ്പൂതിരിയുമായി അടുത്ത് ബന്ധപ്പെട്ട അമ്പലവാസി വിഭാഗ

ങ്ങളിലൊന്നായ പിഷാരോടി സമുദായത്തിലും മറ്റും സമുദായങ്ങളിലെ ന്നപോലെ ഈ പരിഷ്കരണശ്രമങ്ങൾ ആരംഭിച്ചു,.

"നമുക്കു കച്ചോടം തുളസിമാലയോ,
നമുക്കു ദാരിദ്ര്യകൃഷിതാനോ
നമുക്കു കൈത്തൊഴിൽ തളിച്ചുതേക്കലോ,
നമുക്കഭിവൃദ്ധി പുറകോട്ടോ?"

അമ്പലവും കഴകപ്രവൃത്തിയുമായി കാലം കഴിച്ചുപോന്ന പിഷാരോടി സമുദായത്തിലും അന്നുവരെ തുടർന്നുപോന്ന ജീവിതം മേലിലും തുടർന്നുകൊണ്ട് മുന്നോട്ടുപോകാൻ അസാദ്ധ്യമായപ്പോൾ ഉയർന്നു പൊങ്ങിയ ചോദ്യങ്ങളാണിവ. മുതലാളിത്തയുഗത്തിന്റെ മാറ്റങ്ങളിൽനിന്ന് അകന്നുനില്ക്കാൻ ആ സമുദായത്തിനും കഴിഞ്ഞില്ല. ആ സമുദായത്തിലെ ഒരംഗമായ ചെറുകാട് ഗോവിന്ദപ്പിഷാരോടിയും അതിൽ ഭാഗഭാക്കായി, സജീവമായി പങ്കെടുത്തു.

ഏതൊരു പ്രസ്ഥാനത്തിലും അഭിപ്രായസ്ഥിരതയില്ലാതെ ചാഞ്ചാടിക്കൊണ്ടിരിക്കുന്നവരെ കാണാം. കെട്ടുകല്യാണത്തിന്റെ പ്രശ്നത്തിൽ അത്തരക്കാരുടെ ഒരു യഥാർത്ഥ പ്രതിനിധിയെ കുഞ്ഞമ്മാമനിൽ കാണാം. കെട്ടുകല്യാണം നടക്കരുതെന്നു പറയാൻ സമുദായ പരിഷ്കർത്താക്കളോടൊപ്പം പോയ കുഞ്ഞമ്മാമൻ, അവരുടെ ശ്രമം വിഫലമാവുകയും കെട്ടുകല്യാണം നടക്കുകയും ചെയ്തപ്പോൾ യാഥാസ്ഥിതികവിഭാഗത്തോടൊപ്പം അതിൽ പങ്കെടുക്കുകയും ചെയ്യുന്നു. പരിതസ്ഥിതിയുടെ സമ്മർദ്ദത്തിന് വിധേയരായി അങ്ങുമിങ്ങും ആടിക്കളിക്കുന്നവരെ എന്നും എവിടെയും കാണാം.

1930–34 ലെ നിയമവിരുദ്ധകാലഘട്ടത്തിനുശേഷം കോൺഗ്രസിന്റെ പ്രവർത്തനം പുനരാരംഭിച്ചതോടെ ദേശീയപ്രസ്ഥാനത്തിന് പുതിയ ജീവൻ കൈവന്നു. സ്വാതന്ത്ര്യത്തിന്റെ സന്ദേശം ഉൾനാടുകളിലെത്തിക്കുന്നതോടൊപ്പം ഗ്രാമീണരുടെ സാമൂഹ്യവും സാംസ്കാരികവുമായ പുരോഗതിക്കുവേണ്ടിയുള്ള വായനശാലകൾ, ഗ്രന്ഥശാലകൾ, നിശാപാഠശാലകൾ, യുവജനസംഘങ്ങൾ എന്നിവ പല സ്ഥലങ്ങളിലും പ്രവർത്തിച്ചുപോന്നു. കോൺഗ്രസ് സംഘടനയോടൊപ്പംതന്നെ കർഷകസംഘവും അദ്ധ്യാപക വിദ്യാർത്ഥിസംഘടനകളും മറ്റും വളർന്നുവരാൻ തുടങ്ങി. 1934 നുശേഷമുണ്ടായ ഈ ഉയിർത്തെഴുന്നേല്പിന് 1937 ൽ കോൺഗ്രസ് മന്ത്രിസഭകൾ അധികാരമേറ്റതോടെ കൂടുതൽ കരുത്തും വേഗതയും ആർജ്ജിക്കാൻ കഴിഞ്ഞു. മലബാറിൽ സുശക്തവും സംഘടിതവുമായ പ്രസ്ഥാനം വളർന്നുവന്നു. നിലവിലുള്ള നിയമങ്ങളുടെ ആനുകൂല്യങ്ങൾ നടപ്പിലാക്കി കിട്ടുന്നതിനും പുതിയ നിയമനിർമ്മാണങ്ങൾക്കുവേണ്ടിയുള്ള പ്രക്ഷോഭം ശക്തിപ്പെടുത്തുന്നതിനും കരുത്തുള്ളതായിരുന്നു ആ പ്രസ്ഥാനം. കർഷകകടാശ്വാസനിയമവും കുടിയായ്മ അന്വേഷണക്കമ്മിറ്റിയും മറ്റും ഇതിന്റെ നേട്ടങ്ങളാണ്. ഈ മുന്നേറ്റത്തിൽ ചെറുകാട് തന്റേതായ പങ്ക് നിർവ്വഹിക്കുന്നതും പ്രസ്ഥാനത്തെ ശക്തിപ്പെടുത്തുന്ന

തിനുള്ള പ്രവർത്തനത്തിൽ ആണ്ടിറങ്ങുന്നതുമാണ് *ജീവിതപ്പാത*യിലെ അടുത്ത ചില അദ്ധ്യായങ്ങളിൽ. ഗാന്ധിജിയോടും ഗാന്ധിജിയുടെ സന്ദേശങ്ങളോടുമുള്ള ആരാധനാഭാവമാണ് ചെറുകാട് ദേശീയപ്രസ്ഥാനത്തിലേക്ക് ആകൃഷ്ടനാവാൻ കാരണമെങ്കിലും ഇ എം എസ്, ഇ പി ഗോപാലൻ, ഐ സി പി, എ കെ ശേഖരൻ മുതലായവരുമായുള്ള സമ്പർക്കം പ്രസ്ഥാനത്തെപ്പറ്റി കൂടുതൽ പഠിക്കാൻ സഹായിക്കുകയും പ്രവർത്തനങ്ങളിൽ പങ്കെടുക്കാനുള്ള കഴിവ് നേടിക്കൊടുക്കുകയും ചെയ്തു.

സാമൂഹ്യസാംസ്കാരിക രംഗങ്ങളിലും സാഹിത്യരംഗത്തും ചെറുകാടിനുണ്ടായ വളർച്ചയിൽ നിറകുടമായ കെ എൻ എഴുത്തച്ഛൻ, ധിക്കാരിയായ ചെറുകാടിനെ അടിച്ചിരുത്തിയ മാസ്റ്റർ ശേഖരപിഷാരോടി, കലാവല്ലഭനായ ചെമ്മൂർ നമ്പൂതിരിപ്പാട്, ഹാസ്യസാഹിത്യകാരനും വിമർശനകുമായ മാധവജി മുതലായവരിൽനിന്ന് ലഭിച്ച സഹായവും പ്രോത്സാഹനവും പ്രസ്താവ്യമാണ്. ഉൽബുദ്ധകേരളത്തിൽ തന്റേതായ പങ്ക് വഹിക്കുന്നതിന് ചെറുകാടിനെ സഹായിച്ച ഈ വ്യക്തികളുമായുള്ള ആ ബന്ധങ്ങൾ എത്രമാത്രം വിലപ്പെട്ടതായിരുന്നുവെന്ന് പ്രസ്തുത ഭാഗങ്ങൾ വ്യക്തമാക്കുന്നു.

കാലഹരണപ്പെട്ട മരുമക്കത്തായ കൂട്ടുകുടുംബവ്യവസ്ഥയുടെ വിവിധ ഭാഗങ്ങളാണ് കുടുംബജീവിതത്തെയും വ്യക്തിജീവിതത്തെയും കുറിച്ചുള്ള അടുത്ത ചില അദ്ധ്യായങ്ങളിൽ പ്രതിപാദിച്ചിട്ടുള്ളത്. ചില കഴിവുകേടുകളും ദോഷവശങ്ങളുമുണ്ടെങ്കിലും ഗിൽനോർമാൻ മുത്തച്ഛനെ അനുസ്മരിപ്പിക്കുന്ന ശുദ്ധനും സ്നേഹസമ്പന്നനുമായ കുഞ്ഞമ്മാമൻ *ജീവിതപ്പാത*യിലെ ജീവിക്കുന്ന കഥാപാത്രമാണ്. കുഞ്ഞമ്മാമനും ചെറുകാടുമായുള്ള കുടുംബവഴക്കുകളും അനുരഞ്ജനങ്ങളും ആശ്രയാശ്രിതത്ത്വവും ആ മാതുലഭാഗിനേയബന്ധത്തിന് മാറ്റുകൂട്ടുന്നു. സഹോദരിമാർ തമ്മിലുള്ള സ്നേഹവും അന്യോന്യവഴക്കുകളും ചിലപ്പോൾ അതിൽ ഭാഗഭാക്കാവുകയും മറ്റുചിലപ്പോൾ നിസ്സംഗത പാലിക്കുകയും ചെയ്യുന്ന ചെറുകാട് യുവരാജാവായി തറവാട്ടുഭരണം ഏറ്റെടുത്തിട്ടും കുടുംബവഴക്കുകൾ അവസാനിപ്പിക്കാനോ തറവാടിനെ അഭിവൃദ്ധിപ്പെടുത്തുവാനോ നിലനിർത്തുവാൻപോലുമോ സാധിക്കാത്ത സ്ഥിതി, എന്നിവ കുടുംബസ്വത്ത് ഭാഗിക്കുന്നതിൽ ചെന്നെത്തിക്കുന്നു. സാമൂഹ്യമായുണ്ടായ മാറ്റങ്ങളുടെ അനന്തരഫലങ്ങളായിരുന്നു മലബാർ മരുമക്കത്തായ നിയമവും കേരളത്തിന്റെ മറ്റുഭാഗങ്ങളിൽ നിലവിൽ വന്ന അത്തരം നിയമങ്ങളും. സമൂഹത്തിൽ ഉണ്ടായിക്കൊണ്ടിരുന്ന ഈ മാറ്റങ്ങളെക്കുറിച്ച് ചെറുകാടിന് യാഥാർത്ഥ്യബോധം ഉണ്ടാവാൻ സ്വാനുഭവങ്ങൾതന്നെ വേണ്ടിവന്നു.

പുതിയ വെളിച്ചത്തിലേക്ക്

രണ്ടാം ലോകമഹായുദ്ധം പൊട്ടിപ്പുറപ്പെട്ടു. യുദ്ധവിരോധപ്രചരണം വ്യാപകമായി നടന്നുവന്നു. ഇന്ത്യൻ നാഷണൽ കോൺഗ്രസ്, യുദ്ധയ

ത്നങ്ങളിൽ ബ്രിട്ടനെ സഹായിക്കാനുള്ള തീരുമാനമെടുത്തിരുന്നില്ല; എങ്കിലും കോൺഗ്രസിലെ ഇടതുപക്ഷവിഭാഗമാണ് യുദ്ധവിരോധപ്രചരണത്തിന്റെ മുന്നണിയിലുണ്ടായിരുന്നത്. കമ്യൂണിസ്റ്റ് പാർട്ടി നിയമവിരുദ്ധമായിരുന്നെങ്കിലും ഈ പ്രചാരണത്തിൽ മുൻപന്തിയിലായിരുന്നു. മലബാറിനെ സംബന്ധിച്ചിടത്തോളം കോൺഗ്രസ് സോഷ്യലിസ്റ്റ് പാർട്ടിയാകെ കമ്യൂണിസ്റ്റ് പാർട്ടിയായി മാറി. ചെറുകാടും ഈ ഘട്ടത്തിൽ കമ്യൂണിസ്റ്റ് പാർട്ടിയോട് അടുക്കാനും പാർട്ടിയുടെ നയപരിപാടികൾ മനസ്സിലാക്കാനും പ്രവർത്തനത്തിൽ പങ്കെടുക്കാനും തുടങ്ങി. ഈ ഘട്ടത്തിലാണ് ചെറുകാട് സ്വദേശത്തുനിന്ന് വിട്ട് പാറവട്ടി സംസ്കൃതകോളേജിൽ അദ്ധ്യാപകവൃത്തിയിലേർപ്പെടുന്നത്. പഴയ പൊന്നാനി താലൂക്കിന്റെ തെക്കൻ ഭാഗങ്ങളിൽ അന്നു പാർട്ടിസംഘടന ദുർബ്ബലമായിരുന്നു. ഐ സി പി, താലൂക്കുകമ്മിറ്റി സെക്രട്ടറിയായിരുന്ന അണ്ണാച്ചി (എ കെ രാഘവൻ), കൊടമന നാരായണൻ നായർ എന്നിവരുമായി ബന്ധപ്പെട്ട് ആ ഭാഗത്ത് പാർട്ടി സംഘടിപ്പിക്കാനും പുതിയ ബന്ധങ്ങൾ ഉണ്ടാക്കാനും ചെറുകാട് സജീവമായി പ്രവർത്തിച്ചു. അദ്ധ്യാപകജോലിയിൽ തുടർന്നു വന്നുവെങ്കിലും ഒഴിവു കിട്ടുന്ന മുഴുവൻ സമയവും പാർട്ടിയുടെ സംഘടനാപരമായ പ്രവർത്തനങ്ങൾക്ക് വിനിയോഗിച്ചു. പാവറട്ടി കോളേജിൽ അദ്ധ്യാപകനായിരുന്ന ആ കാലം ചെറുകാടിനെ ജീവിതത്തിൽ രാഷ്ട്രീയമായി പഠിക്കാനും സംഘടനാപരമായ പ്രവർത്തനങ്ങളിൽ പരിശീലനം നേടാനും സഹായിച്ചു.

യുദ്ധത്തിന്റെ സ്വഭാവത്തിൽ മാറ്റം വന്നു. ജർമ്മനി സോവിയറ്റ് യൂണിയനെ ആക്രമിച്ചു. ജപ്പാൻ ഏഷ്യൻ രാജ്യങ്ങൾ ഓരോന്നായി കീഴടക്കി, ഇന്ത്യയുടെ അതിർത്തിയിൽ എത്തി. ഫാസിസ്റ്റ് ശക്തികൾ ലോകമാകെ കീഴടക്കുവാൻ ശ്രമിക്കുന്ന ആ സന്ദർഭത്തിൽ ഫാസിസത്തിനെതിരായി ഐക്യമുന്നണി ശക്തിപ്പെടുത്തുകയും ഫാസിസത്തെ പരാജയപ്പെടുത്തുകയും ആണ് ലോകത്തിലെങ്ങുമുള്ള കമ്യൂണിസ്റ്റ് പാർട്ടികളുടെയും പുരോഗമനവാദികളുടെയും കർത്തവ്യമെന്നു അംഗീകരിക്കപ്പെട്ടു. ഇന്ത്യൻ കമ്യൂണിസ്റ്റ് പാർട്ടിയുടെ സമീപനത്തിൽ മാറ്റം വരുകയും യുദ്ധയത്നങ്ങളെ എതിർക്കാതിരിക്കുകയും ചെയ്ത അവസരത്തിൽ കോൺഗ്രസ് വ്യക്തി സത്യഗ്രഹവും തുടർന്നു ക്വിറ്റിന്ത്യാ സമരവും ആരംഭിക്കയാണ് ചെയ്തത്. കമ്യൂണിസ്റ്റ് പാർട്ടിക്കു നേരെ ഏറ്റവും ശക്തിയായ എതിർപ്പും വിമർശനവും ഉയർന്നുവന്നത് ഈ കാലത്താണ്. പാർട്ടിയുടെ വളർച്ചയുടെ ഒരു പ്രധാനഘട്ടവും ഇതുതന്നെ.

ജാപ്പ് വിരോധപ്രവർത്തനങ്ങളുടെ ആരംഭത്തിൽത്തന്നെ ചെറുകാട് അദ്ധ്യാപകജോലി ഉപേക്ഷിച്ച് പ്രവർത്തനത്തിൽ മുഴുകി. കോൺഗ്രസാകെ യുദ്ധയത്നങ്ങളെ പരാജയപ്പെടുത്തുവാൻ പ്രവർത്തിക്കുന്ന അവസരത്തിൽ കമ്യൂണിസ്റ്റ് പാർട്ടിയും പാർട്ടിയുടെ നേതൃത്വത്തിലുള്ള ബഹുജനസംഘടനകളും ഒഴുക്കിനെതിരായി നീന്തി മുന്നോട്ടുനീങ്ങി.

ജാപ്പ് വിരോധപ്രവർത്തനത്തിന്റെ ഭാഗമായി മേളകളും കലാപരി

പാടികളും നടത്താൻ പാർട്ടി പരിപാടിയിട്ടു. ജാപ്പ് വിരോധനാടകം (മമ്മുക്കാക്ക തുടങ്ങിയവ) പൂരക്കളി, കോൽക്കളി, പാഠകം ഓട്ടൻതുള്ളൽ, കഥകളി മുതലായ വിവിധ കലാപരിപാടികൾ ആസൂത്രണം ചെയ്തു. സ്വാതന്ത്ര്യത്തെ ഒറ്റിക്കൊടുത്ത വഞ്ചകരെന്നും റഷ്യയുടെ അഞ്ചാംപത്തികളെന്നും ആമറിയുടെ ചെരുപ്പുനക്കികളെന്നും മറ്റുമുള്ള അപവാദശരങ്ങളും ശാരീരികമായിത്തന്നെയുള്ള ആക്രമണങ്ങളും പാർട്ടിക്കുനേരെ തിരിച്ചുവിടപ്പെട്ട ആ ഘട്ടത്തിൽ കമ്യൂണിസ്റ്റുപാർട്ടി പരസ്യമായി ജനതാമദ്ധ്യത്തിൽ ഇറങ്ങി പ്രചാരവേലചെയ്ത് ജനങ്ങളുമായി ബന്ധം വെക്കുകയും സംഘടന ശക്തിപ്പെടുത്തുകയും ചെയ്തു. ഈ ഘട്ടത്തിൽ ജാപ്പ് വിരോധഗാനങ്ങളും മറ്റും എഴുതി ചെറുകാട് പ്രചരണത്തിന് സഹായിച്ചു. പൊതുയോഗങ്ങളിൽ പ്രസംഗിച്ചു, മലബാറിലങ്ങോളമിങ്ങോളം ജാപ്പ് വിരോധപാഠകക്കാരനായി രംഗത്തുവന്നു. പ്രേംജിയുടെയും അച്ചുതക്കുറുപ്പിന്റെയും മറ്റും നേതൃത്വത്തിൽ കിട്ടാവുന്നിടത്തോളം കലാകാരന്മാരെ അണിനിരത്തി ജാപ്പ് വിരോധകലാപരിപാടികൾ സംഘടിപ്പിച്ചതിൽ ചെറുകാട് സജീവമായി പങ്കെടുത്തു. പൊതുപ്രവർത്തനരംഗത്ത് ചെറുകാടിനെ അറിയപ്പെടുന്ന ഒരു പ്രവർത്തകനും സാഹിത്യകാരനും കലാകാരനുമായി വളർത്തുന്നതിന് അന്നത്തെ ആ പ്രവർത്തനം സഹായിച്ചു. കമ്യൂണിസ്റ്റ് പാർട്ടിയുടെ ഒന്നാം കോൺഗ്രസ് ബോംബെയിൽ നടന്നപ്പോൾ ചെറുകാടിന്റെ തുള്ളലും കലാപരിപാടികളുടെ കൂട്ടത്തിൽ അവതരിപ്പിക്കുകയുണ്ടായി. സ. ടി പി ഗോപാലനായിരുന്നു തുള്ളൽക്കാരൻ. ചെറുകാടിന്റെ പല ഓട്ടൻതുള്ളലുകളും ഈ സഖാവ് രംഗത്ത് അവതരിപ്പിച്ചിട്ടുണ്ട്. ചെറുകാട് എഴുതിയ മിക്ക നാടകങ്ങളിലും അഭിനയിച്ചിട്ടുമുണ്ട്.

1943 ൽ ഭക്ഷ്യക്ഷാമം മൂർച്ഛിച്ചു. മലബാറിൽ പലേടത്തും കോളറ ബാധിച്ചു. വിലക്കയറ്റത്തിനും പൂഴ്ത്തിവെപ്പിനും കരിഞ്ചന്തയ്ക്കുമെതിരായ ഭക്ഷ്യപ്രക്ഷോഭം ശക്തിപ്പെട്ടു. ഭക്ഷണക്കമ്മിറ്റികൾ സംഘടിപ്പിക്കപ്പെട്ടു. വള്ളുവനാടുതാലൂക്കിന്റെ മുക്കിലും മൂലയിലും പ്രചരണം നടത്തിയ ജാഥയിൽ ചെറുകാട് ഉണ്ടായിരുന്നു. ഉള്ളിൽ തുളച്ചുകയറുന്ന മുദ്രാവാക്യങ്ങളും പ്രസംഗങ്ങളും കലാപരിപാടികളുമായി നീങ്ങിയ ജാഥയെ ബഹുജനങ്ങൾ ആത്മാർത്ഥതയോടെ സ്വീകരിച്ചു.

ജാഥ വൈകുന്നേരം ക്യാമ്പുചെയ്യുന്ന സ്ഥലത്തെ പൊതുയോഗത്തോടനുബന്ധിച്ച് *കഞ്ഞിക്കലം* എന്ന നാടകം അഭിനയിച്ചിരുന്നു. സ. പള്ളത്തിന്റെ ഉപദേശനിർദ്ദേശങ്ങളോടുകൂടി ചെറുകാട് എഴുതിയ ഈ നാടകം ചെറുകാടിന്റെ ആദ്യനാടകമാണെന്നു തോന്നുന്നു. ജാപ്പ് വിരോധപ്രവർത്തനവും ഭക്ഷ്യപ്രക്ഷോഭവുമാണ് ചെറുകാടെന്ന ജനകീയസാഹിത്യകാരനെ സൃഷ്ടിക്കുന്നതിൽ പ്രധാന പങ്കുവഹിച്ചത്.

മലബാറിൽ പടർന്നുപിടിച്ച കോളറ രോഗത്തിനെതിരെ കമ്യൂണിസ്റ്റു പാർട്ടി ഒരു സമരമുന്നണി കെട്ടിപ്പടുത്തു. കോളറ ബാധയ്ക്കെതിരായ പ്രതിരോധ പ്രവർത്തനങ്ങളും രോഗം ബാധിച്ചവർക്കുള്ള ചികിത്സയും അനാഥശവങ്ങൾ മറവുചെയ്യൽ അടക്കമുള്ള ജോലികളും പാർട്ടി

പ്രവർത്തകർ നിർവ്വഹിച്ചു. കോഴിക്കോട്ടെ ഇമ്പിച്ചായി ശബിയെപ്പോലുള്ള ചിലർ ആ പ്രവർത്തനത്തിൽ വ്യാപൃതരായിരിക്കെ കോളറ ബാധിച്ച് മൃതിയടയുകയുണ്ടായി. കോളറ ബാധയുടെ ഘട്ടത്തിൽ പുലാമന്തോൾ ഭാഗത്ത് നടന്ന പ്രവർത്തനങ്ങളുടെ ഒരു ചിത്രം 'ഉടയതമ്പുരാന്റെ കൂടെ' എന്ന അദ്ധ്യായത്തിൽ കാണാം.

അദ്ധ്യാപകൻ: പ്രവർത്തകൻ

1948 വരെയുള്ള അടുത്ത ഘട്ടത്തിൽ ചെറുകാട് പുലാമന്തോൾ സ്കൂളിലെ അദ്ധ്യാപകനായി തുടർന്നു. ആ പ്രദേശത്തെ പ്രവർത്തനങ്ങളിൽ പങ്കെടുത്തു. അതോടൊപ്പം സാഹിത്യരചനയും തുടർന്നു. 1948 ൽ *ദേശാഭിമാനി* ഷെയർ പിരിവും ഫണ്ടുമേളകളും സംഘടിപ്പിക്കപ്പെട്ടപ്പോൾ അതിൽ അഭിനയിക്കുന്നതിനുവേണ്ടി എഴുതിയതാണ് *നമ്മളൊന്ന്* എന്ന നാടകം.

കൽക്കത്താ കോൺഗ്രസിനുശേഷം കമ്യൂണിസ്റ്റ് പാർട്ടിക്കുനേരെ ശക്തിയായ ആക്രമണം അഴിച്ചുവിടപ്പെട്ടു. കമ്യൂണിസ്റ്റ് അനുഭാവികളാണെന്നു സംശയിക്കപ്പെട്ട ഉദ്യോഗസ്ഥന്മാരെ പിരിച്ചുവിട്ടു. അദ്ധ്യാപകരുടെ സർട്ടിഫിക്കറ്റുകൾ റദ്ദ് ചെയ്തു, നേതാക്കന്മാരെ അറസ്റ്റ് ചെയ്തു. പലരുടെയും പേരിൽ കേസെടുത്തു. പൊലീസും കോൺഗ്രസ് ഗുണ്ടകളും നാട്ടിൽ ഭരണം നടത്തി. "ജയിലിൽ പോകാതെ പൊലീസിനു പിടികൊടുക്കാതെ ബഹുജനങ്ങളുടെ കൂടെ ഉറച്ചുനിന്നു നേതൃത്വം കൊടുക്കുക"– പാർട്ടി പുറത്തുള്ള സഖാക്കൾക്കു നല്കിയ നിർദ്ദേശം അതായിരുന്നു. സർട്ടിഫിക്കറ്റ് നഷ്ടപ്പെട്ട ചെറുകാടിന്റെ പേരിലും പോലീസ് അന്വേഷണം വന്നു. ചെറുകാട് ഒളിവിൽ പോയി.

1948 നുശേഷം നടന്ന പൊലീസ് മർദ്ദനവും, ആ പൊലീസ് മർദ്ദനം നാട്ടുകാരിൽ വളർത്തിയ ഭീതിയും ഒളിവിൽ എന്ന അദ്ധ്യായത്തിൽ വിവരിച്ചിരിക്കുന്നു. ഒരു ഫാഷനെന്ന നിലയിൽ പ്രസ്ഥാനത്തിൽ വന്നവരെയും ധൈര്യത്തോടെ ഉറച്ചുനിന്നവരെയും നമുക്ക് അവിടെ കാണാൻ കഴിയും. പൊലീസിന്റെ ഭീകരമർദ്ദനം പാർട്ടിയെ തല്ക്കാലത്തേക്ക് ജനങ്ങളിൽനിന്ന് ഒറ്റപ്പെടുത്തി. ഈ ഘട്ടത്തിൽ ചെറുകാട് അറസ്റ്റ് വരിക്കുന്നു. അതോടുകൂടി *ജീവിതപ്പാത*യിലെ ഒരു ഘട്ടം അവസാനിക്കുന്നു.

1948 ൽ പാർട്ടിക്കുനേരിട്ട തളർച്ച ക്ഷണികമായിരുന്നുവെന്ന് *ജീവിതപ്പാത* തുടർന്നെഴുതിയിരുന്നുവെങ്കിൽ കാണാമായിരുന്നു. ചെറുകാടിന്റെ മുത്തശ്ശിയിൽ 1948–50 ലെ മർദ്ദനകാലഘട്ടത്തിനുശേഷമുള്ള ജനങ്ങളുടെയും കമ്യൂണിസ്റ്റ് പാർട്ടിയുടെയും ഉയിർത്തെഴുന്നേല്പ് ചെറുകാടു തന്നെ വിവരിച്ചിട്ടുണ്ട്.

തിളങ്ങുന്ന മുഖങ്ങൾ

ചെറുകാടിന്റെ *ജീവിതപ്പാത*യിൽ, മുന്നോട്ടുള്ള പ്രയാണത്തിൽ ചെറുകാടിന് താങ്ങും തണലുമായിരുന്ന ആത്മവീര്യം പകർന്നു കൊടുത്തവ

രിൽ ചിലരെയെല്ലാം ഇവിടെ പരാമർശിച്ചിട്ടുണ്ട്. എന്നാൽ ചെറുകാടിനെ ചെറുകാടാക്കി വളർത്തുന്നതിൽ അതിപ്രധാനമായ പങ്ക് വഹിച്ച ഒരാളുണ്ട്. ചെറുകാടിന്റെ പത്നി കെ പി ലക്ഷ്മിപിഷാരസ്യാർ. അവരുടെ വിവാഹാവസരത്തിൽ കെ എൻ എഴുത്തച്ഛൻ ചൊല്ലിയ മംഗളശ്ലോകത്തിൽ.

"മുഗ്ദ്ധശ്രീകലഹംസനാദമുയരെ കേൾപ്പിക്കവേ ചന്ദ്രികാ-
സ്നിഗ്ദ്ധസ്മേരമിണങ്ങി രാഗവികസൽതാരാക്ഷി സമ്പത്തൊടും
പ്രത്യഗ്രോദിതബന്ധുജീവകമുദാഭോഗം വളർത്തിച്ചിരം
വർത്തിക്കാവു ശരദ്വിഭൂതിസമമിദ്ധാമ്പത്യമുദ്യൽഫലം."

എന്ന് ആശംസിച്ചിരുന്നുവല്ലോ. തീർച്ചയായും ആ ദാമ്പത്യബന്ധം മാതൃകാപരമായിരുന്നു. ചെറുകാടിന്റെ പൊതുജീവിതത്തിലും സാഹിത്യപ്രവർത്തനങ്ങളിലുമെല്ലാംതന്നെ അവർ "കാര്യേഷുമന്ത്രി" ആയിരുന്നു.

ചെറുകാടിന്റെ അല്പരസം ചിലപ്പോഴൊക്കെ അനാവശ്യമായ കുഴപ്പങ്ങൾ സൃഷ്ടിച്ചു. ഒരു തവണ വിവാഹബന്ധം വേർപെടുത്താൻ രജിസ്റ്റർ നോട്ടീസ് അയച്ചു. രാഷ്ട്രീയപ്രവർത്തനത്തിന്റെ പേരിൽ തിരിഞ്ഞു നോക്കാതിരുന്നിട്ടുമുണ്ട്. അതിലൊന്നും തളരാതെ, പ്രതിഷേധിക്കാതെ ആ കുടുംബിനി ജീവിതപ്പാതയിലെ കൂട്ടുകാരിയായിരുന്ന കുടുംബജീവിതവും പൊതുപ്രവർത്തനവും ഒന്നിച്ചു കൊണ്ടുപോകാവുന്നതാണെന്ന് ചെറുകാടിനെ പഠിപ്പിച്ചു. ഓരോ അവസരത്തിലും സഹായനിർദ്ദേശങ്ങൾ നല്കുകയും ചെയ്തു.

ഒളിവിൽ കഴിയുന്ന ചെറുകാടിനെ കിട്ടിയില്ലെങ്കിൽ മിസിസ് ചെറുകാടിനെ അറസ്റ്റു ചെയ്തുകൊണ്ടുപോകാൻ തയ്യാറായി പൊലീസ് വന്നതറിഞ്ഞും നാട്ടുകാരിൽനിന്ന് ഒറ്റപ്പെട്ട ഒളിവുജീവിതം നയിക്കുന്നതിന്റെ ആവശ്യകതയിൽ സംശയം തോന്നിയും ചെറുകാട് അറസ്റ്റുവരിക്കാൻ തയ്യാറായി. വീട്ടിൽ കാവലിരുന്ന പൊലീസുകാരന്റെ അടുത്തേക്ക് വന്നപ്പോൾ "പോവാൻ നിശ്ചയിച്ചു അല്ലേ?" "പാർട്ടിയോട് ചോദിച്ചിട്ടാണോ?" എന്നീ രണ്ടുചോദ്യങ്ങളാണ് അവർ ചെറുകാടിനോട് ചോദിക്കുന്നത്. എന്തെന്തു വിഷമങ്ങളുണ്ടായാലും അവരെ അറസ്റ്റ് ചെയ്യുകയാണെങ്കിൽപ്പോലും ചെറുകാട് അറസ്റ്റ് ചെയ്യപ്പെടാതെ പാർട്ടി തീരുമാനമനുസരിച്ച് നാട്ടിൽ പ്രവർത്തിക്കണം എന്ന അവരുടെ അഭിപ്രായം—പാർട്ടിയോടുള്ള അവരുടെ കൂറ്—ചെറുകാട് പാർട്ടി തീരുമാനം നടപ്പാക്കുന്ന അച്ചടക്കബോധമുള്ള കമ്യൂണിസ്റ്റായിരിക്കണമെന്ന നിർബ്ബന്ധബുദ്ധി—ഇത്രയും ഈ ചോദ്യത്തിൽ തെളിഞ്ഞു കാണുന്നു.

എഴുത്തുകാരൻ

രാഷ്ട്രീയപ്രവർത്തകൻ, പ്രക്ഷോഭകാരി, മാതൃകാദ്ധ്യാപകൻ എന്നിങ്ങനെ പല നിലയിലും ചെറുകാട് പ്രവർത്തിച്ചിട്ടുണ്ട്. എങ്കിലും സാഹിത്യകാരനെന്ന നിലയിലാണ് ചെറുകാടിനുള്ള പ്രശസ്തി.

ചെറുകാട് വെറുമൊരു സാഹിത്യകാരനല്ല, പുരോഗമനസാഹിത്യകാരനാണ്. കമ്യൂണിസ്റ്റ് സാഹിത്യകാരനാണ്. സാമൂഹ്യ-രാഷ്ട്രീയ മണ്ഡലങ്ങളിലെന്നപോലെ, സാഹിത്യമണ്ഡലത്തിലും നിഷ്പക്ഷതയില്ലെന്നു വിശ്വസിക്കുന്ന—തനിക്ക് ചുറ്റുമുള്ള സമൂഹത്തെ ഒരന്യനെന്ന നിലയ്ക്ക് നോക്കിക്കാണുകമാത്രം ചെയ്യുന്നതല്ല, അതിന്റെ പുരോഗതിയെ ത്വരിതപ്പെടുത്തുന്നതായിരിക്കണം സാഹിത്യരചനയുമെന്ന് വിശ്വസിക്കുകകൂടി ചെയ്യുന്ന—ഒരു സാഹിത്യകാരനാണെന്നദ്ദേഹം.

*ജീവിതപ്പാത*യുടെ അവതാരികയിൽ സ. ഇ എം എസ് എഴുതിയ ഈ വരികൾ ചെറുകാടെന്ന സാഹിത്യകാരനെക്കുറിച്ചുള്ള ഒരു യഥാർത്ഥ വിവരണമാണ്.

ചെറുകാടിന്റെ സാഹിത്യപ്രവർത്തനങ്ങളെപ്പറ്റി *ജീവിതപ്പാത*യിൽ കുറച്ചുമാത്രമേ പ്രതിപാദിച്ചിട്ടുള്ളൂ. പി നാരായണൻ നായർ പത്രാധിപരായിരുന്ന കാലത്ത് *മാതൃഭൂമി* ആഴ്ചപ്പതിപ്പിൽ പ്രസിദ്ധീകരിച്ച 'നഗരത്തിൽ, എന്ന കവിതയായിരിക്കണം ചെറുകാടിന്റെ സാഹിത്യസൃഷ്ടികളിൽ ആദ്യത്തേത്. *പാവങ്ങളിൽ*നിന്ന് പ്രചോദനം ലഭിച്ച ചെറുകാട്, ഗവരോഷ് കുട്ടിയുടെ പകർപ്പായ *തെരുവിന്റെ കുട്ടി* എന്ന ഒരു കഥ എഴുതിയതും *മാതൃഭൂമി* ആഴ്ചപ്പതിപ്പിൽ പ്രസിദ്ധീകരിച്ചിരുന്നു. സഞ്ജയൻ, വിശ്വരൂപം എന്നീ മാസികകളിൽ ചെറുകാടിന്റെ ചില ഹാസ്യകവിതകളും ലേഖനങ്ങളും പ്രസിദ്ധീകരിച്ചിട്ടുണ്ട്. സഞ്ജയനിൽ പ്രസിദ്ധീകരിച്ച

"എന്തെന്തെഴുതിയിട്ടെന്ത-
പ്പത്രാധിപ മഹാശയർ
അവർക്കതൊന്നും സെയ്യല്ല
മലങ്കാടൻ തുലഞ്ഞുപോയ്"

എന്ന ആവലാതിയും

"മലങ്കാട, മഹാബാഹോ
സംബോധന പിടിച്ചുവോ
ഞാൻ നോക്കാം താങ്കളെ താങ്ക-
ളരുതെന്നരുളും വരെ."

എന്ന ആശ്വാസവചനങ്ങളും ആരംഭത്തിലുള്ളതായിരുന്നു. ചങ്ങമ്പുഴയുടെ *രമണ*ന്റെ മറുപുറമായ *രമണി* എന്ന ഒരു ഖണ്ഡകാവ്യവും *മരണപത്രം* എന്ന ഒരു നോവലും ആദ്യകാലത്ത് എഴുതിയിട്ടുണ്ട്. *അഭിജ്ഞാനശാകുന്തളം* മൂന്നങ്കം തർജുമ ചെയ്തിരുന്നു. ഇവയ്ക്കു പുറമേ ചില ചെറുകഥകളും കവിതകളും ഉണ്ടുതാനും.

1940 നുശേഷമാണ് ചെറുകാടിലെ ജനകീയ സാഹിത്യകാരൻ രൂപം

കൊള്ളുന്നത്. പാർട്ടി പ്രവർത്തനങ്ങളിലും ബഹുജനപ്രക്ഷോഭങ്ങളിലും പങ്കെടുത്തുകൊണ്ട് ജനങ്ങളുടെ പ്രശ്നങ്ങളുമായി ഇടപഴകാൻ തുടങ്ങിയതിനുശേഷമാണ് ജനകീയകവിതകളും സാഹിത്യസൃഷ്ടികളും എഴുതി തുടങ്ങുന്നത്.

ഈ കാലഘട്ടത്തിലെ ആദ്യകൃതികൾ ജാപ്പ് വിരോധഗാനങ്ങളും സാഹിത്യങ്ങളും കമ്യൂണിസ്റ്റ് പാർട്ടിയുടെ ഒന്നാം കോൺഗ്രസിൽ അവതരിപ്പിക്കാൻ എഴുതിയ തുള്ളലുമാണ്. കോൺഗ്രസുകാരും മറ്റും ആ സാഹിത്യസൃഷ്ടികളെ അധിക്ഷേപിച്ചിരുന്നുവെങ്കിലും വള്ളുവനാട്ടിലെ സാധാരണ നാട്ടുകാരന്റെ നാവിൻതുമ്പത്തുനിന്ന് അതിലെ പലവരികളും കേട്ടിരുന്നു.

ഭക്ഷ്യപ്രക്ഷോഭകാലത്ത് അവതരിപ്പിക്കപ്പെട്ട *കഞ്ഞിക്കലം* നാടകവും *മേനോന്റെ മേനി, അച്ചാരം മടക്കി* തുടങ്ങിയ തുള്ളലുകളും ചെറുകാടിന് ജനഹൃദയങ്ങളിൽ സ്ഥാനം നേടിക്കൊടുത്തു.

"ആപ്പും കുടിക്കുമരക്കാശുകിട്ടാതെ
വീർപ്പിട്ടു വീർപ്പിട്ടുകാടളക്കും വിധൗ
പുത്തനാം കല്പന കിട്ടിയതുകണ്ടു
ചീർത്ത ചോദാലാർത്തു പങ്ങശ്ശമേനവൻ"

*　　*　　*　　*

"ഉണ്ണുവാനുള്ള നെല്ലിന്നെൻ വരുതിയിൽ
വന്നതുകൊണ്ടു കൃതാർത്ഥനായ്ത്തീർന്നു ഞാൻ
ഭാർഗ്ഗവിക്കുട്ടിക്കു ഭാഗ്യോദയമായി
ദുർഗ്ഗതി മേനോന്റെ ഭാര്യക്കുതീർന്നുപോയ്"

*　　*　　*　　*

"പട്ടിക്കുപാട്ടം കൊടുത്തതായ് കേൾക്കുകിൽ
പെട്ടെന്നുചെന്നിടും കെട്ടും ചുമടുമായ്
'പട്ട്യേ ഭവതിയാണെന്റെ മുത്തപ്പ'നെ-
ന്നൊട്ടുകാൽ നക്കുന്ന നാട്ടാരുമുണ്ടെടോ."

*മേനോന്റെ മേനി*യിലെ ഇത്തരം പദ്യങ്ങൾ ജനഹൃദയങ്ങളിൽ ആണ്ടിറങ്ങി. നാട്ടുകാരുടെ പ്രശ്നങ്ങളും വികാരങ്ങളും ലളിതമായ ഭാഷയിൽ വിവരിക്കുന്ന തുള്ളലുകളും കവിതകളും സാഹിത്യമർമ്മജ്ഞരായ വിമർശകരുടെ വീക്ഷണത്തിലൂടെ നോക്കിയാൽ സാഹിത്യഗുണം കുറഞ്ഞവരായിരിക്കാം. എന്നാൽ സാഹിത്യഗുണം തികഞ്ഞവയെന്ന് അവർതന്നെ സമ്മതിക്കുന്ന സാഹിത്യകൃതികളെക്കാൾ സാധാരണക്കാരുടെ മനസ്സിലാണ്ടിറങ്ങിയത് ഇവയാണ്.

അക്കാലത്തെ സൃഷ്ടികളെപ്പറ്റി ചെറുകാടിന്റെ അഭിപ്രായം ഇവിടെ ഉദ്ധരിക്കട്ടെ.

"നാല്പതുകളിൽ ഞാനെഴുതിയ തുള്ളലുകളും നാടെങ്ങും ജനഹൃദയങ്ങളിൽ വികാരവിചാരങ്ങളുണ്ടാക്കിക്കൊണ്ടിരുന്നു. *ചെകുത്താൻ* എന്ന ഒരു നാടകം കരിഞ്ചന്തക്കാരെ വിറളിപിടിപ്പിച്ചിരുന്നു.

എന്തിനെഴുതണം, എന്തെഴുതണം എങ്ങനെയെഴുതണമെന്ന് എന്നെ പഠിപ്പിച്ചത് ആ തുള്ളലുകളും നാടകങ്ങളുമാണ്."

കർഷകപ്രസ്ഥാനത്തെ സംബന്ധിച്ചിടത്തോളം ഒരിക്കലും അവഗണിക്കാൻ കഴിയാത്ത *നമ്മളൊന്ന്* 1948 ആദ്യത്തിൽ *ദേശാഭിമാനി* മേളകളിൽ അഭിനയിക്കാൻവേണ്ടി എഴുതി.

മണ്ണിന്റെ മാറിൽ, മുത്തശ്ശി, ശനിദശ, പ്രമാണി മുതലായ നോവലുകളും *തറവാടിത്തം, സ്നേഹബന്ധങ്ങൾ, മനുഷ്യഹൃദയങ്ങൾ, സ്വതന്ത്ര* തുടങ്ങിയ നാടകങ്ങളും അടക്കം ചെറുകാടിന് സാഹിത്യരംഗത്ത് സ്ഥിരപ്രതിഷ്ഠ നേടിക്കൊടുത്ത മിക്കകൃതികളും 1950 നുശേഷം എഴുതിയതാണ്. 1950 നുമുമ്പുള്ള പല കൃതികളെയും പടപ്പാട്ടുകളെന്നു പറഞ്ഞു തള്ളിപ്പറഞ്ഞ വിമർശകർപോലും അവയെ അഭിനന്ദിച്ചു. വ്യക്തിപരവും കുടുംബപരവുമെന്നപോലെതന്നെ രാഷ്ട്രീയവുമായ കാരണങ്ങളാൽ സജീവരാഷ്ട്രീയപ്രവർത്തനത്തിൽനിന്ന് താല്ക്കാലികമായി ഒഴിഞ്ഞുനിന്നിരുന്ന കാലത്ത് എഴുതിയ കൃതികൾ സാഹിത്യഗുണം തികഞ്ഞവയായിരിക്കാം. എന്നാൽ പ്രസ്ഥാനവുമായി അഭേദ്യബന്ധം പുലർത്തി, സജീവ രാഷ്ട്രീയത്തിൽ പങ്കെടുത്തിരുന്ന കാലത്ത് എഴുതിയ കൃതികളാണ് ജനങ്ങളെ കൂടുതൽ ആകർഷിച്ചത്.

തെക്കെ മലബാറിലെ ഒരു ഇടത്തരം മരുമക്കത്തായ കുടുംബത്തിൽ ജനിച്ച ചെറുകാട് ഗോവിന്ദപ്പിഷാരോടി, പ്രശസ്തനായ രാഷ്ട്രീയപ്രവർത്തകനും സാമൂഹ്യപരിഷ്കർത്താവും പുരോഗമനസാഹിത്യപ്രസ്ഥാനത്തിന്റെ സമുന്നതനേതാവുമായി വളർന്നതിന്റെ കഥയാണ് *ജീവിതപ്പാത*. അതോടൊപ്പം തെക്കെ മലബാറിലെ സാമൂഹ്യരാഷ്ട്രീയമണ്ഡലങ്ങളിലും കലാസാംസ്കാരികരംഗങ്ങളിലും ഉണ്ടായ പരിവർത്തങ്ങളുടെയും വിപ്ലവാത്മകമായ പരിവർത്തനത്തിൽ ചെറുകാട് എന്ന വ്യക്തി വഹിച്ച പങ്കിന്റെയും ചരിത്രവുംകൂടിയാണ് അത്.

ചെറുകാടിനെ മനസ്സിലാക്കുക

സാഹിത്യകാരനായ ചെറുകാട്

സി അച്യുതമേനോൻ

സാഹിത്യകാരനായ ചെറുകാടും പാർട്ടി പ്രവർത്തകനായ ചെറുകാടും തമ്മിൽ വേർപിരിക്കാൻ വയ്യാത്തവിധം അഭേദ്യമായ ബന്ധമുണ്ടായിരുന്നു. അങ്ങനെ വേർതിരിഞ്ഞു ചിന്തിക്കാൻ പാടില്ലെന്ന കാര്യത്തിൽ മറ്റാരേയുംകാൾ കൂടുതൽ നിർബ്ബന്ധം ചെറുകാടിനു തന്നെയുണ്ടായിരുന്നു എന്നാണ് എന്റെ തോന്നൽ. മറ്റെന്തിനേക്കാളുമുപരി താനൊരു പാർട്ടി പ്രവർത്തകനാണെന്നറിയപ്പെടുന്നതിൽ ചെറുകാട് അഭിമാനം കൊണ്ടിരുന്നു. തന്റെ സാഹിത്യപ്രവർത്തനം തന്നെ പാർട്ടി പ്രവർത്തനത്തിന്റെ രൂപമായിട്ടാണദ്ദേഹം കണക്കാക്കിയിരുന്നത്. അങ്ങനെയിരിക്കെ 'സാഹിത്യകാരനായ ചെറുകാട്' എന്ന് ഈ ലേഖനത്തിനു തലക്കെട്ടു കൊടുത്തത് എന്തുകൊണ്ട് എന്ന ചോദ്യം ന്യായമായും ഉദിക്കാം. അതിനു വല്ലപ്രത്യേക കാരണവുമുണ്ടോ? എന്നെ സംബന്ധിച്ചിടത്തോളം 'ഉണ്ട്' എന്നു തന്നെയാണ് സമാധാനം.

ചെറുകാടിന്റെ സാഹിത്യത്തിൽ ഭൂരിഭാഗവും അദ്ദേഹം അവിഭക്ത കമ്യൂണിസ്റ്റ് പാർട്ടിയിൽ അംഗമായിരുന്ന കാലത്തും ആ പാർട്ടിയോടു കൂറും ബഹുമാനവും പുലർത്തിക്കൊണ്ടുമാണ് നിർമ്മിക്കപ്പെട്ടിട്ടുള്ളത്. 1964 ൽ കമ്യൂണിസ്റ്റ് പാർട്ടി രണ്ടായി പിളർന്നപ്പോൾ ചെറുകാട് കമ്യൂണിസ്റ്റ് മാർക്സിസ്റ്റ് പാർട്ടിയിൽ തന്റെ നിലയുറപ്പിച്ചു. എന്നു മാത്രവുമല്ല ഈ ലേഖകനടക്കം ഇന്ത്യൻ കമ്യൂണിസ്റ്റ് പാർട്ടിയിൽ ഉറച്ചുനിന്നവരെപ്പറ്റി അദ്ദേഹത്തിനു പരമപുച്ഛമായിരുന്നു. ആ പുച്ഛം എത്രത്തോളം ഉണ്ടായിരുന്നുവെന്നുള്ളത് *ദേവലോകം* എന്ന തന്റെ നോവലിന്റെ ആമുഖത്തിന് 'വലത'രെപ്പറ്റി പൊതുവിലും *"അഗ്രോ ഉഗ്രൻ" എന്നദ്ദേഹം പരിഹസിച്ചിട്ടുള്ള സ. ഇ പി ഗോപാലനെപ്പറ്റി

* സ. ഇ പി ഗോപാലൻ കുറച്ചുകാലം അഗ്രോ ഇൻഡസ്ട്രീസ് കോർപ്പറേഷൻ ചെയർമാനായിരുന്നതിനെപ്പറ്റി പരാമർശം.

പ്രത്യേകിച്ചും എഴുതിയിട്ടുള്ള വാചകങ്ങൾ വായിച്ചിട്ടുള്ളവരെ പറഞ്ഞറിയിക്കേണ്ടതായിട്ടില്ല. സ്വാഭാവികമായും 1964 നു ശേഷമുള്ള ചെറുകാടിന്റെ പൊതുപ്രവർത്തനത്തെയും രാഷ്ട്രീയ പ്രവർത്തനത്തെയും പറ്റി പരാമർശിക്കുമ്പോൾ ഈ ലേഖകനെപ്പോലുള്ളവർക്ക് വിമർശനപരമായി പലതും പറയേണ്ടിവരും. അത് ഈ സന്ദർഭത്തിൽ ഉചിതമായിരിക്കയില്ല; ഒരു രാഷ്ട്രീയ ചർച്ചയല്ലല്ലോ ഈ ലേഖനത്തിൽ ഉദ്ദേശിക്കുന്നത്. അങ്ങനെ എന്തെങ്കിലും അസുഖകരമായ പരാമർശങ്ങൾ ഒഴിവാക്കണമെന്ന കരുതലോടുകൂടിത്തന്നെയാണ് ലേഖനത്തിന്റെ ഉള്ളടക്കം പരിമിതപ്പെടുത്തിയത്. ചെറുകാടിന്റെ രാഷ്ട്രീയാഭിപ്രായങ്ങളോടും ചില പ്രവർത്തനങ്ങളോടും എന്തുതന്നെ അഭിപ്രായവ്യത്യാസമുണ്ടായിരുന്നാലും ശരി, ഒരു സാഹിത്യകാരൻ എന്ന നിലയ്ക്ക് അദ്ദേഹം നമ്മുടെ സാഹിത്യത്തിന് നല്കിയിട്ടുള്ള സംഭാവനയെക്കുറിച്ചും, ആ സാഹിത്യത്തിൽ നിഴലിച്ചുകാണുന്ന ജീവിതവീക്ഷണത്തെക്കുറിച്ചും ഒരു സാഹിത്യകാരൻ എന്നുള്ള നിലയ്ക്ക് അദ്ദേഹം പ്രകടിപ്പിച്ചിട്ടുള്ള കരുത്തിനെക്കുറിച്ചും അങ്ങേയറ്റം മതിപ്പുള്ള ഒരാളാണ് ഈ ലേഖകൻ എന്നു പറഞ്ഞുകൊള്ളട്ടെ.

ചെറുകാടിലെ പാർട്ടി പ്രവർത്തകൻ, അദ്ദേഹത്തിലെ സാഹിത്യകാരന്റെ മേൽ ചിലപ്പോൾ എത്രമാത്രം കനത്ത കരിനിഴലാണ് വീഴ്ത്തിയിരുന്നതെന്നതിനു ഉത്തമദൃഷ്ടാന്തമാണ് നേതാജി സുഭാഷ് ചന്ദ്രബോസിനെപ്പറ്റി ചെറുകാട് എഴുതിയ സുപ്രസിദ്ധമായ ഈരടി. 1942 ൽ കമ്യൂണിസ്റ്റ് പാർട്ടി അംഗീകരിച്ച ജനകീയയുദ്ധസിദ്ധാന്തത്തെത്തുടർന്ന്, ജാപ്പാക്രമണവിപത്തിനെപ്പറ്റി ജനങ്ങളെ ഉല്ബുദ്ധരാക്കുവാൻ ഒരു വലിയ പ്രചരണപരിപാടി പാർട്ടി ആവിഷ്കരിച്ചു. സാധാരണക്കാരായ നാട്ടുകാരെ ആകർഷിക്കത്തക്കവണ്ണം കോൽക്കളി, കൈകൊട്ടിക്കളി, കുമ്മി, പൂരക്കളി, ഓട്ടൻതുള്ളൽ മുതലായ എല്ലാ നാടൻ കലാരൂപങ്ങളിലൂടെയും പാർട്ടിയുടെ രാഷ്ട്രീയാഭിപ്രായങ്ങൾ അന്നു പ്രചരിപ്പിച്ചു. പാർട്ടി എഴുത്തുകാരും കലാകാരന്മാരും എല്ലാം ഈപ്രവർത്തനത്തിൽ പങ്കുകൊണ്ടു. അങ്ങനെ പെൺകുട്ടികൾക്കു 'താലി പീലി' കളിക്കാനെഴുതിക്കൊടുത്ത ഒരു പാട്ടിലാണ് ചെറുകാട് താഴെ കുറിക്കുന്ന വരികൾ ഉൾക്കൊള്ളിച്ചത്. ബോസിനെപ്പറ്റി,

"നമ്മുടെ നേതാവല്ലാച്ചെറ്റ
ജപ്പാൻകാരുടെ കാൽനക്കി"

എന്നാണ് എഴുതിയിരുന്നത്. 'ചെറ്റ' എന്നല്ല 'ദുഷ്ടൻ' എന്നാണ് ചെറുകാട് ആദ്യം എഴുതിയതെന്നും പിന്നീടേതോ സഖാവ് നിർദ്ദേശിച്ചതനുസരിച്ചാണ് 'ചെറ്റ'യാക്കിയതെന്നും കേട്ടിട്ടുണ്ട്. ഇതിന്റെ ശരിയും തെറ്റും

എനിക്കറിഞ്ഞുകൂടാ. രണ്ടായാലും വലിയ വ്യത്യാസമില്ല എന്ന അഭിപ്രായക്കാരനാണ് ഞാൻ.

ഈ വരികളിൽ പ്രതിഫലിക്കുന്ന വികാരമോ അഭിപ്രായമോ എന്തുമാകട്ടെ, അന്ന് ചെറുകാടിന്റേതു മാത്രമായിരുന്നില്ല, കമ്യൂണിസ്റ്റ് പാർട്ടിയുടെതു മുഴുവൻ ആയിരുന്നു എന്നു പറയാതിരുന്നാൽ അതു ചെറുകാടിനോടു ചെയ്യുന്ന ഒരു അപരാധമായിരിക്കും. ബോസിനെപ്പറ്റിയുള്ള പാർട്ടിയുടെ അന്നത്തെ വിലയിരുത്തലുമായി ബന്ധപ്പെട്ടതും ഈ ലേഖകനെ സംബന്ധിക്കുന്നതുമായ ഒരു സംഭവം കൂടി ഈയവസരത്തിൽ രേഖപ്പെടുത്താൻ ആഗ്രഹിക്കുന്നു. അതു ഇതാണ്.

1940 സെപ്തംബർ 15–ാം തീയതിയിലെ പ്രതിഷേധദിനാചരണത്തെ തുടർന്ന് കമ്യൂണിസ്റ്റു ഭൂരിപക്ഷമുണ്ടായിരുന്ന കെ പി സി സി പിരിച്ചുവിട്ട് ശ്രീ. നന്ദകോളിയരുടെ നേതൃത്വത്തിൽ ഒരു അഡ്ഹോക് കമ്മിറ്റി രൂപീകരിക്കപ്പെടുകയും ഏതാനും വർഷങ്ങൾക്കുശേഷം പുതിയ മെമ്പർഷിപ്പിന്റെ അടിസ്ഥാനത്തിൽ പുതിയ കെ പി സി സി തെരഞ്ഞെടുക്കപ്പെടുകയും ചെയ്തപ്പോൾ, കമ്യൂണിസ്റ്റു പ്രവർത്തകർ ഭൂരിഭാഗവും ജയിലിലോ ഒളിവിലോ ആയിരുന്നതിനാൽ പുതിയ കെ പി സി സി യിൽ ഈ ലേഖകനും സ. എം കെ കേളുവും (വടകര) മാത്രമേ കമ്യൂണിസ്റ്റു മെമ്പർമാരായി ഉണ്ടായിരുന്നുള്ളൂ. പുതിയ കെ പി സി സി യുടെ പ്രഥമ യോഗത്തിൽത്തന്നെ നേതാജി സുഭാഷ് ചന്ദ്രബോസിന്റെ ചരമത്തിൽ അനുശോചനം രേഖപ്പെടുത്തിക്കൊണ്ടുള്ള പ്രമേയം വന്നു. (അപ്പോഴേക്കും വിമാനാപകടത്തിൽ നേതാജി മരിച്ചിരുന്നു) അച്ചടക്കമുള്ള കമ്യൂണിസ്റ്റു പ്രവർത്തകരായ ഞാനും സ. കേളുവും പ്രസ്തുത പ്രമേയത്തെ എതിർത്തുസംസാരിക്കുകയും വോട്ടു ചെയ്യുകയും ചെയ്തു.

ചെറുകാടിന്റെ സാഹിത്യത്തെപ്പറ്റിയാണെഴുതാൻ തുടങ്ങിയതെങ്കിലും പറഞ്ഞു പറഞ്ഞ് എവിടെയോ എത്തി. അതുകൊണ്ട് വിഷയത്തിലേക്കു മടങ്ങി വരട്ടെ.

ചെറുകഥകളും, നാടകങ്ങളും നോവലുകളും മറ്റുമായി ചെറുകാട് പത്തുമുപ്പതിലേറെ കൃതികൾ പ്രസിദ്ധീകരിച്ചിട്ടുണ്ട്. എന്ന് വരികിലും നമ്മുടെ പ്രാമാണികന്മാരായ നിരൂപകകേസരികളാരും തന്നെ ചെറുകാടിന്റെ ഏതെങ്കിലും കൃതിയെ തങ്ങളുടെ ഗൗരവപൂർണ്ണമായ നിരൂപണത്തിനൊ ആസ്വാദനത്തിനോ വിഷയമാക്കാൻ യോഗ്യമായി കരുതിയതായി തോന്നുന്നില്ല. അദ്ദേഹത്തിന്റെ മരണശേഷം മാത്രമാണ് *ജീവിതപ്പാത* എന്ന ആത്മകഥയ്ക്കു കേന്ദ്രസാഹിത്യ അക്കാദമിയുടെ അവാർഡു കിട്ടാൻ ഭാഗ്യം ലഭിച്ചത്.

ഈ പ്രത്യേക പ്രതിഭാസത്തിന് എന്തെങ്കിലും കാരണമുണ്ടോ? ഉണ്ടെന്നാണ് ഈ ലേഖകനു തോന്നിയിട്ടുള്ളത്. അതു മറ്റൊന്നുമല്ല.

ചെറുകാട് ഒരു കമ്യൂണിസ്റ്റ് സാഹിത്യകാരനായിരുന്നു. ആ സത്യം ഒട്ടും മറച്ചുവെക്കാതെ പുരമുകളിൽനിന്ന് പ്രഖ്യാപിക്കാൻ അദ്ദേഹം ഒട്ടും മടിച്ചില്ല. മാത്രവുമല്ല കമ്യൂണിസ്റ്റുകാരന്റെ പ്രത്യേക ജീവിതവീക്ഷണവും കലാമൂല്യബോധവും ഉടനീളം പ്രതിഫലിപ്പിക്കുന്നവയായിരുന്നു അദ്ദേഹത്തിന്റെ കൃതികൾ. മലയാളസാഹിത്യത്തിന്റെ തലപ്പത്തിരിക്കുന്ന നിരൂപകകേസരികൾക്ക് മേൽപ്പറഞ്ഞ രണ്ടിനോടും ഒട്ടും മമതയില്ലെന്നത് ഒരു സത്യമാണ്. അതാണ് ചെറുകാടിന്റെ സാഹിത്യത്തിന് അക്കൂട്ടരുടെ ദൃഷ്ടിയിൽ അർഹമായ പരിഗണന ലഭിക്കാതെ പോകാൻ കാരണം.

ചെറുകാടിന്റെ സാഹിത്യ ജീവിതത്തിൽ വ്യക്തമായ രണ്ടു ഘട്ടങ്ങളുള്ളതായി കാണാം. ഒന്നാമത്തേതിൽ പുരോഗമനപരമായ ഉള്ളടക്കമുണ്ടെങ്കിലും രാഷ്ട്രീയമായ പരാമർശങ്ങളെ പ്രായേണ ഒഴിവാക്കുന്നതായാണ് കാണുന്നത്. *തറവാടിത്തം, മനുഷ്യഹൃദയങ്ങൾ, സ്നേഹബന്ധങ്ങൾ* മുതലായ നാടകങ്ങൾ ഇതിനുദാഹരണങ്ങളാണ്. ഇവയുടെയെല്ലാം ഉള്ളടക്കം പ്രായേണ ഒന്നുതന്നെയാണ്. ജീർണ്ണിച്ചു നശിക്കുന്ന മരുമക്കത്തായത്തിന്റെ വൃത്തികേടുകളും മാനുഷിക മൂല്യനിഷേധവും മരുമക്കത്തായവും അതിനെ ആസ്പദമാക്കിയ കൂട്ടുകുടുംബസമ്പ്രദായവും കാലത്തിനു അനുയോജ്യമല്ല. അതു നശിക്കണം അത്തരം കുടുംബങ്ങൾ ഭാഗിച്ചുപിരിയണം. ഒരച്ഛനും അമ്മയും അവരുടെ മക്കളുമടങ്ങിയ പുതിയ കുടുംബസമ്പ്രദായം നിലവിൽ വരണം. എങ്കിൽ മാത്രമേ പ്രയത്നിച്ചു ജീവിക്കാനുള്ള സന്നദ്ധതയും കഴിവും യുവജനങ്ങളിൽ ഉണ്ടാകൂ; സ്നേഹപൂർണ്ണമായ ബന്ധങ്ങൾ കുടുംബാംഗങ്ങൾ തമ്മിൽ ഉണ്ടാകൂ— ഇതാണ് ആ കൃതികളിലെല്ലാം അടങ്ങിയിട്ടുള്ള സന്ദേശം. ഇത്രയും പറഞ്ഞതിൽനിന്ന് ഈ നാടകങ്ങൾ മേൽപ്പറഞ്ഞ സന്ദേശം പ്രചരിപ്പിക്കുന്ന വെറും പ്രകടനപത്രികകളാണെന്ന അർത്ഥം ധരിക്കരുത്. സാഹിത്യമൂല്യമുള്ള ഒന്നാംതരം നാടകങ്ങൾ തന്നെയാണവ. സജീവങ്ങളായ കഥാപാത്രങ്ങളും നാടകീയ സന്ദർഭങ്ങളും എല്ലാം ഉൾക്കൊണ്ടുകൊണ്ടുള്ള ലക്ഷണമൊത്ത കൃതികൾതന്നെയാണ്. ഈ നാടകങ്ങൾ എല്ലാംതന്നെ അരങ്ങത്തു ശോഭിക്കുന്നവയുമായിരുന്നു.

രണ്ടാംഘട്ടത്തിൽ നേരിട്ടു രാഷ്ട്രീയവിഷയങ്ങളെത്തന്നെ കൈകാര്യം ചെയ്യുന്ന കൃതികളിലേക്ക് ചെറുകാട് കടക്കുന്നു. കമ്യൂണിസ്റ്റു പാർട്ടിയും അതിന്റെ ബഹുജനസംഘടനകളുമടങ്ങുന്ന വിപുലമായ കമ്യൂണിസ്റ്റു പ്രസ്ഥാനത്തെ പശ്ചാത്തലമാക്കിയുള്ള വള്ളുവനാടാണ് അദ്ദേഹത്തിന്റെ വിഷയം. പുറത്തുള്ള ലോകത്തെപ്പോലെ തന്നെ വിപുലമായ ഒരു ലോകമാണ് അതും. അതിലെ നടീനടന്മാരുടെ അനന്തവൈവിദ്ധ്യമാർന്ന സ്വഭാവ പ്രത്യേകതകളെയും ജീവിതത്തെയും അദ്ദേഹം ചിത്രീകരിക്കുന്നു. അങ്ങനെ നമ്മുടെ ഒരു കാലഘട്ടത്തിന്റെ

ചരിത്രത്തെത്തന്നെ അദ്ദേഹം ആലേഖനം ചെയ്യുന്നു *മുത്തശ്ശി*, *ശനിദശ*, *മരുമകൾ*, *പ്രമാണി* മുതലായ നോവലുകളും *നമ്മളൊന്ന്* എന്ന നാടകവും ഇതിനു ദൃഷ്ടാന്തങ്ങളാണ്.

ഒരു കണക്കിനുനോക്കിയാൽ ചെറുകാടിന്റെ ഏറ്റവും പ്രശസ്തമായ കൃതി *മുത്തശ്ശി*യാണ്. അങ്ങനെയാകാൻ പ്രത്യേക കാരണവും അർഹതയുമുണ്ട്. 1934–35 മുതൽ മലബാറിലെ കോൺഗ്രസിൽ ആധിപത്യം പുലർത്തിയ സോഷ്യലിസ്റ്റു ചിന്താഗതിക്കാരായ ചെറുപ്പക്കാർ കോൺഗ്രസിനെ കുറെ നാലണ മെമ്പർമാരുടെ ഒരു ഇടുങ്ങിയ സംഘടനയാക്കി നിർത്താൻ അനുവദിച്ചില്ല. കോൺഗ്രസിനെ കേന്ദ്രമാക്കി വിപുലമായ ഒരു സാമ്രാജ്യവിരുദ്ധ പ്രസ്ഥാനം കെട്ടിപ്പടുക്കാനാണ് അവർ ശ്രമിച്ചത്. അതിനുവേണ്ടി കോൺഗ്രസ് പ്രവർത്തകർ തൊഴിലാളികളുടെയും കൃഷിക്കാരുടെയും മറ്റും ഇടയിലേക്കിറങ്ങി അവരുടേതായ പ്രത്യേകസംഘടനകൾ കെട്ടിപ്പടുക്കാൻ തുടങ്ങി. അക്കൂട്ടത്തിൽ മാനേജർമാരുടെ ചൂഷണത്തിനടിപ്പെട്ടു നരകയാതന അനുഭവിച്ചിരുന്ന എലിമെന്ററി സ്കൂൾ അദ്ധ്യാപകരും അവരുടെ പ്രത്യേക ശ്രദ്ധയ്ക്കു വിഷയമായി. വാസ്തവത്തിൽ നാട്ടിൻപുറത്തെ കോൺഗ്രസ് പ്രവർത്തകരിൽ പലരും എലിമെന്ററി സ്കൂൾ അദ്ധ്യാപകരായിരുന്നു. അതുകൊണ്ട് അദ്ധ്യാപകരുടെ അവശതാപരിഹാരത്തിനുള്ള അദ്ധ്യാപകസംഘടനകൾ രൂപീകരിക്കപ്പെട്ടു. അവരും പ്രക്ഷോഭണത്തിലിറങ്ങി. പൊതുവായ സാമ്രാജ്യവിരുദ്ധ പ്രസ്ഥാനത്തിന്റെ ഭാഗമായിട്ടാണ് അതു വളർന്നുവന്നത്. ആവേശകരമായ ഒരു ചരിത്രമുണ്ട് അവരുടെ പ്രക്ഷോഭണ സമരങ്ങൾക്ക്, *മുത്തശ്ശി* അതിനെയാണ് ചിത്രീകരിക്കുന്നത്. അങ്ങനെ മലബാർ അദ്ധ്യാപക പ്രസ്ഥാനത്തിന്റെ ഇതിഹാസമാണ് *മുത്തശ്ശി* അല്ലാതെ വെറും ഒരു മുത്തശ്ശിയുടെയോ നാണിമിസ്ട്രസിന്റെയോ കഥയല്ല.

മാർക്സിം ഗോർക്കിയുടെ *അമ്മ* എന്ന നോവലിനോടു ചില കാര്യങ്ങളിൽ *മുത്തശ്ശി*ക്കു സാധർമ്മ്യമുണ്ട്. മാക്സിം ഗോർക്കിയുടെ *അമ്മ* (പെലാഗിയ നിലോവ്നാ എന്നാണവരുടെ യഥാർത്ഥ നാമധേയം) സംസ്കാരശൂന്യനും കുടിയനും, നിർദ്ദയനും, കേവലം മൃഗസദൃശനുമായ ഒരു റഷ്യൻ തൊഴിലാളിയുടെ ഭാര്യയായിരുന്നു. നിത്യേന ഫാക്ടറിയിൽനിന്നു പണിയും കഴിഞ്ഞു മൂക്കറ്റം കുടിച്ചുവരുന്ന ഭർത്താവിന്റെ അടിയും ഇടിയും തൊഴിയും കുത്തും തെറിയും സഹിച്ച് നരകതുല്യമായ ജീവിതം ഉന്തിനീക്കിക്കൊണ്ടിരുന്ന ഒരു സാധു സ്ത്രീയായിരുന്നു അവർ. ഭർത്താവിന്റെ മരണശേഷം അവരുടെ മകൻ പാവൽ കുടുംബനാഥനായിത്തീരുന്നു. അതോടുകൂടി അമ്മയുടെ ജീവിതത്തിൽ ഒരു പുതിയ അദ്ധ്യായം തുറക്കുകയായി. ഒരു വിപ്ലവകാരിയായ പാവൽ തന്റെ അമ്മയിൽ സ്നേഹവും അനുകമ്പയും ചൊരിഞ്ഞു. ആ സ്നേഹം

അവരെ അവന്റെ നിഗൂഢവിപ്ലവപ്രവർത്തനങ്ങളിലേക്ക് ക്രമേണ ക്രമേണ ആകർഷിച്ചു. പിന്നീടു പിന്നീട് അവർ ആ പ്രവർത്തനങ്ങളിൽ പങ്കുകൊള്ളാൻ തുടങ്ങി. ഒടുവിൽ അവരും ഒരു വിപ്ലവപ്രവർത്തകയായി. അത്ഭുതകരമായ ഈ പരിണാമത്തെ തികഞ്ഞ സ്വാഭാവികതയോടെ അനാവരണം ചെയ്യുന്നതിലൂടെ ഗോർക്കി റഷ്യൻ വിപ്ലവത്തിനുമുമ്പുള്ള നിഗൂഢപ്രവർത്തനങ്ങളുടെ ഒരു ചിത്രം വരച്ചുകാട്ടുന്നു.

ഏകദേശം ഇതുപോലൊരു ടെക്നിക്കാണ് ചെറുകാട് *മുത്തശ്ശി*യിൽ സ്വീകരിച്ചിട്ടുള്ളത്. ദാരിദ്ര്യപീഡിതമായ ഒരു മരുമക്കത്തായത്തറവാട്ടിലെ ഏക സ്ത്രീസന്താനമായിരുന്നു മുത്തശ്ശിയുടെ പേരക്കിടാവായ നാണി. അവളിൽ ഒരു കുട്ടി ജനിച്ച് തറവാട് നിലനിർത്തണമെന്നതാണ് മുത്തശ്ശിയുടെ ഏറ്റവും ഉൾക്കടമായ അഭിവാഞ്ഛ. എന്നാൽ നാണിയുടെ ചിന്തകൾ മറ്റൊരുതരത്തിലായിരുന്നു. വിധി, സൗന്ദര്യംകൊണ്ട് അനുഗ്രഹിക്കാൻ മറന്നുപോയ ആ യുവതിക്ക് ദൈവഗത്യാ എട്ടാംതരംവരെ പഠിച്ചുപാസാകാനുള്ള ഭാഗ്യമുണ്ടായി. അക്കാലത്ത് പെൺകുട്ടികൾക്ക് ലഭിക്കാറില്ലാത്ത അസുലഭമായ ഒരു അനുഗ്രഹം. മുത്തശ്ശി, നാണിക്ക് അവളുടെ ഇഷ്ടം ആരായുകപോലും ചെയ്യാതെ ഒരു വരനെ കൊണ്ടുവന്ന് സംബന്ധം നടത്തിച്ചു. നാണിയുടെ അച്ഛനാകാൻ പ്രായമുള്ള ഒരു നായരെ, സംബന്ധം കഴിഞ്ഞെങ്കിലും നാണി ഭർത്താവിന്റെ കൂടെ സഹശയനത്തിന് വഴങ്ങിയില്ല. അയാളുടെ വീട്ടിൽനിന്നു ഓടി രക്ഷപ്പെട്ടു. വീണ്ടും മുത്തശ്ശി മനയ്ക്കലെ കാര്യസ്ഥന്റെ ഇച്ഛയ്ക്ക് വഴങ്ങി വ്യഭിചരിക്കാൻ നാണിയെ നിർബ്ബന്ധിച്ചു. അതും അവൾ ചെറുത്തു. അങ്ങനെ മുത്തശ്ശിയുടെ എല്ലാ ശ്രമങ്ങളെയും പരാജയപ്പെടുത്തി അവൾ പണിയെടുത്തു ജീവിക്കാൻ തുടങ്ങി. ഒരു മാപ്പിള എലിമെന്ററി സ്കൂളിൽ ജോലി സമ്പാദിച്ച് ആ വരുമാനംകൊണ്ട് കുടുംബം പുലർത്തുകയും ജന്മിയുടെയും കാര്യസ്ഥന്റെയും ഭീഷണികളെ പുല്ലാക്കുകയും ചെയ്തു. പിന്നീടങ്ങോട്ട് അദ്ധ്യാപകപ്രസ്ഥാനത്തിലും കർഷകപ്രസ്ഥാനത്തിലും എല്ലാം സജീവമായി പങ്കെടുക്കുകയും മറ്റുള്ളവരെ പങ്കെടുക്കുവാൻ പ്രേരിപ്പിക്കുകയും ചെയ്തുകൊണ്ട് തന്റേടിക്കാരിയും സർവ്വാദരണീയയുമായ ഒരു സ്ത്രീയായി വളർന്നു. പഴയതിന്റെ പ്രതീകമായ മുത്തശ്ശിയും പുതിയതിന്റെ പ്രതീകമായ നാണിയും തമ്മിലുള്ള സംഘട്ടനത്തിലൂടെ ചെറുകാട് അന്നുണ്ടായിക്കൊണ്ടിരുന്ന സാമൂഹ്യപരിവർത്തനത്തെ ഹൃദയസ്പൃക്കാക്കി ചിത്രീകരിച്ചിട്ടുണ്ട്. കർഷകസംഘവും അദ്ധ്യാപകപ്രസ്ഥാനവും കമ്യൂണിസ്റ്റ് പാർട്ടിയും എല്ലാംകൂടിയുള്ള സാമ്രാജ്യവിരുദ്ധപ്രസ്ഥാനം വള്ളുവനാടു താലൂക്കിന്റെ ഉൾപ്രദേശങ്ങളിൽപ്പോലും ഉണ്ടാക്കിത്തീർത്ത ഉണർവ്വിനെയും ഓരോ വ്യക്തികളിലുമുണ്ടാക്കിത്തീർത്തുകൊണ്ടിരുന്ന മാറ്റങ്ങളെയും *മുത്തശ്ശി* എന്ന നോവൽ നമുക്കു കാണി

ച്ചുതരുന്നു.

*ശനിദശ*യിൽ വിവരിച്ചിട്ടുള്ള സംഭവങ്ങൾ ഇന്നത്തെ തലമുറയ്ക്ക് അവിശ്വസനീയമായി തോന്നിയേക്കാം. എന്നാൽ അവയിൽ ഒട്ടും അതിശയോക്തിയില്ലെന്ന് ആ കാളരാത്രിയിൽക്കൂടി കടന്നുപോയിട്ടുള്ളവർക്കറിയാം. 1948-50 കാലത്തെ കമ്യൂണിസ്റ്റു മർദ്ദനത്തിന്റെ കഥയാണ് *ശനിദശ.* സ്വാഭാവികമായും നമ്മുടെ പ്രാമാണികന്മാരായ നിരൂപകന്മാരാരും അത്തരം ഒരു കൃതിയെപ്പറ്റി ഒരു പഠനത്തിനോ നിരൂപണത്തിനോ ഒരുങ്ങുമെന്നു വിചാരിക്കാൻ വയ്യ. അതൊട്ടുണ്ടായതുമില്ല. ചെറുകാടിന്റെ മരണശേഷം ഡോ. എം ലീലാവതി *ശനിദശ*യെപ്പറ്റി ഒരാസ്വാദനം എഴുതിയത് വായിക്കാൻ ഇടയായി. അതിൽ പ്രസ്തുത കൃതിയെപ്പറ്റി അകമഴിഞ്ഞ അഭിനന്ദനം സ്ഫുരിക്കുന്നുണ്ട്. എന്നാൽ ചെറുകാടിന്റെ ജീവിതകാലത്ത് അങ്ങനെയൊരാസ്വാദനം അത്തരം ഉന്നതവൃത്തങ്ങളിൽ നിന്നുണ്ടായതായി അറിവില്ല. ഇപ്പറഞ്ഞതിന് ഒരപവാദമാണോ എന്നു നിശ്ചയമില്ല. ഒന്നു ഞാൻ ഓർക്കുന്നു. മദിരാശിയിൽനിന്നും പുറപ്പെട്ടുകൊണ്ടിരുന്ന *ജയകേരള*ത്തിൽ ഓരോ വർഷവും തലേവർഷം മലയാളത്തിൽ പ്രസിദ്ധീകരിക്കപ്പെട്ട പ്രധാനകൃതികളെക്കുറിച്ചുള്ള ഒരു സമഗ്രമായ അവലോകനം നടത്തുക പതിവുണ്ടായിരുന്നു. അക്കൂട്ടത്തിൽ ഒരാണ്ടിൽ വാർഷികാവലോകനം എഴുതിയ ശ്രീ. എം പി ശങ്കുണ്ണിനായർ ചെറുകാടിന്റെ *ശനിദശ*യെ പരാമർശിച്ചതായി ഞാൻ ഓർക്കുന്നു. ചെറുകാടിനെ ശക്തമായ ഒരു എഴുത്തുകാരനെന്നും *ശനിദശ*യെ ശക്തമായ ഒരു നോവൽ എന്നും അദ്ദേഹം വിശേഷിപ്പിച്ചതായിട്ടാണ് എന്റെ ഓർമ്മ. പക്ഷേ, ശ്രീ. എം പി ശങ്കുണ്ണിനായർ പട്ടാമ്പി സംസ്കൃത കോളേജിൽ ചെറുകാടിന്റെ ഒപ്പം കഴിഞ്ഞുകൂടിയ ഒരു സഹപാഠിയോ സഹപ്രവർത്തകനോ ആയിരുന്നുവെന്ന കാര്യം ഓർക്കുമ്പോൾ ശങ്കുണ്ണിനായരുടെ വിലയിരുത്തൽ അത്ര നിഷ്പക്ഷമായിരുന്നുവെന്ന് പൊതുജനം അംഗീകരിക്കുമായിരുന്നോ എന്ന് എനിക്ക് സംശയമുണ്ട്.

മരുമകൾ എന്ന നോവലിൽ ചെറുകാട്, വീണ്ടും രാഷ്ട്രീയം ഒഴിച്ചു നിർത്തിക്കൊണ്ടുള്ള ഒരു പരീക്ഷണത്തിലേക്ക് മടങ്ങിപ്പോകുന്നതായി തോന്നുന്നു. അതിലും വിഷയം മരുമക്കത്തായത്തിന്റെ ജീർണ്ണതതന്നെയാണ്. കടവത്തു വാപ്പു എന്ന മുസ്ലീം യുവാവും ജാനകിക്കുട്ടി അഥവാ സുന്ദരിക്കുട്ടി എന്ന പിഷാരടി യുവതിയുമായുള്ള ഒരു പ്രേമകഥകൂടി അതോടുകൂടി നെയ്തെടുത്തിട്ടുണ്ടെന്നുള്ള പ്രത്യേകത മാത്രമേ ഉള്ളൂ.

ചെറുകാടിന്റെ പ്രധാനപ്പെട്ട നോവലായ *ദേവലോക*ത്തെപ്പറ്റി കമ്യൂണിസ്റ്റു മാർക്സിസ്റ്റു പാർട്ടിക്കാരായ ചില സുഹൃത്തുക്കൾതന്നെ നിശിതമായി നിരൂപണം ചെയ്തതായി കേട്ടിട്ടുണ്ട്. കമ്യൂണിസ്റ്റു പാർട്ടിയുടെ അധഃപതനദശയെ ആസ്പദമാക്കി എഴുതിയ ഒരു നോവലാണ് അതെ

ന്നത്രെ ചെറുകാടിന്റെ വാദം. *ദേവലോക*ത്തിന്റെ ആമുഖത്തിൽ ചെറുകാട് അങ്ങനെയാണ് പ്രസ്താവിച്ചു കാണുന്നത്. ആ അധഃപതനത്തിന്റെ കാരണങ്ങളെക്കുറിച്ചും ചെറുകാട് തനിക്കുള്ള അഭിപ്രായങ്ങൾ പ്രസ്തുത ആമുഖത്തിൽ പ്രകടമാക്കിയിട്ടുണ്ട്. അതൊക്കെ ശരിയൊ തെറ്റോ എന്നുള്ള വാദപ്രതിവാദത്തിലേക്ക് നാമിവിടെ പ്രവേശിക്കേണ്ടതില്ല. ഒരു സാഹിത്യകൃതി എന്നുള്ള നിലയ്ക്ക് നോക്കിയാൽ ആ കാലഘട്ടത്തെപ്പറ്റിയുള്ള സത്യസന്ധമായ ഒരു ചിത്രമാണ് *ദേവലോക*ത്തിൽ നല്കിയിട്ടുള്ളതെന്നാണ് ഈ ലേഖകനു തോന്നിയിട്ടുള്ളത്. ചെറുകാടിന്റെ മറ്റു നോവലുകളെ അപേക്ഷിച്ച് സാഹിത്യപരമായി തരംതാഴ്ന്നതാണ് അതെന്ന തോന്നൽ ഒട്ടും തന്നെയില്ല.

മലബാറിലെ ഗ്രാമങ്ങളിലെ സാധാരണ മനുഷ്യരിൽനിന്നാണ്—തൊഴിലാളികൾ, കൃഷിക്കാർ, കർഷകത്തൊഴിലാളികൾ, ചായപ്പീടികക്കാർ, ചെറുകച്ചവടക്കാർ, എലിമെന്ററി സ്കൂളദ്ധ്യാപകർ തുടങ്ങിയവരിൽ നിന്നാണ്—ചെറുകാട് തന്റെ കൃതികളിലെ കഥാപാത്രങ്ങളിൽ അധികപങ്കും സ്വീകരിച്ചിട്ടുള്ളത്. അവരുമായി ജീവിതത്തിൽ ബന്ധപ്പെടുന്ന ജന്മിവർഗ്ഗത്തിൽപ്പെട്ടവരും ചിത്രീകരിക്കപ്പെട്ടിട്ടുണ്ട്. നിസ്വരുടെ നിത്യജീവിതത്തിലെ ദുരന്തദുരിതങ്ങളെ ചിത്രീകരിക്കുക മാത്രമായിരുന്നില്ല അദ്ദേഹത്തിന്റെ ഉദ്ദേശ്യം. അവരിലുള്ള വ്യക്തിത്വത്തെ, വെറും സാധാരണക്കാരാണെങ്കിൽപ്പോലും അവരിൽ ചിലരിൽ കാണപ്പെടുന്ന സ്വാതന്ത്ര്യബോധത്തെയും ഹൃദയവിശാലതയെയും സ്വഭാവോൽകൃഷ്ടതയെയും ഉയർത്തിപ്പിടിക്കുകകൂടി അദ്ദേഹത്തിന്റെ ഉന്നമായിരുന്നു. ബഹുജനരാഷ്ട്രീയപ്രസ്ഥാനങ്ങളുടെ തീച്ചൂളയിൽക്കിടന്നു തിളച്ചുരുകിയിരുന്ന അന്നത്തെ സമൂഹത്തിൽനിന്ന് ഒരു പുതിയ സംസ്കാരത്തിന്റെ ഉടമയായ ഒരു പുതിയ മനുഷ്യൻ രൂപംകൊള്ളുന്നത് എടുത്തുകാണിക്കുന്നതിൽ അദ്ദേഹം ബദ്ധശ്രദ്ധനായിരുന്നു. അക്കൂട്ടത്തിൽ നമ്മുടെ സമൂഹത്തിലെ സ്ത്രീകൾക്കുള്ള പദവിയെപ്പറ്റിയുള്ള ധാരാണകളാകെ ഒന്നു പൊളിച്ചെഴുതിപ്പിടിപ്പിക്കണമെന്ന വാശിയും ദൃശ്യമാണ്. അതുകൊണ്ടാണ് മറ്റു സമരങ്ങളോടൊപ്പം, അവയിൽനിന്നൊറ്റപ്പെടാതെകണ്ടും അവയുടെ ഭാഗമായും സ്ത്രീ അവളുടെ സ്വന്തം നിലനില്പിനും വ്യക്തിത്വം സ്ഥാപിച്ചെടുക്കുന്നതിനും സ്വാതന്ത്ര്യത്തിനുവേണ്ടി പോരാടുന്നതിന്റെ ചിത്രം വരച്ചുകാട്ടാൻ അദ്ദേഹം വെമ്പുന്നത്. *മുത്തശ്ശി*യിലെ നായികയായ നാണി മിസ്ട്രസിന്റെ കാര്യത്തിൽ മാത്രമല്ല നാം ഇതു കാണുന്നത്. *സ്നേഹബന്ധ*ങ്ങളിലെ ലക്ഷ്മിക്കുട്ടിയെ നോക്കുക. അദ്ധ്യാപികയായി താൻ കഷ്ടപ്പെട്ടുപണിയെടുത്തു കിട്ടുന്ന ശമ്പളം മുഴുവൻ അമ്മാവന്റെ അടുക്കൽ കൊണ്ടുചെന്നേല്പിക്കുന്ന ലക്ഷ്മിക്കുട്ടി, തന്റെ സഹാദ്ധ്യാപകനായിരുന്ന വാരിയരെ കല്യാണം കഴിച്ചാൽ കൊള്ളാമെന്ന

അഭിലാഷം മനസ്സിൽ അങ്കുരിച്ചെങ്കിലും അമ്മാവന്റെ ഒരൊറ്റ വാക്കു കൊണ്ടു ആ അഭിലാഷത്തെ അമർത്തി അമ്മാവൻ പറഞ്ഞ ആളെ വിവാഹം ചെയ്യുന്ന ലക്ഷ്മിക്കുട്ടി, ഗർഭക്ലേശം നിമിത്തം സ്കൂളിൽ ഉച്ച നേരത്തു ചായകുടിച്ചതിന്റെ കാശെടുത്തു ബാക്കിമാത്രം അമ്മാവനെ ഏല്പിച്ചപ്പോൾ അദ്ദേഹം തട്ടിക്കയറിയതുകണ്ട് സമസ്താപരാധം പറഞ്ഞ ലക്ഷ്മിക്കുട്ടി, ഒടുവിൽ "നിനക്ക് സംബന്ധക്കാരൻ വോണോ അതോ തറവാടു വോണോ" എന്നു അറുത്തു മുറിച്ചു ചോദ്യം അമ്മാ നിൽനിന്നുണ്ടായപ്പോൾ ഭർത്താവിന്റെയൊപ്പം തറവാട്ടിൽനിന്നിറങ്ങിപ്പോ കുന്ന തന്റേടിയായ ലക്ഷ്മിക്കുട്ടിയായി മാറുന്നു. ചെറുകാടിന്റെ സ്ത്രീക ഥാപാത്രങ്ങളിൽ ഏറ്റവും സങ്കീർണ്ണഭാവമുൾക്കൊള്ളുന്നത് *മരുമകളിലെ* സുന്ദരിക്കുട്ടിയാണ്. പഠിക്കുന്ന നാൾമുതൽ അവൾക്ക് തന്റെ സതീർത്ഥ്യ നായിരുന്ന മുസ്ലീമായ വാപ്പുവിൽ അഭിനിവേശമുണ്ട്. എന്നാൽ ഒരു മുസ്ലീ മായ അവനുമായുള്ള വിവാഹബന്ധം അസാദ്ധ്യമാണെന്നറിയാമായിരു ന്നതുകൊണ്ട് അവൾ അവനുമായി എന്തെങ്കിലും തരത്തിലുള്ള ബന്ധം സ്വപ്നം കണ്ടിരുന്നില്ല. അവൻ അവളെ വിടാതെ പിന്തുടർന്ന് നിരവധി പ്രലോഭനങ്ങളിൽ കുടുക്കി. സുന്ദരിക്കുട്ടി അവയെല്ലാം ചെറുത്തില്ലെന്നത് ശരിയാണെങ്കിലും സമുദായാചാരങ്ങളെ ലംഘിച്ച് അവന്റെകൂടെ അവൾ പോകുമായിരുന്നില്ല. പക്ഷേ, ബലാൽക്കാരം പ്രയോഗിച്ച് അവൻ അവളെ കീഴടക്കി. സുന്ദരിക്കുട്ടിക്ക് അവനോടുണ്ടായിരുന്ന പ്രണയമാണോ അതോ ബലപ്രയോഗമാണോ അവസാനം നിർണ്ണായകമായിത്തീർന്ന തെന്നു പറയാൻ പ്രയാസമായ രീതിയിലാണ് കഥാകൃത്ത് കഥാഗതി കൊണ്ടുപോയിരിക്കുന്നത്. ഏതായാലും അവൾ പരസ്യമായി വാപ്പുവിന്റെ വെപ്പാട്ടിയായി (അവനു വിധിപ്രകാരം വിവാഹം ചെയ്ത സ്വന്തം ഭാര്യ ജമീലയും അതിൽ ഒരു കുഞ്ഞുമുണ്ടായിരുന്നു) തന്നെ ജീവിക്കാൻ തുട ങ്ങി. വാപ്പുവും തന്റെ അദ്ധ്യാപകവൃത്തിയുടെ വേതനവും ഉള്ള കാല ത്തോളം അവൾ ലോകാപവാദത്തെ വെല്ലുവിളിച്ചും തറവാടിൽനിന്നും ബഹിഷ്കൃതയായും ജീവിച്ചു. പക്ഷേ, വാപ്പു ക്ഷയരോഗബാധിതനാ കുകയും അവൾ ജോലിയിൽനിന്നും പിരിച്ചുവിടപ്പെടുകയും ചെയ്ത തോടെ സ്ഥിതിയാകെ മാറി. എല്ലാ തന്റേടവും അസ്തമിച്ചു വീട്ടിലേക്കു മടങ്ങി. ഗർഭിണിയായ അവൾ കാശുമേടിച്ചു വിളി കേൾക്കാൻ തയ്യാ റായി വന്ന പപ്പുപിഷാരടിയെ ഭർത്താവായി സ്വീകരിക്കാൻപോലും തയ്യാ റായി. പക്ഷേ, ആ ദുഷ്ടന്റെ ക്രൗര്യം സഹിക്കാതായപ്പോൾ അയാ ളിൽനിന്നും ഓടി രക്ഷപ്പെട്ട് താനൊരിക്കൽ ധിക്കരിച്ച തന്റെ അമ്മൂമ്മ യെത്തന്നെ ശരണം പ്രാപിച്ചു. 'വഴിപിഴച്ച സ്വതന്ത്ര'യായിട്ടാണ് ഗ്രന്ഥ കാരൻതന്നെ ഈ കഥാപാത്രത്തെ കണക്കാക്കിയിട്ടുള്ളതെന്നു "വഴിപി ഴച്ച സ്വതന്ത്രകൾക്ക്" എന്ന ഗ്രന്ഥസമർപ്പണത്തിൽനിന്നൂഹിക്കാം.

പക്ഷേ, അവൾ വഴിപിഴച്ച സ്വതന്ത്രയാണെന്നുപറയുന്നത് നീതിയാണോ? അവൾ എന്തു ചെയ്യണമായിരുന്നു? വാപ്പുവിനെ ചെറുത്തു മരണം വരിക്കണമായിരുന്നോ? അവൾ പ്രേമിച്ച പുരുഷനല്ലേ അവൻ? ഉത്തരംപറയാൻ വളരെ പ്രയാസമുള്ള ഒരു ചോദ്യമാണിത്. താൻ യഥാർത്ഥത്തിൽ സ്നേഹിക്കുന്ന ഒരു പുരുഷനുമായി ജീവിക്കാൻ അവൾ തന്റേടം കാണിച്ചു എന്ന വസ്തുത അവശേഷിക്കുന്നു. മറ്റൊരു പുരുഷനെ സ്പർശിക്കുകയോ സ്വപ്നത്തിൽപ്പോലും കാമിക്കുകയോ ചെയ്യാത്തിടത്തോളം കാലം അവൾ സദാചാരത്തിൽനിന്നും വ്യതിചലിച്ചു എന്ന് എങ്ങനെ പറയാം. നാണിമിസ്ട്രസിൽനിന്നും വ്യത്യസ്തമായ ഒരു കഥാപാത്രത്തെയാണ് നാം അവിടെ കാണുന്നത്. അവൾ ഒരു പ്രസ്ഥാനത്തിന്റെയും നേതാവല്ല. ഒരു സാധാരണ യുവതി. നല്ല വസ്ത്രങ്ങളിലും ആഭരണങ്ങളിലും മറ്റും അവൾക്ക് ഭ്രമമുണ്ട്. പക്ഷേ, അതല്ല പ്രേമം തന്നെയാണ് അവളെ വാപ്പുവുമായി ബന്ധിപ്പിക്കുന്നത്. ആകെക്കൂടി പല സങ്കീർണ്ണതകളും നമുക്കീ പാത്രത്തിൽ കാണാം. നാണിമിസ്ട്രസിനെ താൻ ഒരു മാതൃകാകഥാപാത്രമായിട്ടാണ് ഉദ്ദേശിച്ചതെന്നു ഗ്രന്ഥകാരൻ തന്നെ ഒരിടത്തു പറഞ്ഞിട്ടുണ്ട്. ഇങ്ങനെയുള്ള ഉദ്ദേശ്യത്തോടുകൂടി പാത്രസൃഷ്ടി നടത്തുമ്പോഴുണ്ടാകാവുന്ന ഒരു ദോഷം ഒരുതരം 'കുന്തംവിഴുങ്ങി'കളായ നിർജ്ജീവസത്വങ്ങളെ പടച്ചുവിടുകയെന്നുള്ളതാണ്. ചെറുകാട് ആപത്തിൽനിന്നും കഷ്ടിച്ചു രക്ഷപ്പെട്ടു എന്നുപറയാം. അതിനു സമർത്ഥമായ ചില സ്പർശങ്ങൾ അദ്ദേഹം ആ കഥാപാത്രത്തിന്റെ ചിത്രണത്തിൽ ചെയ്തുവച്ചിട്ടുണ്ട്. അതിലൊന്ന് അവരുടെ രൂപലാവണ്യക്കുറവിനെപ്പറ്റിയുള്ള പരാമർശമാണ്. മറ്റൊന്ന്, ഇത്രയൊക്കെ സ്വതന്ത്രബുദ്ധി കാണിക്കുന്ന മിസ്ട്രസ് മാപ്പിളയുടെ ചായക്കടയിൽനിന്ന് ചായകുടിക്കാൻ വിസമ്മതിക്കുകയും ദാഹവും വിശപ്പും തീർക്കാൻ രണ്ടുമുക്കാലിന് പഴം വാങ്ങിച്ചുതിന്ന് തൃപ്തിപ്പെടുകയും ചെയ്തു എന്ന് മറ്റൊരിടത്ത് കാണുന്നപരാമർശമാണ്. ചെറുകാടിലുണ്ടായിരുന്ന ജന്മസിദ്ധാന്തമായ കലാബോധമാണ്, ചെറുതെങ്കിലും ഇത്തരമൊരു സംഭവത്തെ എടുത്തുപറയിക്കാൻ അദ്ദേഹത്തെ പ്രേരിപ്പിച്ചത്. അത് ആ കഥാപാത്രത്തെ കൂടുതൽ വിശ്വസനീയമാക്കിത്തീർക്കുന്നു.

സ്ത്രീയെക്കുറിച്ചുള്ള ചെറുകാടിന്റെ ആദർശം അദ്ദേഹം വീണ്ടും ദേവലോകത്തിൽ അവതരിപ്പിക്കുന്നുണ്ട്. രാമചന്ദ്രനാൽ വഞ്ചിതയായ രാജമ്മ പ്രേമനൈരാശ്യംമൂലം ആത്മഹത്യ ചെയ്യാനോ ജീവിതം മുഴുവൻ സന്താപത്തിൽ നിമഗ്നനായി കഴിയാനോ അല്ല പുറപ്പെടുന്നത്. വ്യക്തിത്വവും തന്റേടവുമുള്ള ഒരു സ്ത്രീയായി സ്വയം പണിയെടുത്തു ജീവിക്കാനും അതോടുകൂടി താൻ വിശ്വസിക്കുന്ന പ്രസ്ഥാനത്തിനുവേണ്ടി പ്രവർത്തിക്കാനും തീരുമാനിക്കുന്നു—അങ്ങനെ ചെയ്യുന്നു. അതാണ്

ആധുനിക ഭാരതീയവനിതയുടെ മുമ്പിൽ ചെറുകാട് സമർപ്പിക്കുന്ന ആദർശം. രാജമ്മയും രവീന്ദ്രനുമായുള്ള വിവാഹവും പ്രസ്തുത ആദർശനത്തിന് തികച്ചും അനുയോജ്യം തന്നെ. രാജമ്മയെ കല്യാണം കഴിക്കാൻ രവീന്ദ്രൻ ആഗ്രഹിക്കുന്നു എന്നറിയിച്ചപ്പോൾ താൻ ഒരുവിധത്തിൽ കളങ്കിതയാണെന്നുള്ള വിവരം മറച്ചുവെക്കാതെ രവീന്ദ്രനോടു പറയുന്നു. എന്നാൽ അതുകൊണ്ട് താൻ നിസ്സഹായയാണ്. രക്ഷിക്കണമെന്ന അഭ്യർത്ഥനയല്ല പുറമേ വയ്ക്കുന്നത്. ധൈര്യസമേതം വിവാഹത്തിനു ചില ഉപാധികൾ അഥവാ വ്യവസ്ഥകൾ മുന്നോട്ടു വയ്ക്കാനുള്ള തന്റേടംകൂടി കാണിക്കുന്നു. അതായത് തന്റെ വിശ്വാസപ്രമാണങ്ങൾക്കനുസരിച്ച് താൻ നടത്തുന്ന പൊതുപ്രവർത്തനത്തിൽ കൈയിടരുതെന്നും തടസ്സപ്പെടുത്തരുതെന്നും. അത് രവീന്ദ്രൻ അംഗീകരിച്ചശേഷമാണ് രാജമ്മ വിവാഹത്തിനു സമ്മതിക്കുന്നത്. ഇവിടെയും ഒരാദർശവും ഒരു സന്ദേശവും നാം കാണുന്നു. പക്ഷേ, അതു കുറ്റവും കുറവുകളുമുള്ള, എന്നാൽ അതേസമയം ധൈര്യവും തന്റേടവുമുള്ള ജീവസ്സുറ്റ ഒരു സ്ത്രീകഥാപാത്രത്തിലൂടെയാണവതരിപ്പിക്കുന്നത്. ഈ നോവലിലെ മറ്റൊരു സ്ത്രീകഥാപാത്രമായ ലളിതയും ശ്രദ്ധാർഹയാണ്. എന്തുകൊണ്ടെന്നാൽ 'സ്വർഗ്ഗജാത'നായ ഐ സി എസ് കാരൻ പണിക്കരുടെ ഒരേ ഒരു മകൾ. സമ്പൽസമൃദ്ധിയിൽ വളർന്നുവന്നവൾ. എങ്കിലും അവളിൽ മനുഷ്യത്വം മാത്രമല്ല, തന്റേടവും കൂടി കുടികൊള്ളുന്നതായിട്ടാണ് ചെറുകാട് ചിത്രീകരിച്ചിരിക്കുന്നത്. വേണമെങ്കിൽ അപ്രതീക്ഷിതമെന്നു പറയാം. പക്ഷേ, ചെറുകാട് എന്ന സാഹിത്യകാരൻ കൈവരിച്ച പക്വതയുടെ നിദർശനമായിട്ടാണ് ഞാനിതിനെ കാണുന്നത്.

നമ്മളൊന്ന് എന്ന ചെറുകാടിന്റെ നാടകം ഇന്നു കാണുന്ന രൂപത്തിലല്ല ആദ്യം രചിക്കപ്പെട്ടത്. *ദേശാഭിമാനി* ദിനപത്രത്തിനു ഓഹരിപ്പിരിവു നടത്താൻവേണ്ടി സംഘടിപ്പിക്കപ്പെട്ട *ദേശാഭിമാനി* മേളകളിൽ അഭിനയിക്കാൻ എഴുതിക്കൊടുത്ത ഒരു ഗദ്യനാടകമായിരുന്നു അത്. മലബാറിൽ അനേകം സ്ഥലങ്ങളിൽ അത് അരങ്ങേറുകയും ചെയ്തിരുന്നു. പിന്നീട് തിരുവിതാംകൂർ ഭാഗത്ത് *നിങ്ങളെന്നെ കമ്യൂണിസ്റ്റാക്കി* എന്ന സംഗീതനാടകത്തിനു കിട്ടിയ അഭൂതപൂർവ്വമായ ജനപ്രീതികണ്ട് *നമ്മളൊന്ന്* എന്ന നാടകത്തെത്തന്നെ ഒരു സംഗീതനാടകമാക്കി രൂപാന്തരപ്പെടുത്തിയാലെന്താ എന്ന ആലോചന ഉടലെടുത്തു. അതിന്റെ ഫലമാണ് ഇന്നു കാണുന്ന രൂപത്തിലുള്ള സംഗീതനാടകം. ആമീനയും ശങ്കുണ്ണിയും തമ്മിലുള്ള പ്രേമരംഗങ്ങൾ മുതലായവയൊന്നും മൂലനാടകത്തിൽ ഉണ്ടായിരുന്നില്ല — ഇങ്ങനെ രൂപാന്തരപ്പെടുത്തുന്നതിൽ എം പി ഭട്ടതിരിപ്പാടിനും മറ്റും വലിയ പങ്കുണ്ട്. ഗാനങ്ങൾ വയലാറും പൊൻകുന്നം ദാമോദരനും രചിച്ചവയത്രെ. ഈ വസ്തുത ചെറുകാട് *നമ്മളൊന്നി*ന്റെ

ആമുഖമായി പ്രസ്താവിച്ചിരിക്കുന്നത് ഇപ്പോഴുള്ള പതിപ്പുകളിൽ കാണാം. 'പട്ടിപ്പങ്ങൻ' എന്നാണ് തന്നെ തന്റെ ജന്മിയായ നമ്പൂതിരി വിളിക്കുക എന്നുപറഞ്ഞ് അതിൽ അഭിമാനം കൊള്ളുന്ന കുടിയൻ പങ്ങൻ നായരുടെയും മാപ്പിളലഹളയിൽ ശിക്ഷിക്കപ്പെട്ട് 10 വർഷം ബല്ലാരി ജയിലിൽ തടവുശിക്ഷ അനുഭവിച്ച് പുറത്തുവന്ന ധീരനും തന്റേടിയുമായ അവറാൻ എന്ന മാപ്പിള കർഷകന്റെയും ഭാഗങ്ങൾ കേരളത്തിലെപ്രഗത്ഭനടന്മാരുടെ മുൻപന്തിയിൽ നില്ക്കുന്ന എം പി ഭട്ടതിരിപ്പാടും, പരിയാനംപറ്റയും യഥാക്രമം എടുത്ത് അഭിനയിച്ച ആദ്യത്തെ അരങ്ങേറ്റംതന്നെ തകർപ്പനായിരുന്നു. പിന്നീടത് നൂറുകണക്കിന് സ്ഥലങ്ങളിൽ അരങ്ങേറുകയുണ്ടായി.

ചെറുകാടിന് മരണാനന്തരബഹുമതി നേടിക്കൊടുത്ത *ജീവിതപ്പാത* എന്ന ആത്മകഥയാണ് അദ്ദേഹത്തിന്റെ അവസാനത്തെ കൃതി. തീർച്ചയായും മലയാളത്തിലെ ആത്മകഥാസാഹിത്യത്തിൽ ഏറ്റവും മുൻപന്തിയിൽ നില്ക്കുന്നതും ഹൃദയസ്പർശിയുമായ ഒരു കൃതിയാണത്. സ. ഇ എം എസ് അതിന്റെ അവതാരികയിൽ സൂചിപ്പിച്ചിട്ടുള്ളതുപോലെ, ബൃഹത്തായ ആ ഗ്രന്ഥത്തിന്റെ കാൽഭാഗത്തോളം വരുന്ന കുടുംബപുരാണം അത്ര ആവശ്യമുള്ളതായി തോന്നിയില്ല. ഏറിവന്നാൽ അഞ്ചോ പത്തോ പേജുകളിൽ ഒതുക്കാവുന്നതേയുള്ളൂ. പ്രസ്തുത കൃതിയുമായി ബന്ധപ്പെട്ട ഒരു സംഭവമാണ് ചെറുകാടിനെപ്പറ്റി ഓർക്കുമ്പോൾ എന്റെ സ്മൃതിപഥത്തിൽ പൊന്തിവരുന്നത്. ഉദ്ദേശം ഒരു വർഷം മുമ്പ് ഒരു ദിവസം അന്നത്തെ തപാലുകൾ നോക്കിവരുന്നതിനിടയ്ക്ക് ചെറുകാടിന്റെ ചിരപരിചിതമായ വടിവൊത്ത കൈയക്ഷരത്തിൽ എഴുതപ്പെട്ട ഒരു കാർഡ് എന്റെ ദൃഷ്ടിയിൽപ്പെട്ടു. പട്ടാമ്പി സംസ്കൃതകോളേജിൽനിന്നും റിട്ടയർ ചെയ്തശേഷം തന്റെ പെൻഷൻ സംബന്ധമായ എന്തോ പ്രശ്നത്തെപ്പറ്റി ചെറുകാട് എനിക്കെഴുതാറുണ്ടായിരുന്നു. അക്കാര്യം എന്തെങ്കിലുമായിരിക്കുമെന്നാണ് ഞാൻ വിചാരിച്ചത്. പക്ഷേ, അതൊന്നുമായിരുന്നില്ല കാർഡിലെ ഉള്ളടക്കം. താൻ ആത്മകഥ എഴുതിക്കൊണ്ടിരിക്കുകയാണെന്നും അത് പ്രസിദ്ധപ്പെടുത്തുന്നതിന് പ്രീപബ്ലിക്കേഷൻവില എന്ന നിലയ്ക്ക് ഒരു കോപ്പിക്ക് 20 രൂപ അയച്ചുകൊടുക്കണമെന്നുള്ള അഭ്യർത്ഥനയായിരുന്നു അതിൽ. ഞാൻ പിറ്റേദിവസം തന്നെ 20 രൂപ മണി ഓർഡർ ചെയ്തു. മാസങ്ങൾക്കുശേഷം ഒരുദിവസം കാലത്ത് 10 മണിയോടുകൂടി, അന്നു സെക്രട്ടേറിയറ്റിൽ 10 മണിക്ക് സമയം കുറിച്ചിരുന്ന ഒരു ഔദ്യോഗിക സമ്മേളനത്തിൽ എത്തിച്ചേരാൻ തിടുക്കപ്പെട്ട് കാറിൽ കയറി ഞാൻ എന്റെ വസതിയിൽനിന്നും ഓടിച്ചുപോകുകയായിരുന്നു. കന്റോൺമെന്റുഹൗസിന്റെ ഗേറ്റു കടക്കുമ്പോൾ മുമ്പിൽ കുറച്ചകലെ, ഉടുത്തമുണ്ട് എടുത്തുകെട്ടി ഇടത്തെ തോളിൽ

ചുവന്ന സഞ്ചിയും തൂക്കിയുണ്ട് ഒരാൾ നടന്നു പോകുന്നു. ചെറുകാട് എന്നെ കാണാൻവേണ്ടി വന്നു സാധിക്കാതെ മടങ്ങിപ്പോകുകയാണോ എന്ന് എനിക്ക് സംശയം തോന്നി. സമയം അതിക്രമിച്ചിരുന്നതിനാൽ കാർ നിർത്തി വിവരം അന്വേഷിക്കണമെന്ന് എനിക്കപ്പോൾ തോന്നിയില്ല കാണേണ്ടതുണ്ടെങ്കിൽ അദ്ദേഹം സെക്രട്ടേറിയറ്റിൽ വരുമല്ലോ എന്നു ഞാൻ കരുതി. പക്ഷേ, അദ്ദേഹം വന്നില്ല. ഉച്ചയ്ക്ക് ഊണുകഴിക്കാൻ ഞാൻ എന്റെ വസതിയിൽ മടങ്ങിച്ചെന്നപ്പോഴുണ്ട് മേശപ്പുറത്ത് പുത്തൻ കവറോടുകൂടിയ ഒരു തടിച്ച പുസ്തകം ഇരിക്കുന്നു! *ജീവിതപ്പാത*. പുറം ചട്ടയിൽ നീണ്ടുപോകുന്ന ഒരു പാതയും തോളിൽ തൂക്കിയിട്ട സഞ്ചിയുമായി അതിലൂടെ നടന്നുപോകുന്ന ചെറുകാടിന്റെ ചിത്രവും! നീണ്ടു നീണ്ടു പോകുന്നതായി തോന്നിക്കുന്ന ആ പാതയിലൂടെയുള്ള യാത്ര ഇത്രവേഗം അവസാനിക്കുമെന്ന് അന്ന് ആരുകണ്ടു?

ചെറുകാട് ജീവചരിത്രക്കുറിപ്പ്

ആയിരത്തിത്തൊള്ളായിരത്തി പതിനാല് ആഗസ്ത് 26 ന് വള്ളുവനാടുതാലൂക്കിൽ, കിഴിട്ടിൽ പിഷാരത്തു കരുണാകരപ്പിഷാരടിയുടെയും ചെറുകാടു പിഷാരത്ത് നാരായണിപ്പിഷാരസ്യാരുടെയും മകനായി ജനിച്ചു. പേര് ഗോവിന്ദപ്പിഷാരടി.

പഴയ രീതിയിൽ ഒരു ഗോപാലനെഴുത്തച്ഛൻ നടത്തിയിരുന്ന കുടിപ്പള്ളിക്കൂടത്തിൽ പ്രാഥമിക വിദ്യാഭ്യാസം നേടി. വല്ലപ്പുഴയിലും ഏലംകുളത്തും എല്ലാം മാറിമാറി പഠിപ്പ് തുടർന്നു. പെരിന്തൽമണ്ണ ഹൈസ്കൂളിൽനിന്നും അഞ്ചാം ക്ലാസ് ജയിച്ചു. പാവുട്ടി എഴുത്തച്ഛൻ നടത്തിയിരുന്ന വിദ്യാഭിവർദ്ധിനി സംസ്കൃത സ്കൂളിൽ പിന്നീട് പഠിച്ചു. പുലാമന്തോൾ മൂസ്സിന്റെ ഇല്ലത്തു താമസിച്ച് സംസ്കൃതവും വൈദ്യവും അഭ്യസിച്ചു. ചെറുകര കിഴുങ്ങത്തോൾ ഹയർ എലിമെന്ററി സ്കൂളിൽനിന്നാണ് എട്ടാം ക്ലാസ് പാസായത്. പിന്നീട് വിദ്വാൻ പരീക്ഷയും ജയിച്ചു. ചെറുകര സ്കൂൾ ചെമ്മലശ്ശേരിയിലെ ആലിമുസലിയാർ നടത്തിയിരുന്ന സ്കൂൾ, പാവറട്ടിയിലെ സംസ്കൃത കോളേജ് എന്നിവിടങ്ങളിൽ അദ്ധ്യാപകനായി ജോലിനോക്കി. 1957 മുതൽ പട്ടാമ്പി സംസ്കൃത കോളേജിൽ മലയാളം പ്രൊഫസറായി റിട്ടയർ ചെയ്തശേഷം അവിടെത്തന്നെ യു ജി സി പ്രൊഫസറായി തുടർന്നു.

ശ്രീനാരായണഗുരുവും ആശാനും മതനവോത്ഥാനവും *ഉണ്ണിനമ്പൂരി* — മാസികയും നമ്പൂരിയെ മനുഷ്യനാക്കുക എന്ന ആഹ്വാനവും വി ടി ഭട്ടതിരിപ്പാടും ഇ എം എസും എല്ലാം ചെറുകാടിനെ സ്വാധീനിച്ചു. കോൺഗ്രസ് രാഷ്ട്രീയം ഈ ചലനങ്ങളുടെ അടിയൊഴുക്കായിരുന്നു.

അദ്ധ്യാപകപ്രസ്ഥാനത്തിൽ ചെറുകാട് ആകണ്ഠം മുഴുകി. വള്ളുവനാട് ടീച്ചേഴ്സ് യൂണിയന്റെ സജീവ പ്രവർത്തകനായി. ആ പ്രവർത്ത

നങ്ങളിലൂടെ സ്വാഭാവികമായും ചെറുകാട് കമ്യൂണിസത്തിലേക്ക് എത്തി. 1942 ൽ സ്കൂൾ അദ്ധ്യാപകജോലി രാജിവച്ച് കമ്യൂണിസ്റ്റ് പാർട്ടിക്കുവേണ്ടി സാംസ്കാരിക പ്രവർത്തനങ്ങളിൽ മുഴുകി. 1948 ൽ മക്കരപ്പറമ്പ്, ജാഥക്കേസിൽ അറസ്റ്റു ചെയ്യപ്പെട്ടു. മൂന്നുവർഷത്തെ ശിക്ഷ കഴിഞ്ഞ് പുറത്തുവന്ന അദ്ദേഹം നവലോകം, *ദേശാഭിമാനി* എന്നീ പത്രങ്ങളിൽ പ്രവർത്തിച്ചു. 22–ാം വയസ്സിൽ ചെറുകാട് വിവാഹിതനായി. കിഴിട്ടിൽ ലക്ഷ്മിക്കുട്ടി പിഷാരസ്യാരാണ് അദ്ദേഹത്തിന്റെ ഭാര്യ. സഹനത്തിന്റെയും സ്നേഹത്തിന്റെയും തീച്ചൂളയിൽ സ്ഫുടം വച്ചെടുത്ത ആ വൈവാഹിക ജീവിതം ചെറുകാടിന്റെ ശക്തിയായിരുന്നു. ചെറുകാടിന്റെ മക്കളാണ്, രവീന്ദ്രനും രമണനും മോഹനനും മദനനും ചിത്രഭാനുവും ചിത്രയും.

1976 ഒക്ടോബർ 28 ന് അദ്ദേഹം അന്തരിച്ചു.

ചെറുകാടിന്റെ ആത്മകഥയായ *ജീവിതപ്പാത*യ്ക്ക് കേരളസാഹിത്യ അക്കാദമി അവാർഡും കേന്ദ്രസാഹിത്യ അക്കാദമി അവാർഡും ലഭിച്ചിട്ടുണ്ട്. അധികാരത്തിന്റെ ഈ വൈകിയുദിച്ച വിവേകത്തിന് എത്രയോ മുൻപുതന്നെ കേരളത്തിലെ സാധാരണ വായനക്കാർ ചെറുകാടിനെ അവരുടെ എഴുത്തുകാരനായി അംഗീകരിച്ചു കഴിഞ്ഞു.

ചെറുകാടിന്റെ കൃതികൾ

കവിത

തിരമാല 1945, *ആരാധന* 1945, *അന്തഃപുരം* 1945, *മെത്താപ്പ്* 1954, *മനുഷ്യനെ മാനിക്കുക* 1961 ചെറുകാടിന്റെ കവിതകൾ (മൂന്നുഭാഗങ്ങളായി) 1989.

കഥകൾ

ചെറുകാടിന്റെ ചെറുകഥകൾ 1954, *മുദ്രമോതിരം* 1954, *തെരുവിന്റെ കുട്ടി* 1956, *ചെകുത്താന്റെ കൂട്* 1958, *ചൂട്ടൻ മൂരി* 1962, (ചെറുകാടിന്റെ ചെറുകഥകൾ, സമാഹാരം 1995.

നോവലുകൾ

മരണപത്രം, മണ്ണിന്റെ മാറിൽ 1954, *മുത്തശ്ശി* 1959, *ശനിദശ* 1959, *പ്രമാണി* 1962, *മരുമകൾ* 1963, *ദേവലോകം* 1971, *ഭൂപ്രഭു* 1976.

ബാലസാഹിത്യം

ഒരുദിവസം 1960, *കറുപ്പൻകുട്ടി* 1962, *തന്തക്കുറുക്കൻ* 1968, ചെറുകാടിന്റെ ബാലസാഹിത്യം (സമാഹാരം) 1998

നാടകങ്ങൾ

നമ്മളൊന്ന് 1948, *തറവാടിത്തം* 1954, *സ്നേഹബന്ധങ്ങൾ* 1954, *സ്വതന്ത്ര* 1955, *മനുഷ്യഹൃദയങ്ങൾ* 1955, *വിശുദ്ധനുണ* 1956, *രക്തേശ്വരി* 1956, *ഒടുക്കത്തെ ഓണം* 1956, *കുട്ടിത്തമ്പുരാൻ* 1958, *മുളങ്കൂട്ടം* 1958, *ജന്മഭൂമി* 1958, *അണക്കെട്ട്* 1958, *ചിറ്റുവിളക്ക്* 1960, *വാൽനക്ഷത്രം* 1960,

കൊടുങ്കാറ്റ് 1966, *ഡോ. കചൻ* 1970, *അടിമ കുട്ടിത്തമ്പുരാട്ടി* ചെറുകാടിന്റെ *ഏകാങ്കങ്ങൾ* (സമാഹാരം) 2003

ആത്മകഥ

ജീവിതപ്പാത 1974.

പുസ്തകരൂപത്തിൽ പ്രസിദ്ധീകരിച്ചിട്ടില്ലാത്ത കൃതികൾ

നോവൽ : *മരണപത്രം* (1977 ഒക്ടോബർ 28 ന്) പ്രസിദ്ധീകരിച്ചു.

നാടകം : *ഇരുമ്പുപെട്ടി, കഞ്ഞിക്കലം, കാര്യസ്ഥന്റെ കാള*

കവിത: *ഓട്ടൻതുള്ളൽ, മേനോന്റെ മേനി, വെള്ളച്ചന്ത, സൊസൈറ്റി പ്രസിഡന്റ്, അച്ചാരം മടക്കി, പണികഴിച്ചു, കണക്കുതെറ്റി, എം എസ് പി പേക്കൂത്ത്, അടയ്ക്കാനികുതി.*

സൂചിക

അച്ചാരം മടക്കി 18, 160
അച്ചുതക്കുറുപ്പ് 156
അച്ഛനെ അന്വേഷിച്ച് 24
അച്ഛന്റെ ചാത്തം 12, 42
അച്ഛനെവിടെ 16
അടിമ 45, 141
അണക്കെട്ട് 143, 144
അന്തഃപുരം 28
അന്തിത്തിരി 32
അഭിമാനം 46
അഭിജ്ഞാനശാകുന്തളം 159
അമ്മ 167
അമ്മ പണിക്കുപോട്ടെ 42
ആനിയുടെ അമ്മളി 15
ആബ്സെന്റ് 44, 48
ആസന്നവിപ്ലവം 34
ആസാദ് 93, 96
ആൾക്കൂട്ടം 68
ഇ എം എസ് 62, 84, 86, 128, 136, 148, 151, 154, 159, 173
ഇഖ്ബാൽ 33
ഇബ്സൻ 125, 127
ഇന്ദുലേഖ 56
ഉഷ്ണമേഖല 115
ഊണിനു നാലണ മാത്രം 43, 45

എ കെ ജി 24, 148
എം ടി 59
എം എസ് പി പേക്കൂത്ത് 18
ഒടുക്കത്തെ ഓണം 137, 140
ഒന്നു മുറുക്കണോ 31
കഞ്ഞിക്കലം 156, 160
കണക്കുതെറ്റി 18
കണ്ടകശ്ശനി 42, 44, 45
കണ്ടിരിക്കില്ല 22
കന്യക 126
കരിങ്കാലിച്ചി 44, 45
കരുണ 11
കാളിയമർദ്ദനം 52
കുട്ടിത്തമ്പുരാൻ 141
കുമാരനാശാൻ 151
കുറ്റക്കാരി 47
കാക്കനാടൻ 115
കാൾ മാർക്സ് 36
കാലം 68
കുഞ്ചൻ നമ്പ്യാർ 12, 18
കുലത്തൊഴിൽ 13
കൂട്ടുകൃഷി 125
കൃഷിക്കാർ 42
കൃഷ്ണപിള്ള എൻ 126
കൃഷ്ണപിള്ള പി 100, 104, 105, 109
കെ പി ജി 34
കെ പി സി സി 165
കേഴുക പ്രിയനാടെ 95
കേളു ഏട്ടൻ കെ 165
കൊടുങ്കാറ്റ് 124
ഖസാക്കിന്റെ ഇതിഹാസം 68
ഗാന്ധിജി 70, 71, 148, 154
ഗോർക്കി 79, 87
ഗോപാലൻ ഇ പി 164
ഗോപാലൻ ടി പി 156
ചവിട്ടിക്കുഴച്ച മണ്ണ് 126
ചാക്കുസഞ്ചി 46
ചൂട്ടൻമൂരി 43, 46
ചെമ്മീൻ 55, 57

ജന്മഭൂമി 130, 144
ജയകേരളം 168
ജി 27
ജീവിതപ്പാത 61, 133, 135, 147, 165
ടിപ്പു 144
ടെന്നസി വില്യംസ് 127
ടോൾസ്റ്റോയി 71, 87
ഡോൺ ശാന്തമായൊഴുകുന്നു 80
തകഴി 57
തറവാടിത്തം 122, 123
താരാട്ടുപാട്ട് 22
തിരമാല 16
തീരാത്ത സംശയം 47
തുലാഭാരം 126
തെരുവിന്റെ കുട്ടി 43
തോപ്പിൽഭാസി 126
ദസ്തയേവ്സ്കി 87
ദാമോദരൻ കെ 135, 137
ദാമോദരൻ പൊൻകുന്നം 173
ദിവ്യചൈതന്യം 28
ദുശ്ശകുനം 124
ദേവലോകം 59, 114, 142
ദേശാഭിമാനി 122
ദുരവസ്ഥ 11
ദ്വന്ദ്വയുദ്ധം 115
ധർമ്മസങ്കടം 43
നമ്മളൊന്ന് 41, 125, 128, 134, 137, 138
നവീന കർഷകൻ 43, 45, 53
നസ്രുൾ ഇസ്ലാം 33
നാരായണഗുരു 151
നാലുകെട്ട് 55
നിങ്ങളെന്നെ കമ്യൂണിസ്റ്റാക്കി 173
നെഹ്റു 148
നേരമ്പോക്ക് 42, 47
പണികഴിച്ചു 18
പനങ്കുഴു 42, 43, 44
പയ്യോളി കാള 31
പാട്ടബാക്കി 125, 134, 135
പാടില്ലൊരിക്കലും 37

പാവക്കൂട്ട് 125
പിടികൊടുത്തപ്പോൾ 25
പിറന്നാൾ മറന്നാൽ 14
പുത്തൻ തിരുവാതിര 124
പോൾ എം പി 25, 56
പ്രമാണി 93, 115, 161, 166
പ്രേംജി 34, 37, 156
ഭട്ടതിരിപ്പാട് എം പി 173
ഭദ്രദീപം 45
ഭൂപ്രഭു 96, 98, 105
ബർണാഡ്ഷാ 127
ബാങ്കുകുറി 43, 45
മണ്ണിന്റെ മാറിൽ 57, 62, 77, 97, 103, 113, 167
മധുരഗാനം 29
മനുഷ്യഹൃദയങ്ങൾ 131, 137, 139, 161, 166
മരണപത്രം 159
മരുമകൾ 57, 88, 114, 166, 169, 170
മലങ്കാടൻ 12, 14, 16, 34, 36
മലയാറ്റൂർ 115
മാലകൾ 24
മാവോസേതുങ്ങ് 23, 73
മുടിയനായ പുത്രൻ 126
മുണ്ടശ്ശേരി 29
മുത്തശ്ശി 42, 55, 57, 59, 91, 122, 157, 161, 166, 167, 170
മുദ്രമോതിരം 44, 45
മൂലധനം 126
മുളങ്കൂട്ടം 139, 140
മെത്താപ്പ് 34, 42
മേനോന്റെ മേനി 18, 21, 160
മേറ്റർലിങ്ക് 127
യോനസ്കോ 127
രക്തപാനം 134
രക്തേശ്വരി 143
രക്തസന്ദേശം 34
രമണി 159
രണ്ണമൻ 159
രണ്ടു മുക്കാല് 140,141
ലക്ഷ്മിപിഷാരസ്യാർ 158
ലീലാവതി എം 168

ലെനിൻ 71
വയലാർ 173
വാര്യർ പി എ 126
വാൽനക്ഷത്രം 122, 143
വീരപാണം 28
വെള്ളച്ചന്ത 15, 18, 20
ശങ്കുണ്ണിനായർ എം പി 169
ശനിദശ 42, 68, 91, 115, 161, 168
ഷെല്ലി 27
ഷോളോഹോവ് 80
സഞ്ജയൻ 16, 60, 159
സാമുവൽ ബക്കറ്റ് 126
സി വി 56
സുഭാഷ് ചന്ദ്രബോസ് 164
സിംഹിക 42, 47
സൊസൈറ്റി പ്രസിഡന്റ് 18
സംസ്കാരം 26
സ്വതന്ത്ര 126, 131, 132, 142, 161
സ്നേഹബന്ധങ്ങൾ 124, 125, 131, 161, 166, 170
സ്റ്റെഫാൻ സ്വെഗ് 87
സ്റ്റീഫൻ കുമാലൊ 95
ഹ്യൂമൻ കോമഡി 79

www.ingramcontent.com/pod-product-compliance
Lightning Source LLC
LaVergne TN
LVHW100818051026
849519LV00006B/2122
9789383903917